പ്രത്യാഗമനം

INSIGHT PUBLICA

Nadakkavu, Kozhikode, Kerala, 673011
www.insightpublica.com
e-mail: insightpublica@gmail.com
Title: **Prathyagamanam**
Author: **Sini Shyam**
(Malayalam Stories)
First Edition: March 2022

Printed and Published by
InsightinPublica Printers & Publishers Pvt. Ltd.
ISBN 978-93-5517-235-8
₹ 390

പ്രത്യാഗമനം

സിനി ശ്യാം

INSIGHT PUBLICA

കടപ്പാട്

എന്റെ പ്രിയ സുഹൃത്തുക്കൾ ആയ സുനിൽകുമാർ,
ബൈജു ശിവദാസ്, അൽത്താഫ് ഉമ്മർ, സുബൈർ ഷംസു
എന്നിവരോടും അവരുടെ കുടുംബാംഗങ്ങളോടും.

നന്ദി

കഥകൾ വായിച്ച് പ്രോത്സാഹിപ്പിച്ച
എന്റെ അഭിവന്ദ്യ ഗുരുക്കൻമാരോടും, പ്രിയപ്പെട്ട ലാജി ചേച്ചി,
ജഗദ കുഞ്ഞമ്മ, പാപ്പാ കുഞ്ഞമ്മ അനിയത്തിമാരായ
പാർവ്വതി ലാൽ, കവിത ഉൾപ്പെടെയുള്ള മറ്റെല്ലാ
ബന്ധുമിത്രാദികളോടും, 88 SDC, PDC Commerce ഗ്രൂപ്പിൽ
ഉൾപ്പെട്ടതും, അല്ലാത്തതുമായ സുഹൃത്തുക്കളോടും,
എന്റെ മക്കളായ ശിഷ്യരോടും അകമഴിഞ്ഞ നന്ദി

ആലപ്പുഴ കറുകയിൽ കെ. ബി. ദാസപ്പന്റേയും ചെമ്മുകത്ത് യശോധരാ ദേവി (ഐഷ)യുടേയും മകൾ. സ്വാതന്ത്ര്യ സമര സേനാനിയും, സഖാവ് T.V. തോമസിന്റെ ജീവചരിത്ര രചയിതാവുമായ സഖാവ്. കെ.കെ. കുഞ്ഞന്റെ പൗത്രിയുമാണ്. ആലപ്പുഴ സെന്റ് ജോസഫ്സ് സ്കൂളിലും, എസ്. ഡി. കോളേജിലും പഠനം. ഇപ്പോൾ ദാദ്ര ആൻഡ് നഗർ ഹവേലിയിലെ സിൽവാസ്സയിൽ താമസം.

വെള്ളച്ചെമ്മീൻ എന്ന കഥാസമാഹാരം ഇംഗ്ലീഷിലും മലയാളത്തിലും പ്രസിദ്ധീകരിച്ചിട്ടുണ്ട്.

ഭർത്താവ്: ഘനശ്യാം വി.കെ. (ആലപ്പുഴ വെളിയിൽ കരുണാകരന്റെയും, വനജാക്ഷിയുടേയും മകൻ) മകൻ: കരുൺ ശ്യാം.

Mail id : sinishyam1997@gmail.com

സിനി ശ്യാം

കഥകൾ

കല്ലറ

വലിയ ആർഭാടത്തോടെയുള്ള അടക്കം ആയിരുന്നു വറീതുമാപ്ല യുടേത്. സ്വർണ്ണക്കുരിശും, വെള്ളിക്കുരിശും. ശവവണ്ടി പോകുന്ന വഴിയിലെല്ലാം പൂവെറിയലും, ആൺമക്കളും അടുത്ത ബന്ധമുള്ള ആണുങ്ങളും എല്ലാം കറുത്ത ഷർട്ടും വെള്ളമുണ്ടും, പെൺമക്കളും അടുത്ത ബന്ധമുള്ള പെണ്ണുങ്ങളെല്ലാം കറുത്ത സാരിയും വെള്ള ബ്ലൗസും, മെത്രാനടക്കം പതിനൊന്ന് അച്ചൻമാരും ഒരുപാട് കന്യാസ്ത്രീകളും, പുറത്തു നിന്നും വരുത്തിയ ബാന്റ്മേളക്കാരും എല്ലാമായി ആഘോഷ പരമായുള്ള യാത്ര സെമിത്തേരി വരെ. അവിടെയെത്തിയപ്പോഴോ ഗ്രാനൈറ്റിന്റെ മനോഹരമായ കല്ലറ. ഏതാണ്ട് ത്രിഡിയുള്ള ഗ്രാനൈറ്റ് കല്ല് പതിപ്പിച്ച പോലെ തിളങ്ങുന്നു.

"എന്താ ഒരു ചേല് അടക്കത്തിന്"

ബന്ധുവിലൊരാളായ വെറോണിക്ക തന്റെ കെട്ട്യോനോട് പറയു ന്നതു കേട്ടു.

"എന്റെ അടക്കത്തിനും ഇതുപോലൊക്കെ തന്നെ വേണം. ഇതിലും കേമത്തിലായാലും നല്ലതാ. ആൾക്കാര് പറയുമല്ലോ വെറോണിക്ക യുടെ ശവമടക്കായിരുന്നു ശവമടക്കെന്ന്. ഇവര് മെത്രാനയല്ലേ കൊണ്ടു വന്നത്. നമുക്കും ബിഷപ്പിനെയും, ഒരു പതിനൊന്ന് അച്ചൻമാരേയും കൊണ്ടുവരണം. പൂവ് ഇവര് വരുത്തിയ പോലെ ബാംഗ്ലൂരുന്ന് തന്നെ മതി. നിങ്ങള് പിശുക്കനല്ലിയോ? എന്റെ ഈ പത്തു പവന്റെ മാലയും, ആറു പവന്റെ രണ്ടു വളയും വിറ്റിട്ട് ചെയ്താൽ മതി. ചത്തു കഴിഞ്ഞാൽ പിന്നെ സ്വർണ്ണം ഇടത്തില്ലല്ലോ. വേറാർക്കും എന്റെ മാലേം വളേം

പോവുകേമില്ല. ആ മറിയാമ്മേം, ലീലാമ്മേം, മേരിക്കുട്ടീമൊക്കെ അസൂയപ്പെട്ട് നോക്കണം ഞാൻ ചത്തു കിടക്കുന്ന ചേല് കണ്ടിട്ട്. കല്ലറ ഇതു കൊള്ളാം. ഇതാ വറീച്ചായന്റെ പിള്ളാര് വറീച്ചായൻ വയ്യാതായപ്പോൾ തൊട്ട് സെമിത്തേരിയായ സെമിത്തേരി ഒക്കെ കേറിയിറങ്ങി അതിൽ ഏറ്റവും മുന്തിയതിന്റെ പടം പിടിച്ചോണ്ട് വന്ന് അതിലും മുന്തിയതാ ഒണ്ടാക്കിച്ചത്. എന്തായാലും

വറീച്ചായന്റേയും, അന്നാമ്മ ചേടത്തിയുടേയും ഭാഗ്യം അപാരം തന്നെ. എന്നാ നല്ല കല്ലറയിൽ കിടക്കാനാ യോഗം കിട്ടിയത്. ദേ മനുഷ്യാ നിങ്ങളായിട്ടെന്റെ യോഗം കളയല്ലേ... സംസാരം

ഇത്രയുമായപ്പോൾ എല്ലാവരും മുത്തം കൊടുത്ത് മണ്ണിടീൽ ചടങ്ങായി. ആരൊക്കെ മുത്തം കൊടുത്തിട്ടും, എന്തൊക്കെ ആർഭാടങ്ങൾ കാണിച്ചിട്ടും, താൻ കിടക്കാൻ പോകുന്ന പത്തുലക്ഷം രൂപയുടെ കല്ലറ കണ്ടിട്ടും വറീതുമാപ്ല ഒരു ഗമയുമില്ലാതെ, യാതൊരു ഭാവഭേദവുമില്ലാതെ ചിത്രപ്പണികൾ കൊണ്ട് മനോഹരമാക്കിയതേക്കിന്റെ പെട്ടിയിൽ കണ്ണടച്ചു തന്നെ കിടന്നു.

എല്ലാവരും പോയി കഴിഞ്ഞപ്പോൾ കല്ലറയിലുള്ള വറീതുമാപ്ലയുടെ ആത്മാവ് കണ്ണു തുറന്നു നോക്കിയപ്പോൾ ദാ കിടക്കുന്നു ആറു മാസം മുൻപേ മരിച്ച അന്നാമ്മ ചേടത്തിയുടെ ആത്മാവ് വിട്ടു പോകാത്ത അസ്ഥികൂടം.

“എടീ അന്നാമ്മോ നീയീ പരുവമായോടീ...” എന്നു പറഞ്ഞ് വറീത് മാപ്ല ചിരിച്ചു.

“ചിരിച്ചോ ചിരിച്ചോ രണ്ടുമാസം കഴീമ്പം ഇച്ചായനും ഇതുപോലാകും.”

“എന്നാ ആയാലും ആ സൂസന്ന നാട്ടിലൊണ്ടാരുന്ന കൊണ്ട് ഇച്ചായന് എന്നേപ്പോലെ ഏഴ ദെവസി മോർച്ചറി കിടക്കേണ്ടി വന്നില്ലല്ലോ. ഇച്ചരെ പാട്ട തന്നെയാ ആ കിടപ്പ്.”

“അതൊക്കെ നീ എന്നോട് പറയണോ? നീ പെട്ടെന്നല്ലേ ചത്തത്. അവരൊക്കെ പറയണകേട്ടതാ’സൂസന്നയും, തോമാച്ചനും പറഞ്ഞെന്ന് “എന്നതായാലും അമ്മച്ചി മോർച്ചറിയിൽ ഇരിക്കണം. അപ്പച്ചിന്നെ നേരത്തേ എടുത്ത ഒള്ള ടിക്കറ്റിന് പ്ലെയിനേ തന്നെ വരാം” എന്ന്. അവള് കറങ്ങാൻ പോയതല്ലിയോ. തന്നെയുമല്ല ഇപ്പോഴത്തെ അന്തസ്സിന് അമ്മച്ചിയെ അടക്കാൻ കല്ലറ പണിയണമല്ലോ അല്ലാതെങ്ങിനെയാ അടക്കുന്നതെന്ന്. അതിനും സമയം വേണമല്ലോന്ന്. നാലിൻെറ യന്നാ സൂസന്ന വന്നത്. പിന്നേം രണ്ടു ദെവസി കൂടി കഴിഞ്ഞാ കല്ലറ പണി തീർന്നത്. അതാ നിന്റെ എട്ടിന്റെയന്നു അടക്കം വച്ചത്. ”

"ഒമ്പതിന്റെ അന്ന് കുഴികാഴ്ചേം. അതാ ഇച്ചായാ ഞാനോർത്തത് അടക്കം കഴിഞ്ഞ ഏഴിന്റ ന്ന് അല്ലിയോ കുഴി കാഴ്ച നടത്തേണ്ടത്. അതാണല്ലോ വേണ്ടത്. ഇത് പിറ്റേ ദെവസി തന്നെ. "

"ഇപ്പോഴത്തെ പിള്ളാർക്കാർക്കും സമയമില്ലല്ലോടീ... അതല്ലേ ഇപ്പോഴത്തെ കാലക്കാരുടെ രീതി. ഇനി ഇവരുടെ ഒക്കെ മക്കള് ടീവീ കൂടെയോ, ഏതാണ്ട് കൂടെ കൊണ്ടു നടക്കുന്ന ഒരു പെട്ടിയില്ലേ അതിൽ കൂടിയോ, മൊബൈലിൽ കൂടിയോ ശവമടക്കം കണ്ടിട്ട് അപ്പച്ചനോ അമ്മച്ചിക്കോ ഹൃദയത്തീന്നുള്ള അനുശോചനം അറിയിക്കുന്ന തരത്തിലുള്ള തിരക്കിലോട്ടു പോകും. എന്നാ പറയാനാ പിന്നെ ആൾക്കാരെ ബോധ്യപ്പെടുത്താനും, അതിലും കൂടുതലായി അവരുടെ പ്രൗഢിയും, കാശിന്റെ ബലോം പുറമേക്കാരെ കാണിക്കാനുള്ള ഒരു അവസരോംഇതു തന്നെ. എന്നാത്തിനാ പത്തുലക്ഷം രൂപേടെ കല്ലറ നമുക്ക്. നമ്മുടെ ശവം അഴുകാനോ? അതിനല്ലേ അല്ലാതെ ആർക്കും കേറിത്താമസിക്കാനല്ലല്ലോ? എന്നാ നമ്മള് പള്ളിപ്പറമ്പിൽ കിടന്നാൽ അഴുകത്തില്ലയോ? ഈ മൊടക്കു കാശിന് ആരേലും വീടില്ലാത്തവർക്ക് വീടുവച്ചു കൊടുക്കുമോ? അതില്ല".

"അല്ല അപ്പനും അമ്മച്ചിയുമായ നമുക്ക് ചെയ്തോ ഇല്ലല്ലോ. ഇന്നും ഞാനന്ന് കെട്ടിയുണ്ടാക്കിയ രണ്ടു മുറീം, അതിനോട് ചേർന്നുള്ള രണ്ട് ചായ്പ്പം, അരപ്ലേസും ഉള്ള വീടു തന്നെയല്ലേ നീ എത്ര പ്രാവശ്യം വയറിളക്കം വന്നപ്പോൾ മുറ്റത്തു കൂടെ ഉറ്റി ഉറ്റി നടന്ന് കഷ്ടപ്പെട്ട് കക്കൂസിൽ പോയിട്ടുണ്ട്. അതറിഞ്ഞിട്ടെങ്കിലും നമ്മട പിള്ളാർക്കാർക്കെങ്കിലും തോന്നിയോ വീടിന്റെ കൂടെ ഒരു കക്കൂസ് പണിഞ്ഞു തരാൻ. എന്നിട്ടിപ്പോ ചത്തപ്പോ ബാംഗ്ലൂരുനിന്നും ഇരുപത്തി അയ്യായിരം രൂപേടെ പൂവും, ബാന്റു മേളോം, കല്ലറേം എല്ലാം. "

"സൂസന്ന വീടു പണിഞ്ഞല്ലോ അതിന്റെ ബാക്കി ടൈലും, കല്ലും, കട്ടേം, സിമന്റും എല്ലാം മിച്ചം വന്നത് പള്ളിക്കു കൊടുത്തു. പള്ളിമുറ്റം ടൈലിടാൻ. എന്നാലല്ലേ തോമാച്ചനും സൂസന്നയ്ക്കും പേരു കിട്ടു... പള്ളി കമ്മറ്റിക്കാരുടെ മുന്നിൽ വലിപ്പം കാണിക്കാൻ പറ്റൂ. അവനിപ്പം വലിയ അബ്കാരി മുതലാളിയല്ലേ?''

"നമ്മട വീട് പൊട്ടിപ്പൊളിഞ്ഞ് കുമ്മായോം അടർന്ന് തറയിലെല്ലാം പൊട്ടിയിടത്ത് ആ ടോണി മോൻ സിമന്റ് തേച്ച് തേച്ച് വച്ചിരിക്കുവാ. ആ ഒരുത്തനെങ്കിലും ഊമയായി ജനിച്ചത് നമ്മട ഭാഗ്യം. അതു കൊണ്ടത് നമ്മളെ നോക്കി. പാവം അതിന്റെ വിധി അതിലും കഷ്ടമായിപ്പോയി. നല്ല വർക്ക് കാലമില്ലല്ലോ. എന്നതായാലും ഞാൻ

ചാകുന്നതിനു മുന്നേ അവൻ ചത്തത് നല്ലതായി. അല്ലെങ്കിൽ എല്ലാം കൂടി അതിനെ കഷ്ടപ്പെടുത്തിയേനേ..."

"നമ്മടെ മക്കൾക്ക് കാശും സൗകര്യവും വരുന്നതിനു മുന്നേയുള്ള നമ്മുടെ ജീവിതം എത്ര നല്ലതായിരുന്നു ഇല്ലേ ഇച്ചായാ. ഇച്ചായൻ കപ്പക്കച്ചവടവും കഴിഞ്ഞേച്ചു വരുമ്പം ഉള്ള കപ്പയെടുത്ത് പുഴുങ്ങി ഇച്ചായൻ കൊണ്ടുവരുന്ന മീനും മൊളകരച്ചതിട്ടു കറി വച്ച് എല്ലാരും കൂടി വട്ടം വളഞ്ഞിരുന്ന് മണ്ണെണ്ണ വിളക്കിന്റെ വെളിച്ചത്തിൽ സന്തോഷത്തോടെ സ്നേഹത്തോടെ, ഒരേ മനസ്സോടെ കഴിച്ച കാലം. രാവിലെ ചെണ്ട പുഴുങ്ങിയതും കാന്താരിമുളകുടച്ചതും. ഉച്ചയ്ക്ക് മാത്രായിരുന്നു ചോറ്, അല്ലെങ്കിൽ കഞ്ഞീം പുഴുക്കും. മക്കളെല്ലാം പത്തുവരെയുള്ള പഠിത്തം. അതു കഴിഞ്ഞ് ഞാനും മക്കളുമായുള്ള കൃഷിപ്പണി. അന്നൊന്നും ആർക്കും ഇത്ര സ്വാർത്ഥത ഇല്ലായിരുന്നു അല്ലേ ഇച്ചായാ. കാശു കണ്ടു കഴിഞ്ഞപ്പോഴാ..."

"അതു നിനക്കറിയാവോ നീ മരിച്ചു കഴിഞ്ഞ ശേഷം അവരുതമ്മിൽ പറയുന്ന കേട്ടതാ. ഞാനല്ലാരുന്നോ തളർന്നു കിടന്നത്. അവരു വിചാരിച്ചത് ഞാനാദ്യം ചാകുമെന്നാ. അപ്പനുമമ്മേം ജീവിച്ചിരിക്കുമ്പം തന്നെ അവരെയടക്കാൻ വേണ്ടി അവർക്കുള്ള കല്ലറയുടെ വിവിധ ഫാഷൻ കാണാൻ വേണ്ടി സെമിത്തേരിയായ സെമിത്തേരിയൊക്കെ നോക്കി നടന്ന മക്കള്. കാശ്' കൂടിയപ്പം ഉണ്ടായിരുന്ന വിവരം കൂടി പോയി. അൽപ്പന് ഐശ്വര്യം വന്നാൽ അർദ്ധരാത്രി കുടപിടിക്കും എന്ന് കേട്ടിട്ടില്ലേ. അതാ സെമിത്തേരിയിലെ കല്ലറ കാഴ്ചകളിലൂടെ നമ്മടെ മക്കള് തെളിയിച്ചത്. ഊം... കാണാത്തത് കാണുമ്പോൾ തോന്നാത്തതൊക്കെ തോന്നും. എന്തായാലും നീ കർത്താവിന്റെ കൃപയാൽ ആദ്യം പോയത് നന്നായി."

"ഏലിക്കുട്ടീടെ കല്യാണത്തിന് സൂസന്നേടെ പത്തു പവൻ തന്നില്ലായിരുന്നോ അന്നവളും തോമാച്ചനും പറഞ്ഞു നടന്നത് അപ്പനും അമ്മച്ചിക്കും കഴിവില്ലാത്തതു കൊണ്ട് അവര് സ്വർണ്ണം കൊടുത്ത് കെട്ടിക്കുവാന്നല്ലേ? ഇപ്പോ അവളു പറയുവാ വീടിന്റെ തെക്കുവശത്തുള്ള പുതിയ മെഡിക്കൽ കോളേജിനോടു ചേർന്നുള്ള സ്ഥലമില്ലേ അവിടെ അവൾക്കുള്ള വീതം പോരാഞ്ഞ് പതിനഞ്ചു സെന്റ് സ്ഥലം സ്വർണ്ണം തന്നതിന് പകരമായി തരണമെന്ന്. ഏലിക്കുട്ടിക്കും ഭാഗം വേണമെന്ന്. ഓട്ടം പോയി വരുമാനം ഉണ്ടാക്കിക്കോ എന്നു പറഞ്ഞ് ജോണിക്കുട്ടിയ്ക്ക് സൂസന്ന വാങ്ങിച്ചു കൊടുത്ത വണ്ടിയില്ലേ അതും തോമ്മാച്ചന്റെ പേരിലാ വാങ്ങിച്ചത്. ജോണിക്കുട്ടിക്ക് വണ്ടി വാങ്ങിച്ചു കൊടുത്തെന്ന് എല്ലാവരേയും പറഞ്ഞു പറ്റിച്ചതാ. അതും അവള് കൊണ്ടുപോയി.

ജോണിക്കിപ്പോൾ പണിയൊന്നുമില്ല. അപ്പനേയും, അമ്മച്ചിയേയും നോക്കാൻ പറ്റാതിരുന്ന അവന്റെ പെമ്പ്രന്നോത്തി ലിസിയില്ലേ അവളുടെ ആങ്ങളച്ചെറുക്കൻ പെണ്ണുകെട്ടിയപ്പോൾ അവളുടെ നേരേ ലിസിയുടെ സ്വഭാവം കാണിച്ചപ്പോൾ വീട്ടീന്നെ റക്കി വിട്ടു. ഇപ്പോൾ വാടകയ്ക്കാണ്. തിരികെ നമ്മടെ വീട്ടിലേയ്ക്ക് വന്നാൽക്കൊള്ളാമെന്നുണ്ട്. പിന്നെ ദേവന്റെ കൂടെ എറങ്ങിപ്പോയ ജോളിമോളില്ലേ അവളു പറയുവാ ദേവൻ എല്ലാവരോടും പറയുമത്രേ ഒന്നും വാങ്ങിക്കാതാ കെട്ടിയത് എന്ന്. അതു കൊണ്ട് അവൾക്കും തെക്കുവശത്തെ സ്ഥലം വേണമന്ന്. രാത്രി രാമാനം ഓടിപ്പോയവളെ നാണക്കേട് ഒഴിവാക്കാൻ ആവശ്യത്തിന് സ്വർണ്ണം കൊടുത്ത് ഒരു ജാതിയിലും പെടാത്ത വിധത്തിൽ പരസ്പരം മാല ചാർത്തി വേണ്ടപ്പെട്ടവരെയൊക്കെ വിളിച്ച് കല്യാണം നടത്തിക്കൊടുത്തത് ഇപ്പോൾ പാരയായി. നമ്മള് കൊണ്ടു വന്നില്ലായിരുന്നെങ്കിൽ അവളെന്തു ചെയ്തേനേ? അരീം തിന്ന് ആശാരിച്ചിയേയും കടിച്ചിട്ട് പിന്നേം പട്ടിക്കാ മുറുമുറുപ്പ് എന്ന് പറഞ്ഞ പോലാ. അഹങ്കാരം കാണിച്ച് അന്യമതക്കാരന്റെ കൂടെ ആരേയും വേണ്ടാതെ ഓടിപ്പോയിട്ടിപ്പോ സ്വത്തിന്റെ കാര്യം വന്നപ്പോൾ അവളാ നമ്മുടെ മോള്. ഇത്ര സ്വാർത്ഥതയും, ആർത്തിയും കൊള്ളത്തില്ല. ചെറുപ്പത്തിലേ തൊട്ടേ അതായിരുന്നല്ലോ അവളുടെ സ്വഭാവം എല്ലാത്തിനും വഴക്കും, കുശുമ്പും, കുന്നായ്മയും, ഒരു പണിയും ചെയ്യുത്തുമില്ല. കൂടെ കൂടിയവനും അതു തന്നെ അവന്റെ വീട്ടുകാരേം വേണ്ട. ആരേയും വേണ്ട. രണ്ടിനും കാശും സ്വത്തും മതി. ചെയ്യതെല്ലാം വിളിച്ചു പറയുന്ന വൃത്തികെട്ട സ്വഭാവോം. അതു തന്നെ അവരുടെ മക്കളേയും പഠിപ്പിച്ചിരിക്കുന്നത്. സ്വാർത്ഥതയുടെ അവതാരങ്ങൾ. അടയ്ക്കാമരത്തേൽ തേങ്ങ പിടിക്കില്ലല്ലോ. സംസാരോം ഭവ്യതേം കണ്ടാൽ അറിയാത്തവര് കറങ്ങിപ്പോകും. വിജയത്തിന് വേണ്ടി എന്ത് നുണകളും ചമച്ചുണ്ടാക്കി അത് സമർത്ഥിക്കാൻ മാതാപിതാക്കളെപ്പോലും കൂട്ടുപിടിക്കുന്ന കാപട്യത്തിന്റെ മുഖം മൂടിയണിഞ്ഞ വഞ്ചകർ, മനസ്സാക്ഷിയില്ലാത്തവർ. മനുഷ്യകുലത്തിന് തന്നെ അപമാനം ആയിട്ടുള്ളവർ.

"ഇഞ്ചി മിഠായി വിറ്റു നടന്ന തോമാച്ചൻ കള്ളവാറ്റു തുടങ്ങി പിന്നെ കള്ള് കോൺട്രാക്ടറായി. പഴയതെല്ലാം മറന്നു പോയി. മെഡിക്കൽ കോളേജ് വന്നതുകൊണ്ട് അവിടെ പൊന്നുംവിലയല്ലേടീ. നമ്മടെ പിള്ളാർക്കെല്ലാം ഓരോരോ പദ്ധതിയാ മനസ്സില്. "

"പാവം എന്റെ ടോണി മോൻ. നീ ചത്തു കഴിഞ്ഞേപ്പിന്നെ അവനാ എന്നെ നോക്കിയത്. അവളുമാരും, ജോണിക്കുട്ടിയും ഒക്കെ വന്നാലായി. വന്നാൽ തന്നെ വാതിൽക്കൽ എത്തിനോക്കീട്ടു പോകും. തളർന്നു

കിടക്കുകയാണെങ്കിലും എന്റെ നാവിനെ അവർക്ക് പേടിയാ. അതാ ഞാൻ ചത്തുപോകാൻ അവരാഗ്രഹിച്ചത്. നീയായിക്കഴിയുമ്പോൾ അവരുടെ ഇഷ്ടത്തിന് വളച്ചൊടിക്കാമല്ലോ!"

"ടോണി മോനെ കെട്ടിക്കുന്ന കാര്യം പറഞ്ഞപ്പോൾ അവര് പറയുവാ "ഓ ഈ മിണ്ടാൻ വയ്യാത്ത നമുക്കൊക്കെത്തന്നെ ഭാരമായവനെ പിടിച്ച് കെട്ടിച്ചിട്ടെന്നാത്തിനാ? അപ്പന്റെ കാലം കഴീമ്പോ അവൻ ഞങ്ങടെ ഓരോരുത്തരുടേയും കൂടെ മാറി മാറി നിന്നോളും. അവനായിട്ട് ഒന്നും വീതം വച്ച് കൊടുക്കണ്ട. ഉള്ളത് ഞങ്ങൾക്ക് നാലു പേർക്കുമായിട്ട് വീതം വച്ചാൽ മതി അതാവുമ്പോൾ വീതം വയ്ക്കാനും എളുപ്പമായിരിക്കും" എന്ന്.

"അത് പറഞ്ഞ പിറ്റേ ദിവസമാ എന്റെ ടോണി മോൻ ഒതളങ്ങാ പരിപ്പ് തിന്ന് ജീവനൊടുക്കിയത്. തളർന്നു കിടക്കുന്ന ഞാൻ വിളിച്ചു കൂവിയിട്ട് ആരു കേൾക്കാൻ. നാലാം ദിവസം അവനെ കാണാതെ പാലിന്റേയും സാധനത്തിന്റേയും കാശു വാങ്ങാൻ വന്ന പലചരക്കു കടക്കാരൻ രാമുവാണ് ആളെ വിളിച്ചു കൂട്ടിയത്. അപ്പോഴേയ്ക്കും എന്റെ ബോധവും പോയിരുന്നു. ടോണി മോനാകെ വീർത്ത് മണം വച്ച് തൊടാൻ വയ്യാത്ത അവസ്ഥയിൽ ആയിരുന്നു. പോസ്റ്റ്മോർട്ടത്തിന് ശേഷം അവനെ വീട്ടിലേയ്ക്ക് കൊണ്ടുവരാതെ തെമ്മാടിക്കുഴിയിൽ അടക്കം ചെയ്തു. പാവം നമ്മുടെ മക്കളിൽ നല്ലവനായ ടോണി മോൻ. അവഗണനയുടെ തോരാമഴ പെയ്യുമ്പോഴാണ് ഏകാന്തയുടെ കുട നിവർത്തുക. ആ ഏകാന്തതയുടെ മരണമെന്ന കുടക്കീഴിലേയ്ക്കാണ് നമ്മുടെ ടോണി മോൻ പോയത്. "

"എന്നെ പിന്നെ നോക്കിയത് നമ്മുടെ ചക്കാലയ്ക്കലെ എന്റെ കൂട്ടുകാരൻ അന്തോണിച്ചനില്ലേ അവനേർപ്പാടാക്കിയ ഒരു പയ്യനാണ്."

നമ്മടെ മക്കളെല്ലാം ഇപ്പോൾ ഞാൻ മരിക്കുന്നതു വരെ സ്വത്തിനു വേണ്ടി ഒരുമിച്ചു നിന്നു. പക്ഷേ ഓരോരുത്തരുടേയും അകത്തുള്ള കത്തിയും പുറത്തുള്ള ഭക്തിയും കാര്യത്തോടടുക്കുമ്പോളറിയാം. ദൂരെ നിന്നു നോക്കുമ്പോൾ മാത്രമേ കാടുള്ളൂ. അടുത്തു ചെല്ലുമ്പോൾ ഓരോ മരങ്ങളും ഒറ്റയ്ക്കാണ്. അങ്ങിനെയാണ് ഓരോ ജീവിതവും. നോക്കുമ്പോൾ എല്ലാവരും ഉണ്ട്. സ്വത്തിന്റെയും പണത്തിന്റേയും കാര്യം വരുമ്പോൾ നമ്മൾ തനിച്ചാണ്. "

"ഞാനൊരു കാര്യം കൂടി ചെയ്തു നമ്മുടെ മക്കൾ അവർ കരുതുന്നതു പോലെയല്ല ജീവിതം എന്താണെന്ന് ഇനിയെങ്കിലും മനസ്സിലാക്കി തമ്മിൽ തല്ലാതിരിക്കാൻ വേണ്ടി. അന്തോണിച്ചന്റെ മരുമോൻ വക്കീലാണ്. അദ്ദേഹത്തെ വിളിപ്പിച്ച് ഒരേക്കർ ഇരുപതു സെന്റിൽ

അഞ്ച് സെന്റ് സ്ഥലവും വീടും ജോണിക്കുട്ടിക്കും, അഞ്ച് സെന്റ് സ്ഥലം വീതം മൂന്ന് പെൺമക്കൾക്കും എഴുതി. മെഡിക്കൽ കോളേജിനോട് ചേർന്നുള്ള തെക്കുവശത്തെ ഒരേക്കർ സ്ഥലം എന്റെ കാലശേഷം മെഡിക്കൽ കോളേജിനായും ഇഷ്ടദാനം നൽകിയതായി വിൽപ്പത്രം തയ്യാറാക്കിച്ചു. ഞാൻ ചെയ്തത് തെറ്റാണോ അന്നാമ്മേ? ഇപ്പോൾ തന്നെ സൂസന്നയും തോമ്മാച്ചനും കല്ലറ പണിതതിനും, എന്നേയും, നിന്നേയും അലങ്കരിക്കാൻ ബാംഗ്ലൂര് നിന്ന് പൂവ് കൊണ്ടുവന്നതിനും, അപ്പോൾ എല്ലാവരും കഴിച്ച ഭക്ഷണത്തിന്റെ ചിലവിന്റേയും ഒക്കെ കണക്കു കൊണ്ടുവന്ന് അതിനും അഞ്ച് സെന്റ് സ്ഥലം വേണമെന്നു പറഞ്ഞു തുടങ്ങിയിട്ടുണ്ട്. നമ്മൾ കുരിശിനെ 'കുരിശെന്ന് 'രണ്ടു വിധത്തിൽ പറയും. ഒന്ന് ദേവാലയത്തിലുള്ള കുരിശിനെ ഭയഭക്തി ബഹുമാനത്തോടെ സ്നേഹത്തോടെ ആരാധിക്കും. മറ്റൊന്ന് സാത്താനെപ്പോലുള്ളവർ തനിക്കു തന്നെ നാശമാണെന്ന് കരുതി ഭയന്ന് വെറുപ്പോടെ അകന്നു നിൽക്കും. 'സാത്താൻ കുരിശു കണ്ടാലെന്ന പോലെ 'അങ്ങിനെ ഒരു ചൊല്ലുതന്നെയില്ലേ?അതു പോലെയാണ് ചില മക്കൾക്ക് അവര് വളരുന്ന പ്രായത്തിൽ മാതാപിതാക്കൾ ദേവാലയത്തിലെ കുരിശാണ്. അവരവരുടെ മാത്രം കുടുംബമായി സ്വത്തിനും പണത്തിനും മാത്രം മുൻതൂക്കം നൽകി. സ്വാർത്ഥരാവുമ്പോൾ അവശരായ മാതാപിതാക്കളുടെ വാർദ്ധക്യാവസ്ഥ അവർക്ക് സാത്താന്റെ കുരിശായി മാറും. "

"അന്നാമ്മേ ഇനി നമുക്ക് ടോണി മോനുമായി യാതൊരു ജാതി മതസ്പർദ്ധയും, വിദ്വേഷവുമില്ലാത്ത, വലിപ്പച്ചെറുപ്പമില്ലാത്ത സ്വാർത്ഥത യില്ലാത്ത, ഐക്യത്തിന്റേയും സ്നേഹത്തിന്റെ യുംമാത്രം സാമ്രാജ്യമായ ആത്മാക്കളുടെ ലോകത്തേയ്ക്ക് പോകാം". കാലം ഒരു കൊള്ളപ്പലിശക്കാരനാണെന്ന കാര്യം ഭൂമിയിലുളള സ്വാർത്ഥ'മനുഷ്യരാരും അറിയുന്നില്ല. നാം ഓരോരുത്തരും കൊടുത്ത ചിരിയും, കണ്ണീരും, അവഗണനയും, അപമാനവും, ദുഷ്ട പ്രവൃത്തികളും, സദ് പ്രവൃത്തികളും എല്ലാം മുതലും, പലിശയും, കൂട്ടുപലിശയും ആയി ഇരട്ടിക്കിരട്ടി തിരിച്ചു മേടിക്കും എന്ന കാര്യം ഓർത്ത് ജീവിച്ചാൽ നന്ന്". കാലമേ നിനക്ക് നന്ദി

മനസ്സും സ്നേഹവും

ഗാഢമായ ഉറക്കത്തിന്റെ സീമകളിലൂടെ സഞ്ചരിക്കവേയാണ് മനസ്സും സ്നേഹവും തമ്മിൽ സംസാരിച്ച് തുടങ്ങിയത്.

"ഞാനില്ലെങ്കിൽ നീയില്ല." എന്ന് മനസ്സ്.

"ശരിയാണ് നീയില്ലെങ്കിൽ ഞാനില്ല. സ്നേഹിക്കാൻ

ഒരു മനസ്സ് വേണം. എന്നിരുന്നാലും മനസ്സേ നീ വല്ലാത്ത തലങ്ങളിലൂടെയൊക്കെ സഞ്ചരിക്കുന്നതുകൊണ്ടാണ് ഞാൻ പലപ്പോഴും കുറ്റക്കാരനാകുന്നത്. പക്ഷേ മഴക്കാറുകൊണ്ട മാനം പോലെയാണ് നീ. സ്നേഹ മഴയായി പെയ്യാം... പെയ്യാതിരിക്കാം... പലപ്പോഴും പെയ്യാതിരുന്നാലോ പഴി മുഴുവൻ എനിയ്ക്ക് സ്നേഹമില്ല.

ശരിക്കും എന്താണ് സ്നേഹം? ആർക്ക് ആരോടാണ് സ്നേഹം?ഈ ഇരുപത്തിയൊന്നാം നൂറ്റാണ്ടിൽ എനിയ്ക്ക് നിന്നെ മനസ്സിലാവുന്നില്ല സ്നേഹമേ!

ഞാൻ നിന്നെ ബോധ്യപ്പെടുത്തിത്തരാം ആ കാഴ്ചകളിലൂടെ നീ അറിയൂ എന്താണ് സ്നേഹമെന്ന്. സ്നേഹം മനസ്സിനെ ചില കാഴ്ചകളിലേയ്ക്ക് കൂട്ടിക്കൊണ്ടുപോയി.

കാഴ്ച ഒന്ന്
ഭാരതി എന്ന അമ്മ, രാഘവൻ എന്ന അച്ഛൻ പ്രിയംവദ എന്ന മകൾ

ഭാരതിയമ്മ വിവാഹം കഴിഞ്ഞ് ഭർത്താവും ഒത്തുള്ള ജീവിതം തുടങ്ങിയപ്പോഴാണറിയുന്നത് ഭർത്താവിന് കല്യാണത്തിന് മുൻപേ പറഞ്ഞ

പോലെ ജോലിയൊന്നുമില്ല. പണിക്ക് പോകാൻ മടിയാണ്. ഒരു പാട് നുണകൾ പറയുന്ന ആളാണ്. ഒരു വർഷം തികയും മുൻപേ ഗർഭിണിയായ അവൾ വീട്ടിൽ തിരികെ വന്നു. വീട്ടുകാർ പറഞ്ഞതനുസരിച്ച് പിന്നീട് ഭർത്താവിന്റെ അടുത്തേയ്ക്ക് പോയില്ല.' ഒരു പക്ഷേ എല്ലാം സഹിച്ചും, ക്ഷമിച്ചും ഭർത്താവിന്റെ കൂടെ അവർ നിന്നിരുന്നെങ്കിൽ, അദ്ദേഹത്തെ പറഞ്ഞ് മനസ്സിലാക്കി തിരുത്തിയിരുന്നെങ്കിൽ അദ്ദേഹം മാറില്ലായിരുന്നോ? ജീവിതം നശിക്കില്ലായിരുന്നല്ലോ രണ്ടാളുടേയും?അതായിരുന്നില്ലേ സ്നേഹം? അതല്ലേ നല്ല മനസ്സ്?

ഭർത്താവ് എന്ന രാഘവൻ ഭാര്യ പിണങ്ങിപ്പിരിഞ്ഞിട്ടും ആ ഭാര്യയ്ക്ക് ഒരിക്കലും ഒരു ശല്യമാവാതെ ആ ഭാര്യയെ ഓർത്ത് ബാക്കി ജീവിതം ജീവിച്ച ഭർത്താവ്. തന്റെ അവസാന സമയത്ത് തനിയ്ക്കുള്ള സ്വത്ത് മകൾക്കു നൽകണം എന്ന് കരുതി മകളുടെ പേരിലാക്കിയ പ്രമാണം അടുത്ത കൂട്ടുകാരന്റെയടുക്കൽ മകൾക്ക് നൽകണം എന്ന് പറഞ്ഞേൽപ്പിച്ച അച്ഛൻ. അതല്ലേ സ്നേഹം? അതല്ലേ മനസ്സ്?

പ്രിയംവദ എന്ന മകൾ താൻ വിവാഹം കഴിച്ച പുരുഷൻ എല്ലാം നശിപ്പിക്കുന്നവനായിരുന്നിട്ടും, ഒരു പണിക്കും പോവാതിരുന്നിട്ടും തന്നെ ഉപദ്രവിച്ചിട്ടും എല്ലാ ചെല്ലും ചെലവും കൊടുത്ത്, ഇങ്ങനെ ഒരു ഭർത്താവിനെ എന്തിന് ഉപേക്ഷിച്ചുകൂടേ?എന്ന് സ്വന്തം അമ്മയടക്കം ബന്ധുക്കൾ എല്ലാവരും ചോദിച്ചിട്ടും എനിക്കതിനാവില്ല എന്ന് പറഞ്ഞ് ജീവിക്കുന്ന പ്രിയംവദ. ഇതാണോ സ്നേഹം. ?

ഈ മൂന്നു പേരിലും വിവിധ ഭാവങ്ങളിൽ കളിയാടിയത് മനസ്സേ നിന്നിലൂടെയുള്ള എന്റെ ഭാവങ്ങൾ ആണ് - മകളുടെ ജീവിതം കണ്ടപ്പോഴെങ്കിലും ഭാരതി എന്ന അമ്മ ഓർക്കുന്നുണ്ടാവുമോ ഇതിലും എത്രഭേദമായിരുന്നു എന്റെ ഭർത്താവായിരുന്ന രാഘവൻ എന്ന്?

കാഴ്ച രണ്ട്
ഇന്ദിര എന്ന ഭാര്യയും സുദേവൻ എന്ന ഭർത്താവും സുജയ, സുരേഷ്, സുനീതി എന്ന മൂന്നു മക്കളും

ഇന്ദിര ഭർത്താവിനോട് ഏറ്റവും അധികം സ്നേഹമുണ്ടെന്ന് പറഞ്ഞവൾ. ഭർത്താവായ സുദേവനും അങ്ങിനെ തന്നെ കരുതി ജീവിതകാലം മുഴുവൻ ഇന്ദിരയെ സ്നേഹിച്ചയാൾ. മക്കൾ എല്ലാവരും വിവാഹിതരായപ്പോൾ തനിയ്ക്ക് ഭർത്താവും ഭർത്താവിന് താനും മാത്രമേ കാണൂ എന്ന് പറഞ്ഞ് ഭർത്താവിനെ വിശ്വസിപ്പിച്ചവൾ. മക്കൾക്ക് വീട് വയ്ക്കാൻ പോലും സ്ഥലം നൽകാതെ നമ്മുടെ സ്വത്ത് നമ്മുടെ കൈയ്യിൽ തന്നെയിരിക്കണം. അവർക്ക് കൊടുക്കാനുദ്ദേശിച്ച സ്ഥലം വിറ്റ് രണ്ട്

വീട് വാങ്ങി വാടകയ്ക്ക് കൊടുക്കാം എന്ന് പറഞ്ഞ് മക്കളെ ഓരോരു ത്തരെയായി പറക്കമുറ്റി എന്ന് പറഞ്ഞ് കൊത്തിപ്പറിച്ച് പറഞ്ഞു വിട്ട സുദേവനും, ഇന്ദിരയും പണം മുടക്കേണ്ട ആവശ്യത്തിന് മാത്രം മക്കളെ വീണ്ടും വിളിക്കുന്നവർ, ഭാര്യയായ ഇന്ദിര പറയുന്നതിനപ്പുറം നിൽക്കാത്ത ഭർത്താവ് സുദേവൻ. തൻെറ കൂടെ ഏതവസ്ഥയിലും തന്റെ ഭാര്യ കാണും എന്ന് അകമഴിഞ്ഞ് വിശ്വസിച്ച സുദേവന്റെ രോഗാവസ്ഥ ദയനീയമായിരുന്നു. സുഖമില്ലാത്ത ഭർത്താവിന്റെ വിസർജജ്യങ്ങൾ എടുക്കാൻ അറപ്പുള്ള ഭാര്യ. സ്നേഹം എന്ന് പറയു ന്നത് ആരോഗ്യത്തോടെയും സുഖത്തോടെയും നടക്കുന്ന സമയത്ത് മാത്രം ഉള്ളതല്ലല്ലോ. ഭർത്താവിന്റെ ഏതവസ്ഥയിലും അദ്ദേഹത്തിന്റെ ഇഷ്ടത്തിനനുസരിച്ച് ചെയ്തു കൊടുക്കേണ്ടതല്ലേ. ? അല്ലാതെ അറപ്പും, വെറുപ്പും, മടിയും കാണിച്ചാൽ അത് സ്നേഹമല്ലല്ലോ.!എല്ലാ കാര്യങ്ങളും പണ്ടും ഒരു മടിയും എതിർപ്പും കൂടാതെ ചെയ്തിരുന്ന മൂത്ത മകളായി രുന്ന സുജയയെ തന്നെ വിളിച്ചു വരുത്തി. ബാക്കി രണ്ട് മക്കളും കപട സ്നേഹമുള്ളവരാണെന്ന പറച്ചിലും. രാവിലെ ഭർത്താവ് മൂത്രമൊഴിച്ച് കിടക്കുമ്പോഴും സുജയയോട് ദേ അച്ഛൻ മൂത്രത്തിൽ നനഞ്ഞ് കിടക്കു കയാണെന്ന് പറയുന്ന ഇന്ദിര. ഭർത്താവിന്റെ വിസർജ്യങ്ങൾ വൃത്തിയാ ക്കി മകൾ തുടയ്ക്കുമ്പോഴും കുളിപ്പിക്കുമ്പോഴും തുണി കഴുകുമ്പോഴും മറ്റും ആ ഭാഗത്തേയ്ക്ക് പോലും വരാതെ അച്ഛനേയും അമ്മയേയും നോക്കേണ്ട കടമ മക്കൾക്കാണെന്നു പറഞ്ഞ് തന്റെ കടമയിൽ നിന്നും ഒഴിഞ്ഞു മാറുന്ന ഇന്ദിര - മറ്റുള്ളവരെ കാണുമ്പോൾ ചേട്ടാാാാന്ന് നീട്ടി വിളിച്ച് മറ്റുള്ളവരുടെ മുൻപിൽ സ്നേഹം അഭിനയിക്കുന്ന ഇന്ദിര ഭർത്താവ് മരിച്ച ശേഷവും ഭർത്താവിന്റെ പോക്കറ്റിലുണ്ടായിരുന്ന പണവും, കൈയ്യിലെ മോതിരവും ആദ്യം തന്നെ എടുത്ത് ഭദ്രമായി അലമാരയിൽ വച്ച ഭാര്യ. ഭർത്താവിന്റെ ശരീരത്തിനടുത്ത് വന്നിരിക്കാത്ത ഭർത്താവിന്റെ പ്രിയ പ്പെട്ടവളായിരുന്ന ഇന്ദിര. ഇതാണോ സ്നേഹം? ഇതാണോ മനസ്സ്?

അച്ഛൻ മരിക്കും എന്നറിഞ്ഞിട്ടു പോലും രണ്ടാമത്തെ മകളായ സുനീതി യാത്രാച്ചിലവിന്റെ കാര്യം പറഞ്ഞ് അച്ഛന് സുഖമില്ലാതിരുന്ന നാളത്രയും വേണ്ടപ്പെട്ടവരൊക്കെ അറിയിച്ചിട്ടും അച്ഛനെ കാണാൻ ഒന്നു വന്നില്ല. ആരുനോക്കിയില്ലെങ്കിലും ഞാനെന്റെ അച്ഛനെയും അമ്മയേയും നോക്കും എന്ന് വീൺവാക്ക് ' പറഞ്ഞ സുനീതി എന്ന പേരിന് വിപരീതാർത്ഥം സ്വന്തം പ്രവൃത്തി മൂലം നൽകുന്ന നീതി ഒട്ടുമി ല്ലാത്തവളായിരുന്നു. അവളും, അവളുടെ ഭർത്താവും മകനും അച്ഛന്റെ വിവരം അറിയാൻ പോലും വിളിക്കാറില്ലായിരുന്നു. അങ്ങിനെ ആയാൽ ആശുപത്രി ചിലവുകളും വഹിക്കേണ്ടല്ലോ?. അച്ഛൻ മരിച്ച ശേഷം

ഏതാനും മണിക്കൂറുകൾക്കുള്ളിൽ പറന്നെത്തിയ മകളും ഭർത്താവും, മകനും. സുനീതി രജസ്വലയായിരുന്നതു കൊണ്ട് സ്വന്തം അച്ഛനെ ഒന്നു തൊടാനോ, അന്ത്യകർമ്മങ്ങൾ ചെയ്യാനോ അവൾക്ക് കഴിഞ്ഞില്ല. അത് നിയതിയുടെ തീരുമാനം. അച്ഛൻ മരിച്ച മൂന്നാം ദിവസം മുതൽ തുടങ്ങി പത്ത് മുറികളുള്ള കുടുംബവീട് അവൾക്ക് വേണം എന്നു പറഞ്ഞ് വഴക്കിടാൻ. വേറേയും മൂന്ന് നാല് വീടുള്ളവളാണവൾ. ഒരേയൊരു സഹോദരന് നാട്ടുനടപ്പ് അനുസരിച്ച് വീട് കൊടുക്കണം എന്ന് പറഞ്ഞതിന് അത്രയും കാലം അച്ഛനെ പണം കൊണ്ടും, ശരീരം കൊണ്ടും നോക്കിയിരുന്ന സുജയയെ അവൾ വഴക്കിട്ട് പുറത്താക്കി. എല്ലായിടത്തും താൻ മൂലം ഒരു പ്രശ്നം ഉണ്ടാകരുത് എന്ന് കരുതി പുറകോട്ട് നടക്കുന്ന സുജയ ഒഴിഞ്ഞു മാറിപ്പോയി. അച്ഛൻ മരിക്കാൻ കിടക്കുമ്പോൾ ഒരിക്കൽ പോലും വിളിക്കാതിരുന്ന സുനീതിയുടെ അനീതിയായ ഭർത്താവ് "അമ്മച്ചിയെ കണ്ടിട്ട് ഹൃദയം പൊട്ടുന്നു" എന്ന മധുര വാക്കുക്കളോടെ അമ്മച്ചിയെ വിദേശത്ത് കൊണ്ടു പോകാം എന്ന മോഹന വാഗ്ദാനം നൽകി. സുനീതിയോടൊപ്പംവിദേശത്ത് പോകുന്നത് മനപ്പായസം കുടിച്ച അമ്മച്ചി അച്ഛന്റെ അടിയന്തിരത്തിന് സുജയയെ കണ്ടപ്പോൾ ഇന്ദിരയും, സുനീതിയും ഒരു പരിചയഭാവം പോലും കാണിച്ചില്ല. ഇതാണോ സ്നേഹം? ഇതാണോ മനസ്സ്?

താൻ വന്ന ശേഷം അച്ഛ നെ ആശുപത്രിയിലാക്കി മരണം വരെ വലിയ വേദന അനുഭവിക്കാത്ത തരത്തിൽ വേണ്ടചികിത്സ നൽകി അച്ഛനെ ശുശ്രൂഷിച്ച മൂത്ത മകൾ സുജയ. അച്ഛന്റെ പേരിലുള്ള വീടും സ്ഥലവും എല്ലാവരും ഒപ്പിടാതെ കിട്ടില്ല, സുജയ തന്റെ വീട്ടിലേയ്ക്ക് കൂട്ടി കൊണ്ടു പോകും എന്ന് തീരുമാനിച്ചിരുന്ന അമ്മ തന്റെ കുബുദ്ധി മൂലംതന്റെ തലയിൽ തന്നെ ആകും എന്നു കരുതിയ സ്വാർത്ഥമതികളും, ദുർമോഹികളും, അത്യാർത്തിക്കാരുമായിരുന്ന സുനീതിയും, ഭർത്താവും അവരോടൊപ്പം വിദേശ സ്വപ്നം കണ്ടിരുന്ന ഇന്ദിരയെ സമർത്ഥമായി കാരണങ്ങൾ ചമച്ച് വഴക്കിട്ട് ഒഴിവാക്കി. മരുമകളുമായി പണ്ടേ ചേരാത്ത ഇന്ദിര ഇപ്പോൾഒറ്റയ്ക്ക് താമസിക്കുന്നു.

ഇവരിൽ ആർക്കാണ് സ്നേഹം???? എന്താണ് യഥാർത്ഥ സ്നേഹം.????

കാഴ്ചമൂന്ന്
ഒരു പട്ടിയും കുഞ്ഞുങ്ങളും

ഫ്ലാറ്റുകൾക്കിടയിൽ ഉള്ള സ്ഥലത്ത് വളർന്ന ഒരു പെൺപട്ടി. രാവിലെ പാലിന്റെ കവർ ഓരോ വീടിന്റേയും മുൻപിൽ വയ്ക്കുകയാണ്

പാൽക്കാരന്റെ പതിവ്. വീട്ടുകാർ ഉണരുന്നതിനു മുൻപേ പായ്ക്കറ്റ് പാൽ ഒരെണ്ണം കടിച്ചെടുത്ത് ധൃതിയിൽപടികൾ ഇറങ്ങി അത് കടിച്ചു പിടിച്ചു കൊണ്ട് തന്നെ ചെറിയ ദ്വാരം പല്ലുകളാൽ വീഴ്ത്തി തന്റെ മൂന്ന് കുഞ്ഞുങ്ങൾക്കും പാൽ നൽകുന്ന അമ്മ പട്ടി. സ്വാദോടെ അവരത് കുടിച്ചു കഴിഞ്ഞപ്പോൾ രണ്ടാമതും പാൽപായ്ക്കറ്റ് കടിച്ചു കൊണ്ടുവന്ന് സ്വയം കുടിക്കാതെ മക്കൾക്ക് നൽകുന്ന അമ്മ. മൂന്നാമത് പോയപ്പോൾ വീട്ടുകാരുടെ കല്ലേറ് കൊണ്ട് കരഞ്ഞുകൊണ്ട് 'ഓടി വന്ന പട്ടി മക്കൾ അടുത്ത് വന്നപ്പോൾ മോങ്ങൽ നിർത്തി സ്വന്തം വേദന മറന്ന് അവരെ നക്കിത്തുടച്ച് സ്നേഹം പ്രകടിപ്പിച്ച അമ്മയായി. ഇതല്ലേ സ്നേഹം? യഥാർത്ഥ സ്നേഹം?

കാഴ്ച _നാല്
കോഴിയും മക്കളും

മുട്ടയ്ക്ക് അടയിരുന്ന് തന്റെ ചൂട് നൽകി മുട്ട വിരിയിക്കുന്ന തള്ളക്കോഴി. . കുഞ്ഞുങ്ങളെ കാക്കയിൽ നിന്നും പരുന്തിൽ നിന്നും രക്ഷിച്ച് തന്റെ ചിറകിനടിയിലാക്കുന്ന തള്ളക്കോഴി. മക്കൾക്ക് വേണ്ട പുഴക്കളേയും, കീടങ്ങളേയും മണ്ണിൽ ചിക്കിച്ചികഞ്ഞ് സ്വയം കഴിക്കാതെ മക്കൾക്ക് കൊടുക്കുന്ന അമ്മക്കോഴി. മക്കൾ പ്രാപ്തരാകുന്നതുവരെ എപ്പോഴും ജാഗരൂകയായിരിക്കുന്ന തള്ളക്കോഴി. അവിടെയല്ലേ യഥാർത്ഥ സ്നേഹം.

കാഴ്ച അഞ്ച്
അമ്മ, മകൻ

പ്രളയത്തിൽ മരണപ്പെട്ടാൽ ഇരുപത്തി അയ്യായിരം രൂപ ലഭിക്കും എന്ന് കരുതി അമ്മയെ ഒറ്റ ത്തടി പാലത്തിൽ നിന്നും തള്ളിയിട്ട മകൻ. കളിച്ചു കൊണ്ടിരുന്ന ആൾ അമ്മയെ രക്ഷിച്ചു. കോടതിയിൽ എത്തിയപ്പോൾ ' ആ അമ്മ കോടതിയോട് പറഞ്ഞത് മകൻ അല്ല അത് ചെയ്തത് ഞാൻ കാൽ തെറ്റി വീഴുകയായിരുന്നു എന്നാണ്. ഈ അമ്മയുടേതല്ലേ യഥാർത്ഥ സ്നേഹം? _.

കാഴ്ച ആറ്
കാമുകനും കാമുകിയും.

ജീവനാണ് തന്റെ കാമുകി എന്ന് പറഞ്ഞ് പുറകേ നടന്ന കാമുകൻ അവൾ പ്രണയം നിരസിച്ചപ്പോൾ അവളുടെ മുഖത്ത് ആസിഡൊഴിച്ച് വികൃതമാക്കി. ഇതാണോ സ്നേഹം? ഇതാണോ മനസ്സ്?

മറ്റൊരു കാമുകൻ പ്രണയം നിരസിച്ചവളെ പെട്രോളൊഴിച്ച് തീ കത്തിച്ച് കൊലപ്പെടുത്തി. ഇതാണോ സ്നേഹം? ഇതാണോ മനസ്സ്?

കാഴ്ച ഏഴ്
ജയൻ, ലയ, ദിയ, ആര്യ

ജയൻഅകമഴിഞ്ഞ് സ്നേഹിച്ച മുറപ്പെണ്ണ് ലയ തന്നേക്കാളും സമ്പത്തുള്ള ഒരുവനെ കണ്ടപ്പോൾ ജയനെ ഉപേക്ഷിച്ച് ആ സമ്പന്നന്റെ പുറകേ പോയവൾ.

സദ്ഗുണ സമ്പന്നനും, സ്നേഹവാനുമായ ആ പാവം ആകെ തകർന്നു. പിന്നീട് വീട്ടുകാരുടെ നിർബന്ധത്തിനു വഴങ്ങി വിവാഹം ചെയ്ത ദിയ എന്ന പെൺകുട്ടിയിൽ നഷ്ടപ്പെട്ട സ്നേഹം തനിയ്ക്ക് തിരിച്ചു കിട്ടും എന്ന് കരുതിയ ആ പാവത്തിന് വീണ്ടും തെറ്റി. ആർഭാടങ്ങളോടും ആധുനിക ജീവിതത്തോടും താൽപ്പര്യമുള്ള ബന്ധങ്ങൾക്ക് വലിയ വിലകൽപ്പിക്കാത്ത'ദിയ എപ്പോഴും സ്വന്തം ഭർത്താവിനെ യാതൊരു വിലയും കൽപ്പിക്കാതെ അധിക്ഷേപിച്ച് സംസാരിച്ച് മറ്റുള്ളവരുടെ മുൻപിൽ ഭർത്താവാണ് തന്റെ എല്ലാം എന്ന് പറഞ്ഞ് സ്നേഹവതിയായി നടിക്കുന്ന ദിയ എന്ന ഭാര്യ.

ആ മനുഷ്യന് എന്നും ആയുരാരോഗ്യവും നൻമയും ഉണ്ടാകണേ ആ കാലിൽ ഒരു മുള്ള് പോലും കൊള്ളാൻ ഇടയാവരുതേ എന്ന് മാത്രം പ്രാർത്ഥിച്ച് ആ മനുഷ്യനെ മനസ്സിൽ പ്രതിഷ്ഠിച്ച് അദ്ദേഹം വിവാഹിതനായതു കൊണ്ട് മാത്രം ആ ജീവിതത്തിലേയ്ക്ക് കടന്നു ചെല്ലാതെ ജയനറിയാതെ തന്റെ പ്രാണനേക്കാളും വലുതായി ജയനെ സ്നേഹിച്ച് സ്നേഹിച്ച് ഇപ്പോഴും സ്നേഹിച്ചു കൊണ്ടിരിക്കുന്ന നഷ്ട പ്രണയിനി രാധയെപ്പോലുള്ള ആര്യ ഇതിലെവിടെയാണ് യഥാർത്ഥ സ്നേഹം?

തുന്നിക്കൂട്ടിയ കുറേ സ്വപ്നങ്ങൾ അതിൽ കീറിപ്പറിഞ്ഞ കുറേ മോഹങ്ങളും, എന്നിട്ടും തേച്ച് മിനുക്കിയ പുഞ്ചിരി അതാണ് പലരുടേയും ജീവിതം.

ഞാൻ നിനക്ക് ഇത്രയൊക്കെ അനുഭവങ്ങൾ കാട്ടിത്തന്നില്ലേ പറയൂ മനസ്സേ ഇതിൽ എവിടെയൊക്കെയാണ് യഥാർത്ഥ സ്നേഹം?

പെട്ടെന്ന് ഞെട്ടിയുണർന്ന ഇന്ദുജ ചുറ്റും നോക്കി. എവിടെ മനസ്സും സ്നേഹവും? ഞാൻ കണ്ട സ്വപ്നം ആയിരുന്നോ? പിന്നെ ഉറങ്ങാനായില്ല അടുത്തുള്ള പള്ളിയിൽ നിന്നും സുബ്ഹി നിസ്കാരത്തിനുള്ള വാങ്ക് വിളി കേൾക്കാമായിരുന്നു.

ആറ് മണി വരെ ആലോചനയിലാണ്ട അവൾ ഒരു തീരുമാനത്തോടെ എഴുന്നേറ്റു. തന്റെ സംശയരോഗം മൂലം ഭർത്താവുമായി

പിണങ്ങി വേർപിരിയലിന്റെ വക്കിലെത്തി നിന്ന അവൾ ഇത്ര നാളായിട്ടും എത്ര വിളിച്ചിട്ടും ഫോണെടുക്കാതിരുന്ന ഒരിക്കലും മറക്കാതിരുന്ന ആ നമ്പർ ഡയൽ ചെയ്തു. മറുതലയ്ക്കൽ ഇന്ദൂട്ടി എന്നുള്ള വിളിയാണ് ഹലോയ്ക്ക് പകരം കേട്ടത്. "വിനീഷേട്ടാ ഞാൻ തിരികെ വരട്ടേ" എന്നുള്ള ചോദ്യത്തോടൊപ്പം പൊട്ടിക്കരച്ചിലും.

"ഇന്ദൂട്ടി നീ കരയാതെ. അതെനിയ്ക്ക് സഹിക്കില്ല. നീ തിരികെ വരും എന്നെനിക്കറിയാമായിരുന്നു. മനസ്സിലെ യഥാർത്ഥ സ്നേഹം എത്ര മറച്ചു വച്ചാലും സത്യം പോലെ അതൊരു ദിവസം മറ നീക്കി പുറത്തു വരും'. എത്ര കാലം കഴിഞ്ഞാലും ദൈവങ്ങൾ അവരെ കൂട്ടിച്ചേർക്കുക തന്നെ ചെയ്യും. വേഗം കുഞ്ഞിനെയും ഒരുക്കി തയ്യാറായിരുന്നോ ഞാൻ വരാം എന്നിട്ട് നിനക്കേറ്റവും വിശ്വാസമുള്ള ഗുരുവായൂരപ്പന്റെ നടയിലേയ്ക്ക്. വിനീഷേട്ടനോടൊപ്പം ഗുരുവായൂരെത്തി തൊഴുത ശേഷം വിനീഷേട്ടൻ കുഞ്ഞിനെ കൊണ്ട് മഞ്ചാടി വാരിക്കുമ്പോഴും ഞാൻ കൈ കൂപ്പി നിന്ന് പ്രാർത്ഥിക്കുകയായിരുന്നു "കണ്ണാ ഇനിയെങ്കിലും എനിയ്ക്ക് ദുർബുദ്ധി തോന്നാതെ വിനീഷേട്ടനും കുഞ്ഞുമായി ആജീവനാന്തം ഒരു ദിവസം പോലും പിരിയാതെ ജീവിക്കാൻ അനുഗ്രഹിക്കണേ. തെറ്റ് ചെയ്യുമ്പോൾ സ്വപ്നങ്ങളിലൂടെ ഇനിയും എനിയ്ക്ക് നേർവഴികാട്ടണേ എന്ന്."

ആകസ്മികം *

പതിനൊന്ന് മണിയ്ക്ക് ശേഷമുള്ള ബാങ്കിലെ തിരക്കുകളിൽ മുഴുകിയിരിക്കുമ്പോഴാണ് ലോണിന്റെ സെക്ഷനിൽ ഒരു കശപിശയുടെ ആരവം കേട്ടത്. പെട്ടന്ന് തന്നെ എഴുന്നേറ്റ് എന്റെ ക്യാബിൻ തുറന്ന് പുറത്തിറങ്ങിയപ്പോൾ

"അതെങ്ങിനെയാണ് ഞങ്ങൾ പ്രവാസികൾക്കും ജീവിക്കണ്ടേ. ? വെറുതെയല്ലല്ലോ? സ്വർണ്ണം ഈടു നൽകിയിട്ടല്ലേ? ഞങ്ങളുടെ പേരിൽ തന്നെ ഒരേക്കർ സ്ഥലം ഉണ്ടെങ്കിലേ കാർഷിക ലോൺ അനുവദിക്കു എന്നത് എവിടുത്തെ ന്യായമാണ്? എന്റെയും എന്റെ ചേട്ടൻമാരുടേയും കൂടി ഒരേക്കർ സ്ഥലത്തിന്റെ ആധാരം തന്നില്ലേ? അവിടെ കൃഷി ചെയ്യാൻ പോകുന്നത് ഞാനാണ്. എനിയ്ക്ക് നിങ്ങളുടെ മാനേജരെ കണ്ട് സംസാരിക്കണം."

ഇത്രയും ആയപ്പോൾ ഞാൻ ചെന്ന് അദ്ദേഹത്തിന്റെ ചുമലിൽ തട്ടി.

"ഹലോ! സർ ഞാൻ സന്ദീപ്. ഞാനാണ് ഇവിടുത്തെ മാനേജർ. സാർ വരൂ നമുക്ക് എന്റെ ക്യാബിനിലിരുന്ന് സംസാരിക്കാം"

എന്ന് പറഞ്ഞ് ഞാൻ എന്റെ ക്യാബിനിലേയ്ക്ക് നടന്നു. പുറകേ അദ്ദേഹവും. ക്യാബിന്റെ വാതിൽ തുറന്നു പിടിച്ചു കൊണ്ട് അകത്തേയ്ക്ക് കയറാതെ തന്നെ അദ്ദേഹം തിരിഞ്ഞ് നിന്ന് ഭാര്യയെ വിളിക്കുകയാണ്. "എന്തിനാ നീ പേടിക്കുന്നത് അകത്തേയ്ക്ക് വാ" എന്ന്. ഒരു സാരിയുടുത്ത സ്ത്രീ മടിച്ച് മടിച്ച് അകത്തേയ്ക്ക് വന്നപ്പോൾ അവരെ കണ്ട ഞാൻ ഒരു നിമിഷത്തേയ്ക്ക് സ്തബ്ധനായി. ദൃശ്യ! എന്റെ... എന്റെ ഒരിക്കൽ എന്റേതു മാത്രമായിരുന്ന ദൃശ്യ. അവളും വല്ലാതിരിക്കുകയാണ്.

പെട്ടെന്ന് സമനില വീണ്ടെടുത്ത ഞാൻ അവരോട് ഇരിക്കാൻ പറഞ്ഞു. കാര്യം തിരക്കി.

“സർ ഒരേക്കർ കൃഷിസ്ഥലം ഉള്ളവർക്ക് മാത്രമേ സ്വർണ്ണപ്പണയ ത്തിൽ മേൽ ഒരു വർഷത്തേയ്ക്ക് നാല് ശതമാനം പലിശ നിരക്കിൽ ലോൺ അനുവദിക്കൂ. അതാണ് ചട്ടം. “അപ്പോഴും ദൃശ്യ കുനിഞ്ഞിരി ക്കുകയാണ്.”

“പിന്നെ താങ്കൾ പ്രവാസിയാണെന്ന പരിഗണനയൊന്നും കാർഷിക ലോണിന്റെ കാര്യത്തിൽ ബാധകമല്ല.”

അത്രയും പറഞ്ഞപ്പോൾ ദൃശ്യ ദയനീയമായി എന്നെ തലയുയർത്തി ഒന്നു നോക്കി.

“സർ വിഷമിക്കേണ്ട ആധാരത്തിന്റെ പകർപ്പ് കാണിക്കുക. എന്റെ പേഴ്സണൽ റിസ്കിൽ പണയം വച്ച് പണം വാങ്ങിക്കോളൂ. ഞാൻ സെക്ഷനിൽ വിളിച്ച് പറഞ്ഞേയ്ക്കാം.”

അത് കേട്ടതും അദ്ദേഹം ഉടൻ തന്നെ ദൃശ്യയുടെ കൈയ്യിൽ നിന്നും ബാഗ് വാങ്ങി പുറത്തേയ്ക്ക് പോയി. നന്ദി സൂചകമായി ഒന്നു ചിരിച്ച് തലയാട്ടി കാണിച്ചിട്ട് ദൃശ്യയും പുറത്തേയ്ക്കിറങ്ങി.

ആരായിരുന്നു എനിയ്ക്ക് ദൃശ്യ? യോഗമുണ്ടായിരുന്നെങ്കിൽ എന്റെ ഭാര്യയാകേണ്ടവൾ. ഫയൽ മടക്കി മെല്ലെ ഞാൻ സീറ്റിലേയ്ക്ക് ചാരി ക്കിടന്നു.

പി. ജി യുടെ ആദ്യ വർഷത്തെ ക്ലാസ്സ് അവസാനിക്കാൻ ഒരു മാസം ഉള്ളപ്പോഴാണ് ഞാൻ ഡിഗ്രി ഒന്നാം വർഷ വിദ്യാർത്ഥിനിയായിരു ന്ന ദൃശ്യയെ എന്റെ ഇളയച്ഛന്റെ കൂട്ടുകാരന്റെ മകൾ രേഖയുമൊത്ത് കണ്ടത്. രേഖയോട് സംസാരിച്ചപ്പോൾ ആ കുട്ടി എന്നെ ഇടങ്കണ്ണിട്ട് നോക്കുന്നുണ്ടായിരുന്നു. ഞാനത്ര ശ്രദ്ധ കാണിച്ചില്ല. പിന്നീട് ഒരു ദിവസം കണ്ടപ്പോൾ ഞാൻ ചോദിച്ചു “ഇന്നെന്താ രേഖ വന്നില്ലേ?”

പരിഭ്രമത്തോടെ, തെല്ല് പേടിയോടെ ആ കുട്ടി പറഞ്ഞു “ഇല്ല” എന്ന്. മുന്നോട്ട് നടന്ന അവൾ തിരിഞ്ഞ് എന്നെ നോക്കി ചിരിക്കുന്നു ണ്ടായിരുന്നു.

പിന്നീട് ബസ്സ്റ്റോപ്പിൽ വച്ച് കണ്ടപ്പോൾ ആ കുട്ടി പറഞ്ഞു. .

“ഈ ബുക്ക് നാളെ രേഖ ക്ലാസ്സിൽ വരുമ്പോൾ ഒന്ന് കൊടുക്കണം ഞാൻ അമ്മ വീട്ടിലേയ്ക്കാണ് പോകുന്നത്”എന്ന്.

ബസ് വന്ന് കയറാൻ പോകുന്നതിന് മുൻപായി അവളെന്നോട് പതുക്കെ പറഞ്ഞു

"ആ ബുക്കിൽ ഒരു കാര്യം എഴുതിയിട്ടുണ്ട്. അതൊന്നു വായിക്കണം" പെട്ടെന്നവൾ ബസിൽ കയറിപ്പോയി.

വീട്ടിൽ എത്തി ബുക്ക് തുറന്ന ഞാൻ ബുക്കിൽ ഒന്നും കണ്ടില്ല. അവസാന പേജിന് തൊട്ടു മുൻപിലത്തെ പേജിൽ സന്ദീപേട്ടാ എനിയ്ക്ക് ഒരുപാടിഷ്ടമാണ് സന്ദീപേട്ടനെ. നാളെ വരുമ്പോൾ എന്നെ ഇഷ്ടമാണെങ്കിൽ ആ വെളുപ്പിൽ കറുത്ത കളങ്ങളുള്ള ഷർട്ട് ഇട്ടിട്ടു വരണം. ഇതൊന്നു പറയാൻ വേണ്ടിയാണ് ഞാൻ ബുക്ക് തന്നത്. അല്ലാതെ രേഖയ്ക്ക് കൊടുക്കാനല്ല. ഒരു പാടുദിവസമായി പറയണം എന്ന് കരുതിയിട്ട്. എന്നെ ഇഷ്ടമല്ലെന്ന് മാത്രം പറയരുതേ...

ഞാനാകെ വല്ലാത്ത സന്തോഷത്തിലായി. ഞാൻ മനസ്സിൽ മോഹിച്ച പെൺകുട്ടി തന്നെ എന്നെ ഇഷ്ടമാണെന്ന് പറയുന്നു. പിറ്റേ ദിവസം അവൾ പറഞ്ഞ ഷർട്ട് തന്നെയിട്ട് ഞാൻ കോളേജിൽ പോയി. അവളുടെ ക്ലാസ്സിൽ പോയി. എന്നെ കണ്ടപ്പോൾ ആ മുഖത്ത് ഒരു ചെന്താമര തന്നെ വിടർന്നു നിൽക്കുന്നുണ്ടായിരുന്നു.

ജാതിയിൽ അവളായിരുന്നു എന്നേക്കാൾ ഉന്നതകുലജാത. അതൊന്നും ഞങ്ങളെ ബാധിച്ചില്ല. ഒരാത്മാവും രണ്ട് ശരീരവും ആയി പ്രാണനെപ്പോലെ രണ്ടാളും സ്നേഹിച്ചു. അടുത്ത ഒരു വർഷവും വേഗം കടന്നുപോയി. കോളേജടച്ചപ്പോൾ അവളെ കാണാൻ ഒരു മാർഗ്ഗവും ഇല്ലാതെ ഞാൻ പിടഞ്ഞു. സഹിക്കവയ്യാതായപ്പോൾ ഒരു സുഹൃത്തുമായി അവളുടെ വീട്ടിൽ ചെന്നു. എന്നെ കണ്ടതേ ആ പാവം പേടിച്ച് വിറച്ചു. അവളുടെ അച്ഛനോട് ഞങ്ങൾ ക്ലബ്ബിന്റെ വകയായി ഒരു വായനശാല തുടങ്ങാൻ പോകുന്നു, അതിനായി വീടുകളിൽ നിന്നും കിട്ടുന്ന ബുക്കുകൾ ശേഖരിക്കുക ആണ്, ഏതെങ്കിലും ഒക്കെ ബുക്കുകൾ സംഭാവനയായി നൽകിയാൽ മതിയാകും എന്ന് പറഞ്ഞപ്പോൾ ദൃശ്യയുടെ അച്ഛൻ 'ഖസാക്കിന്റെ ഇതിഹാസം' രണ്ടെണ്ണമിവിടെ ഇരിപ്പുണ്ട് ഒരെണ്ണം നിങ്ങൾക്ക് തരാം എന്ന് പറഞ്ഞ് അദ്ദേഹം അകത്തുപോയി ഒ. വി. വിജയന്റെ 'ഖസാക്കിന്റെ ഇതിഹാസത്തിന്റെ 'ഒരു പ്രതിയും മറ്റു ചില വിജ്ഞാനപ്രദമായ മാസികകളും ഞങ്ങൾക്ക് തന്നു. ആർക്കും സംശയത്തിനൊരിടയും നൽകാതെ ഞങ്ങൾ അതും വാങ്ങി പോന്നു. അവിടെ പോയി ദൃശ്യയെ കണ്ടപ്പോൾ എനിക്കാശ്വാസമായി, മനസ്സിന് വല്ലാത്ത ലാഘവത്വം അനുഭവവേദ്യമായി.

പിന്നെ എനിയ്ക്ക് എം. ബി. എയ്ക്ക് അഡ്മിഷൻ കിട്ടി ഞാൻ ഡൽഹിയിലേയ്ക്ക് പോയി. രേഖ വഴി ദൃശ്യ ആ കാര്യം അറിഞ്ഞു കാണുമെന്ന് എനിക്കുറപ്പുണ്ടായിരുന്നു കത്തെഴുതാൻ ഭയമായിരുന്നു. മറ്റാരുടെയെങ്കിലും കൈയ്യിൽ കിട്ടിയാൽ എന്താവും ദൃശ്യയുടെ അവസ്ഥ എന്നോർത്ത്.

ഫോൺ ചെയ്യാൻ ദൃശ്യയുടെ വീട്ടിൽ ഫോണുമില്ല. രേഖയുടെ അച്ഛൻ റയിൽവേയിൽ ആയതിനാൽ ട്രാൻസ്ഫർ ആയി കുടുംബ സമേതം ബാംഗ്ലൂർക്ക് പോയി, തൻമൂലം വിവരം അറിയാൻ ഞങ്ങൾ രണ്ടാൾക്കും ഒരു മാർഗ്ഗവുമില്ലാതായി.

എന്തായാലും ജോലി കിട്ടിയിട്ട് എന്റെ വീട്ടിൽ പറഞ്ഞ ശേഷം ദൃശ്യയുടെ വീട്ടിൽ കാര്യങ്ങൾ അവതരിപ്പിക്കാം എന്നു കരുതി. കോഴ്സ് കഴിഞ്ഞ് നാട്ടിൽ വന്ന പിറ്റേ ദിവസമായിരുന്നു എന്റെ കൂടെ M. B. A യ്ക്ക് ഉണ്ടായിരുന്ന സുഹൃത്ത് സൂരജിന്റെ സഹോദരി സന്ധ്യയുടെ വിവാഹം. എറണാകുളത്തപ്പന്റെ അമ്പലത്തിൽ വച്ചായിരുന്നു വിവാഹം.

കല്യാണം നടക്കുന്നതിനിടയിൽ ആകസ്മികമായാണ് ഞാൻ കണ്ടത് മണ്ഡപത്തിൽ ദൃശ്യ വല്ലാത്ത ആശ്ചര്യവും സന്തോഷവുമായിരുന്നു മനസ്സിൽ. പഴയതിലും തടിച്ചിട്ടുണ്ട്. വയറും തടിച്ചിട്ടുണ്ട്. വണ്ണം വെച്ചതു കൊണ്ടായിരിക്കും എന്ന് കരുതി. ഒന്നടുത്ത് ചെന്ന് സംസാരിക്കാൻ എനിയ്ക്ക് കൊതിയായി. ആ മുഖത്ത് നിന്നും ഞാൻ കണ്ണെടുത്തതേയില്ല. വിവാഹം ഞാൻ കണ്ടില്ല.

വേഗം തന്നെ എഴുന്നേറ്റ് പെണ്ണിനേയും ചെറുക്കനേയും ആശംസിക്കാൻ ചെന്നപ്പോഴാണ് ദൃശ്യ എന്നെ കണ്ടത്. അവളുടെ മുഖം പെട്ടെന്ന് വിവർണ്ണമായി. ദൃശ്യയുടെ സീമന്തരേഖയിലെ സിന്ദൂരം ഞാനപ്പോഴാണ് കണ്ടത്. ഇതാണ് സന്ധ്യയുടെ ചേട്ടത്തിയമ്മ എന്ന് പറഞ്ഞ് സൂരജ് ദൃശ്യയെ പരിചയപ്പെടുത്തുമ്പോൾ മനസ്സിനേറ്റ ആഘാതത്തിൽ തിങ്ങി നിറഞ്ഞ സങ്കടം കടിച്ചമർത്തി ചിരിച്ചെന്നു വരുത്തി ഞാൻ. തടി വച്ച് വീർത്തതല്ല അവളുടെ വയറ്. അവൾ ഗർഭിണിയാണെന്ന സത്യം കൂടി മനസ്സിലായെനിയ്ക്ക്, പിന്നെ അവിടെ നിൽക്കാൻ ശക്തിയില്ലായിരുന്നു. വേഗം തന്നെ സൂരജിനോട് യാത്ര പറഞ്ഞു പോന്നു. അപ്പോഴും ദൃശ്യ കല്യാണത്തിന്റെ ഫോട്ടോയ്ക്ക് പോസ് ചെയ്യുന്ന തിരക്കിലായിരുന്നു.

പിന്നീട് ഇന്നാണ് ആകസ്മികമായി ഞാൻ ദൃശ്യയെ കാണുന്നത്. വാതിലിൽ മുട്ടുന്ന ശബ്ദമാണെന്നെ ചിന്തയിൽ നിന്നുണർത്തിയത്. ദൃശ്യയും, ഭർത്താവ് സുരേഷുമാണ്. സുരേഷ് വന്ന് നന്ദി പറഞ്ഞു. ദൃശ്യ ഒന്നും മിണ്ടാതെ എന്നെ നോക്കി തൊഴുത ശേഷം തിരിഞ്ഞു നടന്നു. ഒന്ന് തിരിഞ്ഞു നോക്കും എന്ന് ഞാൻ കരുതി അതുണ്ടായില്ല.

പെട്ടെന്ന് എനിയ്ക്ക് എന്റെ പേഴ്സെടുത്ത് നോക്കണം എന്ന് തോന്നി. അതിൽ ഞാനും എന്റെ ഭാര്യ ഗായത്രിയും കൂടിയുള്ള ഫോട്ടോ. ചെറുപ്പം മുതൽ എന്നെ മാത്രം മനസാവരിച്ച് എന്റെ ഭാര്യയാകുന്നത് സ്വപ്നം കണ്ടിരുന്ന എന്നോടൊരിക്കൽ പോലും പറയാതിരുന്ന ഗായത്രി. അവൾക്ക് വിവാഹാലോചന വന്നപ്പോൾ അവളുടെ അച്ഛനോട് എല്ലാം

 തുറന്ന് പറഞ്ഞ് അച്ഛനെ എന്റെ വീട്ടിലേയ്ക്കയച്ച ഗായത്രി. അന്ന് ഞാൻ മനസ്സിലാക്കി വെറും ഒരാകർഷണം മാത്രമല്ല സ്നേഹവും, പ്രണയവും. അത് ഒരിക്കലും വറ്റാത്ത ഉറവ പോലെ ഹൃദയത്തിൽ നിന്നും വന്ന് മനസ്സ് മനസ്സിനെ അറിയുന്ന സ്നേഹമാണ്. നമ്മൾ ഇഷ്ടപ്പെടുന്ന വരെയല്ല നാം വിവാഹം ചെയ്യേണ്ടത്. നമ്മളെ ആത്മാർത്ഥമായി ഇഷ്ടപ്പെടുന്നവരെയാണ് വിവാഹം കഴിക്കേണ്ടത്. അവർക്കേ നമ്മുടെ കുറ്റങ്ങളും കുറവുകളും അതിന്റേതായ അർത്ഥത്തിൽ മനസ്സിലാക്കി നിസ്വാർത്ഥമായി സ്നേഹിക്കാൻ കഴിയൂ മരണം വരെ ആ നിസ്വാർ ത്ഥമായ സ്നേഹത്തിൽ ഓരോ നിമിഷവും അലിഞ്ഞിഴകിച്ചേർന്നതാണ് എന്റേയും ഗായത്രിയുടേയും ജീവിതം. കണ്ണ് ഹൃദയത്തോട് ചോദിച്ചു എന്തിനാ സങ്കടപ്പെടുന്നേ? അപ്പോൾ ഹൃദയം കണ്ണിനോട് ചോദിച്ചു എന്റെ സങ്കടം നീ എങ്ങിനെ അറിഞ്ഞു? നീ വേദനിച്ചാൽ നിറയുന്നത് ഞാനല്ലേ? അവിടെ നിന്റെ മനസ്സ് വേദനിച്ചാൽ ഇവിടെ എന്റെ കണ്ണ് നിറയും. ആ ഹൃദയവും കണ്ണുമാണ് ഞാനെന്ന സന്ദീപും ഗായത്രിയും. പരസ്പരംമനസ്സിലാക്കി പരസ്പരം തോറ്റുകൊടുത്ത് ഞാനെന്ന അഹം ഭാവമില്ലാതെ ഞങ്ങളിലെ സ്നേഹത്തെ വിജയിപ്പിച്ച് ജീവിക്കുകയാണ് ഞങ്ങൾ.

വെള്ളിച്ചെല്ലം

ഡൽഹിയിൽ നിന്നും കൊച്ചിയിലേയ്ക്കുള്ള ഫ്ളൈറ്റിൽ കയറിയിരുന്ന ഞാനെന്റെ വാനിറ്റി ബാഗ് തുറന്ന് വെള്ളിച്ചെല്ലം ഒന്നുകൂടി കൈയ്യിലെടുത്തു വച്ചു. മുപ്പത്തിയാറ് വർഷങ്ങൾക്ക് ശേഷം ഇത് വീണ്ടും എന്റെ കൈകൾക്കുള്ളിൽ തന്നെ. നഷ്ടപ്പെട്ടു എന്ന് കരുതിയിരുന്ന എന്റെ വെള്ളിച്ചെല്ലം. ഒരുപാടാഗ്രഹിച്ചിരുന്നു ഇത് കൈയ്യിൽ കിട്ടാൻ. ആഗ്രഹിച്ചത് എല്ലാം തന്നില്ലെങ്കിലും സ്വപ്നത്തിൽ പോലും കരുതാത്തത് ജീവിതം നമുക്കായ് കരുതി വയ്ക്കും എന്ന് കേട്ടിട്ടുള്ളത് എത്ര സത്യമാണ്. വീണ്ടും വെള്ളിച്ചെല്ലത്തിലേയ്ക്ക് നോക്കിയപ്പോൾ അമ്മമ്മ എന്നെ നോക്കി ചിരിക്കുന്നതുപോലെ.

അമ്മയേക്കാളും എനിയ്ക്ക് സ്നേഹവും വാത്സല്യവും പകർന്നു തന്നിരുന്നത് എന്റെ അമ്മമ്മയായിരുന്നു. മറ്റുള്ള എല്ലാ പേരക്കുട്ടികളേക്കാളും സ്നേഹം അമ്മമ്മയ്ക്ക് എന്നോടായിരുന്നു. അതൊരു പക്ഷേ ഞാൻ ആദ്യത്തെ പേരക്കുട്ടി ആയതിനാലാവാം. ഗോപിക എന്ന ഞാൻ കണ്ണന്റെ കൂടെ രാധ എന്നതുപോലെ എപ്പോഴും അമ്മമ്മയുടെ നിഴലായി കൂടെക്കാണുമായിരുന്നു. വെളുപ്പിനേ എഴുന്നേറ്റ് കുളിച്ച് പണിക്കാരത്തി ലീല മുറ്റമടിച്ചു കഴിയുമ്പോൾ തൊഴുത്തിൽ നിന്നും അൽപ്പം ചാണകമെടുത്ത് കലക്കി മുറ്റം മുഴുവൻ തളിക്കുമായിരുന്നു അമ്മമ്മ, കൂടെ ഞാനും ഒരു ചെറിയ ഓട്ടുമൊന്തയിൽ ചാണകവെള്ളം നിറച്ചെടുത്ത് തളിക്കുമായിരുന്നു.

പിന്നെ കുളത്തിൽ ഇറങ്ങി കൈകാൽ കഴുകി വന്ന് സൂര്യഭഗവാനെ നോക്കി ആദിത്യഹൃദയം ചൊല്ലിയ ശേഷം തൊഴുത്തിൽ വന്ന് ലീല തയ്യാറാക്കി വച്ച കുന്തിരിക്കവും, അകിലും പുകയ്ക്കും.

“സർവ്വ കാമ ദ്ര ഹേ ദേവീ”എന്ന ശ്ലോകം ചൊല്ലി ഗോ വന്ദനം ചെയ്യും. പിന്നീട് തുളസീവന്ദനം ചൊല്ലി തുളസിയ്ക്ക് ജലം നൽകുമായിരുന്നു. അതിന് ശേഷം അമ്മമ്മ വിളക്ക് കൊളുത്തി ഭാഗവത പാരായണം തുടങ്ങുമ്പോൾ ഞാനും ചമ്രം പടിഞ്ഞിരുന്ന് അറിയാവുന്ന കുഞ്ഞ്, കുഞ്ഞ് നാമങ്ങൾ ജപിക്കും. . പ്രാതൽ കാലായി കഴിയുമ്പോൾ അതും കഴിച്ച് സ്കൂളിലേയ്ക്ക്, സന്ധ്യയ്ക്കും അമ്മമ്മയുടെ ഒപ്പമിരുന്ന് നാമ ജപം.

അമ്മമ്മയ്ക്ക് ഒരു വെള്ളിച്ചെല്ലം ഉണ്ടായിരുന്നു. അരയന്നത്തിന്റെ ആകൃതിയായിരുന്നു അതിന് രണ്ട് വശത്തേയും ചിറകുകൾ തുറന്നാൽ ഓരോ അറകളാണ്. ഒരു ഭാഗത്ത് വളകൾ വയ്ക്കാം. മറുഭാഗത്ത് മോതിരങ്ങളും, കമ്മലുകളും. മുകൾഭാഗം കഴുത്തിന് താഴെയായി തുറന്നാൽ മാലകൾ സൂക്ഷിക്കാനുള്ള അറ. ഏറ്റവും താഴെ ഭാഗത്തായി മന്ദാര എന്ന അമ്മമ്മയുടെ പേരും കൊത്തിയിട്ടുള്ള ആ വെള്ളിച്ചെല്ലം പോലെ മനോഹരമായ മറ്റൊന്ന് ഞാനെന്റെ ജീവിതത്തിൽ കണ്ടിട്ടില്ല. ഞാനായിരുന്നു അമ്മമ്മയുടെ ആ വെള്ളിച്ചെല്ലം ഭസ്മമിട്ട് തുടച്ച് വൃത്തിയാക്കുന്നത്. നന്നായി തുടച്ച് കഴിയുമ്പോൾ പുതിയതു പോലെ തിളങ്ങുമായിരുന്നു. പക്ഷേ ഒരു കാര്യം ഇന്നത്തേതുപോലെ വാങ്ങാൻ കിട്ടുന്ന ഭസ്മമെന്ന പേരുള്ള ഭസ്മമല്ല. നല്ല ശുദ്ധ ഭസ്മം.

ശിവരാത്രിയ്ക്ക് രണ്ടാഴ്ച മുൻപേ തന്നെ വീടിന്റെ മുൻഭാഗത്ത് പ്രധാന വാതിലിന് നേരേയായി സ്ഥാനം നോക്കി ഇഷ്ടികകൾ അടുക്കി നിരത്തി ഹോമകുണ്ഡം തയാറാക്കും. പിന്നീട് അതിൽ നെല്ലിന്റെ പതിരും, ചാണകവരളിയും വച്ച് അഗ്നിജ്വലിപ്പിച്ച് അണച്ച ശേഷം നീറാൻ വയ്ക്കും. മൂന്നു ദിവസം അവയിരുന്ന് പുകഞ്ഞ് നീറി നീറി ചാരമാകും. അതെടുത്ത് വെള്ളത്തിൽ കലക്കി അനക്കാതെ വച്ച് മുകളിൽ ആയ കരിയും കരടും ഒക്കെ ഊറ്റിക്കളഞ്ഞ ശേഷം അടിയിൽ തങ്ങിയ പൊടി നിഴലിൽ ഉണക്കാൻ വയ്ക്കും. അത് നന്നായി ഉണങ്ങിക്കഴിയുമ്പോൾ കർപ്പൂരവും പൊടിച്ച് ചേർത്താൽ ഭസ്മമാകും. ഈ ഭസ്മമാണ് അടുത്ത ഒരു വർഷക്കാലം വരെ ഉപയോഗിക്കുന്നത്.

ഞാൻ വീടിനടുത്തായുള്ള രാമകൃഷ്ണ മിഷന്റെ ആശ്രമത്തിൽ ഗീത പഠിക്കാൻ പോകുമായിരുന്നു. പ്രായഭേദമെന്യേ വളരെയധികം പേർ ഗീത പഠിക്കാനുണ്ടായിരുന്നു. അവിടെ “ഓം പാർത്ഥായ പ്രതിബോധിതാം” എന്ന ശ്ലോകം ഞാൻ ചൊല്ലുമ്പോൾ എന്റെ എതിർ വശത്തായിട്ടിരുന്ന് എന്നെ നോക്കി ഒരു പ്രായമേറിയ മനുഷ്യൻ മേൽച്ചുണ്ടിന് മുകളിൽ മൂക്കിന്റെ വശത്തായിട്ടുള്ള ഭാഗം മാത്രം മുഖത്തിന്റെ മറ്റൊരു ഭാഗവും ചലിപ്പിക്കാതെ തന്നെ ചലിപ്പിക്കുമായിരുന്നു. കുട്ടിയായ എനിയ്ക്കത് കാണുമ്പോൾ വല്ലാത്ത ഈർഷ്യ തോന്നി ശ്ലോകം ചൊല്ലുന്നത്

ഞാൻ നിർത്തും. പിന്നെ ആ മനുഷ്യൻ എന്ത് ചോദിച്ചാലും ഞാനൊന്നും മിണ്ടില്ല. ഒരു ദിവസം എന്റെ അമ്മ ആശ്രമത്തിൽ വന്നപ്പോൾ എന്റെ മുൻപിൽ വച്ച് അദ്ദേഹം അമ്മയോട് ചോദിച്ച രേവതീ എപ്പോഴാണ് ഈ കുട്ടിയെ എനിയ്ക്ക് വിവാഹം ചെയ്ത തരുന്നതെന്ന്?അപ്പോൾ അമ്മ ചിരിച്ച കൊണ്ട്പറഞ്ഞു അതിനെന്താ ഗോപിച്ചേട്ടാ ചേട്ടൻ പറഞ്ഞാൽ മതി അപ്പോൾ നമുക്ക് നടത്താം എന്ന്. മൂന്നാം ക്ലാസ്സുകാരിയായ ഞാനപ്പോൾ അമ്മയോട് പറഞ്ഞു

"അയ്യേ! എനിക്കെങ്ങും വേണ്ട ഈ ആളെ എനിയ്ക്ക് നല്ല വെള്ളിച്ചെല്ലം പോലുള്ള ചെറുക്കനെ കിട്ടും" എന്ന്. അതു കേട്ട് ആ മനുഷ്യനടക്കം അവിടെ നിന്നിരുന്ന എല്ലാവരും പൊട്ടിച്ചിരിച്ചു. എന്റെ മനസ്സിലും, കണ്ണിലും ഏറ്റവും സൗന്ദര്യമുള്ള വസ്തു വെള്ളിച്ചെല്ലം ആയിരുന്നു. പിന്നീടുള്ള ഗീത ക്ലാസ്സിൽ കുട്ടിയായ എന്റെ വിളിപ്പേര് വെള്ളിച്ചെല്ലം എന്നായി. ഇപ്പോഴതൊക്കെ ഓർക്കുമ്പോൾ ആണ് എനിയ്ക്ക് മനസ്സിലാവുന്നത് അന്നത്തെ ബാല്യത്തിലേയും കൗമാരത്തിലേയും ജീവിതമാണ് ഇന്നത്തെ ഏറ്റവും സുഖദമായ ഓർമ്മകൾ എന്ന്.

മരണത്തിന് മുൻപ് അമ്മമ്മ ആ വെള്ളിച്ചെല്ലം എനിയ്ക്ക് നൽകി. എന്റെ വിവാഹത്തിന്റെ തലേ ദിവസം ആഭരണങ്ങൾ വെള്ളിച്ചെല്ലത്തിൽ നിന്നും എടുക്കുമ്പോൾ ആണ് കുഞ്ഞമ്മയുടെ മകൾ ദേവിക എന്നോട് ചോദിച്ചത് ഗോപികേച്ചി എനിയ്ക്ക് തരുമോ ഈ വെള്ളിച്ചെല്ലം എന്ന്?കേട്ടപ്പോൾ ഞാൻ വല്ലാതായി എങ്കിലും ഞാനത് ദേവികയ്ക്ക് കൊടുത്തുകൊണ്ട് പറഞ്ഞു "ദേവീ നീയിത് ഭദ്രമായി സൂക്ഷിക്കണം. അമ്മമ്മയുടേതാണെന്നറിയാമല്ലോ. എന്റെ അമ്മമ്മ ഇതിലുണ്ട്. നീ ആഗ്രഹിച്ചതുകൊണ്ടാണ് ഞാനിതു തരുന്നത്. എന്നെങ്കിലും നിനക്കിത് സൂക്ഷിക്കാൻ കഴിയാതായാൽ തിരികെ എനിയ്ക്ക് തന്നെ തരണം". അവൾ സമ്മതിച്ചു. അവളുടെ മുഖത്തെ സന്തോഷം കണ്ടപ്പോൾ ഞാനെന്റെ ദുഃഖം മനസ്സിലടക്കി.

പിന്നീട് വർഷങ്ങൾക്ക് ശേഷം ദേവികയുടെ വിവാഹത്തിന് ചെന്നപ്പോൾ ആ വെള്ളിച്ചെല്ലം ഒന്ന് കാണിച്ചു തരാൻ പറഞ്ഞു. അപ്പോൾ അവൾ പറയുകയാണ് അവർ സ്വർണ്ണക്കട തുടങ്ങിയപ്പോൾ അതിന്റെ ഉത്ഘാടനം നിർവ്വഹിച്ചത് ലോൺ അനുവദിച്ച ബാങ്കിലെ മാനേജർ ആയിരുന്നു. അദ്ദേഹത്തിന് കടയിൽ വച്ചിരുന്ന അരയന്നത്തിന്റെ ആകൃതിയിലുള്ള വെള്ളിച്ചെല്ലം ഇഷ്ടമായി എന്ന് പറഞ്ഞപ്പോൾ അതദ്ദേഹത്തിന് നൽകിയത്രേ. കേട്ടപ്പോൾ ഞാനാകെ അസ്വസ്ഥയായി. എന്റെ അമ്മമ്മ

"എന്തിനാ മോനേ നീയതവർക്ക് കൊടുത്തത്? അതിൽ

ഞാനുണ്ടായിരുന്നില്ലേ." എന്ന് ചോദിക്കുന്നതു പോലെ തോന്നിയപ്പോൾ നിറഞ്ഞു വന്ന കണ്ണുകൾ ആരും കാണാതിരിക്കാൻ ബാത്റൂമിൽ കയറി കതകടച്ചു. ആരേയും കുറ്റപ്പെടുത്തിയിട്ട് കാര്യമില്ല. അരുതെന്ന് പറയേണ്ടിടത്ത് ഒന്നും മിണ്ടാതിരുന്നത് എന്റെ തെറ്റാണ്. ഞാനാണ് ആരോടും ഒരിയ്ക്കലും അരുതെന്ന് പറയാതെ അവർക്കതിനുള്ള അവസരം നൽകിയത്. ഞാനാണ് തെറ്റുകാരി.

വിവാഹ ശേഷം ഭർത്താവിന്റെ ഒപ്പം രാജ്യത്തിന്റെ തലസ്ഥാന നഗരിയിൽ എത്തിയ എനിയ്ക്കും ബാങ്ക് ഓഫ് ഇൻഡ്യയിൽ ജോലിയായി. ഞാൻ ജോലിയിൽ നിന്നും വിരമിക്കുന്നതിന് കുറച്ച് ദിവസം മുൻപാണ് അടുത്ത ഫ്ലാറ്റിലെ പുനം അവരുണ്ടാക്കിയ ബേൽ പൂരി തരാനായി ബല്ലടിച്ചത്. കതക് തുറന്ന് അത് വാങ്ങി പുനവുമായി സംസാരിച്ചുകൊണ്ടു നിൽക്കുമ്പോൾ ആണ് ലിഫ്റ്റിൽ നിന്നിറങ്ങി ഒരു പെൺകുട്ടിയും, ആൺകുട്ടിയും സംസാരിച്ചുകൊണ്ട് ടെറസ്സിലേയ്ക്ക് പോകുന്നത് കണ്ടത്. സന്ധ്യയായി ദീപം കൊളുത്തട്ടെ എന്ന് പറഞ്ഞ് പുനത്തിനെ ഒഴിവാക്കി ബേൽ പൂരി ടേബിളിൽ വച്ചശേഷം വേഗം തന്നെ ഞാൻ കതക് ലോക്ക് ചെയ്ത് മുട്ടുവേദനയാണെങ്കിലും മെല്ലെ പടികൾ ചവുട്ടിക്കയറുന്നതിനിടെ ചിന്തിച്ചു. എന്റെ കൂടെ ബാങ്കിൽ വർക്ക് ചെയ്യുന്ന കൈലാസ് സാറിന്റെ പേരക്കുട്ടിയല്ലേ അത്. ഒരിയ്ക്കൽ സൂപ്പർമാർക്കറ്റിൽ വച്ച് സാറിന്റെ ഒപ്പം ഞാനീ കുട്ടിയെ കണ്ടിട്ടുണ്ട്. അന്ന് സാറെന്നെ പരിചയപ്പെടുത്തിയപ്പോൾ ആ കുട്ടി എന്റെ മുഖത്ത് ഒന്ന് നോക്കി എന്നു വരുത്തി "ഹായ്! ആന്റീ" എന്ന് പറഞ്ഞ് കൈ ഉയർത്തിക്കാട്ടിയ ശേഷം ഫോൺ ചെയ്യുന്ന തിരക്കിൽ ആയിരുന്നു. ഒരു കാലിന് സ്വാധീനക്കുറവുള്ള സാർ തന്നെ ലിസ്റ്റിലുള്ള സാധനങ്ങൾ ട്രോളിയിലേയ്ക്കെടുത്തു വയ്ക്കുന്നത് കണ്ട് ഞാനാണ് "സാറിവിടെ ഇരിയ്ക്കു എന്ന് പറഞ്ഞ് ലിസ്റ്റ് വാങ്ങി സാധനങ്ങൾ എടുത്ത് കൊടുത്തതും ബിൽ കൗണ്ടർ വരെ ട്രോളി തള്ളിക്കൊടുത്തതും. അപ്പോഴും ആ കുട്ടി മൊബൈലിൽ സംസാരം തന്നെയായിരുന്നു. സാറപ്പോൾ പറയുകയും ചെയ്തു. രൂപ, അവൾ എനിയ്ക്ക് സഹായത്തിന് വന്നതാണ്. അവൾക്ക് ഫോൺ ചെയ്തൊഴിഞ്ഞിട്ട് എന്നെ സഹായിക്കാൻ എവിടെയാണ് നേരം? ഞാൻ ചിരിച്ചു.

മുകളിൽ എത്തിയപ്പോൾ ഞാൻ കണ്ടു പില്ലറിന്റെ മറവിൽ അവനും, അവളും കെട്ടിപ്പുണർന്ന്...

ഞാൻ ആ കുട്ടികളെ വിളിച്ചു. വേഗം തന്നെ ചാടിയെണീറ്റ അവർ അഴിഞ്ഞ ഹുക്കുകൾ ഇടാൻ ശ്രമിക്കുകയായി. സന്ധ്യ കഴിഞ്ഞ ഈ സമയത്ത് ട്യൂഷൻ ക്ലാസ്സിൽ വന്ന നിങ്ങൾക്ക് ഇവിടെ എന്ത് കാര്യം?

എന്ന് ചോദിച്ചു. ആൺ കുട്ടിയോട് പേര് ചോദിച്ചപ്പോൾ പതറിപ്പോയ അവൻ രാഹുൽ ചൗധരി എന്ന് പറഞ്ഞു. പെൺകുട്ടി പേര് പറഞ്ഞില്ല എന്നു മാത്രമല്ല എന്നോട് ചീറിക്കൊണ്ട് ചോദിച്ചു "നിങ്ങൾ ആരാണ് ഇതൊക്കെ ചോദിക്കാൻ? ഞാനെന്റെ ഭായിയുമായി ഇവിടെ ഇരിക്കുന്നതിന് നിങ്ങൾക്കെന്താണ്?"

മൂർച്ചയുള്ള കല്ലുകൾ കൊണ്ട് എറിയപ്പെട്ടാലും മധുരമുള്ള ഫലങ്ങൾ നൽകുന്ന വൻമരങ്ങളെപ്പോലെയാകണം നമ്മൾ എന്ന് അമ്മമ്മ പറയുന്നത് ചിന്തിച്ച ശേഷം ഞാൻ അവളോട് ചോദിച്ചു. "ഭായിയോ? നീ മലയാളിയും, ഇവൻ യു. പിക്കാരനും നീയെങ്ങനെയാണ് ഇവന്റെ ഭായി ആയത്? സഹോദരീ സഹോദരൻമാരാണെങ്കിൽ മറ്റുള്ളവർ കാൺകെ ഇരുന്നാൽ പോരേ? ഈ ബിൽഡിംഗിലോ, സൊസൈറ്റിയിലോ നിങ്ങൾക്ക് പരിചയം ഉള്ള ആരെങ്കിലും ഉണ്ടോ? ഉണ്ടെങ്കിൽ വിളിയ്ക്ക്.

എന്താവശ്യത്തിനാണ് നിങ്ങൾ ടെറസ്സിൽ കയറിയത്? നിന്റെ പേര് രൂപ എന്നല്ലേ? ഞാൻ കൈലാസ് സാറിനെ വിളിച്ച് പറയാം" എന്ന് പറഞ്ഞപ്പോൾ പുലിയെപ്പോലെ ചീറിയിരുന്ന അവൾ പൂച്ചയെപ്പോലെയായി.

പിന്നെ ഞാനവരോട് സൗമ്യമായി സ്നേഹത്തോടെ പറഞ്ഞു. "പ്ലസ് വണ്ണിന് പഠിക്കുന്ന ട്യൂഷന് വന്ന ചെറിയ കുട്ടികളല്ലേ നിങ്ങൾ. ക്ലാസ്സിൽ കയറാതെ ഇങ്ങനെ ചെയ്യുന്നത് ശരിയാണോ? നിങ്ങൾ തന്നെ ചിന്തിച്ച് നോക്കൂ. നിങ്ങളുടെ ഈ പ്രായത്തിൽ പരസ്പരം ആകർഷണം തോന്നുന്നത് സ്വാഭാവികമാണ്... അതാവാം... സ്നേഹിക്കാം... എന്നാൽ ഇതുപോലെയുള്ള സ്നേഹപ്രകടനങ്ങളാൽ അതിരുവിടരുത്. അത് അപകടമാവും. ഈ ബിൽഡിംഗിൽ താഴത്തെ ഫ്ലാറ്റിൽ താമസിക്കുന്ന രാജസ്ഥാനിയുടെ വീട്ടിലെ നിലായെ നിങ്ങൾക്കറിയുമോ?കഴിഞ്ഞ മാസം മരിച്ചുപോയി. അപ്പോൾ നിലായെ അവർക്കറിയാം എന്ന് പറഞ്ഞ് തലയാട്ടി. നിലാ പ്ലസ്ടുവിനായിരുന്നു. നിലായുടെ ഇളയച്ഛന്റേയും, ഇളയമ്മയുടെയും കൂടെ ഇവിടെ നിന്നായിരുന്നു പഠിച്ചിരുന്നത്. അപ്പൂപ്പനും, അമ്മൂമ്മയും ഇവിടെത്തന്നെ ഉണ്ടായിരുന്നു. അവളുടെ അച്ഛനും, അമ്മയും രാജസ്ഥാനിൽ ആയിരുന്നു. അവളും നിങ്ങളെപ്പോലെ തന്നെയായിരുന്നു. ഏതോ പരിചയമില്ലാത്ത ഫ്ലാറ്റുകളുടെ ടെറസ്സിൽപ്പോയിരുന്നപ്പോൾ അരുതാത്തത് സംഭവിച്ചു. സാമാന്യത്തിലധികം വണ്ണമുണ്ടായിരുന്ന കുട്ടിയായതുകൊണ്ട് നിലായ്ക്ക് അഞ്ച് മാസം ആയപ്പോൾ ആണ് വീട്ടിൽ വിവരം അറിഞ്ഞത്. വീട്ടുകാർ ആരുമറിയാതെയിരിക്കാൻ ഡോക്ടറെ കണ്ട് അബോർഷൻ നടത്തിയപ്പോൾ ആണ് നിലാ മരിച്ചത്. അവളുടെ അച്ഛനും അമ്മയും വരുന്നതിന് മുൻപേ തന്നെ ആരേയും കാണിക്കാതെ

ആശുപത്രി അധികൃതരെ സ്വാധീനിച്ച് ആശുപത്രിയിൽ നിന്നും നേരേ മുക്തിധാമിൽ കൊണ്ടുപോയി അടക്കം ചെയ്തു. രാജസ്ഥാനികളുടെ രീതി നിങ്ങൾക്കറിയാമല്ലോ. മാനക്കേട് വരുത്തിയാൽ വധിക്കാൻ പോലും മടിയില്ലാത്തവരാണ് അവർ. വീട്ടിലെ മുതിർന്ന ആളുടെ തീരുമാനം ആണ് മറ്റെല്ലാവരും ഇന്നും അംഗീകരിക്കുന്നത്. നിലായെ സ്നേഹിച്ച പയ്യനിപ്പോൾ മാനസിക രോഗത്തിന് ചികിത്സയിലും. അതുകൊണ്ട് മക്കളേ നിങ്ങളിങ്ങനെ ആവരുത്. പരസ്പരം സ്നേഹിക്കുന്നത് തെറ്റല്ല. സ്നേഹിച്ചോളൂ... പക്വതയെത്തി വിവാഹ പ്രായമാകുമ്പോഴും നിങ്ങളുടെ സ്നേഹം ഇതുപോലെ നിൽക്കുമെങ്കിൽ വീട്ടുകാരെ അറിയിച്ച് തീരുമാനിച്ച് വിവാഹം ചെയ്യണം. ഇപ്പോൾ നിങ്ങൾ പഠിക്കേണ്ട സമയം ആണ്. നല്ലത് പോലെ പഠിച്ച് ജോലി വാങ്ങണം. അതായിരിക്കണം നിങ്ങളുടെ ലക്ഷ്യം.”

“സോറി ആന്റി ഞങ്ങളിനി ആവർത്തിക്കില്ല” എന്നു പറഞ്ഞവർ വസ്ത്രം നേരേയാക്കി ബാഗും എടുത്ത് പടികൾ ഇറങ്ങിപ്പോയി.

പിറ്റേ ദിവസം ഞാൻ കൈലാസ് സാറിനെ കണ്ടപ്പോൾ അദ്ദേഹത്തിന്റെ മരുമകളുടെ ഫോൺ നമ്പർ വാങ്ങി. പിന്നീട് ആ കുട്ടിയെ വിളിച്ചു. എനിക്കൊന്ന് കാണണം എന്ന് പറഞ്ഞു. അങ്ങനെ ശ്രീജയ എന്നെ കാണാൻ വന്നു. ഞാൻ ശ്രീജയയോട് ഒരിയ്ക്കലും പ്രകോപിതയാകരുത്, സംയമനം പാലിക്കണം. ഒന്നും അറിഞ്ഞതായും ഭാവിക്കരുത് എന്ന് പറഞ്ഞ് നടന്ന കാര്യങ്ങൾ വിശദീകരിച്ചു. രൂപയെ ശ്രദ്ധിച്ചോളണം എന്നും പറഞ്ഞു. ശ്രീജയ നിറഞ്ഞ കണ്ണുകളോടെ ഒന്നും പറയാനാകാതെ എന്റെ കൈകൾ കൂട്ടിപ്പിടിച്ചു.

പിന്നീട് ശ്രീജയ എന്നെ വിളിച്ച് മോളുടെ കാര്യങ്ങൾ പറയാറുണ്ടായിരുന്നു. ആ സംഭവത്തിന് ശേഷം രൂപയുടെ സ്വഭാവത്തിൽ തന്നെ ഒരുപാട് മാറ്റങ്ങൾ ഉണ്ടായി എന്നും അവര് ഒരു കാര്യവും അറിഞ്ഞതായി ഭാവിച്ചിട്ടില്ല എന്നും പറഞ്ഞു.

എന്റെ ബാങ്കിലെ വിരമിക്കലിന്റെ ദിവസം ശ്രീജയയും ഭർത്താവും വന്നിരുന്നു. അവരെനിക്കൊരു സമ്മാനപ്പൊതി നൽകി. ആ സമ്മാനപ്പൊതിയിൽ ഉണ്ടായിരുന്നതാണ് എന്റെയീ വെള്ളിച്ചെല്ലം. ഞാൻ അദ്ഭുതപ്പെട്ടു പോയി. അടിയിൽ അമ്മമ്മയുടെ മന്ദാര എന്ന പേര് കൊത്തിയ എന്റെ പ്രിയപ്പെട്ട വെള്ളിച്ചെല്ലം.

ഞാൻ അവരെ വിളിച്ച് ചോദിച്ചപ്പോൾ അവരാണ് പറഞ്ഞത്. കൈലാസ് സാറിന്റെ അനിയനും നാട്ടിൽ ബാങ്ക് മാനേജർ ആയിരുന്നു. അദ്ദേഹത്തിന് ആരോ സമ്മാനമായി കൊടുത്തതാണ് ഈ വെള്ളിച്ചെല്ലം. അവിടെ ചെന്നപ്പോൾ ശ്രീജയയ്ക്ക് ഒരുപാടിഷ്ടമായി എന്ന്

പറഞ്ഞപ്പോൾ അദ്ദേഹം അതെടുത്ത് അവൾക്ക് കൊടുത്തത്രേ. അതാണ് അവരെനിയ്ക്ക് സമ്മാനിച്ചത്.

വീട്ടിലെത്തി കുളിച്ച് ഭക്ഷണം കഴിച്ച ശേഷം ഉറങ്ങാനായി വന്ന ഞാൻ എന്റെ ബാഗ് തുറന്ന് വെള്ളിച്ചെല്ലം എടുത്ത് അതിൽ എന്റെ ആഭരണങ്ങൾ യഥാസ്ഥാനത്ത് വച്ച ശേഷം അലമാരയിൽ ഭദ്രമായി വയ്ക്കുമ്പോൾ അമ്മമ്മ പറയുന്നത് പോലെ തോന്നി "ഒരു പാട് കാര്യങ്ങൾ നമ്മൾ ഒരുപാട് ആഗ്രഹിച്ചാൽ ഒന്നും കിട്ടാതാവും. എന്നാൽ ഒരു കാര്യം മാത്രം ഒരുപാട് ആഗ്രഹിച്ചാൽ അത് നമുക്ക് കിട്ടിയിരിക്കും അല്ലെങ്കിൽ കാലപ്രവാഹത്തിൽ നമ്മുടെ അരികിൽ നിയതി അത് എത്തിച്ച് തന്നിരിക്കും. അങ്ങനെ കിട്ടിയതാണ് മോനേ നിനക്ക് നിന്റെ വെള്ളിച്ചെല്ലം. സന്തോഷായില്ലേ. ?"

സന്തോഷായി അമ്മമ്മേ ഒരുപാടൊരുപാട് എന്ന് പറഞ്ഞ് മനസ്സ കൊണ്ട് അമ്മമ്മയെ കെട്ടിപ്പിടിച്ച് ഞാനുറങ്ങാൻ കിടന്നു.

അപ്രതീക്ഷിതം

പുതുതായി വാങ്ങിയ ഫ്ലാറ്റിലേയ്ക്ക് പടികൾ കയറിപ്പോകാൻ തുടങ്ങിയ എന്നോട് "അമ്മേ ലിഫ്റ്റുണ്ട് അതിൽ പോകാം" എന്ന് ബിൽഡറുടെ മകൻ പറഞ്ഞപ്പോഴും

"സാരമില്ല കുട്ടീ ഞാനീ പടികൾ ചവുട്ടിത്തന്നെ കയറാം. അതിന് കഴിയാതാവുന്ന കാലത്ത് ലിഫ്റ്റ് വഴി പോകാം" എന്ന് പറഞ്ഞ് സെക്കൻഡ് ഫ്ലോറിലെ 203 എന്നെഴുതിയ ഫ്ലാറ്റിന്റെ മുൻപിൽ എത്തിയപ്പോൾ ബിൽഡറുടെ മകൻ കതക് തുറന്ന ശേഷം താക്കോൽ എന്റെ കൈയ്യിൽ തന്നു. ഒരു സ്പെയർ കീ അവരുടെ കൈവശം ഉണ്ട് അത് പിന്നീട് എത്തിക്കാം എന്നു പറഞ്ഞു. ആ കുട്ടിയ്ക്ക് നന്ദി പറഞ്ഞ് ഞാൻ അകത്തേയ്ക്ക് കയറി. ആധുനിക സൗകര്യമുള്ള നാല് ബെഡ് റൂമുകളും, ഹാളും, അടുക്കളയും, സ്റ്റോർ റൂമും, ഓരോ റൂമിനോട് ചേർന്ന് ബാൽക്കണിയും ഉള്ള രണ്ടായിരം സ്ക്വയർ ഫീറ്റിലെ ഫ്ലാറ്റ്.

ഇവിടെ ഞാൻ ഒറ്റയ്ക്കാണ്. എന്നാലും നാട്ടിലെ വീടിനേക്കാൾ സുരക്ഷിതമാണിവിടം എന്നാണ് മോൻ പറയുന്നത്. ഒന്നും പേടിക്കാനില്ല. താഴെ ആശുപത്രിയും കടകളും എന്നു വേണ്ട എല്ലാ സൗകര്യങ്ങളും ഉണ്ട്. ഇന്റർ കോമിലൂടെ വിളിച്ചു പറഞ്ഞാൽ മതി എല്ലാം ഇവിടെ എത്തും.

എന്നാലും എന്റെ തൊടിയും, വീടും അതൊന്നും വിട്ട് എനിയ്ക്ക് പോരാൻ ഒരു മനസ്സും ഉണ്ടായിരുന്നില്ല. എന്റെ വീടിന്റെ നാലുകെട്ടും, പടിപ്പുരയും, ചവിട്ടുപടികളും, മുറികളുടെ ഉയർന്ന പടികളും അത് കവച്ചു വച്ചുള്ള നടപ്പും ഒക്കെ ഒരു സുഖായിരുന്നു. ഇന്നെവിടെയാണ് മുറികൾക്ക് പടി. തുക്കാനും, തുടയ്ക്കാനും ഉള്ള സൗകര്യത്തിന് അവയൊക്കെ

പടി കടന്നു തന്നെ പോയി.

തൊടിയിൽ ഇറങ്ങി നടന്ന് പയറും, വെണ്ടയും, ചേനയും, കുരുമുളകും ഒക്കെ പൊട്ടിക്കുക. പണികൾ എല്ലാം കഴിയുന്ന സമയത്ത് തൊടിയിലൂടെ നടന്ന് തൊട്ടാവാടിയുടെ അരികിലെത്തി അതിലെ ലാവണ്ടർ നിറമുള്ള പൂക്കളെ നോക്കിക്കൊണ്ട് ഒന്നു തൊടുമ്പോഴേയ്ക്കും അവയുടെ ഇലകൾ കൂമ്പിയടയുന്നതും അവിടെ നിന്ന് ഒന്നു മുതൽ അറുപതുവരെ എണ്ണി നിമിഷങ്ങൾ ആക്കുന്നതും, വീണ്ടും എണ്ണിത്തുടങ്ങി എട്ട് അല്ലെങ്കിൽ പത്ത് നിമിഷങ്ങൾക്കുള്ളിൽ അവയുടെ കൂമ്പിയടഞ്ഞ ഇലകൾ വീണ്ടും വിടരുന്നതും കാണാൻ എനിക്കൊരുപാടിഷ്ടമായിരുന്നു. അതു പോലെ കുഴിയാനയുടെ കുഴികൾ തോണ്ടി കുഴിയാനയെ കാണുന്നതും, നനഞ്ഞ നൂലിൽ മണ്ണ് പിടിപ്പിച്ച് ചെറിയ കുഴികളിലേയ്ക്കിടുമ്പോൾ അതിൽ പിടിച്ച് മുകളിലേയ്ക്ക് വരുന്ന സ്വർണ്ണ നിറമുള്ള പുഴുക്കളെ കാണാനും ഒക്കെ എനിക്കിഷ്ടമായിരുന്നു...

തുണികൾ നനച്ച വച്ച് കല്ലിൽ അലക്കി അത് കുളത്തിൽ ഉലച്ച് കഴുകി വിരിച്ചിടുന്ന സുഖം ഏത് മെഷീനാണ് തരാൻ കഴിയുക. വിറകടുപ്പും അതിൽ ഓട്ടുരുളി വച്ച് വാഴയില കൊണ്ട് മൂടി ഉണ്ടാക്കുന്ന അവിയലിന്റെയും, മത്തങ്ങ എരിശ്ശേരിയുടേയും ഒക്കെ സ്വാദ് എങ്ങിനെയാണ് ഗ്യാസടുപ്പിന് നൽകാൻ കഴിയ്യാ?വാഴയിൽ നിന്നും അപ്പോൾ പൊട്ടിച്ചെടുത്തുണ്ടാക്കിയ പച്ച കായയിൽ ചക്കിലാട്ടിയ പച്ച വെളിച്ചെണ്ണയും, വേപ്പിൽ നിന്നും അപ്പോൾ പറിച്ചെടുത്ത പച്ചക്കറിവേപ്പിലയും ഇട്ടുണ്ടാക്കിയ കായമുളകുഷ്യത്തിന്റെ സ്വാദ്! അതൊക്കെ ഇനിയും കൊതിതീരാത്ത ഓർമ്മകൾ മാത്രം. അയൽ വീടുകളിലെ സുമതിയമ്മയും, നാരായണിയും, ഗോമതിയും ഒക്കെയായുള്ള കൂടിക്കാഴ്ചകളും, അതിരുകളില്ലാത്ത സൗഹൃദവും, സ്നേഹവും, മതിലുകളില്ലാത്ത മനസ്സ് തുറന്ന സംഭാഷണങ്ങളും അതിലൂടെയുണ്ടാകുന്ന മാനസ്സിക സംതൃപ്തിയും ഒക്കെ ഒരു മതിലിനപ്പുറത്തെ മുറികളിൽ യാന്ത്രിക ജീവിതം നയിക്കുന്ന ഫ്ലാറ്റ് നിവാസികളിൽ നിന്ന് എങ്ങിനെ ലഭിക്കാൻ???ആകെ ലഭിക്കുന്നത് അടച്ച പൂട്ടിയ ഫ്ലാറ്റിനുള്ളിൽ ശരീരം അനങ്ങി ശരിക്കൊന്നു നടക്കുക പോലും ചെയ്യാൻ സാധിക്കാത്തതിന്റെ ഫലമായി ലഭിക്കുന്ന രോഗങ്ങൾ ആയിരിക്കും.

മകന്റെ കുട്ടികൾക്ക് ഞാൻ ഗ്രാൻഡ് മമ്മിയാണ്. . 'അച്ഛമ്മേ 'എന്ന വിളി കേൾക്കാൻ കൊതിയാണെനിയ്ക്ക്.

അവരുടെ ഫോൺ വിളികൾ തന്നെ ചുരുക്കമാണ്. വിളിക്കുമ്പോഴോ ഇംഗ്ലീഷ് ചുവ മാത്രം ശ്രവിച്ച് ശ്രവിച്ച് ഒരുതരം മടുപ്പാണെനിയ്ക്ക്. അവർക്ക് ആകെ ചോദിക്കാനുള്ളത് "ഹലോ ഗ്രാൻഡ് മമ്മീ ഹൗ ആർ

യു?" കഴിഞ്ഞു. അവർക്ക് ഞാൻ നാട്ടിൽ വരുമ്പോൾ ലീഫിൽ ഫുഡ് തരുന്ന ഓൾഡ് ലേഡി ആണ് ബ്രസീലിലെ റിയോ ഡി ജനറോയിൽ സോഫ്റ്റ് വെയർ എഞ്ചിനീയർമാരാണ് ജ്യോതിഷും അവന്റെ ഭാര്യ തൻവിയും. കുട്ടികൾ ചിരാഗും, ചിൻമയിയും.

ഞാനും പോയിട്ടുണ്ട് ബ്രസീലിലേയ്ക്ക്. അതിപ്പോൾ വിദേശങ്ങളിൽ മക്കളുള്ള എല്ലാ അച്ഛനമ്മമാർക്കുമായി എഴുതി വച്ചിരിക്കുന്ന അലിഖിത നിയമം ആണല്ലോ. അവർക്ക് കുട്ടികൾ ഉണ്ടായി കഴിയുമ്പോൾ അവരെ നോക്കുവാൻ ആളെ ഏർപ്പാടാക്കുമ്പോൾ എത്ര രൂപയാണ് ചിലവാകുന്നത്. ? അത് മാത്രമോ കുട്ടികൾക്കായുള്ള ഭക്ഷണം ഒട്ടുമുക്കാലും അവരെ നോക്കുന്നവരാണ് കഴിക്കുന്നത്. പിന്നെ വീട്ടിലെ വിലപിടിപ്പുള്ള വസ്തുക്കളെല്ലാം അവരെപ്പേടിച്ച് സൂക്ഷിച്ച വയ്ക്കണം. ഇത് അമ്മുമ്മയോ അപ്പപ്പനോ ആകുമ്പോൾ ആരും ഒന്നും അറിയേണ്ട. അവർ പേരമക്കളെ സ്വന്തം മക്കളെ നോക്കിയതിനേക്കാളും കാര്യമായി നോക്കും. വീട്ടിലെ പണികളും ചെയ്യും.

വീട്ടു സാധനങ്ങൾ നഷ്ടപ്പെടും എന്ന ഭയവും വേണ്ട. മക്കൾ വളർന്ന് പ്ലേ സ്കൂളിൽ പോകുന്നത് വരെ മതി അച്ഛനമ്മമാരുടെ സേവനം. അങ്ങനെ ഞാനും രണ്ട് പ്രാവശ്യം പോയിരുന്നു ബ്രസീലിലേയ്ക്ക്.

ഇപ്പോൾ ജ്യോതിഷിനായിരുന്നു നിർബന്ധം. നാട്ടിൻ പുറത്തെ ആ ഓൾഡ് ഹൗസ് വിറ്റ ശേഷം മെട്രോ നഗരത്തിൽ ഫ്ലാറ്റ് വാങ്ങാൻ. മക്കളായാലും തന്നോളമായാൽ താനെന്നു വിളിക്കണം എന്നല്ലേ പ്രമാണം. കുറവുകളിൽ നിന്ന് നിറവുകൾ സൃഷ്ടിക്കുന്നതാണ് ജീവിതത്തിന്റെ വിജയം എന്ന് എന്റെ അനുഭവങ്ങളിൽക്കൂടി ഞാൻ മനസ്സിലാക്കി.

ചിലത് കാണാതിരുന്നാൽ...

ചിലത് കേൾക്കാതിരുന്നാൽ...

ചിലയിടങ്ങളിൽ മൗനം പാലിച്ചാൽ... ജീവിതത്തിൽ നിറവുകൾ സൃഷ്ടിക്കാം എന്ന തത്ത്വം.

അല്ലെങ്കിലും എന്നും ഞാനെന്റെ ഇഷ്ടങ്ങളെ മാറ്റി വച്ച് മറ്റുള്ളവരുടെ സംതൃപ്തിക്കും, സന്തോഷത്തിനും വേണ്ടി അവരൊക്കെ പറയുന്നത് അനുസരിച്ച് ജീവിക്കേണ്ടി വന്നവളല്ലേ. ? ഇനിയും അങ്ങനെ തന്നെ മറ്റുള്ളവരുടെ ഇഷ്ടത്തിനനുസരിച്ച് ഒഴുകി നീങ്ങട്ടെ എന്റെ ജീവിതം മരണമെന്ന സമുദ്രത്തിൽ എത്തിപ്പെടുന്നതുവരെ...

ഡിഗ്രിയ്ക്ക് പഠിക്കുന്ന സമയത്തായിരുന്നു വിവാഹം. അച്ഛൻ തീരുമാനിച്ച എതിർത്തൊന്നും പറയാതെ അനുസരിച്ച. അച്ഛനും അമ്മയ്ക്കും ഒരു പാട് കാലമായി സന്താന സൗഭാഗ്യം ഇല്ലാതിരുന്നിട്ട് മണ്ണാറശ്ശാലയിൽ

ഉരുളി കമിഴ്ത്തി കിട്ടിയ മകളായിരുന്നു വീണ എന്ന ഞാൻ.

വിവാഹം കഴിഞ്ഞ നാൾ മുതൽ ഭർത്താവായ ശരത്തിന് എന്നോടെന്തോ അകൽച്ചയുള്ളതുപോലെ. തോന്നലാവാം എന്ന് കരുതി.

അദ്ദേഹത്തിന് കോയമ്പത്തൂരായിരുന്നു ജോലി. അദ്ദേഹത്തിന്റെ അച്ഛന്റെ സുഹൃത്തായിരുന്നു എന്റെ അച്ഛൻ. അങ്ങനെയാണ് വിവാഹം ആലോചിച്ചത്. അമ്മ ശരത്തിന്റെ ചെറുപ്പത്തിലേ നഷ്ടമായതാണ്. ഞാൻ ശരത്തിന്റെ അച്ഛന്റെ കൂടെ കൊല്ലത്തുള്ള കുടുംബത്തിൽ നിന്നു. മാസത്തിൽ ഒരിക്കൽ അദ്ദേഹം വരും. ജ്യോതിഷിന്റെ ജനന ശേഷം അദ്ദേഹത്തിന്റെ അച്ഛനും മരിച്ചു. അതിന് ശേഷം ആണ് ശരത്ത് എന്നോട് പറയുന്നത് അദ്ദേഹത്തിന് വിവാഹത്തിന് മുൻപേ തന്നെ പാലക്കാട് മറ്റാരും തന്നെ തുണയില്ലാത്ത ഒരു ഭാര്യയും, കുഞ്ഞും ഉണ്ടെന്ന്. അച്ഛനോട് എല്ലാം പറയാമെന്ന് കരുതി വന്നപ്പോൾ ആണ് ഞാനുമായുള്ള വിവാഹത്തിന് വാക്കുറപ്പിച്ച കാര്യം അറിയുന്നത്. മകനു വേണ്ടി മറ്റൊരു വിവാഹം പോലും കഴിക്കാതെ ജീവിതം ഹോമിച്ച അച്ഛനെ ധിക്കരിക്കാനും, വിഷമിപ്പിക്കാനും ഉള്ള ധൈര്യം ഇല്ലാതിരുന്നതുകൊണ്ടാണ് ശരത്ത് എന്നെ വിവാഹം ചെയ്തതെന്ന് കേട്ടപ്പോൾ തകർന്നു പോയി. ചില ബന്ധങ്ങൾ മെഴുകുതിരി നാളം പോലെയാണ്. ആദ്യം അത് ഉരുകി നമ്മളിൽ പ്രകാശം ചൊരിയും. ഉരുകിയൊലിച്ച് അതില്ലാതാവുമ്പോൾ ഉരുകുന്നത് നമ്മളാണ്. എങ്കിലും എന്നേക്കാൾ മുൻപേ അദ്ദേഹത്തിന്റെ ഭാര്യയായ അവരേയും, കുട്ടിയേയും പറ്റി ചിന്തിച്ചപ്പോൾ അദ്ദേഹവും കൈവിട്ടാൽ അനാഥരായിപ്പോകുന്ന അവരോടൊപ്പം പൊയ്ക്കൊള്ളാൻ ഞാൻ സമ്മതിച്ചു. ഒരു പക്ഷേ സമ്മതിച്ചില്ലെങ്കിലും പിന്നീട് അദ്ദേഹത്തിനോടൊപ്പം സമാധാനത്തോടെ ജീവിക്കാൻ എനിക്കെങ്ങനെയാണ് സാധിക്കുക???ആദ്യം ചിന്തിച്ചു ആത്മഹത്യ ചെയ്താലോ? പിന്നീടോർത്തു എന്തിന്? ഒരായിരം തവണ മരിച്ച ആത്മാവിനെ ഇനിയും എന്തിന് കൊല്ലണം?

വീണ്ടും തിരികെ വീട്ടിലെത്തി അച്ഛനമ്മമാരോടൊപ്പം ജ്യോതിഷിന് വേണ്ടി ജീവിച്ചു. മറ്റൊരു വിവാഹത്തെ കുറിച്ച് അമ്മ എന്നോട് സംസാരിച്ചപ്പോൾ മാത്രം ഞാൻ അമ്മയോട് പറഞ്ഞു.

ആരോടും പറയാതെ ഇഷ്ടം തോന്നിയ ആളിനോടും പറയാതെ എന്റെ മനസ്സിൽ ഉണ്ടായിരുന്ന ഒരിഷ്ടത്തെ കുറിച്ച്...

ഇപ്പോഴും ഞാൻ സ്നേഹിക്കുന്ന ആദ്യമായി പ്രണയം തോന്നിയ ആളെക്കുറിച്ച്... ചില സങ്കടങ്ങൾ അങ്ങനെയാണ് നമ്മുടേത് മാത്രം. മറ്റാരോടും പറയാതെ അത് മനസ്സിൽ സൂക്ഷിക്കും. ആ സങ്കടങ്ങൾ നമുക്ക് മാത്രമേ മനസ്സിലാവൂ കാരണം അതറിഞ്ഞതും അനുഭവിച്ചതും

നമ്മൾ മാത്രമായിരിക്കും.

ഇപ്പോൾ ദാ ജീവിതം ഇവിടെവരെയെത്തി നിൽക്കുന്നു. കാളിംഗ് ബല്ലിന്റെ ശബ്ദമാണ് ചിന്തകളിൽ നിന്നുണർത്തിയത്. കതകു തുറന്ന പ്പോൾ സ്പെയർ കീ തരാൻ വന്ന പയ്യനാണ്.

രാത്രി വീട്ടിൽ നിന്നും കൊണ്ടുന്ന കഞ്ഞിയും, കടുമാങ്ങയും കഴിച്ച് കഴിഞ്ഞപ്പോൾ മോന്റെ ഫോൺ. അമ്മയ്ക്കെല്ലാം ഇഷ്ടമായി എന്ന് പറഞ്ഞപ്പോൾ അവന് സന്തോഷായി. ഗുഡ് നൈറ്റ് പറഞ്ഞ് അവൻ ഫോൺ വച്ചു.

രാവിലെ ഉണർന്ന് കുളിയും, നാമജപവും കഴിഞ്ഞ് കതക് തുറന്ന് പാലിന്റെ കിറ്റിൽ ഇട്ടു വച്ചിരുന്ന പാലെടുത്ത് ചായയിട്ട് കുടിച്ച ശേഷം ഹാളിനോട് ചേർന്നുള്ള ബാൽക്കണിയിൽ ഇറങ്ങി ഇളം വെയിൽ കൊള്ളുമ്പോൾ ആണ് തൊട്ടു ചേർന്നുള്ള ബാൽക്കണിയിൽ നിന്നും ചോദ്യമുണ്ടായത് “വീണയല്ലേ?”

“അതേ” എന്നു പറഞ്ഞു നോക്കിയപ്പോൾ ആണ് അദ്ദേഹം. വിസ്മ യിച്ചു പോയി. മരിക്കുന്നതിന് മുൻപ് ഒരിക്കലെങ്കിലും കാണണമെന്ന് കരുതിയിരുന്ന ആ മുഖം. എന്റെ ആദ്യത്തേയും, അവസാനത്തേയും പ്രണയിതാവ് വേണു. മുടിയും, താടിയും ഒക്കെ നരച്ച് കണ്ണട വച്ചിട്ടുള്ള ചിരിച്ച മുഖം. ആ ചിരി ഇപ്പോഴും പഴയതു തന്നെ. അദ്ദേഹവും എന്നെ അതു പോലെ തന്നെ നോക്കുകയായിരുന്നു, അപ്രതീക്ഷിതമായ ആ കണ്ടുമുട്ടലിൽ.

സംസാരിച്ചപ്പോൾ അദ്ദേഹവും എന്നെപ്പോലെ സമാനസ്ഥിതിയിൽ തന്നെ. ഭാര്യ നേരത്തേ മരിച്ചു പോയി. ഒരേയൊരുമകനും കുടുംബവും വിദേശത്ത്. ഭക്ഷണം ഉണ്ടാക്കാനും, വീട് വൃത്തിയാക്കാനും ഒരു പയ്യൻ വരും. ഞാനദ്ദേഹത്തിന് വീട്ടിൽ നിന്നും ഉണ്ടാക്കി കൊണ്ടുവന്ന ചക്ക പ്പഴം ചേർത്തുണ്ടാക്കിയ ഇല അട നൽകി. പിറ്റേ ദിവസം കണ്ടപ്പോൾ അദ്ദേഹം പറഞ്ഞു ഒരു പാട് കാലായിട്ടുള്ള കലശലായ മോഹമായി രുന്നു ചക്കഇലയട കഴിക്കണംന്ന്. ന്തായാലും അതിന്നലെ സാധിച്ചു.

പിന്നീടുള്ള ദിവസങ്ങളിൽ അദ്ദേഹം എന്നോട് പറഞ്ഞു “വീണേ നിന്നെക്കുറിച്ചുള്ള ഓർമ്മകൾ പെയ്യുമ്പോൾ ഒക്കെയും ചോർന്നൊലി ക്കാറുണ്ടായിരുന്നു എന്റെ മറവിയുടെ മേൽക്കൂര. നമ്മൾ ചേർന്നിരുന്ന ഒരിടം പോലുമില്ല നമ്മുടെ ജീവിതത്തിൽ. ഒരുമിച്ച് നടന്നു നീങ്ങുകയോ, തോളിൽ തട്ടി ഒന്നാശ്വസിപ്പിക്കുകയോ ചെയ്തിട്ടില്ല. അത്രമേൽ ഇഷ്ടമു ണ്ടെന്ന് പറഞ്ഞു വച്ചിട്ടുമില്ല. എന്നാലും രണ്ടാളും മനസ്സുകൊണ്ടറിഞ്ഞ് എപ്പോഴോ ചേർന്നു പോയിരുന്നു. നിനക്കറിയില്ല എനിയ്ക്കും നിനക്കും

ഇടയിൽ ഞാൻ നിന്നെ വിശ്വസിച്ചിരുന്ന പോലെ നീ പോലും നിന്നെ വിശ്വസിച്ചിരുന്നില്ല. ഏത് തിരക്കിലും എവിടെപ്പോയാലും കണ്ണുകൾ തിരഞ്ഞിരുന്ന ഒരു മുഖമുണ്ട്. കണ്ട് കഴിയുമ്പോൾ എപ്പോഴും ഹൃദയമിടിപ്പ് കൂട്ടിയിരുന്ന നിന്റെ മുഖം. ഇത്രയും കാലങ്ങൾക്ക് ശേഷവും നിന്നെ കണ്ടു കഴിഞ്ഞപ്പോൾ പഴയ ആ ഹൃദയമിടിപ്പ് ഞാനറിഞ്ഞു. നീയോ?" എന്ന് ചോദിച്ചപ്പോൾ ഞാനും തലയാട്ടി സമ്മതിച്ചു.

". ചില ബന്ധങ്ങൾ അങ്ങനെയാണ്. വിട്ടു കളയാൻ തോന്നാത്തതും എന്നാൽ സ്വന്തമാക്കാൻ കഴിയാത്തതുമായ അത്തരം ബന്ധങ്ങൾ ആയിരിക്കും നമുക്ക് കൂടുതൽ സന്തോഷങ്ങളും, സങ്കടങ്ങളും നൽകുന്നത്."

ആ അപ്രതീക്ഷിത കണ്ടുമുട്ടലിൽ അസ്തമനത്തോടടുക്കുന്ന ജീവിത സായാഹ്നത്തിലും ഞങ്ങൾ രണ്ടാളും അനുഭവിച്ചറിയുകയായിരുന്നു ആ സങ്കടവും, സന്തോഷവും. ഇനി ബാക്കിയുള്ള ഈ ജീവിതത്തിൽ, ഒറ്റപ്പെടലിൽ എന്നും കാണാമല്ലോ, സംസാരിക്കാമല്ലോ, പ്രത്യക്ഷത്തിൽ ഒന്നിനും അവകാശമില്ലെങ്കിലും പരോക്ഷമായെങ്കിലും മനസ്സുകൊണ്ട് കൂടെയുണ്ടല്ലോ എന്ന തോന്നൽ തന്നെ ഒരാശ്വാസമായിരുന്നു... മനസ്സിലുള്ള ചിലരുടെ അപ്രതീക്ഷിതമായ കടന്നുവരവാകാം നമ്മളിൽ നിന്നും എന്നോ മാഞ്ഞു പോയ ചിരി വീണ്ടും തിരികെ സമ്മാനിക്കുന്നത്. ആ ചിരിയോടെ ഏകാന്തവാസികളായ അവർ ഒരുമിച്ച് പറഞ്ഞു "കരുതലും, സ്നേഹവും, മോട്ടിവേഷനും, പ്രതീക്ഷയും എല്ലാം ഒരുമിച്ച് തരുന്ന ഒരു വാക്കുണ്ട്, 'കൂടെയുണ്ട്'. "

ഇനി ഒന്നിനുമാവാത്ത ആ പ്രായത്തിലും അവർക്കാകെയുള്ള സ്വാതന്ത്ര്യം ആരുടേയും അനുവാദമില്ലാതെയും, ശല്യമില്ലാതെയും സ്വപ്നം കാണാം എന്നുള്ളതാണ്. അപ്രതീക്ഷിതമായ ആ കണ്ടുമുട്ടലിലൂടെ വേണുവും, വീണയും കാണുകയായിരുന്നു... കേൾക്കുകയായിരുന്നു..., അറിയുകയായിരുന്നു..., -മീട്ടുകയായിരുന്നു... ഹൃദയത്തിന്റെ സപ്തസ്വരങ്ങൾ ആയ സ്നേഹം, വിശ്വാസം, ബഹുമാനം, സന്തോഷം, സങ്കടം, സത്യം, രഹസ്യം എന്നിവ ചേർന്ന ജീവിതത്തിന്റെ തന്നെ മഴവില്ലായ ഉപാധികളില്ലാത്ത ആത്മാർത്ഥ സ്നേഹത്തെ. പരസ്പരം ഉള്ള സ്നേഹം സത്യമാണെങ്കിൽ, ആത്മാർത്ഥതയുള്ളതാണെങ്കിൽ കാലം തീരുമാനിച്ചിരിക്കും ജീവിതാവസാനത്തിന് അൽപ്പം മുൻപെങ്കിലും അപ്രതീക്ഷിതമായെങ്കിലും അവർ കണ്ടുമുട്ടണം എന്ന്. വിരിയാൻ ഇരിക്കുന്നതല്ല വിടർന്നു നിൽക്കുന്നതാണ് ജീവിതം. കൊഴിയുന്നതിന് മുൻപേ നിയതി അത് കൈയ്യിൽ തരുമ്പോൾ മറ്റാർക്കും വേണ്ടി ഇനിയും ഒന്നും ഹോമിക്കാതെ ജീവിതം ഒന്നേയുള്ളൂ ആ ജീവിതം നമ്മുടേത്

മാത്രമാണെന്ന് കരുതി മനസ്സുകൊണ്ടെങ്കിലും

ആസ്വദിച്ച് ജീവിക്കുക, ഇനി ജീവിതത്തിൽ ഒന്നുമില്ലെന്ന് കരുതിയിരുന്ന പലർക്കും എല്ലാമുണ്ടെന്ന് അറിയുന്ന ജീവിതത്തിന്റെ ആ ധന്യതയിൽ എത്തപ്പെട്ടുമ്പോൾ മാത്രമാണ് ഓരോ ഏകാന്ത വാർദ്ധക്യവും അപൂർണ്ണതയിൽ നിന്നും പൂർണ്ണതയിൽ ലയിക്കുന്നത്. അതല്ലേ ജൻമസാഫല്യം. ??? അതേ അതാണ് അതു മാത്രമാണ് യഥാർത്ഥ ജൻമസാഫല്യം.

തിമിരാന്ധകാരം

മോൾക്കും ഭർത്താവിനും ഇഷ്ടമുള്ള പനീർ പറാത്തയും, മട്ടൺ കാളി മസാലയും, ചില്ലി ചിക്കനും ഉണ്ടാക്കി വച്ചു. അവരിപ്പോൾ വരും. അവൾക്കുള്ള ചെറുക്കന്റെ വീട് കാണാൻ അവളും അച്ഛനും കൂടി പോയതാണ്. എന്നാൽ കഴിയുന്ന പുനർചിന്തനീയമല്ലാത്ത ഏറ്റവും മേൻമയേറിയ ഒരു കാര്യം ആണ് അവർക്ക് രണ്ടാൾക്കും വേണ്ടി ഞാനിന്നു ചെയ്യുന്നത്. അവൾക്കും അച്ഛനും നന്നായി വിശക്കുന്നുണ്ട്. വരുമ്പോൾ എല്ലാം ഡൈനിംഗ് ടേബിളിൽ വയ്ക്കണം എന്നാണ് ഫോൺ ചെയ്ത് പറഞ്ഞത്. എല്ലാം കാസറോളിലാക്കിയ ശേഷം എല്ലാത്തിലും ഇന്നത്തെ എന്റെ സ്പെഷ്യൽ രുചിക്കൂട്ടും ചേർത്ത് ഒന്നുകൂടി നന്നായി ഇളക്കിയ ശേഷം അടച്ചു വച്ചു. അവൾക്കിഷ്ടമുള്ള കുറച്ച് കാരറ്റ് ഹൽവയും ഉണ്ടാക്കി, ലസ്സിയും തയ്യാറാക്കി ഫ്രിഡ്ജിൽ വച്ചു. സാധാരണ എവിടെയെങ്കിലും പോയി കഴിഞ്ഞാൽ പുറത്തു നിന്നും കഴിച്ചിട്ട് വരികയാണ് പതിവ്. ഇതിപ്പോ ഉച്ചയ്ക്ക് കഴിച്ചത് പിടിച്ചില്ലാത്രേ, ഒന്നു ഛർദ്ദിച്ചൂത്രേ, അതാണ് വീട്ടിലെ ഭക്ഷണം മതീന്നാക്കിയത്. അതെന്തായാലും നന്നായി.

അലമാര തുറന്ന് പഴയ ആൽബങ്ങൾ ഒക്കെ മറിച്ചു നോക്കി. പഴയ ഞാൻ എത്ര സുന്ദരിയായിരുന്നു. ഇപ്പോഴുള്ള എന്നെ കണ്ടാൽ ആകെ കോലംകെട്ടുവശായി! അതെങ്ങനെ? എല്ലാ അത്യന്താധുനിക ആഡംബര സൗകര്യങ്ങളുണ്ടെങ്കിലും മനസ്സിന് സന്തോഷമുണ്ടെങ്കിലല്ലേ അത് മുഖത്തും പ്രതിഫലിക്കൂ. പണവും സൗകര്യങ്ങളും മാത്രം അല്ലല്ലോ സന്തോഷത്തിന്റെ മാനദണ്ഡം നിർണയിക്കുന്നത്? മോളെന്നെ ഉമ്മ വയ്ക്കുന്ന ഫോട്ടോ കണ്ടപ്പോൾ അറിയാതെ മിഴികൾ സജലങ്ങളായി.

ചെറുപ്പത്തിൽ ശംബ മോൾക്ക് കമലാമ്മ മതിയായിരുന്നു എല്ലാ കാര്യത്തിനും. എത്ര സ്നേഹായിരുന്നു കുട്ടിക്കെന്നോട്. ആ അവളിപ്പോൾ! അറിയാതെ ദീർഘനിശ്വാസം ഉതിർന്നു.

അറിവായി തുടങ്ങിയപ്പോൾ അവളെ ഞാൻ വളർത്തുന്നത് ശരിയല്ല നിന്റെ കാട്ടുമുക്കിലെ രീതിയുമായി വളർന്നാൽ അവളെ നിന്നെപ്പോലെ തന്നെ ഒന്നിനും കൊള്ളാതാവുകയേ ഉള്ളൂ എന്ന് പറഞ്ഞ് ഗിരീശേട്ടൻ അദ്ദേഹത്തിന്റെ രീതിയിൽ വളർത്താൻ തുടങ്ങി.

വളരെയധികം ഭൂസ്വത്തും, സാമ്പത്തിക സ്ഥിതിയും ഉള്ളതുപോലെ തന്നെ തന്നിഷ്ടവും, ഉള്ളഹന്തയും, താൻപോരിമയും ഒക്കെ ഉള്ളവരായിരുന്നു ഗിരീശേട്ടനും കുടുംബക്കാരും. കൂട്ടുകാരി കലയുടെ വിവാഹ ചടങ്ങിൽ സംബന്ധിച്ച എന്നെ കണ്ടിഷ്ടമായാണ് ഗിരീശേട്ടൻ വിവാഹം ആലോചിച്ചത്. ഒരു സാധാരണ കുടുംബത്തിലെ അംഗമായ എനിയ്ക്ക് ഒട്ടും ഇഷ്ടമല്ലായിരുന്നു ഈ വിവാഹത്തിന്. ഞാനെന്നും ആഗ്രഹിച്ചിരുന്നത് ഞങ്ങളെപ്പോലെ തന്നെ ഒരിടത്തരം കുടുംബം. കാണാൻ ഭംഗിയുള്ള വരാന്തയും, തൂണും ഒക്കെയുള്ള ഒരു ചെറിയ വീട്, മുറ്റത്ത് തുളസിത്തറ, ഭർത്താവിന്റെ സ്നേഹവും സഹകരണവും ഉള്ള അച്ഛനും, അമ്മയും, സഹോദരങ്ങളും, ഞങ്ങൾക്ക് രണ്ടാൾക്കും ജോലി ഇത്രയും ഒക്കെ ആയിട്ടുള്ള കുടുംബമായി ജീവിക്കാനാണ്. ഒരു പാട് വലിയ മോഹങ്ങൾ ഒന്നും എനിക്കില്ലായിരുന്നു.

വിവാഹം കഴിഞ്ഞ് ഗിരീശേട്ടന്റെ വീട്ടിൽ ചെന്നപ്പോൾ ആകെ ഒരു പകപ്പായിരുന്നു എനിയ്ക്ക്. എല്ലാറ്റിനോടും ഭയം. അവിടെ എല്ലാവർക്കും തിരക്കാണ്. അതിരാവിലെ ഫോൺ ബെല്ലടിക്കാൻ തുടങ്ങും. മൂന്നു ലാൻഡ് ഫോണുണ്ടായിരുന്നു. അന്ന് മൊബൈൽ യുഗമല്ലല്ലോ, എന്നിട്ടും ആർക്കും പരസ്പരം മിണ്ടാൻ പോലും സമയമില്ല. കഴിച്ചാലായി, ഇല്ലെങ്കിൽ ആയി. എല്ലാവരും രാവിലെ പോകും. പിന്നെ അമ്മയും, ഞാനും ചേട്ടത്തിയും ജോലിക്കാരും. ചേട്ടത്തി അവരൊക്കെ പോയ പുറകേ ബാഗുമെടുത്തിറങ്ങും. ചിലപ്പോൾ ഉച്ചയ്ക്ക് വരും അല്ലെങ്കിൽ വൈകിട്ട്. അമ്മ സദാ സമയം ടി. വി. കാണലാണ്. അല്ലെങ്കിൽ ഉറക്കം. അവിടെ ഉണ്ടാക്കിയ ഭക്ഷണം ഇഷ്ടമായില്ല എങ്കിൽ ഹോട്ടലിൽ നിന്നും വരുത്തി കഴിക്കും. മിക്കവാറും ദിവസങ്ങളിൽ ഞാൻ മാത്രമായിരിക്കും വീട്ടിലെ ഭക്ഷണം കഴിക്കുക.

ഒരു ദിവസം റജീന ചേട്ടത്തി എന്നോട് പറഞ്ഞു

“കമലേ

താനിങ്ങനെ തന്റെ വീട്ടിലെ രീതിയും ആയി കഴിയാനാണെങ്കിൽ

എന്നും ഇതുപോലെ തന്നെ ജീവിക്കേണ്ടി വരും. ഇവിടെയുള്ളവർ ബന്ധങ്ങൾക്ക് യാതൊരു വിലയും കൽപ്പിക്കാത്ത സ്വാർത്ഥരാണ്. ഈ വീട്ടിൽ വന്നതല്ലേ ഈ ജൻമം മനസ്സമാധാനം കിട്ടും എന്ന് കരുതണ്ട. ആദ്യം ഞാനും കമലയെപ്പോലെയായിരുന്നു. ഈ ലോകത്തെ ഏറ്റവും വലിയ വേദനകൾ ഏതൊക്കെയാണെന്നറിയാമോ?

നമുക്ക് മറ്റാരേയും നഷ്ടമാകുന്നതല്ല, നമ്മളെ വേണ്ടാത്ത മറ്റാരിലോ നമുക്ക് നമ്മളെത്തന്നെ നഷ്ടമാകുന്നതാണ്.

നമ്മുടെ ഹൃദയം തകർത്തു കളയുന്നതല്ല, ആ തകർച്ചയിൽ നിന്നും നമുക്ക് തിരിച്ചുകയറാൻ കഴിയാത്തതാണ്.

നമ്മൾ ചേർത്തു പിടിച്ചവരുടെ നീണ്ട മൗനങ്ങൾ അല്ല, ആ മൗനങ്ങളിൽ നമ്മളും വാക്കുകളെ മറന്ന് മൂകരായിപ്പോകുന്നതാണ്.

നമ്മൾ ഇതുവരെ കണ്ട സ്വപ്നങ്ങൾ പൊലിയുന്നതല്ല, വീണ്ടുമൊരു സ്വപ്നം കാണുവാൻ മറന്നു പോകുന്നതാണ്.

നമ്മുടെ മരണം പോലുമല്ല, മറ്റാർക്കോ വേണ്ടി നമ്മൾ മരിച്ചു ജീവിക്കുന്ന ജീവിതം തന്നെയാണ്. എല്ലാം മനസ്സിലാക്കിയപ്പോൾ മറ്റാർക്കും വേണ്ടി നശിപ്പിക്കാനുള്ളതല്ല നമ്മുടെ ജീവിതം എന്ന് കരുതി പുതിയ പുതിയ സുഖങ്ങൾ തേടാൻ തുടങ്ങി. അതു കൊണ്ടിപ്പോൾ ഞാൻ ഹാപ്പിയാണ്."

വല്ലാത്ത അദ്ഭുതമായിരുന്നു എനിക്കെല്ലാം, പിന്നീട് ഭയവും. വളരെ വൈകി വീട്ടിലെത്തുന്ന ഭർത്താവ്. മിക്കവാറും മദ്യപിച്ചിട്ടായിരിക്കും വരുന്നത്. അപ്പോൾ മാത്രമാവും എന്നോട് കുറച്ചെങ്കിലും സ്നേഹത്തോടെ സംസാരിക്കുന്നത്. പിറ്റേ ദിവസം സ്വബോധത്തോടെ ഒന്നും സംസാരിക്കുക കൂടിയില്ലായിരുന്നു. തിരക്കിന്റെ പേരിൽ ഒഴിവാക്കുന്നതല്ല സ്നേഹം. ഏത് തിരക്കിനിടയിലും മറക്കാതെ ഒരു വാക്കിലൂടെ അല്ലെങ്കിൽ ഒരു നോട്ടത്തിലൂടെയെങ്കിലും തിരക്കി വരുന്നതാണ് സ്നേഹം.

വീട്ടിൽ നിന്നും ആദ്യമൊക്കെ അച്ഛനും, അമ്മയും, സഹോദരനും വന്നിരുന്നു. അവരോടുള്ള ഇവിടുള്ളവരുടെ പെരുമാറ്റരീതി കൊണ്ടാവാം പിന്നീട് അവരാരും വരാതായി. ഗിരീശേട്ടന് എന്റെ വീട്ടിൽ പോകുന്നതും ഇഷ്ടമല്ലായിരുന്നു. 'കോഴിക്കൂട് ' എന്നാണ് അദ്ദേഹം ആ വീടിനെക്കുറിച്ച് പറഞ്ഞിരുന്നത്. മോളുണ്ടായി കഴിഞ്ഞപ്പോൾ കുഞ്ഞിന് വേണ്ട സൗകര്യങ്ങൾ അവിടെയില്ല എന്ന് പറഞ്ഞ് എന്നെയും വിടാതായി.

ഗിരീശേട്ടന്റെ രണ്ട് അനിയൻമാരുടേയും വിവാഹം കഴിഞ്ഞപ്പോൾ ഭാഗംവയ്പ്പ് നടന്നതിൻ പ്രകാരം ഞങ്ങൾക്ക് കിട്ടിയ അവരുടെ തന്നെ മറ്റൊരു വീട്ടിലേയ്ക്ക് താമസം മാറി. ശംബയെ ഞാൻ എന്റെ രീതിയിൽ

നാമം ജപിക്കാനും, മറ്റുള്ളവരെ ബഹുമാനിക്കാനും, ചെറിയെ ചെറിയ ജോലികൾ ചെയ്യാനും ഒക്കെ ശീലിപ്പിക്കുമ്പോൾ ആണ് അത് കണ്ട് കൊണ്ട് വന്ന അദ്ദേഹം ദേഷ്യപ്പെട്ടത്. നിന്നെപ്പോലെ കോഴിക്കുട്ടിലെ സംസ്കാരത്തിൽ വളരേണ്ടവളല്ല എന്റെ മോൾ ശംബ. അവൾ കളരിക്കൽ തറവാട്ടിലേതാണ്. അതിന്റെ ഗാംഭീര്യത്തോടെ ഞാൻ വളർത്തിക്കോളാം അവളെ എന്ന് പറഞ്ഞദ്ദേഹം ഇംഗ്ലീഷും ഹിന്ദിയും വശമുള്ള ഒരു ആംഗ്ലോ ഇന്ത്യൻ വംശജയായ ജാക്വിലിനെ, ശംബയെ ആഢ്യതയുള്ള പാശ്ചാത്യ സംസ്കാരം പഠിപ്പിക്കാൻ നിയോഗിച്ചു. അവരുടെ ശിക്ഷണത്തിൽ ശംബയെ എന്നിൽ നിന്നകറ്റി വലിയ അഹങ്കാരിയും, ആരേയും കൂസാത്തവളും ആയി വളർത്തി.

അവളുടെ പഠന ശേഷം വിവാഹം ചെയ്തയച്ചു. അഭിനവ് വളരെ നല്ല കുട്ടിയായിരുന്നു. അച്ഛനും അമ്മയും ഒരു മകനും മകളും. ശംബ തന്റെ പണത്തിന്റെ ഹുങ്കും, ധാർഷ്ട്യവും അവിടെയും കാട്ടി. ഒരുപാട് സഹിച്ച അഭിനവ് ആരോടും ചോദിക്കാതെയും, പറയാതെയുമുള്ള, ശംബയുടെ പുറത്ത് പോയുള്ള കറക്കത്തെകുറിച്ച് ചോദ്യം ചെയ്ത തന്റെ അമ്മയെയും അച്ഛനേയും, അവൾ അധിക്ഷേപിക്കുന്നത് നേരിട്ട് കണ്ടപ്പോൾ അവളെ തല്ലി. ഉടൻ തന്നെ അവൾ വസ്ത്രം പോലും മാറാതെ അവിടെ നിന്നും ഇറങ്ങിപ്പോന്നു.

അഭിനവ് മകളെ അടിച്ചു എന്നറിഞ്ഞ ഗിരീശേട്ടൻ “മോൾ ഇനി അവിടേയ്ക്ക് തിരികെ പോകണ്ട. അഭിനവ് മാപ്പ് പറഞ്ഞ് അമ്മേയേയും അച്ഛനേയും വിട്ട് ഇവിടെ വന്ന് നിൽക്കുമെങ്കിൽ മാത്രം മതി മേലിൽ അവനുമായുള്ള നിന്റെ ജീവിതം. ” അത് കേട്ടപ്പോൾ അവൾ വിജയശ്രീലാളിതയെപ്പോലെ ഗർവ്വിഷ്ഠയായി എന്നെ ഒന്നു നോക്കിയ ശേഷം എന്റെ പുന്നാര അച്ഛൻ എന്ന് കൊഞ്ചി പറഞ്ഞ് അച്ഛന്റെ കവിളിൽ ഉമ്മ നൽകിയ ശേഷം മുറിയിലേയ്ക്ക് പോയി. അത് കപട സ്വഭാവമുള്ളവരുടെ മാത്രം പ്രത്യേകതയാണ് എന്തെങ്കിലും കാര്യങ്ങൾ സാധിക്കാനുള്ളപ്പോഴോ നേടുമ്പോഴോ മാത്രം ഉള്ള കൊഞ്ചിക്കൊണ്ടുള്ള സ്നേഹവാക്കുകളും പ്രകടനങ്ങളും. അതിൽ സ്വാർത്ഥതയല്ലാതെ ഒട്ടും ആത്മാർത്ഥത കാണില്ല. അങ്ങനെയുള്ളവരെ സൂക്ഷിക്കണം. വലിയ അപകടകാരികൾ ആയിരിക്കും അവർ. സ്വന്തം സ്വാർത്ഥ താൽപ്പര്യങ്ങൾക്ക് വേണ്ടി ആർക്കെതിരെയും കള്ള സൂത്രങ്ങൾ ചമച്ച് കുടുംബ കലഹം ഉണ്ടാക്കുന്ന കലഹപ്രിയരായിരിക്കും അവർ എന്ന് പൂർവ്വികർ പറയാറുള്ള സ്വഭാവ ശാസ്ത്രം ആണെനിയ്ക്ക് അത് കണ്ടപ്പോൾ ഓർമ്മ വന്നത്.

അഭിനവ് ഗിരീശേട്ടന്റെ തീരുമാനത്തിന് വഴങ്ങില്ല എന്ന് കണ്ട പ്പോൾ ഗിരീശേട്ടൻ അവരുടെ വീട്ടിൽ ചെന്ന് അവരെ പുലഭ്യം പറഞ്ഞു.

അഭിനവും അവന്റെ അച്ഛനും, അമ്മയും ശംബയുടെ സ്വഭാവത്തെ കുറിച്ച് പറഞ്ഞ് അധിക്ഷേപിച്ചത് എന്നെയാണ്. ഏതവൻ പല്ലക്കിലേ റിയാലും എൻ മകൻ ചുമക്കണം എന്നതു പോലെയാണല്ലോ എന്റെ കാര്യം. മക്കളുണ്ടായാൽ പോര അവരെ നല്ല രീതിയിൽ വളർത്തണം എന്നവർ പറഞ്ഞു. ഇതുപോലൊരു മകളെ ഞങ്ങളും വളർത്തി വിട്ടിട്ടു ണ്ട് അവിടെ ചെന്ന് അന്വേഷിച്ച് നോക്കാൻ പറഞ്ഞു. കടന്നൽക്കൂട്ടിൽ ഇതിലും നന്നായി അഭിനവ് ജീവിച്ചേനേ എന്നും പറഞ്ഞു. ഞാനെന്തു പറയാൻ? അവർ ഫോൺ വയ്ക്കുന്നതു വരെ ഒന്നും മിണ്ടാതെ എല്ലാം കേട്ട് നിശ്ശബ്ദമായി കണ്ണീരൊഴുക്കി.

ശംബയുടെ മുറിയിൽ ചെന്ന് തിരികെ പോകാൻ അവളെ ഉപദേശി ച്ചപ്പോൾ "നിങ്ങൾക്കെന്തറിയാം കൂപമണ്ഡൂകമായ ഒരമ്മ വന്നിരിക്കു ന്നു. അതും പൊട്ട ചെവിയുമായിട്ട്. പറഞ്ഞാൽ വല്ലതും കേൾക്കുമോ? സ്വൈര്യം കെടുത്താനായിട്ട് ഇറങ്ങിപ്പോ എന്റെ മുറിയിൽ നിന്ന്" എന്ന് പറഞ്ഞവൾ എന്റെ നേരേ ആക്രോശിച്ചു.

പൊട്ട ചെവിയത്രേ? എങ്ങനെയാണ് പൊട്ട ചെവിയായതെന്ന് അവൾക്കറിയ്യോ?

ഇവിടേയ്ക്ക് താമസം മാറി വന്ന ശേഷം ഒരു പ്രമുഖ വനിതാ മാസികയിൽ പാചക മത്സരം ഉണ്ടായിരുന്നു. അന്ന് ഇന്നത്തേതു പോലെ അവിടെപ്പോയി പാചകം ചെയ്യേണ്ട ആവശ്യമില്ല. റെസിപ്പി അയച്ചുകൊടുത്താൽ മതി. വിഷയം ഇതായിരുന്നു നമ്മൾ ഉപയോഗശൂ ന്യം എന്ന് കരുതുന്ന ഭക്ഷ്യവസ്തുക്കൾ ഉപയോഗിച്ച് ഒരു ഡെസെർട്ടും, ഒരു കറിയും, മറ്റെന്തെങ്കിലും ഒരു വിഭവവും കൂടി ഉണ്ടാക്കാൻ. ഞാൻ നെയ്യുരുക്കി അരിച്ചു കിട്ടുന്ന വസ്തു ഉപയോഗിച്ച് ഒരു ബർഫിയും, പാവയ്ക്കയുടെ കുരുവിന്റെ പുറത്തുള്ള വെള്ള തൊലി കൊണ്ട് ഒരു തോരനും, മാങ്ങയണ്ടിപ്പരിപ്പ് അരച്ച് അത് വെള്ളത്തിൽ കലക്കി അതിന്റെ കട്ട് കളഞ്ഞ ശേഷം അരിച്ചെടുത്ത് ശർക്കരപ്പാനിയിൽ വരട്ടിയ പ്രഥമനും ഉണ്ടാക്കുന്ന പാചകക്കുറിപ്പ്, അവർക്കയച്ചുകൊടുത്തു. അതിന്റെ റിസൽട്ട് വന്നപ്പോൾ എനിയ്ക്ക് ഒന്നാം സമ്മാനമായി ഒരു മിക്സർ ഗ്രൈൻഡർ ലഭിച്ചിട്ടുണ്ട്, അത് അവരുടെ ഓഫീസിൽ ചെന്ന് വാങ്ങണം എന്ന ലറ്റർ വന്നു. അതിയായ സന്തോഷം തോന്നി.

അന്നദ്ദേഹം വന്ന് ഭക്ഷണശേഷം T. V കണ്ടു കൊണ്ടിരിക്കുമ്പോൾ ഞാനാ ലറ്ററുമായി ഗിരീശേട്ടന്റെ സമീപം ചെന്നു. അത് നോക്കിയ അദ്ദേഹം പെട്ടെന്ന് എഴുന്നേറ്റ് എന്റെ കരണത്ത് ശക്തമായി അടിച്ചു

കൊണ്ട് പറഞ്ഞു "നീ പാചകക്കുറിപ്പ് എഴുതി മിക്സി കിട്ടിയിട്ടു വേണം അല്ലേ ഇവിടെ കഴിയാൻ? മര്യാദയ്ക്ക് അടങ്ങി ഒതുങ്ങി കഴിഞ്ഞോളണം" എന്ന് പറഞ്ഞ് ആ കത്ത് കീറി എന്റെ മുഖത്തെറിഞ്ഞു.

ഞെട്ടിപ്പോയി! കരഞ്ഞുകൊണ്ട് മുറിയിൽ വന്നപ്പോൾ എന്തോ നനവ് ചെവിയ്ക്ക് താഴെ അനുഭവപ്പെട്ടു. നോക്കിയപ്പോൾ രക്തം വേഗം തുണിയെടുത്ത് തുടച്ച 'രാവിലെ ഉണർന്നപ്പോൾ മുഖത്തിന്റെ ഒരു വശം മുഴുവൻ നീരും ആ ചെവിയിൽ ചീവീട് കരയുന്നതുപോലെയുള്ള സ്വരവും. ആര് ശ്രദ്ധിക്കാൻ?

കുറേയേറെ മാസങ്ങൾ കഴിഞ്ഞിട്ടും കാതിലെ ചീവീടിന്റെ സ്വരം അസഹ്യമായപ്പോൾ ഗിരീശേട്ടനോട് പറഞ്ഞു. ഗിരീശേട്ടന്റെ സുഹൃത്തായ ഡോക്ടറെ കാണാൻ ചെന്നപ്പോൾ ഓഡിയോ ടെസ്റ്റ് ചെയ്യാൻ പറഞ്ഞു. റിസൽട്ട് കണ്ട ഡോക്ടർ ചോദിച്ച എപ്പോഴെങ്കിലും ചെവിയ്ക്ക് ഹേമം തട്ടുന്ന വിധം അടികിട്ടുകയോ, മുഖമടിച്ച് വീഴുകയോ മറ്റോ ഉണ്ടായോ? എന്ന്. ഞാനദ്ദേഹത്തെ നോക്കിയപ്പോൾ ഡോക്ടറോട് അദ്ദേഹം പറഞ്ഞു "എന്റെ അറിവിലില്ല. ചിലപ്പോൾ വിവാഹത്തിന് മുൻപ് ഉണ്ടായി കാണും".

ഡോക്ടർ പറഞ്ഞു ചെവിയിലെ അസഹ്യപ്പെടുത്തുന്ന സ്വരം ആജീവനാന്തം കൂടെ കാണും. അത് ശ്രദ്ധിക്കാതിരിക്കുകയേ നിർവ്വാഹമുള്ളൂ... അതിനോടൊപ്പം ജീവിതകാലം മുഴുവൻ മരുന്ന് കഴിച്ചാൽ കേൾവി ശക്തി നഷ്ടമാകാതെ തടയാം. മരുന്ന് മുടക്കിയാൽ വിദൂര ഭാവിയിൽ പൂർണ്ണമായും കേൾവി ശക്തി നഷ്ടമാകും. "

പുറത്തേയ്ക്കിറങ്ങിയപ്പോൾ സ്വതസിദ്ധമായ ധാർഷ്ട്യത്തോടെ ഗിരീശേട്ടൻ പറഞ്ഞു "ഓ അങ്ങനെ ഒന്നും ഉണ്ടാവില്ല. ഡോക്ടർക്ക് വേറെ പണിയില്ല" എന്ന്. കാലങ്ങൾക്ക് ശേഷം എന്റെ ഒരു ചെവിയുടെ കേൾവി ശക്തി പൂർണ്ണമായും നഷ്ടമായി. നല്ല പാചകക്കുറിപ്പെഴുതി സമ്മാനം വാങ്ങിയതിന് ഭർത്താവിന്റെ വക സമ്മാനം. എന്നെ അങ്ങനെ ശിക്ഷിച്ച ഗിരീശേട്ടനാണ് മകളെ അവളുടെ തെറ്റിന് വെറുതേ ഒന്നടിച്ചതിന് അവളോട് ഇനി അങ്ങോട്ട് പോകണ്ട നിന്നെ വേദനിപ്പിച്ച അവരെ ഒരു പാഠം പഠിപ്പിക്കണം എന്ന് പറഞ്ഞ് വീട്ടിൽ നിർത്തിയിരിക്കുന്നത്. ഉരുകി വീണ മെഴുകിനെ വാഴ്ത്തിയവർ പറയാത്ത ഒന്നുണ്ട് തെളിഞ്ഞു കത്തിയമർന്ന നൂലിന്റെ കഥ...

പിന്നീട് ഒരാഴ്ച കൂടി കഴിഞ്ഞപ്പോൾ അഭിനവുമായുള്ള ശംബയുടെ ഡിവോഴ്സ് നോട്ടീസ് ഫയൽ ചെയ്തു. ഒരമ്മയ്ക്ക് മാത്രം മനസ്സിലാവുന്ന ശംബയിലെ മാറ്റങ്ങൾ ശ്രദ്ധിച്ചപ്പോൾ ഞാൻ അവളോട് ചോദിച്ചു. ഉടൻ തന്നെ അവൾ പ്രഗ്നൻസി ടെസ്റ്റ് കിറ്റ് വാങ്ങി പരിശോധിച്ചപ്പോൾ

അവൾ ഗർഭിണിയാണെന്ന സത്യം മനസ്സിലായി. അപ്പോഴും ഞാൻ അവളോട് പറഞ്ഞു ആദ്യമായി ഉണ്ടായ കുഞ്ഞാണ്. അതിനെ ഓർത്തെങ്കിലും എല്ലാം മറന്ന് മോൾ തിരികെ പോകണം എന്ന്. അവളത് പുച്ഛത്തോടെ പാടെ അവഗണിച്ചു. യാതൊരു മനസ്സാക്ഷി യും ഇല്ലാതെ അവളും അച്ഛനും ചേർന്ന് ആ കുരുന്ന് ജീവനും മുളയിലേ തന്നെ ഇല്ലാതാക്കി. പിന്നീട് ആറ് മാസങ്ങൾക്ക് ശേഷം പണത്തി ന്റെ ശക്തി ഉപയോഗിച്ച് അഭിനവുമായിട്ടുള്ള വിവാഹമോചനവും കരസ്ഥമാക്കി. അതിന് ശേഷം ശംബയിലെ അഹങ്കാരവും തിമിരും വീണ്ടും വീണ്ടും വർദ്ധിച്ചതേ ഉള്ളൂ. കൂട്ടത്തിൽ മദ്യത്തിനും, അടിമയായി കുത്തഴിഞ്ഞ ജീവിതവും. ആരോടെങ്കിലും വഴക്കുണ്ടാക്കിയില്ലെങ്കിൽ ഒരു സമാധാനവും ലഭിക്കില്ല എന്ന രീതിയിൽ ആയി അവൾ. ഗിരീ ശേട്ടന്റെ ബിസിനസ്സ് സ്ഥാപനത്തിലെ ജോലിക്കാരോട് വരെ അവൾ അവിടെ കയറിച്ചെന്ന് അകാരണമായി തട്ടിക്കയറി. എന്നോടും അതേ മനോഭാവം തന്നെ. ചിലപ്പോഴൊക്കെ ഗിരീശേട്ടനോടും.

ഗിരീശേട്ടൻ എങ്ങനെയൊക്കെയോ ഒരുപാട് നുണകൾ പറഞ്ഞും മോഹന വാഗ്ദാനം നൽകിയും ആരോ വഴി രഹസ്യമായി കൊണ്ടുവ ന്നതാണ് ശംബയ്ക്ക് സൂരജിന്റെ ആലോചന. ഇവിടെ നിന്നും നാലര മണിക്കൂർ ദൂരമുണ്ട് സൂരജിന്റെ വീട്ടിലേയ്ക്ക്. അത്രയും ദൂരെയാവുമ്പോൾ അവരൊന്നും അറിയില്ലല്ലോ ശംബയുടെ യഥാർത്ഥ സ്വഭാവം. അധികം സാമ്പത്തിക സ്ഥിതിയില്ലാത്ത സൂരജിന് ആകെ അമ്മയായ ഭാനുമതി മാത്രം. അമ്മയാണ് സൂരജിന്റെ എല്ലാമെന്ന് അവരിവിടെ ശംബയെ കാണാൻ വന്നപ്പോൾ അവരുടെ സംസാരത്തിൽ നിന്നും മനസ്സിലായി. വളരെ സാത്വികയായ പാവം സ്ത്രീയും മകനും. ശംബയുടേയും,

ഗിരീശേട്ടന്റേയും അഭിനയ പാടവത്തിൽ അവർ വീണു. അത്ര നല്ല മികവുറ്റ പെരുമാറ്റമായിരുന്നു അവരുടേത്. എല്ലാം തൃപ്തിപ്പെട്ട സൂരജും അമ്മ ഭാനുമതിയും അങ്ങോട്ട് വീടുകാഴ്ചയ്ക്ക് ചെല്ലാൻ പറഞ്ഞതനുസരിച്ച് പോയതാണ് അച്ഛനും മകളും.

പുറത്ത് വണ്ടി വന്നു നിൽക്കുന്ന ശബ്ദം കേട്ടാണ് ചിന്തയിൽ നിന്നു ണർന്നത്. വേഗം കതകു തുറന്നു. ഇന്ന് രണ്ടാളുടേയും മുഖത്ത് നല്ല സന്തോഷമുണ്ട്. കുറേ നാളുകൾ കൂടി അവൾ അമ്മേ എന്നു വിളിച്ച് നല്ല വിശപ്പുണ്ട് എന്ന് പറഞ്ഞപ്പോൾ കണ്ണുകൾ നിറഞ്ഞു. ഞാൻ വേഗം തന്നെ ഭക്ഷണം എടുത്ത് വച്ചപ്പോൾ വസ്ത്രം പോലും, മാറാതെയിരുന്ന് അച്ഛനും, മകളും കഴിക്കാനാരംഭിച്ചു. അവർ ഭക്ഷണശേഷം ഉറക്കം വരുന്നു എന്ന് പറഞ്ഞ് പോയി.

പിന്നീട് വന്ന് ഞാനും കഴിക്കാനിരുന്നപ്പോൾ ഞാൻ മനസ്സിൽ

പറഞ്ഞു "ഉറങ്ങിക്കോ നിങ്ങൾ രണ്ടാളും ഇനി ഒരിയ്ക്കലും ഉണരാത്ത ഉറക്കത്തിലേയ്ക്ക്... ശംഭേ മോളേ ഒൻപത് മാസവും, ഒൻപത് ദിവസവും നീയെന്റെ ശരീരത്തിന്റെ ഭാഗമായിരുന്നിട്ട് ജനനത്തിലൂടെ വേർപെട്ടവളാണ്. നിന്റെ അച്ഛന് നൈമിഷിക സുഖത്തിന്റെ പങ്കാളിത്തം മാത്രം. എന്നിട്ടും വളർന്നു വലുതായപ്പോൾ അച്ഛനായി നിന്നിലുള്ള അവകാശം. ആയിക്കോട്ടെ അതിൽ എനിയ്ക്ക് ഒരു പരാതിയും, പരിഭവവും ഇല്ല. പക്ഷേ എന്റെ മകളായി ഇരുന്നു കൊണ്ട് ഇനി നീ ഒരു കുടുംബം കൂടി തകർക്കാൻ കാരണഭൂതയാകരുത് അതിനി അനുവദിച്ചു തരാനെനിക്കാവില്ല. അതും സൂരജിനേയും, ഭാനുമതിയേയും പോലുള്ള നിഷ്കളങ്കരെ...

ആ ബന്ധവും ഇഷ്ടമാകാതെ വന്നാൽ അങ്ങനെയേ വരൂ നിന്റെ അച്ഛൻ വീണ്ടും നിനക്കൊരുത്തനെ പണത്തിന്റെ തിമിരിൽ കണ്ടെത്തും. അതാണ് ഇപ്പോഴത്തെ തലമുറയുടെ വിപത്തും ശാപവും. മക്കൾ എന്ത് തെറ്റ് ചെയ്താലും അച്ഛനമ്മമാർ അത് തിരുത്താൻ ശ്രമിക്കാതെ അവരുടെ കൂടെ നിൽക്കുമെന്ന ധൈര്യം.

വീഴാതെ ആരും വളരാൻ പഠിക്കുന്നില്ല. ഓരോ വീഴ്ചയും ഓരോ പാഠങ്ങൾ ആണ് പഠിപ്പിക്കുന്നത്. കാണാതെ പോയ കാഴ്ചകളും കേൾക്കാതെ പോയ ശബ്ദങ്ങളും, അറിയാതെ പോയ അറിവുകളും അപ്പോൾ മാത്രമാവും തിരിച്ചറിയുക. അനുഭവം തന്നെയാണ് ജീവിതം പഠിപ്പിക്കുന്ന ഗുരു. അതിന്നത്തെ തലമുറയിലെ ഒന്നോ രണ്ടോ കുട്ടികൾ മാത്രമുള്ള അണുകുടുംബത്തിലെ ബന്ധങ്ങൾക്ക് മൂല്യം കൽപ്പിക്കാത്ത അച്ഛനമ്മമാർക്കറിയില്ല.

അവർ മക്കളോടുള്ള അമിത സ്നേഹത്താൽ അവർക്കാവശ്യമായതും ഇല്ലാത്തതും ആയ എല്ലാം അവരുടെ ഇഷ്ടത്തിന് മാത്രം നേടിക്കൊടുത്ത് തെറ്റും ശരിയും തിരിച്ചറിയാൻ സാധിക്കാത്ത വിധത്തിൽ അവരുടെ പിടിവാശികൾ മാത്രം സാധിച്ചു കൊടുത്ത് അവരെ നശിപ്പിക്കുന്നു. അതാണിന്ന് വിവാഹമോചനങ്ങളുടെ എണ്ണത്തിലും ഇത്ര വർദ്ധന. സത്യം മനസ്സിലാക്കി വരുമ്പോഴേയ്ക്കും ഒരു പാട് മനസ്സുകൾക്ക് മുറിവ് സമ്മാനമായി നൽകി എനിയ്ക്ക് നിനക്ക് വേണ്ടി കാത്തു നിൽക്കാനാവില്ല എന്ന് സമയം കാട്ടിത്തരുന്നതുപോലെ നമ്മുടെ സമയവും കഴിഞ്ഞ് പോയിട്ടുണ്ടാവും.

ഞാനില്ലാതായാൽ ഗിരീശേട്ടൻ ഇനിയും കൂടുതൽ വഴിവിട്ട ജീവിതത്തിലേയ്ക്ക് പോകും... അതദ്ദേഹം പല പ്രാവശ്യം സൂചിപ്പിച്ചിട്ടുമുണ്ട്. അദ്ദേഹത്തെ കുറിച്ച് ഒരു ഭാര്യ കേൾക്കാൻ പാടില്ലാത്ത ഒരു പാട് പേരുടെ, മകളുടെ പ്രായം പോലുമില്ലാത്തവരുടെ വരെ ജീവിതം തകർത്ത പല

ശ്രുതികളും കേട്ടിട്ടുമുണ്ട്. ക്ഷമാപൂർവ്വം ഒന്നിനും പ്രതികരിക്കാതെ എല്ലാത്തിനേയും മൗനമായി ഉള്ളിൽ കരഞ്ഞുകൊണ്ട് സ്വീകരിക്കാൻ ശീലിച്ചിരുന്നു. ഇനിയും അദ്ദേഹം ആ വഴി സഞ്ചരിച്ചാൽ പലരുടെയും ജീവിതം തകരും. അച്ഛനും മകളും ഇനി മുതൽ എത്ര നല്ലവരായാലും എനിക്കറിയാം അവരെ. വിഷത്തിൽ എത്ര പാലും തേനും ചേർത്താലും അതിന്റെ സ്ഥായീഭാവം വിഷം തന്നെയല്ലേ. അതു പോലെയാണവർ ഇരുവരും.

കുരുക്ഷേത്രഭൂമിയിൽ തേർചക്രവും പുതഞ്ഞ് നിരായുധനായി നിൽക്കുന്ന കർണ്ണനെ വധിക്കാൻ അർജ്ജുനനോട് കൃഷ്ണൻ പറയുമ്പോൾ കർണ്ണൻ കൃഷ്ണനോടും, അർജ്ജുനനോടുമായി പറഞ്ഞു

യുദ്ധഭൂമിയിൽ നിരായുധനായി നിൽക്കുന്നവനെ വധിക്കുന്നത് അധർമ്മമാണെന്ന്. അത് കേട്ട് അമ്പെയ്യാൻ മടിച്ചു നിന്ന അർജ്ജുനനോട് കൃഷ്ണൻ മൊഴിഞ്ഞു,

"അല്ലയോ അർജ്ജുനാ ഇപ്പോൾ ധർമ്മത്തെ കുറിച്ച് സംസാരിക്കുന്ന ഇദ്ദേഹം പാണ്ഡവരെ കൗരവർക്കൊപ്പം നിന്ന് അരക്കില്ലത്തിൽ ഇട്ട് അഗ്നിക്കിരയാക്കിയപ്പോഴും, കള്ളച്ചൂതുകളിച്ച് വനവാസത്തിനും, അജ്ഞാതവാസത്തിനും അയച്ചപ്പോഴും, പാഞ്ചാലിയെ വസ്ത്രാക്ഷേപം ചെയ്തപ്പോഴും എവിടെയായിരുന്നു ഈ കർണ്ണന്റെ ധർമ്മം? അതു കൊണ്ട് അധർമ്മികൾക്ക് ധർമ്മം മനസ്സിലാവില്ല. അധർമ്മികളോട് അധർമ്മം പ്രവർത്തിച്ചാൽ മാത്രമേ അവർക്ക് അത് മനസ്സിലാവൂ. ചഞ്ചലചിത്തനാവാതെ കർണ്ണനെ വധിക്കൂ. "

കൃഷ്ണന്റെ ആ ഉപദേശം കേട്ടാണ് അർജ്ജുനൻ കർണ്ണനെ വധിച്ചത്. അധർമ്മികൾക്കെതിരെ അധർമ്മം പ്രവർത്തിക്കുന്നത് തെറ്റല്ല. അത് അനിവാര്യമാണ് താനും.

ഭക്ഷണം കഴിച്ച ശേഷം ബാക്കിയായവ വീടിന്റെ പിന്നാമ്പുറത്ത് നേരത്തേ തയ്യാറാക്കിയിട്ടിരുന്ന കുഴിയിൽ നിക്ഷേപിച്ച് കുഴി മൂടി വന്നപ്പോൾ തന്നെ ഉറക്കം എന്നെയും പിടികൂടാൻ ശ്രമം തുടങ്ങി.

ഗിരീശേട്ടന്റെ മുറിയിൽ ചെന്ന് ആ നെറ്റിയിൽ ഒരുമ്മ കൊടുത്ത ശേഷം ഞാൻ പറഞ്ഞു.

"കൊടുങ്കാറ്റിൽ കടപുഴകാറുള്ളത് വിനയാന്വിതരായി തല കുനിച്ച പുൽക്കൊടികൾ അല്ല അഹങ്കാരത്തോടെ തലയുയർത്തി നിൽക്കുന്ന വൻമരങ്ങളാണ്. ക്ഷമിക്കൂ ഗിരീശേട്ടാ ഇപ്പോഴെങ്കിലും ഞാനിത് ചെയ്തില്ല എങ്കിൽ നിരപരാധികളായ ഒരു പാട് പേർ നിങ്ങൾ മൂലം ഇനിയും ക്രൂശിക്കപ്പെടേണ്ടി വരും. "

പിന്നീട് ശംബയുടെ മുറിയിൽ ചെന്ന് കുഞ്ഞായിരുന്നപ്പോൾ ഉള്ളതു പോലെ ഉറങ്ങുന്ന അവളെ എന്റെ മാറോടടുക്കിപ്പിടിച്ച് മൂർദ്ധാവിൽ ചുംബിച്ചു കൊണ്ട് പറഞ്ഞു

"കഴിച്ചാലും ഇല്ലെങ്കിലും അലിഞ്ഞു തീരുന്ന ഐസ്ക്രീം പോലെയാണ് കുഞ്ഞേ ജീവിതം. നിങ്ങൾ ജീവിതം ആസ്വദിച്ചു. ഞാൻ ആസ്വദിച്ചില്ല. അതിനാരും എന്നെ അനുവദിച്ചതുമില്ല. എന്നാലും അതതിന്റെ സമയത്ത് അത് തീരും. ഞാനിനിയും എന്റെ നല്ല നിമിഷങ്ങൾക്ക് വേണ്ടി കാത്തു നിൽക്കാൻ തയ്യാറല്ലായിരുന്നു. എനിയ്ക്ക് കിട്ടിയ ഈ നിമിഷങ്ങളെ നല്ലതാക്കി കൊണ്ട് നമുക്ക് മൂന്നാൾക്കും ഉള്ള ഭക്ഷണത്തിൽ വിഷം കലർത്തി നല്ല നിമിഷങ്ങളാക്കി മാറ്റാൻ ശ്രമിച്ചു. അവിടെയാണ് അവിടെ മാത്രമാണ് നമ്മൾ മൂന്നാളും ചേരുന്ന എന്റെ ജീവിതവിജയം. മനസ്സിൽ നൻമയുള്ളവർക്ക് എന്നും പരാജയങ്ങൾ ഏറ്റുവാങ്ങേണ്ടിവന്നേയ്ക്കാം. പക്ഷേ അവർക്കായ് ദൈവം കാത്തുസൂക്ഷിച്ച ഒരു ദിവസം ഉണ്ടാകും. ആ ദിവസമാണ് എനിക്കിന്ന്. ഞാൻ നിങ്ങളെ വേദനിപ്പിക്കുന്നു എന്ന് തോന്നിയോ? അങ്ങനെയുള്ളപ്പോൾ എനിയ്ക്ക് നിങ്ങളെ ഇഷ്ടമല്ല എന്നൊന്നും കരുതരുത്. എനിക്കെന്റെ ജീവനേക്കാളും...

മറ്റെന്തിനേക്കാളും... മറ്റാരേക്കാളും... ഇഷ്ടം നിങ്ങളെയാണ്. അതു കൊണ്ട് നിത്യശാന്തിയിലേയ്ക്ക് നമുക്ക് ലയിക്കാം. അതിനുള്ള വഴിയാണ് ഞാൻ നിങ്ങൾക്കായി തുറന്നു തന്നത്. ഒരിയ്ക്കലും സ്നേഹിക്കപ്പെടില്ല എന്നറിഞ്ഞും സ്നേഹിച്ച് സ്നേഹിച്ച് ഒടുവിൽ ആരും കാണാതെ പോയ ചിലരുണ്ട്. ആ ചിലരിൽ ഒരാളാണ് ഞാനെന്ന കമല. ഞാനിവരേയും കൂട്ടി ഇനി സഞ്ചരിക്കുന്നത് അഹങ്കാരത്തിന്റെ തിമിരാന്ധകാരമില്ലാത്ത സത്യത്തിന്റേയും സ്നേഹത്തിന്റേയും പാതയിലൂടെ ആകട്ടെ ദൈവമേ! കാരണം അവിടെ മാത്രമല്ലേ തിരക്കില്ലാതുള്ളൂ അതിനനുഗ്രഹിക്കേണമേ... " എന്ന് പ്രാർത്ഥിച്ച് അഹങ്കാരത്തിന് ഉൻമൂലനാശം സംഭവിച്ച ഗിരീശന്റേയും, ശംബയുടേയും ആത്മാക്കൾക്കൊപ്പം കമലയുടേയും ആത്മാവ് തിരക്കൊട്ടും ഇല്ലാത്ത സത്യത്തിന്റേയും, സ്നേഹത്തിന്റെയും പാതയിലൂടെ നിത്യശാന്തികവാടത്തിലേയ്ക്കുള്ള പ്രയാണമാരംഭിച്ചു.

ഭയം. *

പെൺകുട്ടിയ്ക്ക് ഓർമ്മയായ കാലം മുതൽ എന്നും എപ്പോഴും എല്ലാം ഭയമായിരുന്നു... വീട്ടിലെ ഓമനയായിരുന്നെങ്കിലും ഒരിയ്ക്കലും അനുസരണയുടെ പടവുകൾ വിട്ട് അനുസരണക്കേടിന്റെ മുറ്റത്തേയ്ക്ക് ഇറങ്ങാത്തവൾ, അതും ഭയമായിരുന്നവൾക്ക്.

പഠിക്കാൻ തുടങ്ങിയ സമയം മുതൽ പാഠ്യപദ്ധതി പ്രകാരം എല്ലാം പഠിച്ചു തീർന്നാലും ക്ലാസ്സിൽ എത്തി ടീച്ചറുടെ ചോദ്യത്തിന് ഉത്തരം ഭംഗിയായി പറയുന്നതു വരെ ഭയമായിരുന്നവൾക്ക്. പരീക്ഷകൾ വരുമ്പോൾ പരീക്ഷാ ഹാളിൽ എത്തുന്നതുവരെ ഭയം കൊണ്ടവൾ ബാത്റൂമിലേയ്ക്ക് ഒരുപാട് പ്രാവശ്യം പോകുമായിരുന്നു. പക്ഷേ പരീക്ഷാ ഫലം വരുമ്പോൾ അവൾക്കായിരിക്കും ഉന്നത വിജയം. കോളേജിൽ ചേർന്നപ്പോഴും ഭയമായിരുന്നവൾക്ക്.

ആരെങ്കിലും ആൺകുട്ടികൾ എന്തെങ്കിലും ചോദിച്ചാൽ ഒറ്റവാക്കിൽ ഉത്തരം പറയുമ്പോൾ തന്നെ ഭയം കൊണ്ടവളുടെ കൈകാലുകൾ തണുത്തുറയുമായിരുന്നു.

എന്നിട്ടും കൂടെ പഠിച്ച സഹപാഠിയോട് പ്രണയം തോന്നിയപ്പോഴും, അയാൾ അവളോട് പ്രണയം പറഞ്ഞപ്പോഴും അയാളോട് ഒരു വാക്ക് മിണ്ടാൻ ഭയമായിരുന്നവൾക്ക്. അവൾക്ക് ഭയമായിരിക്കും തന്നെയും എന്നയാൾ കരുതി അവളിൽ നിന്നും ഒഴിഞ്ഞുമാറി ദൂരെ നിന്നയാൾ അവളെ നോക്കിക്കണ്ടു. അയാൾക്ക് ഒരിക്കലും മനസ്സിലാക്കാനായില്ല അവളെ... അപ്പോഴും അവൾ അയാളോട് മനസ്സിൽ പറഞ്ഞു. സ്വന്ത മായില്ല എങ്കിലും മനസ്സുകൊണ്ട് നമ്മൾ ആഗ്രഹിച്ചതൊക്കെ എന്നും നമുക്ക് സ്വന്തം തന്നെയാണ്. അല്ലാ എന്ന് മനസ്സ് പറയും വരെ...

പഠിപ്പ് കഴിഞ്ഞ് ഉദ്യോഗം കിട്ടിയിട്ട് മതി വിവാഹം എന്നവൾക്കാഗ്രഹം ഉണ്ടായിരുന്നെങ്കിലും ഭയം കൊണ്ടവൾ ഒന്നും പറഞ്ഞില്ല. വീട്ടുകാർ പറഞ്ഞ പുരുഷന് താലിചാർത്താൻ തലകുനിച്ചു കൊടുക്കുമ്പോഴും ഭാവി ജീവിതത്തെകുറിച്ചോർത്ത് ഭയമായിരുന്നവൾക്ക്.

പെട്ടെന്ന് പ്രതികരിക്കുന്ന, ദേഷ്യപ്പെടുന്ന സ്വഭാവമുള്ള ഭർത്താവിനേയും, വീട്ടുകാരെയും ഭയമായിരുന്നവൾക്ക്. കാണുന്നതിനും, കേൾക്കുന്നതിനും എപ്പോഴും പ്രതികരിച്ചു കൊണ്ടിരുന്നാൽ ജീവിതം ദുരിതപൂർണമാവും. പല കുടുംബങ്ങളും ദുരിതപൂർണമായി തീർന്നത് ഈ സ്വഭാവമുള്ള വ്യക്തികൾ ഉള്ളതുകൊണ്ടാണ്. എത്ര നന്നാക്കിയാലും ആളുകളിൽ കുറവുകളുണ്ടാകും. എത്ര ശരിയാക്കിയാലും സമൂഹത്തിൽ ശരികേടുകളുണ്ടാകും. അതിനാൽ ക്ഷമാപൂർവ്വം പലതിനേയും സ്വീകരിക്കാൻ നാം പഠിക്കേണ്ടതുണ്ട്. എല്ലാവരേയും ശരിയാക്കാനും എല്ലാവരേയും മര്യാദ പഠിപ്പിക്കാനും പോകുമ്പോൾ നമ്മുടെ ജീവിതം തന്നെയാണ് ദുരിതപൂർണ്ണമാകുന്നത്. വിവാഹത്തിന് മുൻപ് മുത്തശ്ശി ഉപദേശിച്ചു തന്ന ഈ കാര്യങ്ങൾ അനുസരിക്കാൻ മാത്രം അറിയാവുന്ന അവൾ ആ ചിന്താഗതിയിൽ നിന്നും മാറാനും ഭയന്നു.

ഭർത്താവിന് സ്ഥലം മാറ്റമായപ്പോൾ ഇനി ഭർതൃവീട്ടിലുള്ളവരെ ഭയക്കേണ്ടല്ലോ എന്നോർത്ത് ഒരൽപ്പം സമാധാനമായി. പക്ഷേ ഒറ്റയ്ക്കുള്ള ക്വാർട്ടേഴ്സിലെ ജീവിതത്തിൽ ആണ് ഭർത്താവിന്റെ ഉള്ളിൽ ഉറങ്ങിക്കിടന്ന മൃഗത്തെ അവൾക്ക് അറിയാൻ കഴിഞ്ഞത്. അത് കണ്ടവൾ ഭയന്നു. പല രാത്രികളിലും അയാൾ ഇരുളിൽ മെഴുകുതിരി കത്തിച്ച് ആ പ്രഭയിൽ അവളുടെ മാറിട സൗന്ദര്യം ആസ്വദിക്കാനെന്ന വ്യാജേന അവളുടെ മാംസള ഭാഗങ്ങളിൽ ഉരുകിയ മെഴുകുപയോഗിച്ച് വട്ടങ്ങൾ തീർത്തു, അല്ലെങ്കിൽ തീപ്പെട്ടിക്കമ്പുരച്ച് അതവിടെ കുത്തി പൊള്ളലേൽപ്പിച്ചു. പൊള്ളലേറ്റ് ഭയന്ന അവൾ കിടക്കയിൽ നിന്നും ചാടിയെണീറ്റപ്പോൾ അയാൾ അവളെ ഭയപ്പെടുത്തി ബലമായി പിടിച്ചു കിടത്തി വീണ്ടും വിക്രിയകൾ തുടർന്നു. അയാളുടെ കണ്ണിലെ വന്യത കണ്ട് ഭയന്ന അവൾ വേദന കടിച്ചമർത്തി അയാളെ നോക്കാൻ ഭയന്ന് അനങ്ങാതെ കിടന്നു. പിറ്റേ ദിവസം ഒന്നും സംഭവിക്കാത്തതുപോലുള്ള അയാളുടെ പെരുമാറ്റം പൊള്ളി കുടർന്ന ഭാഗത്തെ വസ്ത്രം ഉരയുമ്പോഴുള്ള അസഹ്യമായ നീറ്റലിനേക്കാളും, വേദനയേക്കാളും കൂടുതൽ അവളിൽ വേദനയും ഭയവും ഉളവാക്കി. കുളിക്കുമ്പോൾ പൊളളിയമർന്ന് നീറുന്ന ഭാഗങ്ങളെ നോക്കാൻ തന്നെ ഭയമായിരുന്നവൾക്ക്. പിന്നീടവൾ തന്റെ

മാംസളഭാഗങ്ങളെയും ഭയപ്പെട്ടു തുടങ്ങി. എല്ലാം കരിഞ്ഞുണങ്ങി

കറുത്ത പാടുകളുടെ അവശേഷിപ്പുകൾ ആകുമ്പോൾ വെളുത്തു തുടുത്ത ബാക്കിയുള്ള ഭാഗങ്ങളിലും പുതിയ പുതിയ പാടുകൾ സൃഷ്ടിച്ചു കൊണ്ടിരുന്ന അയാളെ അവൾക്ക് ജീവിതത്തിൽ അതുവരെ ആരോടും തോന്നാതിരുന്ന അറപ്പും, വെറുപ്പും കലർന്ന നിസ്സഹായതയുടെ ഭയമായിരുന്നു...

ഇനിയും സഹിക്കാൻ സാധിക്കാത്ത വിധം ജീവിതം നരകതുല്യമായിരുന്നിട്ടും അയാളെ ഭയന്ന് ആരോടെങ്കിലും എല്ലാം തുറന്ന് പറയാനും ഭയമായിരുന്നവൾക്ക്. ജീവിതം ഒന്നവസാനിച്ചിരുന്നെങ്കിൽ! അതിലൂടെയല്ലാതെ ഭർത്താവിന്റെ കരാളഹസ്തങ്ങളിൽ നിന്നും, വികലമായ ചിന്തകളിൽ നിന്നും, പ്രവൃത്തികളിൽ നിന്നും തനിയ്ക്ക് രക്ഷപ്പെടാനാവില്ല എന്നറിയാമായിരുന്നിട്ടും അവൾക്ക് ആത്മഹത്യ ചെയ്യാനും ഭയമായിരുന്നു.

അടുത്ത ക്വാർട്ടേഴ്സിൽ പുതിയ താമസക്കാർ വന്നപ്പോൾ വീടുവൃത്തിയാക്കിയതിന്റെ ഭാഗമായി അവിടെയുണ്ടായിരുന്ന കുറേ പാറ്റകൾ അവളുടെ വീട്ടിലേയ്ക്കും ഓടിക്കയറി. വളരെയധികം വൃത്തിയും, വെടിപ്പും ഉണ്ടായിരുന്ന അവൾക്ക് പാറ്റകളെയും അറപ്പിനോടൊപ്പം ഭയവുമായിരുന്നു. ഭർത്താവ് ഓഫീസിൽ പോയി കഴിഞ്ഞ് തുണി നനച്ചത് വിരിച്ചിട്ടു വന്ന അവൾ കണ്ടത് അരി തിളച്ചു കൊണ്ടിരിക്കുന്ന ഗ്യാസടുപ്പിന് സമീപം പാറ്റകൾ ഓടി നടക്കുന്നതാണ്. പാറ്റകളെ കണ്ട അവൾ വേഗം തന്നെ പാറ്റയുടെ നശീകരണ മരുന്നായ ഹിറ്റെടുത്ത് സ്പ്രേ ചെയ്തു. സ്പ്രേയിലേയ്ക്ക് അടുപ്പിൽ നിന്നും പടർന്ന തീ ഗ്യാസ് കുറ്റിയിലേയ്ക്കും, അവളിലേയ്ക്കും പടർന്നാളിയപ്പോൾ മാത്രം അവളാദ്യമായി ഭയം കൊണ്ട് അലറി വിളിച്ചു കരഞ്ഞു. നിമിഷങ്ങൾക്കുള്ളിൽ അവളൊരു കരിക്കട്ടയായി മാറി നിലംപതിച്ചു.

കരിക്കട്ട ശരീരത്തെ പോസ്റ്റ്മോർട്ടം ചെയ്ത ഫോറൻസിക് സർജനും വിധിയെഴുതി. തീപ്പൊള്ളലേറ്റ സ്വാഭാവിക മരണം. ഡോക്ടർക്കും അവളുടെ മാറിടത്തിലെ മാംസളതയിലെ പൊള്ളിയ പാടുകൾ തിരിച്ചറിയാനാവാതെ, ഭാഗ്യം അവിടെയും അവളുടെ ഭർത്താവിനെ തുണച്ചു.

കരിക്കട്ടയായ ശരീരത്തെ വീണ്ടും തീനാളങ്ങൾ ഭക്ഷിച്ചപ്പോൾ അവളുടെ ദഹനവും നടന്നു. മരണാനന്തര കർമ്മങ്ങൾക്ക് ശേഷമുള്ള അവളുടെ അവശേഷിച്ച എല്ലുകളും, ചാരവും ഭർത്താവ് നദിയിൽ നിമജ്ജനം ചെയ്തപ്പോൾ ഇനി ഒരിക്കലും വേർപിരിക്കാനാവാത്ത വിധം നദി തന്റെ ഹൃദയത്തിലെ തണുത്ത ജലത്തിൽ അലിഞ്ഞ് ചേരത്തക്കവിധം ചേർത്ത് പിടിച്ച് അവളുമായി ഒഴുകി ഒഴുകി സമുദ്രത്തിലേയ്ക്ക് പോകുമ്പോൾ ലഭിച്ച ആത്മശാന്തിയിൽ മാത്രം അവൾ

ഒട്ടും ഭയമില്ലാത്തവളായി മാറിക്കൊണ്ട് നദിയോട് പറഞ്ഞു. കോർത്തു പിടിക്കുന്ന കരങ്ങളിൽ ആത്മാർത്ഥത ഉണ്ടാവണം എന്നില്ല. പക്ഷേ ചേർത്തു പിടിക്കുന്ന ഹൃദയങ്ങളിൽ അതുണ്ടാകും. കൊടുക്കുന്നതും വാങ്ങുന്നതും ഹൃദയങ്ങൾ കൊണ്ടാകട്ടെ. ക്ഷമിച്ചാൽ നമ്മൾ തോൽക്കുകയാണ് എന്നത് ഒരു തെറ്റിദ്ധാരണയാണ്. കാരണം വിജയിച്ചിട്ടുള്ളവരൊക്കെ ക്ഷമിച്ചവരായിരുന്നു. അവരെ വിജയിപ്പിക്കാൻ ദൈവം ഒരുനാൾ അവർക്കായി കരുതി വയ്ക്കും.

റോങ്ങ്നമ്പർ

“അയ്യോ! ഇതെന്താ കുട്ടീ ഈ കാട്ടിയത്? എത്ര ഭംഗിയായി ഒരുക്കി നിർത്തിയതാ? നല്ല അടികൊള്ളാഞ്ഞിട്ടാണ്.”

“എന്താ രാഗീ അവിടെ?”

“ദേ നോക്കിയേ ഡോക്ടറേ എന്താ ഇവൾ കാണിച്ചതെന്ന്? എത്ര നന്നായി ഒരുക്കി നിർത്തിയതാ. കുളിക്കാനായി ഞാൻ പോയപ്പഴേയ്ക്കും അവൾ ബാത്റൂമിൽ കയറി വെള്ളം ഒഴിച്ച് ആകെ നനഞ്ഞിരിക്കുന്നു. ”

“അയ്യോടാ കുറുമ്പത്തി എന്താ നീ കാട്ടിയത്? വാ അമ്മയെ ദേഷ്യം പിടിപ്പിക്കാതെ ഇതൊക്കെ മാറ്റി പുതിയ ഉടുപ്പിടാം. അച്ഛൻ ഒരുക്കിത്തരാം കേട്ടോ എന്റെ കുറുമ്പത്തിയെ. ”

“അച്ഛാ ഈ അമ്മ എന്റെ വാവക്കുട്ടിയെ കുളിപ്പിച്ചില്ല. അതാ മോള് കുളിപ്പിച്ചത്. ”

“ആണോ എന്നാൽ വാ അച്ഛൻ നിന്റെ വാവകുട്ടിയേയും തുവർത്തി ഉറക്കാം. ആ വാവ കുട്ടി ഉറങ്ങിയല്ലോ. ഇനി മോൾ ശബ്ദം ഉണ്ടാക്കരുതേ അല്ലെങ്കിൽ വാവ കുട്ടി ഉണരും. വാ നമുക്ക് വേറെ ഉടുപ്പിടാം.”

“ആ അച്ഛനും മോളും കൂടി ഇവിടെ കളിച്ചോണ്ടിരുന്നോ. ഇനി ഹോസ്പിറ്റലിലും കയറിയിട്ടല്ലേ പോകാനൊക്കൂ. പറഞ്ഞ സമയത്ത് എത്തിയില്ലെങ്കിൽ ശരിയാവില്ല കേട്ടോ. വേഗം വാ ഡോക്ടറേ. ”

വീട് പൂട്ടിയിറങ്ങി വണ്ടിയിൽ കയറിയിരുന്നപ്പോൾ തന്നെ മോൾ ഉറങ്ങിപ്പോയി. പാവം വെളുപ്പിനേ എഴുന്നേറ്റ് ശീലമില്ലല്ലോ. ഡോക്ടർ ഹോസ്പിറ്റലിലേയ്ക്ക് പോയപ്പോൾ ഞാൻ കുഞ്ഞുമായി വണ്ടിയിൽ തന്നെയിരുന്നു. അപ്പോൾ ഭൂതകാലം മനസ്സിലേയ്ക്കോടി വന്നു.

ഭാഷയും സംസ്കാരവും എന്ന തീസീസ് ചെയ്തു കൊണ്ടിരുന്നപ്പോൾ ഒരു ദിവസം ഞാൻ തല ചുറ്റി വീണു. കൂടെയുള്ളവർ അടുത്തുള്ള മെഡിക്കൽ കോളേജിൽ കൊണ്ടു പോയി ഡോക്ടറെ കണ്ടപ്പോൾ ആണ് ഡോക്ടർ വഴക്കു പറഞ്ഞത്. നിങ്ങളൊക്കെ ഇത്ര അറിവുള്ളവരായിട്ടും ശരിയായ രീതിയിൽ ഭക്ഷണം കഴിക്കാത്തത് വലിയ കഷ്ടം തന്നെ. നിങ്ങൾ അനീമിക് ആണ്. സൗന്ദര്യ സംരക്ഷണത്തിന്റെ ഭാഗമായി വണ്ണം കുറയ്ക്കാൻ നോക്കുമ്പോൾ ആണ് ഇങ്ങനെ ഒക്കെ ഉണ്ടാവുന്നത്. വീട്ടിൽ അച്ഛനും അമ്മയും പറഞ്ഞാലും ശ്രദ്ധിക്കില്ലല്ലോ അല്ലേ?ഇനിയെങ്കിലും നല്ല രീതിയിൽ പോഷക ഗുണമുള്ള ഭക്ഷണം കഴിച്ചില്ലെങ്കിൽ ഇതിലും വലിയ പ്രത്യാഘാതങ്ങൾ ആയിരിക്കും ഉണ്ടാവുക. ഞാൻ കുറച്ച് മരുന്നെഴുതിയുണ്ട്, അതിന്റെ കൂടെ പഴങ്ങളും, പച്ചക്കറികളും, മുട്ടയും, പാലും കഴിക്കുക. കുറച്ച് ചോറോ, രണ്ട് ചപ്പാത്തിയോ മാത്രം കഴിച്ചിട്ട് സീറോ സൈസ് എന്ന് പറഞ്ഞിട്ട് ഒരു കാര്യവും ഇല്ല. ഒന്നും മിണ്ടാതെ ഡോക്ടർ പറഞ്ഞതു മുഴുവൻ കേട്ട് തലയാട്ടിയ ശേഷം ഇറങ്ങിപ്പോന്നു.

അനാഥാലയത്തിലെ മെഡിക്കൽ ക്യാമ്പിൽ വച്ചാണ് ഞാൻ ഡോക്ടറെ വീണ്ടും കാണുന്നത്. അവിടുത്തെ അന്തേവാസിയാണ് ഞാനെന്നറിഞ്ഞപ്പോൾ ഡോക്ടർക്ക് വിഷമമായി. പിന്നീട് ഡോക്ടർ എന്നെ വിവാഹം ആലോചിച്ച് വന്നു. അദ്ദേഹവും അനാഥൻ തന്നെ. സുമനസ്സുകളുടെ കൃപകൊണ്ടാണ് അദ്ദേഹവും ഈ നിലയിൽ എത്തിച്ചേർന്നത്. അച്ഛൻ, അമ്മ അവരുടെ സ്നേഹം അതൊക്കെ ഞങ്ങൾക്ക് രണ്ടാൾക്കും ജീവിതത്തിൽ ഒരിക്കലും എത്തിപ്പിടിക്കാനാവാത്ത സങ്കൽപ്പം മാത്രമായിരുന്നു. നമ്മെ മനസ്സിലാക്കാൻ ആരുമില്ലാതാവുമ്പോൾ ഈശ്വരൻ വച്ചുനീട്ടും ഒരാത്മാവിനെ അതിനെ തിരിച്ചറിഞ്ഞു ചേർത്തു നിർത്തുമ്പോൾ ആണ് നാമെന്നത് വെറും ഓർമ്മകൾ ആയി അവശേഷിക്കാത്തത്. -വിവാഹശേഷം PHD പൂർത്തിയാക്കിയ ശേഷം അടുത്തുള്ള കോളേജിൽ അദ്ധ്യാപിക ആയി.

ഒരു ദിവസം ഫോണിൽ അറിയാത്ത നമ്പർ. മോളേ ശെൽവി എന്നുള്ള വിളി. ഞാൻ റോങ്ങ് നമ്പർ എന്നു പറഞ്ഞ് ഫോൺ കട്ട് ചെയ്തു. വീണ്ടും പലപ്പോഴായി ആ ഫോൺ എന്നെത്തേടി വരാൻ തുടങ്ങി. ശെൽവീ എന്നുള്ള വാത്സല്യമൂറുന്ന ആ വിളി എന്നെ വല്ലാത്തൊരിഷ്ടത്തിലേയ്ക്ക് കൊണ്ടുപോകാൻ തുടങ്ങി. പിന്നീട് ഞാൻ ആ അമ്മയോട് സംസാരിക്കാൻ തുടങ്ങി. അമ്മയുടെ ഫോൺ വന്നില്ലെങ്കിൽ മനസ്സിൽ അത് വല്ലാത്ത അസ്വസ്ഥതയായി വളർന്നു. ഞാൻ അങ്ങോട്ട് വിളിച്ചപ്പോൾ മറ്റാരോ ആണ് ഫോണിൽ. ഫോൺ അമ്മയ്ക്ക്

കൊടുക്കാൻ പറഞ്ഞപ്പോൾ ആണ് അമ്മ സുഖമില്ലാതെ കിടപ്പിൽ ആണെന്നറിഞ്ഞത്.

അമ്മയുടെ ആരാണ് സംസാരിക്കുന്നത് എന്ന് ചോദിച്ചപ്പോൾ ആരുമല്ല. അമ്മയ്ക്ക് ബന്ധുക്കൾ ആരുമില്ല. അവർ അടുത്ത വീട്ടിലെ സ്ത്രീയാണെന്ന് പറഞ്ഞു. അന്നെന്തോ എനിക്കുറങ്ങാൻ കഴിഞ്ഞില്ല. ആ അമ്മ എന്നെ വിളിക്കുന്നതുപോലെ. ഡോക്ടറോട് ഞാൻ കാര്യം. പറഞ്ഞു. എനിക്കാ അമ്മയെ കാണണം എന്ന്. ഡോക്ടർ അഡ്രസ്സ് വാങ്ങാൻ പറഞ്ഞു. പിറ്റേ ദിവസം ഞാൻ ആ നമ്പറിൽ വിളിച്ച് ആ സ്ത്രീയുടെ കൈയ്യിൽ നിന്ന് മേൽവിലാസം വാങ്ങിയപ്പോൾ ഞങ്ങൾ താമസിക്കുന്നിടത്തു നിന്നും രണ്ടര മണിക്കൂർ ദൂരമുണ്ട് അവിടേയ്ക്ക്. പിറ്റേ ദിവസം ഞായറാഴ്ച ഡോക്ടർ ആശുപത്രിയിൽ റൗണ്ട്സ് കഴിഞ്ഞ് വന്ന ശേഷം ഞങ്ങൾ പുറപ്പെട്ടു. അവിടെ എത്തിയപ്പോൾ ആണ് നിരനിരയായി റോഡിനിരുവശത്തും ആളുകൾ താമസിക്കുന്ന ഒരു ഒറ്റമുറി വീട്ടിലാണ് ആ അമ്മ. ഞാൻ ചെന്ന് അമ്മേ എന്ന് വിളിച്ചതും കണ്ണു തുറന്ന് ശെൽവീ എന്ന് വിളിച്ച് എന്റെ കൈയ്യിൽ ആ ശുഷ്കിച്ച കരം കൊണ്ട് മുറുകെ പിടിച്ചു കൊണ്ട് കരഞ്ഞു. പിന്നെ ഞാൻ കൊണ്ടുചെന്ന ആപ്പിൾ ചെത്തി കൊടുത്തപ്പോൾ അത് വാങ്ങി കഴിച്ചു. മോൾക്ക് പാട്ടു പാടി കൊടുത്തു. ഡോക്ടർ അമ്മയെ പരിശോധിച്ച ശേഷം മരുന്നു വാങ്ങാൻ പോയി. അമ്മയും കുഞ്ഞും അവരുടെ ലോകത്ത് വിരാജിച്ചപ്പോൾ ആണ് ഞാൻ അടുത്ത വീട്ടിലെ സ്ത്രീയുമായി സംസാരിച്ചത്. അമ്മയുടെ മകനും മരുമകളും ഒരപകടത്തിൽ മരിച്ചു പോയി. അവരുടെ ഒരേയൊരു മകളായിരുന്നു ശെൽവി. സ്വഭാവത്തിലും പഠനത്തിലും മികവുറ്റവളായിരുന്നു ആ കുട്ടി. അമ്മ പപ്പടവും, മുറുക്കും, ശർക്കര മിഠായിയും ഒക്കെ ഉണ്ടാക്കി വിറ്റാണ് അവളെ പഠിപ്പിച്ചിരുന്നത്. ജോലിക്കുള്ള ഒരിന്റർവ്യൂവിന് ബോംബെയിൽ പോയതാണ്. പിന്നീട് ഒരറിവും ഇല്ല. ഒരു പാട് പരാതികൾ കൊടുത്തു. ഏഴകളുടെ രോദനം ആര് കേൾക്കാൻ? ശെൽവിയെ കാത്തിരുന്ന് കാത്തിരുന്ന് മനസ്സിന്റെ സമനില തന്നെ തെറ്റിയ രീതിയിൽ ആണ് ആ അമ്മ. ഇപ്പോൾ ഇവിടെ താമസിക്കുന്ന എല്ലാവരും ആണ് നോക്കുന്നത്. ആരുടെയോ പഴയ ഫോൺ കൊടുത്തതാണ് അമ്മയ്ക്ക്. ശെൽവിയെ വിളിക്കാൻ. അതിൽ ആരോ വെറുതേ സേവ് ചെയ്ത് കൊടുത്ത നമ്പർ ആണിത്. ഈ ഒരൊറ്റ നമ്പറേ ആ ഫോണിലുള്ളൂ. ആരെങ്കിലും ഒക്കെ ചാർജ് ചെയ്ത് കൊടുക്കും. അത് കിട്ടിയ ശേഷം റോഡിലൂടെ ശെൽവിയെ തിരക്കി അലയാറില്ല. ശെൽവി ജോലി സ്ഥലത്തു നിന്നും വിളിക്കുന്നുണ്ട് എന്ന വിശ്വാസം, അതാണമ്മയുടെ ഏറ്റവും വലിയ ആശ്വാസം. ഇപ്പോൾ എല്ലാവരും

വല്ലാത്തൊരവസ്ഥയിൽ ആണിവിടെ.

നഗരവികസനത്തിന്റെ ഭാഗമായി റോഡിന് വീതി കൂട്ടുമ്പോൾ വഴിയോര ഗൃഹവാസികളെല്ലാം ഒഴിഞ്ഞ് കൊടുക്കണം. ഇതുവരെ ഇവിടെയുള്ളവരുടെ സഹായത്താൽ ആണ് അമ്മ കഴിഞ്ഞിരുന്നത്. പലരും പല സ്ഥലത്തായാൽ അതിന് സാധിക്കില്ലല്ലോ? അതു കൊണ്ട് അനാഥാലയത്തിൽ ആക്കാം എന്നാണ് എല്ലാവരുടേയും ഏകകണ്ഠമായ തീരുമാനം. "

ഡോക്ടർ വന്നപ്പോൾ അമ്മയ്ക്ക് വേണ്ട മരുന്നും ഭക്ഷണ സാധനങ്ങളും ഒക്കെ കൊണ്ടുവന്നു. അമ്മ മോളെ മടിയിൽ എടുത്തു വച്ച് കൊഞ്ചിക്കുകയായിരുന്നു. ഭിത്തിയലമാരി തുറക്കാൻ എന്നോട് പറഞ്ഞു. അവിടെ വച്ചിരുന്ന കുഞ്ഞു ശെൽവിയുടെ ചുവന്ന ഞൊറികളുള്ള ചെറിയ പട്ടുപാവാടയും ബ്ലൗസും എടുക്കാൻ പറഞ്ഞു. അത് കുഞ്ഞിനെ അണിയിച്ചു. പിന്നീട് ഒരു വെള്ളി കൊലുസെടുത്ത് ഡോക്ടറുടെ കൈയ്യിൽ കൊടുത്തിട്ട് കുഞ്ഞിന്റെ കാലിൽ ഇടാൻ പറഞ്ഞു. നിറയെ മണികളുള്ള പഴയ കാലത്തെ കൊലുസ്. അതിട്ട് മോൾ നടന്നപ്പോൾ വീടാകെ മണികിലുക്കമായി. അതു കേട്ടപ്പോൾ മണി കിലുങ്ങുന്നതു പോലെ അമ്മയും ചിരിച്ചു. അപ്പോൾ ഞാനോർത്തു

എല്ലാവരും കാണാൻ വേണ്ടി കരയുന്ന ബാല്യം...,

ആരും കാണാതെ കരയുന്ന യൗവ്വനം...

കരയുന്നത് കണ്ടാലും ആരും തിരിഞ്ഞ് നോക്കാത്ത വാർദ്ധക്യം... ഇതല്ലേ ജീവിതം???

പിന്നീട് ഡോക്ടർ അവിടെയുള്ള പ്രമുഖരെ ഒക്കെ കണ്ട് അമ്മയെ ദത്തെടുക്കാൻ വേണ്ട പേപ്പറുകൾ ഒക്കെ ശരിയാക്കി. ഇന്ന് ഞങ്ങൾ അവിടേയ്ക്കാണ് പോകുന്നത്.

അമ്മയുടെ തെരുവിൽ വണ്ടി നിർത്തി ഞങ്ങൾ അവിടേയ്ക്ക് നടന്നപ്പോൾ അവിടെയുള്ള പരിസരവാസികൾ എല്ലാവരും അമ്മയുടെ വീടിനു മുൻപിൽ സന്നിഹിതരായിരുന്നു. ഞങ്ങളെ കണ്ടതും അമ്മ അവരോടെല്ലാവരോടും എന്റെ ശെൽവിയെ കണ്ടോ. ഞാൻ പോകുകയാണ് എന്റെ ചെല്ലക്കുട്ടിയുടെ കൂടെ എന്ന് പറഞ്ഞപ്പോൾ എല്ലാവരും ചിരിച്ചു. ഡോക്ടർ അവിടെയുള്ള നൻമ നിറഞ്ഞവരോടായി പറഞ്ഞു നിങ്ങൾക്ക് ആർക്ക് വേണമെങ്കിലും ഞങ്ങളുടെ അമ്മയെ കാണണം എന്ന് തോന്നുമ്പോൾ പറഞ്ഞാൽ മതി. അവിടെ വന്ന് അമ്മയെ കാണാൻ ഞാൻ അവസരം ഒരുക്കാം. അവരെല്ലാവരും തൊഴുകൈകളോടെ തലയാട്ടി.

അമ്മയെ ഞാൻ ഡോക്ടറുടെ ഒപ്പം മുൻ സീറ്റിൽ ഇരുത്തി. തിരികെ

പോരുമ്പോഴും ഡോക്ടർ ഇടയ്ക്കിടെ അമ്മയുടെ തലയിൽ തടവി. അപ്പോൾ അമ്മ ആരോടെന്നില്ലാതെ പറഞ്ഞു

"നമ്മുടെ നേട്ടങ്ങളോ, പദവികളോ, പരാജയങ്ങളോ ശ്രദ്ധിക്കാതെ ഒപ്പമുള്ളവരാണ് യഥാർത്ഥ ബന്ധു. ഒറ്റപ്പെടൽ ഒരിക്കലും ജീവിതത്തിന്റെ ഇരുട്ടല്ല. പലരേയും തിരിച്ചറിയാനുള്ള ജീവിതത്തിന്റെ വെളിച്ചമാണ്. നഷ്ടപ്പെട്ടതിനെ കുറിച്ച് ദുഃഖിക്കരുത് ഇപ്പോഴുള്ളതിനെ കുറിച്ച് ചിന്തിക്കുക. എന്തെന്നാൽ ഭൂതകാലം തിരിച്ച് വരില്ല. പക്ഷേ ഭാവികാലത്തിന് ഭൂതകാലത്തിൽ നഷ്ടപ്പെട്ടത് പലതും തിരിച്ച് നൽകാനാകും. ജീവിതം അദ്ഭുതം നിറഞ്ഞ പുസ്തകമാണ് ശെൽവീ എത്ര താളുകൾ മറിച്ചാലും നാളെയെന്തെന്ന് അറിയാൻ കഴിയാത്ത ഒരു പുസ്തകം".

അപ്പോഴും ഡോക്ടർ അമ്മയുടെ തലയിൽ തടവികൊണ്ട് എന്നോട് പറഞ്ഞു "കേട്ടല്ലോ രാഗീ അമ്മ പറഞ്ഞത്. ഇന്നു മുതൽ നമുക്കും ഉണ്ട് ഒരമ്മ. നമുക്ക് വേണ്ട ഉപദേശങ്ങൾ തന്ന്, വഴക്കു പറഞ്ഞ് നമ്മളെ ജീവനു തുല്യം സ്നേഹിക്കുന്ന ഒരമ്മ. നമ്മുടെ കുഞ്ഞിന് ഒരമ്മൂമ്മ. ഇനി നമ്മളും അനാഥരല്ല രാഗീ... ഞാനതു കേട്ട് ഇങ്ങനെയൊരു ഭർത്താവിനേയും, കുഞ്ഞിനേയും, അമ്മയേയും എനിയ്ക്ക് തന്നതിന് വിവരിക്കാനാവാത്ത സന്തോഷാധിക്യത്താൽ കൈകൂപ്പി കരഞ്ഞുകൊണ്ട് ദൈവത്തിന് ഒരായിരം നന്ദി പറഞ്ഞു. ദൈവമേ നിനക്കു നന്ദി... നന്ദി... നന്ദി...

തത്രപ്പാട്

അതിരാവിലെയുള്ള എല്ലാവരുടേയും നടപ്പ് കണ്ട് എനിയ്ക്ക് ചിരിയാണ് വന്നത്. എവിടെ പോയാലും റോഡിൽ ആയാലും, കടൽപ്പുറത്തായാലും, ഗ്രൗണ്ടിലായാലും, ഇടവഴിയിൽ ആയാലും എവിടെ നോക്കിയാലും നടക്കാൻ വേണ്ടി നടക്കുന്നവർ. ചിലർ കൈകൾ ശക്തിയായി വീശി വീശി നടക്കുന്നത് കണ്ടാൽ ആരെങ്കിലും ആ കൈപാങ്ങിനടുത്തെങ്ങാനും ചെന്നാൽ അടി കൊണ്ട് താഴെ വീഴും തീർച്ച. മറ്റു ചിലരാണെങ്കിലോ കൈകൾ മുകളിലേയ്ക്കുയർത്തി ആകാശത്തു നിന്നും എന്തോ പിടിച്ചെടുക്കാനുണ്ട് എന്ന രീതിയിൽ ആണ് നടപ്പ്. വേറൊരു കൂട്ടർ ഓടുകയാണോ നടക്കുകയാണോ എന്ന റിയാത്ത വിധത്തിലുള്ള ഓടിനടപ്പ്. ഉറക്കം തൂങ്ങിയ ചില തടിയൻ കുട്ടികളെ അമ്മയും അച്ഛനും ഉന്തി തള്ളി നടത്തിക്കുന്നു. ചിലർക്ക് കിതച്ച് ശ്വാസം മുട്ടി നടക്കാൻ പറ്റാത്ത അവസ്ഥയിലും നടക്കാൻ വേണ്ടി ശ്രമിക്കുന്ന ത്വര. ഒരു ദിവസത്തെ ആയുസ്സെങ്കിലും നീട്ടിക്കിട്ടാൻ വേണ്ടിയുള്ള മനുഷ്യരുടെ തത്രപ്പാട് കണ്ട് ഉള്ളിൽ ചിരി പൊട്ടി.

ഇരുപത്തിയൊന്നാം നൂറ്റാണ്ടിന്റെ ഏറ്റവും വലിയ പ്രത്യേകതക ളിൽ ഒന്നാണ് നടക്കാൻ വരുന്നവരും വരുന്നത് ഇരുചക്രവാഹന ത്തിലോ, നാൽചക്ര വാഹനത്തിലോ ആണ് എന്നുള്ളത്. സുഖ സൗകര്യങ്ങളിലെ അപര്യാപ്തതയായാണ് എനിക്കീ... നടപ്പിനെ കുറിച്ച് തോന്നുന്നത്.

മേലനങ്ങാതിരിക്കാൻ സുഖ സൗകര്യങ്ങൾ വർദ്ധിപ്പിക്കാൻ നെട്ടോ ട്ടമോടുന്ന മനുഷ്യർ സ്വന്തം ഗൃഹവാസികളുമായിപ്പോലും കൂടുതൽ ആത്മ ബന്ധം ഉണ്ടെന്ന് ദ്യോതിപ്പിക്കുകയല്ലാതെ സ്ഥാപിക്കുന്നില്ല

എന്നതല്ലേ സത്യം. അവർക്ക് പരസ്പരം ചേർന്നിരുന്ന് സംസാരിക്കാൻ സമയമില്ല. കൂടുതൽ വിശേഷങ്ങളും അറിയുന്നതും പറയുന്നതും ഓരോരുത്തരുടേയും സന്തത സഹചാരിയായ മൊബൈൽ ഫോൺ സംഭാഷണത്തിലൂടെയാണ് വീട്ടമ്മമാർക്ക് ടി. വി യും, നെറ്റും, ടാബ്‌ലറ്റും ഒക്കെയാണ് ലോകം. അതിനിടിയിൽ എളുപ്പത്തിൽ ഉണ്ടാക്കാവുന്ന പായ്ക്കറ്റിലെ ചൂടാക്കിയെടുക്കുന്ന ചപ്പാത്തിയോ, ന്യൂഡിൽസോ, ബർഗറോ പോലുള്ള ഭക്ഷണമല്ലെങ്കിൽ ഓൺലൈനിൽ വരുത്തുന്ന ഭക്ഷണം. എന്തൊക്കെ പ്രശ്നങ്ങൾ ഉണ്ടായാലും ഒരു കാര്യത്തിൽ മാത്രം അവർ പതിവ് തെറ്റിക്കാറില്ല.

ബ്യൂട്ടീ പാർലറിൽ പോയി സൗന്ദര്യ സംരക്ഷണം നടത്തുന്ന കാര്യത്തിൽ. ആർക്കും ഒന്നിനും സമയമില്ല. അതിനിടയിൽ ആണ് P. s. c എന്ന് പരക്കെ അറിയപ്പെടുന്ന പ്രഷറും പ്രമേഹവും, കൊളസ്ട്രോളും എന്ന ജീവിത ശൈലീ രോഗങ്ങളുടെ പിടിയിൽ അമരുന്നത്. അപ്പോൾ തുടങ്ങുന്ന നെട്ടോട്ടമാണ് സമയം കണ്ടെത്തി തുടങ്ങുന്ന ഈ നടപ്പ്. ആധുനികതയുടെ അനിവാര്യത.

വേറെ ഒരു സ്ഥലത്തേയ്ക്ക് ഞാൻ പോയി. പ്രശസ്ത യോഗാചാര്യൻ അദ്ദേഹത്തിന്റെ നിർദ്ദേശപ്രകാരം ഉള്ള യോഗാസനത്തിൽ വിരാജിക്കുകയാണ് ശിഷ്യർ ഓരോരുത്തരും.

ഉച്ചഭാഷിണിയിൽ കൂടി ഉയർന്നു കേൾക്കുന്ന ശബ്ദവീചികൾക്കനുസരിച്ചാണ് വ്യായാമമുറകൾ.

മറ്റൊരിടത്ത് ജിംനേഷ്യം എന്ന പേരിൽ ആരോഗ്യസ്വാമികളുടെ മസിൽ വർദ്ധിപ്പിക്കുന്ന വിവിധ ഉപകരണങ്ങളിൽ ഉള്ള വ്യായാമമുറകൾ. ജിംനേഷ്യത്തിൽ പോകുന്നത് നിർത്തിയാൽ വലിഞ്ഞ് മുറുകിയ ശരീരം വീണ്ടും പൂർവ്വസ്ഥിതിയിലും അല്ലാതെ ബലൂണിൽ വെള്ളം നിറച്ചാലുള്ളതു പോലെ താളം തുള്ളുന്ന അവസ്ഥയിലേയ്ക്ക് മാറിയിരിക്കും.

പിന്നെ ഒരു കൂട്ടർ കൃത്യസമയത്ത് പ്രാഥമിക കർമ്മങ്ങൾ, ഭക്ഷണം, ഉറക്കം, തുടങ്ങി എല്ലാം കൃത്യ സമയത്ത്. ചിലർ പ്രകൃതിചികിത്സയിൽ ആണ് പുല്ലും, പഴവും, പച്ചക്കറികളും മാത്രം കഴിച്ച് ജീവിക്കുന്നവർ.

മറ്റൊരിടത്ത് കുറച്ച് പ്രമേഹബാധിതർ അത് പൂർണ്ണമായി നിർത്തലാക്കുന്ന ചികിത്സയുണ്ടെന്ന് കേട്ട് അവിടേയ്ക്ക് ഓടുന്നു. അവിടെ ചെന്നപ്പോഴോ ഡോക്ടർ ഭക്ഷണക്രമം നിർദ്ദേശിച്ചു. കൂടെ പ്രമുഖ കമ്പനിയുടെ പ്രമേഹനിയന്ത്രണ ആയുർവേദ ഗുളിക കവർ മാറ്റി അവരുടെ പ്രത്യേക കൂടുകളിൽ നൽകി. ഭക്ഷണം ചെറുപയർ മാത്രം. ഒരാഴ്ചയായപ്പോൾ തന്നെ ഷുഗർ നില വളരെ കുറവ്. വീണ്ടും രണ്ടാഴ്ച

ചെറുപയർ ഭക്ഷണം തന്നെ നിർദ്ദേശിച്ചു. അപ്പോഴും പ്രമേഹത്തിന്റെ നില വളരെ കുറഞ്ഞ നിലയിൽ. വൈദ്യരോട് തീർത്താൽ തീരാത്തത്ര നന്ദിയും സ്നേഹവും, അതിനോടൊപ്പം അവർ പറഞ്ഞറിഞ്ഞ കുറേ രോഗികൾ കൂടി വൈദ്യന്റെ അടുക്കൽ എത്തി. ചെറുപയർ കഴിച്ച് മടുത്ത മനുഷ്യർ സാധാരണ ഭക്ഷണം കഴിക്കാൻ തുടങ്ങിയപ്പോഴോ ഷുഗർ പഴയതിലും കൂടുതൽ. വൈദ്യർ നല്ലൊരു തുകയുമായി തടി തപ്പി. വീണ്ടും അലോപ്പതി ഡോക്ടറെ സമീപിച്ചപ്പോൾ ഡോക്ടറുടെ ശകാരത്തോടൊപ്പം ഉപദേശവും, ഒരിക്കലും ഷുഗറിനോ, പ്രഷറിനോ മരുന്ന് കഴിക്കാൻ തുടങ്ങിക്കഴിഞ്ഞാൽ അത് നിർത്താൻ പാടില്ല. നിർത്തിയാൽ അത് അപകടമാവും. ചെറുപയറിൽ ഒട്ടും കാലറിയില്ല. അതാണ് അത് മാത്രം ഭക്ഷിച്ചപ്പോൾ ഷുഗർ നില താഴ്ന്ന കണ്ടത്. പിന്നീടവർക്ക് പഴയതിലും ഡോസ് കൂടുതലുള്ള മരുന്ന് കഴിക്കേണ്ടതായി വന്നു.

കൃത്യനിഷ്ഠയോടെ മാത്രം ജീവിച്ച ചിലർക്ക് കുടലിൽ കാൻസർ... എന്നാൽ പ്രകൃതിയുമായി ഇണങ്ങി ജീവിച്ച് ഒരൽപ്പം മദ്യം ഒക്കെ സേവിച്ച് ദിവസവും ഇറച്ചിയും, മുട്ടയും ഒക്കെ കഴിച്ചിരുന്ന ചിലർക്ക് വാർദ്ധക്യത്തിലും PSCകാരാവേണ്ടി വന്നില്ല എന്നു മാത്രമല്ല മറ്റൊരു രോഗത്തിനും അടിമയായില്ല. ചില സ്ഥലത്ത് ഭർത്താവിന് തടി കൂടും എന്ന് പറഞ്ഞ് ഭാര്യ അയാൾ ഒന്നും കഴിക്കാൻ സമ്മതിക്കില്ല. ഏത് ഭക്ഷണത്തിനും നിയന്ത്രണം. സ്വതവേ ആരോഗ്യവാനായിരുന്ന ആ മനുഷ്യൻ ആവശ്യമുണ്ടായിരുന്നിട്ടും ഭാര്യയുടെ പ്രീതിയ്ക്ക് വേണ്ടി കണക്ക് പ്രകാരം നൽകുന്ന ഭക്ഷണം മാത്രം സേവിച്ച് സേവിച്ച് ശരീരത്തിന് ആവശ്യമായ ഭക്ഷണം ലഭിക്കാതെ പോഷകാംശത്തിന്റെ അപര്യാപ്തതയാൽ ദുർബലനായി രോഗത്തിനടിമയാകുന്നു. നിയന്ത്രണം ആകാം ഒന്നും അമിതമാകരുത്. വണ്ണം ഉള്ളതും, മെലിഞ്ഞതും ഒക്കെ ഓരോരോ സൃഷ്ടിയുടെ പ്രകൃതമാണ്. അത് മനസ്സിലാക്കി ജീവിക്കുക. പക്ഷികൾക്കോ, മൃഗങ്ങൾക്കോ ഈ തത്രപ്പാടൊന്നുമില്ല. അവ ആദി മുതൽ ഒരേ രീതിയാണ് അവലംബിക്കുന്നത്.

പരസ്പരം കണ്ടാൽ ചിരിക്കാൻ മറന്നു പോകുന്ന ഹായ്, ഹലോ റിലേഷൻ മാത്രം വയ്ക്കുന്ന മനുഷ്യരാണ് ആയുസ്സ് വർദ്ധിപ്പിക്കാൻ ചിരിക്ലബ്ബുകളിൽ പോകുന്നത്

എന്തിനീ തത്രപ്പാടുകൾ? നടന്നുപോകാവുന്ന ദൂരത്ത് നടന്നു പോകുക. സാധനങ്ങൾ കുറേശ്ശേ വാങ്ങുക. വഴിയിൽ കാണുന്ന പരിചയക്കാരോട് അഞ്ച് മിനിട്ട് തുറന്ന മനസ്സോടെ സംസാരിക്കുക. വീട്ടിലെ കുടുംബാംഗങ്ങളുമായി സല്ലപിക്കാൻ സമയം കണ്ടെത്തുക, മനസ്സന്തോഷത്തിന് ഇടയ്ക്ക് പുറത്ത് പോകുക ഒരുപാട് പണം ഉണ്ടാക്കുന്ന

ചിന്തയിൽ നിന്നും പിരിമുറുക്കങ്ങളിൽ നിന്നും വിട്ടു നിന്ന് മാനുഷിക ബന്ധങ്ങൾക്കും, മനുഷ്യത്വത്തിനും മൂല്യം നൽകുക, ഇതൊക്കെ തന്നെ ആരോഗ്യകരമായ സ്വച്ഛന്ദ ജീവിതത്തിന് ധാരാളമാണ്.

ഞാൻ വീണ്ടും യോഗാചാര്യനും ഡയറ്റീഷ്യനുമായ അദ്ദേഹത്തിന്റെ അടുത്തേയ്ക്ക് പോയി. എല്ലാവരും ഒരു നാസാദ്വാരം അടച്ച് വച്ച് മറ്റൊരു നാസാദ്വാരത്തിൽ കൂടി കണ്ണടച്ചിരുന്ന് ശ്വാസം ഉള്ളിലേയ്ക്ക് വലിച്ചെടുക്കുകയാണ്.

അപ്പോഴാണ് ഞാൻ യോഗാചാര്യനിലേയ്ക്ക് പ്രവേശിച്ചത്. ഉള്ളിലേയ്ക്കെടുത്ത ശ്വാസം പുറത്തേയ്ക്ക് വിടാനുള്ള സമയം അദ്ദേഹത്തിനില്ലായിരുന്നു. കാരണം അദ്ദേഹത്തിന്റെ സമയം അവസാനിച്ചിരുന്നു. ശവാസനത്തിൽ ആകാതെ തന്നെ അദ്ദേഹം ശവമായി. ഓരോരുത്തർക്കും ഈ ഭൂമിയിൽ അനുവദിച്ചിരിക്കുന്ന സമയം ഉണ്ട്. അതിനപ്പുറത്തേയ്ക്ക് ഒരു മാത്ര പോലും അനുവദിക്കാൻ നിയതിയുടെ അനിവാര്യതയായ മരണം എന്ന എനിക്കാവില്ല. അതു കൊണ്ട് "ഹേ! ഇഹലോകവാസിയായ മനുജാ... നിന്നോട് ഞാൻ പറയുകയാണ് ഇത്രയധികം തത്രപ്പെടേണ്ട ഒരാവശ്യവും ഇല്ല. ആരോടും പരിഭവങ്ങളില്ലാതെ ആസൂയയും, വെറുപ്പും, വിദ്വേഷവും, സ്വാർത്ഥതയും കാട്ടാതെ കാരുണ്യത്തോടെയുള്ള ജീവിതം ആസ്വദിച്ച് ജീവിക്കൂ... അതാണ് നിങ്ങളുടെ ഹൃദയത്തെ ആരോഗ്യ പൂർണ്ണമാക്കുന്നത്. ഹൃദയത്തേക്കാൾ വലിയ ഒരു ഡയറി ഈ ലോകത്തിൽ എങ്ങും ഇല്ല... കാരണം അതിരില്ലാത്ത സ്വപ്നങ്ങളും, സഫലീകരിക്കാത്ത മോഹങ്ങളും ആരുമറിയാത്ത രഹസ്യങ്ങളും നോവോർമ്മകളുമെല്ലാം എഴുതി സൂക്ഷിക്കാൻ ഹൃദയത്തേക്കാൾ വലിയ മായാജാലം വേറൊന്നിനുമില്ല. അതു കൊണ്ട് ഹൃദയം അല്ലെങ്കിൽ മനസ്സ് നിർമ്മലമാക്കുക. അതാണ് ആരോഗ്യ സംരക്ഷണത്തോടൊപ്പം നിങ്ങളുടെ ജീവൻ നിങ്ങൾക്കനുവദിച്ചു തന്നിട്ടുള്ള സമയം വരെ നിലനിർത്താനുള്ള മനസ്സിന്റെ ഏറ്റവും വലിയ വ്യായാമവും ഔഷധവും. പണമുണ്ടാക്കാനുള്ള തത്രപ്പാടിൽ പ്രകൃതി നമുക്ക് ജീവിക്കാൻ അനുവദിച്ച ആരോഗ്യത്തോടെയുള്ള സമയം ശരിയായി വിനിയോഗിക്കാതെ നമ്മുടെ ജീവിതം നാമറിയാതെ നഷ്ടപ്പെടുത്തുകയാണ്. പിന്നീട് നഷ്ടപ്പെട്ട ആ ആരോഗ്യത്തെയും, സമയത്തെയും പിടിച്ചു നിർത്താൻ വേണ്ടി ഉണ്ടാക്കിയ എത്ര പണം വേണമെങ്കിലും ചിലവഴിക്കാൻ തയ്യാറാവുന്നു. ഫലം നാസ്തി. നമുക്കറിയാം എത്ര പണം നമ്മുടെ കൈവശം ഉണ്ടെന്ന്. എന്നാൽ നമുക്കറിയാത്ത ഒന്നുണ്ട് എത്ര സമയം നമുക്കുണ്ട് എന്നത്. അതാണ് പണവും സമയവും തമ്മിലുള്ള വ്യത്യാസം. സമയം ആർക്കു വേണ്ടിയും കാത്തു നിൽക്കാറില്ല. ചിന്തിക്കൂ... ഇനിയെങ്കിലും. നിങ്ങൾക്ക്

ഓരോരുത്തർക്കും അനുവദനീയമായ സമയം അവസാനിക്കുമ്പോൾ ഞാൻ വന്നിരിക്കും നിങ്ങളെ പരലോകത്തേയ്ക്ക് കൊണ്ടു പോകാൻ. അതാണ് സത്യം. ആരാലും വിച്ഛേദിക്കാനാവാത്ത ഞാനെന്ന മരണ മെന്ന പരമമായ സത്യം... "!

സ്നേഹം VS സ്നേഹം

വെളുപ്പാൻ കാലത്തെ മഞ്ഞിന്റെ കുളിരുള്ള സുഖസുഷുപ്തിയിൽ നിന്നും ഫോണിന്റെ ശബ്ദം ആണ് ഉണർത്തിയത്. അപ്പോഴേ കുഞ്ഞൂഞ്ഞമ്മ ബഹളം വെയ്ക്കാൻ തുടങ്ങി. പേരിൽ മാത്രമേയുള്ളൂ കുഞ്ഞൂഞ്ഞമ്മ ശബ്ദത്തിൽ അവൾ ചീവീടമ്മയാണ്.

"മനുഷേനേക്കിടത്തി ഒറക്കേമില്ല. ഒരു ഫോൺ. അത് ഓഫ് ചെയ്ത് വച്ചിട്ടോ സൈലന്റിലാക്കി വച്ചിട്ടോ കിടക്കാൻ പറഞ്ഞാൽ ഇങ്ങേര് കേൾക്കേമില്ല. വെളുപ്പാൻ കാലത്തെ തുടങ്ങും ഓരോരുത്തൻമാര് വിളി. ഇങ്ങേരാണേൽ ഫോണെടുക്കാനും സംസാരിക്കാനും. ആർക്കാ മനുഷ്യാ വെളുപ്പാൻ കാലത്തേ വിളിപിരാന്ത്? അപ്രത്തെങ്ങാനും പോയി ഫോൺ ചെയ്യ്. എനിക്കൊറങ്ങണം"

വേഗം ഫോണെടുത്ത് പുറത്തേയ്ക്കിറങ്ങിയപ്പോൾ "മോനേ ടോമിച്ചാ" എന്നുള്ള വിളി. കുഞ്ഞൂഞ്ഞമ്മയുടെ അപ്പച്ചനാണ്.

"എന്താ അപ്പച്ചാ വെളുപ്പിനേ?"

"മോനേ അത് 'നമ്മുടെ സാംകുട്ടിക്കൊരപകടം ഉണ്ടായി എന്ന് ഫോൺ വന്നു. " പിന്നെ അപ്പച്ചന്റെ വിതുമ്പലും.

"അപ്പച്ചൻ വിഷമിക്കാതെ ഞാനൊന്നു വിളിച്ചു നോക്കട്ടെ" എന്നു പറഞ്ഞ് ഫോൺ കട്ട് ചെയ്ത ശേഷം സാംകുട്ടിയുടെ നമ്പർ ഡയൽ ചെയ്തു.

അങ്ങേത്തലയ്ക്കൽ

"ഹലോ" ശബ്ദം കേട്ടപ്പോൾ ഞാൻ പറഞ്ഞു.

"ഞാൻ സാം കുട്ടിയുടെ അളിയൻ ആണ്. എന്താ സാംകുട്ടിയ്ക്ക്

പറ്റിയത്? ആരാ സംസാരിക്കുന്നത്?"

"ഇച്ചായാ ഞാൻ സാംകുട്ടിയുടെ കൂട്ടുകാരൻ ജസ്റ്റിൻ ആണ്. സാം ഇന്നലെ രാത്രി ഒരു പാർട്ടി കഴിഞ്ഞ് വരുമ്പോൾ കാർ നിയന്ത്രണം തെറ്റി.

ആശുപത്രിയിൽ എത്തിച്ചെങ്കിലും രക്ഷിക്കാനായില്ല. റീത്തയും കുട്ടികളും അപകടനില തരണം ചെയ്തു. അവരെയും ഡിസ്ചാർജ് ചെയ്ത് എംബസി വഴി ബോഡി നാട്ടിലെത്തിക്കാൻ മിനിമം മൂന്നാഴ്ചയെങ്കിലും വേണം. അതിനു വേണ്ട നടപടിക്രമങ്ങൾ ഒക്കെ ഞങ്ങൾ സുഹൃത്തുക്കളും, സാമിന്റെ കമ്പനിയും ചെയ്യും. ഞാൻ എന്റെയും, സുഹൃത്തുക്കളുടേയും നമ്പർ മെയിൽ ചെയ്യാം ഇച്ചായാ. ഇനി അതിൽ വിളിച്ചാൽ മതി. " എന്ന് പറഞ്ഞ് ജസ്റ്റിൻ ഫോൺ വച്ചു.

മുറിയിൽ വന്നപ്പോൾ കുഞ്ഞൂഞ്ഞമ്മ നല്ല ഉറക്കത്തിൽ ആണ്. അവളുടെ കട്ടിലിന്റെ മുക്കാൽ ഭാഗവും അപഹരിച്ചുള്ള കിടപ്പ് കണ്ടപ്പോൾ ഏത് വശത്തുടെ അറുത്താലും ഒരേവണ്ണത്തിൽ കിട്ടുന്ന ചെറിയ ഒരു തിമിംഗലം കിടക്കുന്നതായാണ് തോന്നിയത്. വെറുതേയല്ല നാട്ടുകാർ അവൾ കേൾക്കാതെ തിമിംഗലം എന്ന് വിളിക്കുന്നത്. എത്ര മെലിഞ്ഞ പെണ്ണായിരുന്നു. തിന്നുകൊഴുത്ത്, യാതൊരു നിയന്ത്രണവും ഇല്ലാതെ അതുപോലെ തന്നെ സ്വഭാവവും. " കുഞ്ഞൂഞ്ഞമ്മേ എടീ കുഞ്ഞൂഞ്ഞമ്മേ" എന്ന് വിളിച്ചിട്ട് അവൾക്കനക്കമില്ല. പിന്നേയും വിളിച്ചപ്പോൾ

"നിങ്ങക്കിതെന്നാത്തിന്റെ കേടാ മനുഷ്യാ? നിങ്ങടെ വല്ലവരും ചത്തോ?കിടന്ന് കാറുന്നു. എന്റെ തൊള്ളതൊറപ്പിക്കാതെ എവിടെയെങ്കിലും കെട്ടിയെടുത്തോണ്ട് പോകുന്നെങ്കിൽ പോ. എനിക്കിപ്പം വയ്യ ചായ അനത്താനും തിന്നാനുണ്ടാക്കാനും" . എന്ന് പറഞ്ഞവൾ വീണ്ടും തിരിഞ്ഞ് കിടന്നു.

ഒരൊറ്റ ചവിട്ട് കൊടുക്കാനാണ് തോന്നിയത്. വഴക്കിടണ്ട. മറ്റാരെങ്കിലും അറിഞ്ഞാൽ മോശമല്ലേന്ന് കരുതി താഴ്ന്നു കൊടുക്കുന്തോറും വിവരമില്ലാത്ത് അവളങ്ങ് കേറി വിളയുകയാണ്. ഓരോരോ കുരിശ്! ചുമന്നല്ലേ പറ്റൂ. കൂടുതൽ വിളഞ്ഞാൽ സ്വയം ഞെട്ടറ്റ് താഴെ വീഴും എന്നറിയാത്തവൾ എന്ന് ചിന്തിച്ച് ഞാൻ പറഞ്ഞു എന്നാ നീ അവിടെ കിടന്നോ. . നിന്റെ അപ്പന്റെ ഫോണാ വന്നത്. ഞാൻ പോകുവാ നിന്റെ വീട്ടിലേയ്ക്ക്. നീ സൗകര്യം എപ്പളാന്ന് വച്ചാൽ ഒരു ടാക്സി പിടിച്ചങ്ങ് പോര്. എന്ന് പറഞ്ഞ് തിരിഞ്ഞു നടന്നപ്പോൾ "ങ്ങേ അപ്പച്ചനോ എന്നാ മനുഷ്യാ എന്നാ കാര്യമാ" എന്ന് ചോദിച്ച് പെട്ടെന്നവൾ ചാടിയെണീറ്റ് വന്നു. സംയമനം പാലിച്ച് ഞാൻ പറഞ്ഞു "ഒന്നുമില്ല. സാം കുട്ടനെന്തോ

അപകടം പറ്റിയെന്ന്"

"അയ്യോ എന്റെ കർത്താവേ സാംകുട്ടന് എന്നാ പറ്റീന്നാ?ഇന്ന ലേം കൂടി എന്നെ വിളിച്ച കൊച്ചനാണല്ലോ! എവിടെ ഫോണെവിടെ? ഞാനൊന്നു വിളിക്കട്ടേ. "

"ഒന്നും വേണ്ട നീ വേഗം തയ്യാറാക്. ഞാൻ ടാക്സി വിളിക്കാം."

"ടാക്സി പിന്നെ വിളിക്കാം. എനിക്കിച്ചരെ കരുപ്പെട്ടിക്കാപ്പി അനത്തി താ മനുഷ്യാ തൊണ്ടേലെ വെള്ളം വറ്റി" എന്ന് പറഞ്ഞവൾ പ്രാഥമിക കർമ്മങ്ങൾക്കായി പോയപ്പോൾ ഞാൻ വേഗം ചക്കര ചായ തിളപ്പിച്ചു. അതവൾക്ക് കൊടുത്തപ്പോൾ എനിയ്ക്ക് വിശക്കുന്നു തിന്നാനെന്തെങ്കി ലും ഉണ്ടാക്കിത്താ എന്റെ ശരീരം തളർന്നിട്ട് ഒന്നും പറ്റുന്നില്ല. രണ്ട് മുട്ടയെടുത്ത് ബുൾസൈ ഉണ്ടാക്കിയപ്പോൾ അവളത് രണ്ടും തിന്ന് എന്റെ പുണ്യാളോ എന്റെ സാംകുട്ടനെന്നാണോന്ന് പറഞ്ഞ് രണ്ട് ഏത്തപ്പഴം കൂടി എടുത്ത് തിന്ന ശേഷം ഒരുങ്ങാൻ കേറി.

കോട്ടയത്തെ അവളുടെ വീട്ടിൽ എത്തിയപ്പോൾ കേട്ടറിഞ്ഞ് നാട്ടുകാരും, ബന്ധുക്കളിൽ ചിലരും അവിടെയുണ്ട്. കുഞ്ഞൂഞ്ഞമ്മ തന്റെ സ്ഥൂല ശരീരവുമായി അവളുടെ ഇരുമ്പുലക്ക പോലുള്ള കൈകൾ കൊണ്ട് കുടക്കമ്പി പോലിരിക്കുന്ന അപ്പച്ചനെ കെട്ടിപ്പിടിച്ച് അലറി ക്കരഞ്ഞപ്പോൾ ഞാനോർത്തു അപ്പച്ചനും തീർന്നെന്ന്!ഭാഗ്യത്തിന് ആരൊക്കെയോ ചേർന്ന് അപ്പച്ചനെ അവളുടെ കൈകൾക്കുള്ളിൽ നിന്നും രക്ഷിച്ചെടുത്തപ്പോൾ തന്നെ അപ്പച്ചൻ ചൂളം വിളിയോടെ ശ്വാസം ശക്തിയായി വലിക്കാൻ തുടങ്ങി. അടങ്ങിയിരുന്ന അപ്പച്ചന്റെ ശ്വാസംമുട്ടൽ കുഞ്ഞൂഞ്ഞമ്മയുടെ സ്ഥൂല ശരീരത്തിന്റെ പിടിയില മർന്ന് പുറത്തേയ്ക്ക് ചാടി. ഞങ്ങൾ വന്ന ടാക്സിയിൽ തന്നെ അപ്പച്ച നേയും കൊണ്ട് പ്രശസ്തമായ സ്വകാര്യ ആശുപത്രിയിലേയ്ക്ക് പാഞ്ഞു. അവിടുത്തെ ചികിത്സയാണ് അപ്പച്ചന്.

അപ്പച്ചനെ അവിടെ അഡ്മിറ്റാക്കി. മരണവീട്ടിലെ കാര്യങ്ങൾ നോക്കാൻ അപ്പച്ചന്റെ പെങ്ങളുടെ മക്കളെ ചട്ടം കെട്ടി.

ICUവിന്റെ മുൻപിലിട്ടിരുന്ന കസേരകളിൽ ഒന്നിൽ ഇരുന്ന് മയങ്ങി യപ്പോൾ ആണ് വിശപ്പിന്റെ കുഴലൂത്ത് തുടങ്ങിയത്. രാവിലെ കുടിച്ച ഒരു കട്ടന്റെ ബലത്തിലായിരുന്നു ഇതുവരെ നിന്നത്.

ആശുപത്രി കാന്റീനിൽ പോയി അപ്പവും കടലയും കഴിച്ച് കാപ്പിയും കുടിച്ചപ്പോൾ ആണ് ഒരാശ്വാസം ആയത്.

തിരികെ ICU വിന്റെ അവിടേയ്ക്ക് വരുമ്പോഴാണ് ടോമിച്ചോ എന്നുള്ള വിളി കേട്ടത്. നോക്കിയപ്പോൾ ജയിംസച്ചൻ.

“അച്ചോ അച്ചനെന്താ ഇവിടെ?”

“എടാ ഞാനിവിടെ നൂറ്റിരണ്ടിലെ തൊണ്ണൂറ്റി മൂന്ന് കഴിഞ്ഞ അമ്മച്ചിയ്ക്ക് അന്ത്യകൂദാശ കൊടുക്കാൻ വന്നതാണ്. എന്തായാലും നിന്നെ കണ്ടത് നല്ല കാര്യമായി. നിന്നെ വിളിക്കണം എന്ന് കരുതിയതായിരുന്നു. ആ അത് പറയാം. നീയെന്നാ ഇവിടെ?”

ഞാൻ കാര്യം പറഞ്ഞു.

ICU വിന്റെ അവിടെ വന്നന്വേഷിച്ചപ്പോൾ അപ്പച്ചൻ നല്ല ഉറക്കത്തിലാണ്. ഇനി വൈകുന്നേരം നാല് മണി മുതൽ അഞ്ച് മണിക്കുള്ളിലേ കാണാൻ അനുവദിക്കൂ. ജയിംസച്ചൻ പരിചയമുള്ള നേഴ്സിനെ പറഞ്ഞേർപ്പെടുത്തിയ ശേഷം എന്നെയും കൊണ്ട് നമുക്കൊരിടം വരെ പോകാം എന്ന് പറഞ്ഞ് വിളിച്ചു. ജയിംസച്ചൻ എന്ന് വിളിക്കുന്നെങ്കിലും ഞങ്ങൾ ചെറുപ്പം മുതലേ ഉള്ള കളിക്കൂട്ടുകാർ ആയിരുന്നു. അവൻ അച്ചനായ ശേഷമാണ് അങ്ങിനെ വിളിക്കുന്നത്.

ചെറുപ്പത്തിലെ ഓരോരോ കാര്യങ്ങൾ പറഞ്ഞ് അച്ചൻ വണ്ടിയോടിച്ചു. ഒരു ഇട വഴിയ്ക്ക് മുൻപിലായി നിർത്തിയിട്ട് പറഞ്ഞു “നീയിവിടെ ഇരിയ്ക്ക് ഒരു വെഞ്ചരിപ്പുണ്ട്. ഞാനതു കഴിഞ്ഞേച്ച് ഉടനേയിങ്ങ് വന്നേയ്ക്കാം എന്ന് പറഞ്ഞ് അച്ചൻ നടന്നു പോയി. ആ നടപ്പ് നോക്കി കൊണ്ടിരുന്നപ്പോൾ ഞാനോർത്തു പാവം ജയിംസ്.

ഞങ്ങളുടെ പള്ളിയിലെ സുന്ദരിയായിരുന്നു സെലീന. ക്വയറിൽ പാടുകയും ചെയ്യുമായിരുന്നു. പള്ളിയിലെ കുഴിവെട്ടുകാരൻ ഔതച്ചേട്ടന്റെ ആറു മക്കളിൽ മൂത്തവൾ. അവളെ എനിക്കിഷ്ടമായിരുന്നു ഒരു പാട്. ഒത്തിരി സ്വപ്നങ്ങളും നെയ്തിട്ടുണ്ട് അവളെ കുറിച്ച്. അപ്പോഴാണ് ജയിംസ് പറയുന്നത് അവനവളെ ജീവനാണെന്ന്. അവന്റെ ജീവിതത്തിൽ ഒരു കെട്ടുണ്ടാകുകയാണെങ്കിൽ അതവളുമായിട്ടായിരിക്കും എന്ന്. അത് കേട്ടതോടെ ഉറ്റ ചങ്ങാതിക്കു വേണ്ടി ദു:ഖത്തോടെയാണെങ്കിലും ഞാനെന്റെ സ്വപ്നങ്ങൾ മനസ്സിന്റെ മണിച്ചെപ്പിൽ പൂട്ടിക്കെട്ടിവച്ചു.

നാട്ടിലെ പ്രമാണിയായിരുന്നു വറീതച്ചായൻ. അദ്ദേഹത്തിന്റെ ഭാര്യ മേരിയാമ്മ തളർവാതമായിട്ട് കിടപ്പിലായിരുന്നു. ഒരു മകനും, മകളും. മകൻ ജോയി മന്ദബുദ്ധി ആയിരുന്നു. മകൾ ബെറ്റി ആറിലും. ആ പിള്ളാരേയും, തള്ളയേയും നോക്കാനാണ് വറീത് സെലീനയുടെ വീട്ടുകാർക്ക് പണം കൊടുത്ത് സഹായങ്ങൾ ചെയ്ത് ചെയ്ത് സെലീനയെ തന്റെ വീട്ടിൽ നിർത്തിയത്. ജയിംസ് പള്ളിയിൽ വച്ച് സെലീനയെ കണ്ടപ്പോൾ “എനിയ്ക്ക് ജോലി കിട്ടിക്കഴിഞ്ഞാൽ തന്റെ കഷ്ടപ്പാടിൽ നിന്നും തന്നെ ഞാൻ രക്ഷിച്ച് കെട്ടിക്കോളാം” എന്ന് പറഞ്ഞു. അപ്പോൾ

ആണ് സെലീന വറീതിന്റെ വീട്ടിലെ തന്റെ സ്ഥാനത്തെ കുറിച്ച് ജയിംസിനോട് പറഞ്ഞത്. "വറീത് കെട്ടാതെ തന്നെ അയാൾക്കാവശ്യമുള്ളപ്പോൾ കെട്ടിയവളായും, കുട്ടികളുടെ വേലക്കാരിയായും, വറീതിന്റെ ഭാര്യയുടെ ഹോം നേഴ്സായും ഒക്കെയുള്ള അവളുടെ വീട്ടുകാർക്കും അറിയാവുന്ന അറിഞ്ഞിട്ടും അവരുടെ നിലനിൽപ്പിനും, ഇളയതുങ്ങളുടെ ഭാവിക്കും വേണ്ടി അവരാരും അറിഞ്ഞില്ലെന്ന് നടിക്കുന്ന നിസ്സഹായ ആയ അവളുടെ റോളുകളെ കുറിച്ച്. ചിലർക്ക് നമ്മൾ വേണ്ടപ്പെട്ടവരാണ്. പക്ഷേ എപ്പോഴും അല്ല എന്ന സത്യം ഞാൻ മനസ്സിലാക്കുന്നത് എന്റെ വീട്ടുകാരിൽ നിന്നാണ് ജയിംസ്. മാതാപിതാക്കളുടേയും സഹോദരങ്ങളുടേയും സ്വാർത്ഥ താൽപ്പര്യങ്ങൾക്ക് വേണ്ടി വീട്ടുകാരാൽ പുറന്തള്ളപ്പെട്ട് സ്നേഹിക്കപ്പെടാതെ പോകുന്ന ക്രൂരതയാണ് ഏറ്റവും വലിയ ദയനീയാവസ്ഥ. . പിന്നെ ഞാൻ ആരോട് പരാതിപ്പെടാൻ? കൂട്ടത്തിൽ ഒന്നു കൂടി അവൾ പറഞ്ഞു ഇങ്ങനെ എന്റെ ജീവിതം മാറിയില്ലായിരുന്നെങ്കിലും എനിയ്ക്ക് ജയിംസിനെ ജയിംസ് കരുതുന്നതു പോലെ ഒരിക്കലും കാണാനാവില്ല. ജയിംസ് എന്നോട് ക്ഷമിക്കണം. നമ്മളെ ഒരുപാട് സ്നേഹിക്കുന്നവരോട് ചെയ്യാൻ കഴിയുന്ന ഏറ്റവും വലിയ ക്രൂരതയാണ് അവരെ പരിഗണിക്കാതിരിക്കുക എന്നത്. അതെനിക്കറിയാം ജയിംസ്. എന്നാലും എനിയ്ക്കും ഒരു മനസ്സുണ്ടായിരുന്നു. ആരും അറിയാതിരുന്ന, ഞാൻ ആരോടും പറയാതിരുന്ന, എന്നോടാരും ചോദിക്കാതിരുന്ന എന്റെ മനസ്സ്. "വറീതച്ചായനിൽ നിന്നും പണം കിട്ടി കുടുംബം രക്ഷപ്പെട്ടുമെന്നായപ്പോൾ സ്വന്തം കാര്യലാഭത്തിന് വേണ്ടി മാതാപിതാക്കളുടേയും, സഹോദരങ്ങളുടേയും മനസ്സ് മാറുന്നത് കണ്ടപ്പോൾ ആണ് മാറ്റങ്ങൾ ഒരത്ഭുതമായി തോന്നിയതെന്ന് പറഞ്ഞവൾ നടന്നു പോയി. ഒച്ചിനെ പോലെയാണ് ചിലർ. ഒച്ച വയ്ക്കാതെ ഒന്നും സംഭവിക്കാത്തതുപോലെ ഒറ്റപ്പെടുത്തി ഓടിപ്പോവും.

അവൾ ഇനി ഒരിയ്ക്കലും തിരികെ വരില്ലെന്നറിഞ്ഞിട്ടും അവൻ എന്നോട് പറഞ്ഞു "സ്നേഹിച്ച് സ്നേഹിച്ച് പുറകേ നടന്നത് ഈ ലോകത്തിൽ മറ്റാരും ഇല്ലാഞ്ഞിട്ടല്ല. ആ മറ്റാരോടും തോന്നാത്ത ഇഷ്ടമായിരുന്നു എനിക്കവളോട്. നാവുകൊണ്ടും, പണം കൊണ്ടും സ്നേഹം കാണിക്കുന്നവർക്കാണെടാ ജീവിതം വൻവിജയം ആകുന്നത്. . ഹൃദയം കൊണ്ട് സ്നേഹിക്കുന്നവർക്ക് ജീവിതം വൻ പരാജയവും...

ആകെ തകർന്ന ജയിംസ് അങ്ങനെ സെമിനാരിയിൽ ചേർന്ന് അച്ചൻ പട്ടം സ്വീകരിച്ചു. ഞാൻ ട്രഷറിയിലെ സൂപ്രണ്ടന്റും ആയി.

എവിടെയൊക്കെയോ സെലിന്റെ ശാലീനത തോന്നിയതുകൊണ്ടാണ് കുഞ്ഞൂഞ്ഞമ്മയെ കെട്ടിയത്. പക്ഷേ കെട്ടു നടന്ന ആദ്യ ദിനം

തന്നെ സംസ്കാരവും, ബഹുമാനവും ലവലേശം ഇല്ലാത്ത അവളുടെ സംസാരരീതി കേട്ടപ്പോൾ ഞെട്ടിപ്പോയി. അമ്മച്ചിയോടും, സഹോദരിമാരോടും ഒന്നും പറഞ്ഞില്ല. അല്ലെങ്കിൽ അവരും വിഷമിക്കില്ലേ.

അവൾക്കെല്ലാം ആജ്ഞയാണ്. പോയി മുൻവശത്തെ കതകടച്ചേ, അത് ചെയ്യേ, ഇത് ചെയ്യേ എന്നിങ്ങനെ യാതൊരു മാന്യതയും ഇല്ലാത്ത ധാർഷ്ട്യം മുന്നിട്ടു നിൽക്കുന്ന സംസാരം. വളർത്തുദോഷം തന്നെ. ആദ്യം ഒക്കെ വല്ലാത്ത അസഹ്യതയായിരുന്നു.

എന്തായാലും കരിശ് ചുമലിൽ ആയില്ലേ. മറ്റുള്ളവരെ അറിയിച്ച് പരിഹാസ്യനാവാതെ ചുമക്കാൻ തന്നെ തീരുമാനിച്ചു. വിവാഹ ബന്ധങ്ങൾ അല്ലെങ്കിൽ സ്നേഹ ബന്ധങ്ങൾ ആദ്യമാദ്യം കടുത്ത നിറത്തോടെ ആകർഷകമായിരിക്കും. പോകപ്പോകെ ആ നിറങ്ങൾക്ക് മങ്ങൽ ഏറ്റ് നിറം കുറഞ്ഞ് കുറഞ്ഞ് വരും. അതു പോലെയാകരുത് ബന്ധങ്ങൾ സ്നേഹത്തിന്റെ നോട്ടം മിഴികൾ കൊണ്ട് പണത്തിന്റെ തുലാസിൽ അല്ല ഉണ്ടാവേണ്ടത്. മനസ്സുകൊണ്ട് മനസ്സിലേയ്ക്കാണ്. ആത്മാർത്ഥ സ്നേഹത്തോടൊപ്പം പരസ്പരബഹുമാനം ആണ് മുഖ്യമായും ഉണ്ടാവേണ്ടത്. ആടിത്തീരുമ്പോൾ മാത്രം അറിയുന്ന കഥയല്ലേ ജീവിതം? കാലം പിന്നിടുമ്പോൾ നമുക്ക് പലതും അന്യമാവുന്നു. സ്വന്തമെന്ന് പറയാവുന്നത് ഒന്നു മാത്രം. ഒരിയ്ക്കലും മറക്കാത്ത

ഒരുപിടി ഓർമ്മകളും, ആർദ്രമായ അനുഭവങ്ങളുടെ അലകളായ ഓർമ്മകളിൽ ഒരു പാട് ഇഷ്ടപ്പെട്ടിരുന്നവരും, അവരുടെ കളഞ്ഞു പോയ പുഞ്ചിരികളും, നല്ല അനുഭവങ്ങളും തന്നിരുന്ന ജീവിതത്തിന്റെ നഷ്ടങ്ങളും.

"ഇരുന്ന് ബോറടിച്ചോടാ" എന്നുള്ള ജയിംസച്ചന്റെ ചോദ്യമാണ് ചിന്തകളിൽ നിന്നുണർത്തിയത്. ഇല്ല എന്നു പറഞ്ഞ് വീണ്ടും യാത്ര തുടരുമ്പോൾ

"ടോമിച്ചാ നിന്നോടൊരു കാര്യം പറയാനുണ്ട്. "

"എന്താ അച്ചാ?"

"നമ്മുടെ സെലീന മരിച്ചു."

"സെലീനയോ! എങ്ങനെ?"

ഞെട്ടലായിരുന്നു മനസ്സുനിറയെ. വിതുമ്പുകയാ യിരുന്നു ഉള്ളം... ഓർമ്മയിൽ വന്ന് ഇടയ്ക്കിടെ ഇന്നും അവൾ മറന്നോ എന്ന് ചോദിക്കാറുണ്ടായിരുന്നു.

നിറകണ്ണുകളോടെ ഒന്നും മിണ്ടാനാവാതെ ഇരിക്കുന്ന എന്നെ നോക്കി കൊണ്ട് പറഞ്ഞു ആത്മഹത്യയായിരുന്നു... ഇന്നലെ വൈകിട്ട്. ഇന്ന് പോസ്റ്റ്മോർട്ടം കഴിഞ്ഞ് പന്ത്രണ്ടരയ്ക്കാണ് അടക്കം.

കുമ്പസാര രഹസ്യം പറയരുതെന്നാണ്. എന്നാലും നിന്നോടത് പറഞ്ഞേ മതിയാവൂ. സെലീന കഴിഞ്ഞയാഴ്ച പള്ളിയിൽ വന്നിരുന്നു. അപ്പോൾ അവൾ പറഞ്ഞു. എനിയ്ക്കും ഉണ്ടായിരുന്നു ഒരാൾ എന്റെ ആത്മാവിനെ തന്നെ മോഷ്ടിച്ച ഒരാൾ. ആ ആളുടെ കൂടെ ജീവിക്കാൻ അർഹതയില്ലാത്ത പരിശുദ്ധി നഷ്ടപ്പെട്ടവളായില്ലേ അച്ചാ ഞാൻ എന്നു പറഞ്ഞവൾ പൊട്ടിക്കരഞ്ഞു. അവൾ സ്നേഹിച്ചിരുന്നത് ടോമിച്ചാ നിന്നെയായിരുന്നു. ആരോടും പറയാനായില്ല പ്രതികരിക്കാനറിയാതെ അനുസരിക്കാൻ മാത്രമറിയാവുന്ന ആ പാവത്തിന്. വറീച്ചായന്റെ താൽപ്പര്യങ്ങൾക്കൊപ്പം നിർവ്വാഹമില്ലാതെ ജീവിക്കുമ്പോഴും അവളുടെ മനസ്സിൽ നീ മാത്രമേ ഉണ്ടായിരുന്നുള്ളൂ...

വറീച്ചായൻ മരിച്ച കഴിഞ്ഞപ്പോൾ മേരിയാമ്മയെ നോക്കാൻ വേണ്ടി അവളെ അവിടെ നിർത്തി. മേരിയാമ്മയും മരിച്ച കഴിഞ്ഞപ്പോൾ അവരുടെ മകൾ ബെറ്റിയും ഭർത്താവും ജോയിയെ ബുദ്ധിമാന്ദ്യം ഉള്ള വർക്കായി തിരുവനന്തപുരത്ത് നടത്തുന്ന സ്ഥാപനത്തിലാക്കി. പിന്നീട്

അവർക്ക് സെലീന അധികപ്പറ്റും അപ്പനെ വശീകരിച്ചെടുത്തവളു മായി. അവൾ കാരണം നല്ല നിലയിൽ ആയ അവളുടെ സഹോദര ങ്ങൾക്കും ചേച്ചി ഒരപമാനമായി. പാവം ഒരുപാട് സഹിച്ച് സഹിച്ച് എല്ലാ സങ്കടങ്ങളും അവഹേളനങ്ങളും ചോദ്യങ്ങളും അവസാനിക്കുന്ന യാത്ര തന്നെ തിരഞ്ഞെടുത്തു... മരണം.

“ജയിംസേ” എന്നുള്ള എന്റെ ഏറെ നാളുകൾക്ക് ശേഷമുള്ള വിളി അച്ചനെ ആശ്ചര്യഭരിതനാക്കിയെന്ന് ആ നോട്ടത്തിൽ നിന്നും മനസ്സിലായി. ഞാൻ നിന്നോട് മറച്ച വച്ച ഒരു കാര്യം പറയുകയാണ്. നിന്നെക്കാൾ മുൻപേ സെലിനെ ഹൃദയത്തിൽ പ്രതിഷ്ഠിച്ചവനാണെടാ ഞാൻ. നീ നിന്റെ ഇഷ്ടം എന്നോട് തുറന്ന് പറഞ്ഞപ്പോൾ നിനക്ക് വേണ്ടിയാണെടാ ഞാൻ അവളെ മറക്കാൻ തീരുമാനിച്ചത്. ഇനി നീയതറിയണം'' എന്ന് പറഞ്ഞപ്പോൾ അച്ചൻ വണ്ടി നിർത്തി. പിന്നെ “എടാ ടോമിച്ചാ നീ എനിയ്ക്ക് വേണ്ടി എന്ന് അർദ്ധോക്തിയിൽ നിറുത്തി എന്റെ തോളിൽ മുഖമണച്ച് പൊട്ടിക്കരഞ്ഞു.

വണ്ടി വറീച്ചായന്റെ വീട്ടിൽ എത്തിയപ്പോൾ ആണ് ഞെട്ടലിൽ നിന്നുണർന്നത്. പെട്ടിയിൽ സെലീനായുടെ ദേഹം. പഴയ കോലം എല്ലാം പോയി. സെലീന തന്നെയാണോ അതെന്ന് തോന്നിപ്പോയി. അവളുടെ കണ്ണുകൾ ആയിരുന്നു ഏറ്റവും ഭംഗിയുള്ളത്. പലപ്പോഴും

ഞാൻ കൊതിച്ചിട്ടുണ്ട് നാണം കൊണ്ട് കൂമ്പിയടഞ്ഞ അവളുടെ കണ്ണുകളിൽ ഒന്ന് ചുംബിക്കാൻ. അതിനായി അവൾ വെറുതെയെങ്കിലും ഒന്ന് കണ്ണടച്ചിരുന്നെങ്കിൽ എന്ന്. ഇപ്പോൾ ആഗ്രഹിക്കുന്നത് അവളൊന്ന് കണ്ണു തുറന്നു കണ്ടിരുന്നെങ്കിൽ എന്നാണ്. പ്രാർത്ഥന ചൊല്ലുമ്പോഴും ജയിംസച്ചനും തൊണ്ടയിടറി. ആരുമില്ലായിരുന്നു സെലീനയ്ക്ക് അവസാന മുത്തം കൊടുക്കാനും, അലമുറയിട്ട് വിലപിക്കാനും. ഒരു ജൻമം മുഴുവൻ പാഴ്ജൻമമാക്കി മറ്റാർക്കൊക്കെയോ വേണ്ടി കുരിശു ചുമന്നിട്ട് ഇപ്പോഴും എന്തിനാണ് കൈയ്യിൽ കുരിശ് പിടിപ്പിച്ചിരിക്കുന്നത് എന്നോർത്തപ്പോൾ സങ്കടത്തോടൊപ്പം വിദ്വേഷവും തോന്നി.

വണ്ടിയിൽ കയറ്റി പള്ളിയിലേയ്ക്കുള്ള യാത്രയിൽ അനുഗമിക്കാനും ആരുമില്ലായിരുന്നു. ജയിംസിന്റെ ഇഷ്ടം അറിഞ്ഞപ്പോൾ കൂട്ടുകാരന് വേണ്ടി ഞാൻ സ്വയം ഒഴിഞ്ഞുമാറിക്കൊടുത്തു എങ്കിലും എന്റെ മനസ്സിൽ സെലീനാ നിന്നെ മറന്നെന്ന് ഞാനും കരുതാറുണ്ടായിരുന്നു ഓർക്കുന്നതിന് തൊട്ടു മുൻപു വരെ. നിന്റെ കൂടെ എന്നും ചേർന്ന് നടക്കാനാഗ്രഹിച്ചവനായിരുന്നു ഞാൻ. ഒരിയ്ക്കലും അതിന് കഴിഞ്ഞില്ല. ഇപ്പോഴെങ്കിലും ഞാനൊന്നു നിന്റെ കൂടെ നടക്കട്ടെ. നിന്റെ ഈ അന്ത്യ യാത്രയിൽ... അപ്പോഴും ഞാൻ അവളുടെ മുഖത്ത് നോക്കി ചോദിച്ചു. എപ്പോഴെങ്കിലും നിനക്കൊന്ന് തുറന്നു പറഞ്ഞു കൂടായിരുന്നോ എന്നോട്. സ്വന്തം കാലിൽ നിൽക്കാറായപ്പോൾ ഞാൻ വന്ന് കൊണ്ടു പോകില്ലായിരുന്നോ നിന്നെ? നിന്നെ വിട്ടുതരാതിരിക്കാനുള്ള അവകാശം വറീതച്ചായനില്ലായിരുന്നല്ലോ? നീ ശരീരം കൊണ്ടേ കളങ്കിതയായുള്ളൂ. മനസ്സിൽ നീ എന്നും എന്നെ മാത്രം പ്രണയിച്ച പരിശുദ്ധയായിരുന്നു.

എനിക്കത് മാത്രം മതിയായിരുന്നു. ആരും എന്തും പറഞ്ഞോട്ടെ. നിനക്ക് വെള്ളരിപ്രാവിന്റെ പരിശുദ്ധിയാണിപ്പോഴും. കന്യകാമറിയത്തെപ്പോലെ നിർമ്മലയാണെന്റെ മനസ്സിൽ നീ എന്നും, എപ്പോഴും... മനസ്സിന്റെ ഇഷ്ടം, സംതൃപ്തി, യോജിപ്പ് അത് ജീവിതത്തിൽ ഒരേ ഒരാളോടു മാത്രം തോന്നുന്ന, ഹൃദയത്തിൽ ജനിച്ച ബന്ധം പ്രാണനിൽ ലയിച്ചതല്ലായിരുന്നോ നിനക്ക് എന്നോടും, എനിയ്ക്ക് നിന്നോടും തോന്നിയ നമ്മുടെ പ്രണയം. ഒന്നു പറയാരുന്നില്ലേ നിനക്കെന്നോട്... ?

പള്ളിയിലെ പ്രാർത്ഥന കഴിഞ്ഞ് കുഴിക്കരികിലെ പ്രാർത്ഥനയും കഴിഞ്ഞപ്പോൾ അവളെ മുത്തം വയ്ക്കുന്ന ചടങ്ങിൽ ഞാൻ മാത്രം അവൾക്ക് ഹൃദയം പൊട്ടുന്ന വേദനയാൽ ഉതിർന്നു വീണ കണ്ണീരോടെ തണുത്തുറഞ്ഞ ആ നെറ്റിയിൽ അന്ത്യചുംബനം നൽകി. ഒരു ജൻമം മുഴുവൻ എന്നെ ആത്മാർത്ഥമായി സ്നേഹിച്ച അവൾക്ക് അതും ഞാൻ നൽകിയില്ലെങ്കിൽ ഇനി വേറെന്ത് നൽകാൻ... ജയിംസച്ചനും കണ്ണു

ത്തുടയ്ക്കുന്നത് കണ്ടു. അപ്പോൾ ആരോ പറയുന്നത് കേട്ടു ഓർക്കാനും, ആദരിക്കാനും മരണം പോലെ യോഗ്യതയുള്ള മറ്റൊരു കാരണവും ഇല്ല മനുഷ്യർക്ക്.

കുഴിയിലേയ്ക്കിറക്കി അതിനു മുകളിൽ ഒരു പിടി പച്ചമണ്ണ് വാരിയിട്ടുമ്പോഴും എന്റെയും ജയിംസച്ചന്റേയും പൊഴിഞ്ഞു വീണ കണ്ണീരും കൂടി അതിനോടൊപ്പം വീണു. എല്ലാവരും പിരിഞ്ഞ് പോയിട്ടും ഞാൻ മാത്രം അവിടെ നിന്നു. എന്റെ സെലീനയുടെ അടുത്ത്. ലോലമായ ഒരു പൂവിന്റെ ഉള്ളിൽ പറ്റിച്ചേർന്നിരിക്കുന്ന ജലകണം കണക്കേ സെലീനയിലേയ്ക്ക് ഇനി ഒരിയ്ക്കലും പടർന്നു കയറാനും, ഉതിർന്നു വീഴുവാനും കഴിയാനാവാത്ത നിസ്സഹായതയോടെ... ഇനി തിരിച്ചു കിട്ടില്ലെന്നറിഞ്ഞിട്ടും സ്വന്തമാവില്ലെന്നറിഞ്ഞിട്ടും പിന്നെയും സ്നേഹിക്കുവാൻ കഴിയുന്ന ഒന്നേയുള്ളൂ ഈ ഭൂമിയിൽ നമ്മെ അത്ഭുതപ്പെടുത്തുന്നതായിട്ട്. അതാണ് ആത്മാർത്ഥ സ്നേഹം...

സെലിന് വേണ്ട കർമ്മങ്ങൾ ചെയ്യണം എന്ന് പറഞ്ഞ് അച്ചനെ പൈസയേൽപ്പിച്ചപ്പോൾ ആദ്യം അച്ചൻ തന്നെ അത് ചെയ്തോളാം എന്ന് പറഞ്ഞ് പണം വാങ്ങാൻ വിസമ്മതിച്ചു. പിന്നീട് പറഞ്ഞു നീ തന്നെ അത് ചെയ്താലേ അവളുടെ ആത്മാവ് സന്തോഷിക്കൂ. അതാ ഏതോ ശക്തി ഒരു നിമിത്തം പോലെ നിന്നെ ഇവിടെ എത്തിച്ചത്. അവളുടെ നിന്നോടുള്ള സ്നേഹം അത്ര കളങ്കമറ്റതും, ആത്മാർത്ഥവും ആയിരുന്നെടാ. അതാണ് വിധിയുടെ ലീലവിലാസം. . കൗണ്ടറിൽ പണമടച്ച് അച്ചനോട് യാത്ര പറഞ്ഞ് പോരുമ്പോഴും തിരികെ നടക്കുമ്പോഴും മനസ്സിലിരുന്നാരോ പറഞ്ഞു കാലത്തിന് മായ്ക്കാൻ കഴിയാത്ത സത്യമാണ് സ്നേഹം. പക്ഷേ മനസ്സിനെ വേദനിപ്പിക്കാൻ കാലം തിരഞ്ഞെടുക്കുന്ന ഏറ്റവും മൂർച്ചയുള്ള ആയുധവും സ്നേഹം തന്നെയാണ്.

സാഹചര്യത്തിന്റേയും, പണത്തിന്റേയും ഏറ്റക്കുറച്ചിലുകൾക്കനുസരിച്ച് നമ്മെ ഒഴിവാക്കാനും, പുലഭ്യം പറയാനും ശീലിച്ചവരല്ല, കാലം മാറിയാലും കോലം മാറിയാലും ഏത് സാഹചര്യത്തിലും, പോരായ്മകളിലും ഹൃദയത്തിൽ സ്നേഹം നിറച്ച് കൈവിട്ടു കളയാതെ നമ്മെ നെഞ്ചോട് ചേർത്ത് വയ്ക്കുന്നവരാണ് യഥാർത്ഥ ജീവിത പങ്കാളി. അതിന് ഒരു താലിയുടേയോ,

കൂട്ടിച്ചേർക്കലുകളുടേയോ നിയമത്തിന്റേയോ ആവശ്യമില്ല.

മനസ്സുകളുടെ കൂടിച്ചേരലുകൾ ആണ് ആ കൂട്ടിച്ചേർക്കൽ...

മനസ്സുകളുടെ സംതൃപ്തിയാണ് താലി...

മനസ്സുകളുടെ ഒത്തൊരുമയാണ് നിയമം...

സ്നേഹം എന്നത് ഒരു വാക്കല്ല അതൊരു അനുഭവമാണ്. പ്രതിഫലേച്ഛ ഇല്ലാത്ത ലോകത്തെ ഏറ്റവും വിലപിടിപ്പുള്ള സമ്മാനം. സെലിൻ നീ മരിച്ച് വീണ് ഉയർത്തെഴുന്നേറ്റത് എന്റെ ഹൃദയത്തിലേയ്ക്കാണ്.

അവിടെ ഞാൻ നീയുമായി മനസ്സ് കൊണ്ട് ജീവിക്കാൻ തുടങ്ങുകയാണ്. അതംഗീകരിച്ചെന്ന പോലെ പെട്ടെന്നൊരു വെള്ളരിപ്രാവ് പറന്നു വന്ന് ടോമിച്ചന്റെ തോളിൽ വന്നിരുന്ന ശേഷം ദൂരേയ്ക്ക് പറന്നു പോയി. ഒരു പക്ഷേ അത് സെലിന്റെ ആത്മാവായിരുന്നിരിക്കാം. അതിനിയെന്നും ഏത് പ്രതിസന്ധിയിലും തന്നെ ഒറ്റയ്ക്ക് ആക്കാതെ തന്റെ കൂടെ കാണും എന്ന ധൈര്യത്തോടെ... ഇനിയും ടോമിച്ചനരികിലേയ്ക്ക് അദൃശ്യമായ സാന്നിദ്ധ്യമായി സെലിൻ വീണ്ടും വരും എന്ന പ്രതീക്ഷയിൽ തന്നെ ടോമിച്ചനും മറ്റൊരിക്കലും അനുഭവവേദ്യമാകാത്ത ആത്മവിശ്വാസത്തോടെ ആശുപത്രി ലക്ഷ്യമാക്കി നീങ്ങി.

പൂച്ചയുടെ ഭാഗ്യം

രാവിലെ പാൽ വാങ്ങിയ ശേഷം തിരികെ വീട്ടിലേയ്ക്ക് നടക്കുമ്പോൾ ആണ് കണ്ടത് അതിദയനീയമായി കരയുന്ന പൂച്ചക്കുഞ്ഞിനെ. വേഗം ചെന്ന് നോക്കിയപ്പോൾ മരത്തിന്റെ മുകളിൽ നിന്നും വീണ ഉറുമ്പിൻ കൂട്ടിലെ ഉറുമ്പുകളാൽ പൊതിയപ്പെട്ടിരിക്കുകയാണ് ആ പാവം പൂച്ചക്കുഞ്ഞ്. ധൃതിയിൽ പാൽ കവർ നിലത്തു വച്ച് അതിനെ പൊക്കി എടുത്തപ്പോഴേയ്ക്കും കുനിയനുറുമ്പുകൾ നിരയിട്ട് എന്റെ മേലേയ്ക്കും പടർന്നു കയറി. അത് വകവയ്ക്കാതെ കൈകൾ കൊണ്ട് ഉറുമ്പുകളെ തട്ടിയകറ്റാൻ ശ്രമിക്കുന്തോറും അവറ്റകൾ ആ വെളുത്ത പൂച്ചക്കുഞ്ഞിന്റെ രോമങ്ങൾക്കുള്ളിലേയ്ക്ക് ആഴ്ന്നിറങ്ങി. എന്നെയും അവ കടിച്ച് വേദനിപ്പിച്ചു കൊണ്ടിരുന്നപ്പോൾ കണ്ണുകളാൽ ചുറ്റും പരതി. അടുത്തു കണ്ട പൈപ്പിൻ ചുവട്ടിലേയ്ക്ക് നടന്ന് വെള്ളം ആ പിഞ്ചു ശരീരത്തിലേയ്ക്ക് വീഴ്ത്തി. അതുവരെ കരഞ്ഞുകൊണ്ടിരുന്ന പൂച്ചക്കുഞ്ഞ് നിശ്ശബ്ദയിലാണ്ടു. എന്റെ ശരീരത്തും പടർന്നു കയറിയിരുന്നവയേയും തട്ടിയകറ്റി ഒരു കൈയ്യിൽ നനഞ്ഞ പൂച്ച കുഞ്ഞിനേയും, മറുകൈയ്യിൽ പാൽ കവറും എടുത്ത് വീട് ലക്ഷ്യമാക്കി നടന്നു.

തുരുമ്പിച്ച ഗെയിറ്റ് കര കര ശബ്ദത്തോടെ തുറന്നതും മുറ്റം അടിച്ചു തീർന്ന ഏലമ്മ ചോദ്യവുമായി വന്നു.

“അയ്യേ! ഇതെവിടുന്നാ ഈ നനഞ്ഞ പൂച്ചക്കുട്ടി. ? നിങ്ങൾക്കെന്നാ ഇതിനേം കൊണ്ടുവരാഞ്ഞിട്ട്?”

എടീ ഇതാകെ ഉറുമ്പു കൊണ്ട് പൊതിഞ്ഞ് മൃതപ്രായമായിരിക്കുകയായിരുന്നു. ഇതും ജീവനുള്ളതല്ലേ? ഇതിനും ഇല്ലേ വേദന?കഷ്ടം തോന്നി ഞാൻ അവിടെ നിന്നും എടുത്ത് കുളിപ്പിച്ച് കൊണ്ടുന്നതാ. ”

“ആ എന്നതേലും കാണിക്ക്. ആ പാലിങ്ങു താ ഞാൻ ചായയിടാം.” അതും പറഞ്ഞ് ഏലമ്മ അകത്തേയ്ക്ക് പോയി.

ഞാൻ വേഗം ഒരു പേപ്പറെടുത്ത് തിണ്ണയിൽ വിരിച്ച് അതിനെ കിടത്തിയ ശേഷം പഴയ തുണികൾ വച്ചിരിക്കുന്ന വീഞ്ഞപ്പെട്ടി തുറന്ന് അതിൽ നിന്നും രണ്ട് മൂന്ന് തുണിക്കഷണങ്ങൾ എടുത്തു. ഒരു കഷണം കൊണ്ട് അതിനെ തുവർത്തിയ ശേഷം, ഒരെണ്ണത്തിൽ പൊതിഞ്ഞ് മറ്റൊരു തുണി ചുരുട്ടി കിടക്കയാക്കി വച്ച് അതിൽ കിടത്തി.

ഏലമ്മ പാൽകാച്ചിയപ്പോൾ അതിൽ നിന്നും അൽപ്പം പഞ്ചസാരയിട്ട് ഒരു പരന്ന പ്ലാസ്റ്റിക് പാത്രത്തിലെടുത്ത് തണുത്ത ശേഷം പൂച്ചക്കുഞ്ഞിനെ കുടിപ്പിക്കാൻ നോക്കി. ആദ്യം ഒന്നു മടിച്ചെങ്കിലും പിന്നീടത് നാവു നീട്ടി ഒന്നു നുണഞ്ഞ ശേഷം ആർത്തിയോടെ മൊത്തി മൊത്തി കുടിച്ചു. വയറ് നിറഞ്ഞതും കിടന്നുറക്കമായി.

ഒരാഴ്ച കഴിഞ്ഞപ്പോൾ തന്നെ പൂച്ചക്കുട്ടി ഉഷാറായി. വീടിനകത്ത് നടക്കാനും, കളിക്കാനും, ഞങ്ങൾ എവിടെയെങ്കിലും നിൽക്കുമ്പോഴും, ഇരിക്കുമ്പോഴും സ്നേഹത്തോടെ കാൽപ്പാദത്തിൽ ഉരുമ്മാനും ഒക്കെ തുടങ്ങി. വെളുത്ത് തുടുത്ത് പഞ്ഞിക്കെട്ടു പോലെ ഓമനത്തം തുളുമ്പുന്ന അതിനെ ഏലമ്മയ്ക്കും ഇഷ്ടമായി. ഞങ്ങൾ അതിനെ ‘പൂച്ചേ ‘എന്നു തന്നെ വിളിച്ചു.

അശനിപാതം പോലെയാണ് ലോക്ഡൗൺ ആയത്. പണ്ട് മേസ്തിരി ആയിരുന്നു. പ്രായമേറിയപ്പോൾ മുട്ടിന് വേദന വന്ന് പണിയെടുക്കാൻ വയ്യാതായി. ഒരു മകനും മകളും. റോബിനും, റോസക്കുട്ടിയും. റോബിൻ ഗവൺമെന്റ് പ്രൈമറി സ്കൂളിന്റെ മുൻപിൽ സ്കൂൾ കുട്ടികൾക്കാവശ്യമായ സാധനസാമഗ്രികൾ വിൽക്കുന്ന കട നടത്തുകയാണ്. അതിൽ നിന്നും കിട്ടുന്ന വരുമാനത്തിൽ നിന്നും ആയിരത്തഞ്ഞൂറ് രൂപ അവൻ അവന്റെ പെമ്പ്രന്നോത്തി ജസീന്താമ്മ അറിയാതെ ഞങ്ങൾക്ക് ചിലവിന് തരും. പിന്നെ ബി. പി. എൽ കാർഡിന് കിട്ടുന്ന റേഷനും, സർക്കാരിന്റെ ക്ഷേമനിധി പെൻഷനും ഒക്കെ ആയിട്ട് തട്ടിമുട്ടിയങ്ങ് കഴിഞ്ഞു പോകും. കെട്ടിയ നാൾ മുതൽ ഇല്ലായ്മയുടേയും വല്ലായ്മയുടേയും അല്ലറ ചില്ലറ അലോസരങ്ങൾ ഉണ്ടാകുന്നത് ഒഴിവാക്കിയാൽ അടക്കി വച്ച മനസ്സറിയാൻ തുറന്നു വച്ച കണ്ണുകൾ മതിയെന്നതു പോലെ... ഒതുക്കി വച്ച സങ്കടം മാറാൻ ക്ഷമ നിറഞ്ഞ രണ്ട് കാതുകൾ മതി എന്നതു പോലെ...

മുറിവേറ്റ മനസ്സുണങ്ങാൻ പരസ്പരം താങ്ങായി തണലായി ആർദ്രതയുള്ള മുഖവും മനസ്സും മാത്രം മതി എന്നതുപോലെയായിരുന്നു ഞാനും ഏലമ്മയും. അതായിരുന്നു ഞങ്ങളുടെ ജീവിതത്തിന്റെ കെട്ടുറപ്പ്.

റോബിന്റെ ഭാര്യ ജസീന്താമ്മയ്ക്ക് അവന്റെ അപ്പനും, അമ്മച്ചിയും ഒരു ബാധ്യതയാണെന്ന് മനസ്സിലായി തുടങ്ങിയപ്പോൾ തന്നെ കൂടുതൽ പ്രശ്നങ്ങൾ ഉണ്ടായി ഒരിക്കലും അടുക്കാനാവാത്ത വിധം അകലാതിരിക്കാൻ വേണ്ടി ഞാൻ തന്നെയാണ് പറഞ്ഞത് വേറേ മാറിക്കോളാൻ. നമ്മുടെ ജീവിതത്തിൽ നമ്മൾ എടുക്കുന്ന നിലപാടുകൾ ആണ് നല്ലതും ചീത്തയും ആക്കുന്നത്. ഏത് പ്രതിസന്ധിയിലും നല്ല തീരുമാനങ്ങൾ എടുക്കുക. അങ്ങനെ ഞാനെടുത്ത തീരുമാനം ആയിരുന്നു അത്. ബന്ധങ്ങൾ ചിലപ്പോൾ ബന്ധനങ്ങൾ ആകാറുണ്ട്. അവിടെ കൂടൊരുക്കാനും വിള്ളൽ പടരാതിരിക്കാനും വേണ്ടി മാത്രം എടുത്ത തീരുമാനമായിരുന്നു റോബിന്റെ മാറിത്താമസം.

ചില പെൺകുട്ടികൾ അങ്ങനെ ആണ്. വിവാഹം കഴിഞ്ഞാൽ അവർക്ക് ഭർത്താവ് മാത്രം മതി. അവൻ പിന്നെ അവളുടേതാണ്. അതുവരെ അവനെ കണ്ണിലെ കൃഷ്ണമണി പോലെ വളർത്തി പരിപാലിച്ച് അവളെ ഏൽപ്പിച്ച ഭർത്തൃവീട്ടുകാർ പിന്നീടവർക്ക് തീണ്ടാപ്പാടകലെ നിൽക്കേണ്ടവരാണ്. അതിനവർ എന്ത് നുണയും കെട്ടിച്ചമച്ച് ഉണ്ടാക്കി അവരെ ഭർത്താവിനെ കൊണ്ട് വെറുപ്പിക്കുന്നതിന് പതിനെട്ട് അടവുകളും പ്രയോഗിക്കും. പക്ഷേ സ്വാർത്ഥതയുടെ തിമിരിൽ അവർ വിസ്മരിക്കുകയാണ് അവരും മക്കളെന്ന തൈ നട്ടുനനയ്ക്കുന്നുണ്ട് എന്ന കാര്യം. ഇങ്ങനെയുള്ളവരോട് ഭർത്തൃ വീട്ടുകാർ തിരിച്ചെന്തെങ്കിലും പറഞ്ഞാൽ അതവർക്ക് പരിഭവമാകും, കരഞ്ഞാൽ അവർക്കത് നമ്മുടെ തോൽവിയാകും, ചിരിച്ചാൽ അതവരെ പരിഹസിക്കലാവും, അതു കൊണ്ട് ജസീന്താമ്മയോട് മൗനം അവലംബിക്കുകയാണ് ഉത്തമം എന്ന് എനിയ്ക്കും, ഏലമ്മയ്ക്കും മനസ്സിലായി... കൊടുക്കലും വാങ്ങലും ഒന്നുമല്ല സ്നേഹം. ഒരു വിളി, ഒരന്വേഷണം. ഒരു മാനസിക പിന്തുണ, ഒരു സാന്ത്വനം അതാണ് സ്നേഹം.

ലോക്ഡൗൺ മുതൽ അവനും കച്ചവടം ഒന്നുമില്ലാതായി ആ വഴിക്കുള്ള വരുമാനവും നിലച്ചു. അപ്പോഴാണ് റോസക്കുട്ടിയും, മക്കളും വന്നത്. റോസക്കുട്ടിയുടെ കെട്ടിയവൻ ജോയി വിദേശത്ത് തയ്യൽക്കാരനാണ്. അവന് അപ്പനും അമ്മയും രണ്ട് ചേട്ടൻമാരും ചേട്ടത്തിമാരും ഉണ്ട്. അവരെല്ലാവരും കൂടി നല്ല ഐക്യതയിൽ കൂട്ടുകുടുംബമായാണ് താമസം. അവര് പറഞ്ഞിട്ടാണ് റോസക്കുട്ടി കുഞ്ഞുങ്ങളും ആയി അപ്പന്റെയും അമ്മയുടേയും അടുത്ത് നിൽക്കാൻ വന്നത്. വരുമാനം ഒന്നുമില്ലാതിരിക്കുന്ന അപ്പനും അമ്മയ്ക്കും ഒരു സഹായമാവാൻ. കൊച്ചു മക്കൾ വന്നപ്പോൾ വീടാകെ അനക്കം വച്ചു. അഞ്ച് വയസ്സുകാരി അന്നയും, മൂന്നര വയസ്സുകാരൻ ജോഷ്വായും. രണ്ടു പേരും കൂടി എല്ലായിടവും

ഇളക്കിമറിച്ചു. ഉണ്ടായിരുന്ന പ്ലാസ്റ്റിക് കസേരകൾ ഒന്നൊന്നായി ഒടിച്ചു. പാവം ഞങ്ങളുടെ പൂച്ചക്കുഞ്ഞിനെ കാണിക്കുന്നത് കണ്ടാൽ സങ്കടാവും. അവരെ വഴക്കു പറയുന്നതെങ്ങിനെ?പറഞ്ഞാൽ മക്കളെ ഒരു പാട് കൊഞ്ചിക്കുന്ന റോസക്കുട്ടിക്ക് അതിഷ്ടമാവാതെ അവരെയും കൊണ്ട് പോയാലോ? അതായിരുന്നു എന്റെയും ഏലമ്മയുടേയും ഭയം. നിസ്സഹായതയുടെ ഭയം.

അവരാ പൂച്ചക്കുഞ്ഞിനെ എടുത്തെറിയും മലർത്തിയിടും, ചിലപ്പോൾ ഒരാൾ അതിന്റെ കൈകളിൽ അമർത്തിപ്പിടിക്കുമ്പോൾ മറ്റേയാൾ അതിന്റെ നെഞ്ചിൽ ചവിട്ടി പിടിക്കും. പിന്നെ എന്തൊക്കെയാണോ കാട്ടിക്കൂട്ടുന്നത്? പാവം പൂച്ചക്കുഞ്ഞ് ദൈന്യതയോടെ കരയുന്നത ല്ലാതെ തിരിച്ചൊന്നും ചെയ്യില്ല.

രാത്രി കുട്ടികൾ രണ്ടാളും ഉറങ്ങിയത് നോക്കിയിട്ട് തിരികെ മുൻവശ ത്തെ കതകടയ്ക്കാൻ വന്നപ്പോൾ ആണ് കതകിന്റെ പിന്നിൽ പൂച്ചക്കു ഞ്ഞ് കിടക്കുന്നു. എന്നെ കണ്ടാൽ ഉടൻ തന്നെ സ്നേഹത്തോടെ പാദ ങ്ങളിൽ ഉരുമ്മാൻ വരുന്ന അതും ഉറക്കമായിരുന്നു. മെല്ലെ കുനിഞ്ഞ് അതിനെ തലോടിയിട്ടും കണ്ണ് തുറക്കുന്നില്ല. അതിന്റെ കൈയ്യിൽ പിടിച്ചപ്പോൾ ആണ് ഞാനറിഞ്ഞത് മരണത്തിന്റെ മരവിപ്പ്. കുട്ടികൾ കതക് ഭിത്തിയോട് ചേർത്ത് അമർത്തിയപ്പോൾ അതിനിടയിൽപ്പെട്ട എന്റെ പൂച്ചക്കുട്ടി -------- എന്റെയും ഏലമ്മയുടേയും ഹൃദയം കവർന്ന ഞങ്ങളുടെ പൂച്ചക്കുട്ടി... സ്നേഹവും മരണവും രണ്ടും വിളിക്കാതെ വരുന്ന അതിഥികൾ ആണ്. എപ്പോഴാണ് വരികയെന്ന് ആർക്കും അറിയില്ല. എന്നാൽ രണ്ടിന്റേയും പ്രവൃത്തി ഒന്നു തന്നെയാണ്. ഒരെണ്ണം ഹൃദയം കൊണ്ടു പോകുമ്പോൾ മറ്റൊന്ന് ഹൃദയമിടിപ്പും. ആദ്യത്തെ ഞെട്ടൽ മാറിയപ്പോൾ ഉറക്കമായ ഏലമ്മയും, റോസക്കുട്ടിയും അറിയാതെ ഞാനതിനെ വാരിയെടുത്ത് മാറോട് അടുക്കിപ്പിടിച്ച് പുറത്തു വന്ന് കുറ ച്ചകലെയായി അയ്യത്ത് കുഴി തോണ്ടി അതിലടക്കി കുഴി മൂടി അതിനു മുകളിൽ ഉണങ്ങാനുള്ള ഓലമടലുകൾ ഇട്ടു തിരികെ നടക്കുമ്പോഴും മനസ്സിൽ പറഞ്ഞു എന്റെ പൂച്ചയുടെ ഭാഗ്യം! ആ വികൃതികളിൽ നിന്നും വേദന തിന്നാതെ അത് രക്ഷപ്പെട്ടല്ലോ!

എന്റെ പ്രണയിതാവ്

ആരാണ് ഞാൻ? ഒരു പാട് നാളുകളായി ചോദിച്ചു കൊണ്ടിരിക്കുന്ന ഒരു ചോദ്യമാണത്. അറിയില്ല എനിയ്ക്ക്. ഒന്ന് മാത്രം അറിയാം ഞാനൊരു പ്രണയിനിയാണ്. ആരെയാണ് ഞാൻ പ്രണയിച്ചു കൊണ്ടിരിക്കുന്നത്? അതും അറിയില്ലെനിയ്ക്ക്. മനസ്സിൽ പ്രണയം മൊട്ടിടാൻ തുടങ്ങിയ കാലം മുതൽ പ്രണയിക്കുകയാണ് ഞാനെന്റെ ഒരിക്കലും കണ്ടിട്ടില്ലാത്ത പ്രണയിതാവിനെ. ഒരു നാൾ വരും എന്ന് കരുതി കാത്തിരുന്നു ഞാൻ. എന്നിട്ടും എന്റെ പ്രണയിതാവ് മാത്രം വന്നില്ല.

ആ ഇച്ഛാഭംഗത്തോട് കൂടി മറ്റൊരാളുടെ താലി കഴുത്തിലണിഞ്ഞ് ഭാര്യയായി. എന്താണ് താലി? ഒരാൾ മറ്റൊരാളുടെ സ്വന്തമാണെന്ന് വരുത്തി തീർക്കാൻ, അവകാശം സ്ഥാപിക്കാൻ മനുഷ്യൻ മാത്രം കണ്ടെത്തിയ ഒരുപായമല്ലേ വിവാഹവും താലിയും? ചില ആൺ പെൺ സ്വപ്നങ്ങൾ തൂങ്ങി മരിക്കുന്നത് വെറും ഒരു താലിച്ചരടിൽ മാത്രമല്ലേ? മനസ്സിന്റെ അടുപ്പവും, ഇണക്കവും, തൃപ്തിയും, സന്തോഷവും ഒക്കെയല്ലേ ഭാര്യാഭർത്തൃ ബന്ധത്തിന് അഭികാമ്യമാവേണ്ടത്? സ്നേഹിക്കാൻ കുറേ പേരെ കിട്ടും. ഒപ്പം മറക്കാതിരിക്കുന്ന നല്ലതും ചീത്തയുമായ കുറേ ഓർമ്മകളും കിട്ടും. പക്ഷേ സ്നേഹം തിരിച്ചു തരാൻ ചിലർക്കേ കഴിയൂ. അത് അറിഞ്ഞതു കൊണ്ടാണോ എന്തോ ഞാൻ അപ്പോഴും എന്റെ പ്രണയിതാവിനെ പ്രണയിച്ചു കൊണ്ടേയിരുന്നു. താലിയുടെ അവകാശിയ്ക്ക് ഭക്ഷണം പാകം ചെയ്യുമ്പോഴും, തുണിയലക്കി കൊടുക്കുമ്പോഴും, ഇസ്തിരിയിടുമ്പോഴും ഒക്കെ ഞാൻ ചിന്തിച്ചിരുന്നത് എന്റെ പ്രണയിതാവിനെയാണ്.

കിടപ്പറയിൽ പതിയുടെ സമീപം ശയിക്കുമ്പോഴും ഒന്നിനും കഴിയാത്ത പതിയുടെ നിസ്സഹായതയിൽ ഒരിക്കൽ പോലും എന്നിലെ സ്ത്രീത്വത്തെ ഉണർത്താൻ കഴിയാത്ത ബലഹീനതയിലും ഞാനെന്ന പ്രണയിനി ഗൂഢമായി ആഹ്ലാദിക്കുകയായിരുന്നു. കാരണം ഞാനപ്പോഴും എന്റെ പ്രണയിതാവിനെ പ്രണയിച്ചു കൊണ്ടിരിക്കു കയായിരുന്നു. ഒരിക്കൽ പോലും സ്വന്തം ഭാര്യയെ വേണ്ട വിധം പ്രാപിക്കാതെ, എന്നിലെ സ്ത്രൈണതയെ ഉണർത്തി പരിപൂർണ്ണ സ്ത്രീയാക്കാതെ ഒരു മായാജാലക്കാരന്റെ ചെപ്പടി വിദ്യ പോലെയോ എന്താണെന്നറിയാത്ത അദ്ഭുതമോ പോലെ അദ്ദേഹം എന്നിലെ കന്യ കാത്വത്തെ ഒരു നിണമൊഴുക്കാക്കി അത് കണ്ട് ഭയന്ന് ഭിഷഗ്വരനെ സമീപിച്ചപ്പോഴും ഭിഷഗ്വരന്റെ ഭാഷയിൽ കന്യകയുടെ കന്യകാത്വം നഷ്ടപ്പെട്ടതാണെന്നറിഞ്ഞപ്പോഴും എന്റെ പതി അതിയായി ആഹ്ലാദി ക്കുമ്പോഴും എന്നിലെ പ്രണയിനി ആർത്തലച്ച് എന്റെ പ്രണയിതാവി നോട് വിലപിക്കുകയായിരുന്നു...

വിവാഹത്തിന്റെ ഇരുപത്തി നാലാം ദിവസം ആയിരുന്നു എന്നിലെ കന്യക എന്നിൽ നിന്നും വേർപെട്ടത്. എന്നിട്ടും ഞാൻ എന്റെ പ്രണ യിതാവിനെ പ്രണയിച്ചു കൊണ്ടിരുന്നു. ഒരിക്കലും എന്റെ പതിയ്ക്ക് പതിയിലലിയാൻ കഴിയുമായിരുന്നില്ല... എന്നിലെ സ്ത്രീത്വത്തെ പൂർണ്ണ യാക്കാനാവുമായിരുന്നില്ല... ഒരിക്കൽ പോലും എന്നെ വിവസ്ത്രയാക്കി ദർശിക്കാനുള്ള വൈകാരികഭാവം പോലും അദ്ദേഹത്തിലില്ലായിരുന്നു... കുക്കുടം പിടയുമായി അലിയുന്ന ഒരു മാത്ര നേരത്തെ എന്താണെന്നു പോലും അറിയാൻ കഴിയാത്ത ലയനം... തളർന്ന ചീരത്തണ്ടു പോലെ യായിത്തീരുന്ന അദ്ദേഹത്തിന്റെ ക്ലർക്കംവലിയോടെയുള്ള സുഖസുഷു പ്തി. അപ്പോഴും ഞാൻ കരഞ്ഞില്ല. ഉള്ളിൽ സന്തോഷിച്ചു കൊണ്ട് എന്റെ പ്രണയിതാവുമായി മനസ്സ് കൊണ്ട് അവാച്യമായ അനുഭൂതിയുടെ സുഖദമായ മേഖലകളിലൂടെ ഞാൻ രാസലീലയുടെ നടനമാടി.

പിന്നീടെപ്പോഴോ ഞാനും കന്യകാമറിയത്തെപ്പോലെ മാതൃത്വത്തെ യറിഞ്ഞു. അതെങ്ങനെ സംഭവിച്ചു എന്നെനിക്കറിയില്ല.

ദൈവത്തിന്റെ കരം എന്നിൽ പ്രവർത്തിച്ചതായിരിക്കുമോ?... അതോ എന്റെ മനസ്സിലെ പ്രണയിതാവോ?-- എന്റെ താലിയുടെ അവകാശിയോ?--... ഇന്നുമെനിക്കറിയാത്ത ഒരു പ്രഹേളികയാണത്. അപ്പോഴും ഞാനെന്റെ പ്രണയിതാവിനെ കൂടുതൽ കൂടുതൽ പ്രണയിച്ചു കൊണ്ടിരുന്നു. അപ്പോഴും ഞാൻ പ്രതീക്ഷിച്ചിരുന്നു എന്നെ കൊണ്ടുപോ കാൻ ഒരുനാൾ അദ്ദേഹം വരുമെന്ന്... കാത്തിരുന്നു... വന്നില്ല.

ജീവിതത്തിലെ ഓരോ വർഷങ്ങൾ കടന്നുപോകുമ്പോഴും എന്റെ

പതിയിലെ അപകർഷതാബോധമോ?, പകയോ?, സ്നേഹമോ?, സ്വാർത്ഥതയോ? ക്രൂരതയോ? എന്താണെന്നെനിക്കറിയില്ല എന്നെ ക്കുച്ചുവിലങ്ങിട്ട ഒരു കാരാഗൃഹവാസിയാക്കി മാറ്റി അദ്ദേഹം. . എപ്പോഴും ഞാൻ മനസ്സിൽ ചോദിച്ചു കൊണ്ടിരുന്ന ഒരു ചോദ്യമാണ് ഉയർന്നുവന്നത്. കംസന് ദേവകിയുടെ എട്ടാമത്തെ പുത്രൻ തന്റെ ജീവനെടുക്കുമെന്ന് അറിയാമായിരുന്നിട്ടും എന്തേ ദേവകിയേയും, നന്ദഗോപരേയും ഒരു കാരാഗൃഹത്തിൽ അടച്ചു? അവരെ മാറ്റി പാർപ്പിച്ചിരുന്നെങ്കിൽ? അല്ലെങ്കിൽ അവരിലൊരാളെ നാടു കടത്തിയിരുന്നെങ്കിൽ? അതുമല്ലെങ്കിൽ ക്രൂരത കാട്ടി വധിച്ചിരുന്നെങ്കിൽ? ഈ അപകടം ഉണ്ടാകുമായിരുന്നോ? അദ്ദേഹത്തിന്റെ ജീവന് ഭീഷണിയുണ്ടാകുമായിരുന്നോ? കംസന്റെ സ്വഭാവ വൈരുദ്ധ്യത്തിലെ വൈചിത്ര്യം അതെന്നെ എന്നും അത്ഭുതപ്പെടുത്തിയിട്ടേ ഉള്ളൂ... അതുപോലെ തന്റെ രഹസ്യങ്ങൾ വെളിവായി മാന്യത നഷ്ടപ്പെടും എന്ന ഭയം എന്റെ പതിക്ക് ഉണ്ടെങ്കിൽ എന്നെയും വധിച്ചു കൂടേ? ഉപേക്ഷിച്ചു കൂടേ? എന്തിനിങ്ങനെ കൊല്ലാക്കൊല ചെയ്ത് കാരാഗൃഹവാസിയാക്കുന്നു?... ആ കാരാഗൃഹത്തിലും ഞാനെന്റെ പ്രണയിതാവിനെ കൂടുതൽ കൂടുതൽ പ്രണയിച്ചു കൊണ്ട് സന്തോഷം കണ്ടെത്തി.

എന്റെ പതിയിലെ എന്നിൽ നിന്നും രക്ഷപ്പെടാനുള്ള ഒളിച്ചോട്ടം അതെന്നെ ഒറ്റപ്പെടുത്തി. ആരോടും ഒന്നും പറയാൻ പാടില്ല എന്ന പതിയുടെ ആജ്ഞ ഞാൻ ശിരസ്സാവഹിച്ചു. ആരുമൊന്നുമറിഞ്ഞില്ല. പറയുന്നത് കേൾക്കാൻ ആരുമില്ലാതാവുമ്പോഴാണ് ഒറ്റയ്ക്കുള്ള സംസാരങ്ങൾക്ക് മൂർച്ചയേറുന്നത്. എന്നിട്ടും അദ്ദേഹം എന്നെ കുറ്റപ്പെടുത്തി എന്നെ കണ്ടാൽ ആർക്കും ഒരു വികാരവും തോന്നില്ല. അമ്പലത്തിലെ ദേവീ വിഗ്രഹത്തോട് ആർക്കെങ്കിലും ഭക്തി എന്ന വികാരം അല്ലാതെ പ്രണയം തോന്നുമോ അത് പോലൊരു രൂപമാണ് എന്റേതെന്നും ഒന്നും അദ്ദേഹത്തിന്റെ തെറ്റല്ല എന്നും. കേട്ടാലറയ്ക്കുന്ന ഒരു സ്ത്രീയെ ഇതിലധികം തരം താഴ്ത്താൻ പറ്റാത്ത വിധം അസഭ്യമായ വാക്കുകളിലൂടെയും, ഉപമകളിലൂടെയും ഉപകരണങ്ങളിലൂടെയും ചിന്താശേഷിയും ആത്മാഭിമാനവും ഉള്ളവളെന്ന സീമ ലംഘിച്ച് പലപ്പോഴും എന്നെ അപമാനിച്ചിരുന്ന അദ്ദേഹം ഇപ്പോൾ സഭ്യതയുടെ ദേവീ വിഗ്രഹമാക്കി മാറ്റി പൂർവ്വാധികം ഭംഗിയിൽ എന്നെ അധിക്ഷേപിച്ചു, അവഹേളിച്ചു. പ്രവാചകൻമാരുടെ പ്രവചനത്തിൽ വിശ്വസിച്ചിരുന്ന അദ്ദേഹത്തിന്റെ ഉയർച്ചയ്ക്കും, ഐശ്വര്യത്തിനും വേണ്ടി മാത്രമായുള്ള ഒരു ജീവനുള്ള ചലിക്കുന്ന പാവയായി തിടപ്പള്ളിയിൽ അദ്ദേഹത്തിന് ഭോജനമൊരുക്കി, വീട് കാത്ത് സൂക്ഷിച്ച് വേണ്ട വിധം ഗൃഹ കാര്യങ്ങൾ

ചെയ്യും മറ്റുള്ളവർക്ക് മുൻപിൽ എല്ലാവർക്കും ഭാര്യയുണ്ട് എനിയ്ക്കും ഒരു ഭാര്യയുണ്ട് എന്ന് കാണിച്ചു കൊടുക്കേണ്ടവൾ മാത്രമാക്കി എന്നെ എന്റെ പതി. ഭോഗസുഖം അദ്ദേഹത്തിന് അന്യമായിരുന്നത് കൊണ്ട് ഞാനൊരിക്കലും ഒരു ഭോഗവസ്തു ആയില്ല. സമൂഹത്തിൽ അദ്ദേഹം മാന്യനും, സൽഗുണസമ്പന്നനും, ഉദാരമതിയും, കരുണയുള്ളവനും. സരസനും ആയി പ്രകീർത്തിക്കപ്പെട്ടു. ആ സരസതയുള്ള അല്ലലില്ലാത്ത ഭാഗ്യ ജീവിതമാണെന്റേതെന്നും കരുതിയെല്ലാവരും. അപ്പോഴും ഞാൻ എന്റെ പ്രണയിതാവിനോട് പറഞ്ഞു കൊണ്ടിരുന്നു ഒരു കായിക ജേതാവ് വീട്ടിലും കായിക വൃത്തിയിൽ മുഴുകിയിരിക്കുമോ? അദ്ദേഹം ഒന്നും മിണ്ടാതിരുന്നപ്പോൾ അദ്ദേഹത്തിന് മനസ്സിലായില്ലേ ഞാൻ പറഞ്ഞത് എന്ന് കരുതി ഞാനദ്ദേഹത്തോട് വിശദീകരിച്ച് പറഞ്ഞു ഒരു ഓട്ടക്കാരൻ, അല്ലെങ്കിൽ നീന്തൽ വിദഗ്ധൻ വീട്ടിലും ഓടിക്കൊണ്ടിരിക്കുമോ? അതോ നീന്തിക്കൊണ്ടിരിക്കുമോ?' അപ്പോൾ എന്റെ പ്രണയിതാവ് എന്നോട് പറഞ്ഞു. മനുഷ്യർ മാത്രം അങ്ങനെയാണ് ചിന്തിക്കുന്നത് മറ്റുള്ളവരുടെ പുറമേയുള്ള ജീവിതം കണ്ട് നമ്മൾ ഒഴിച്ച് മറ്റെല്ലാവരും സന്തോഷത്തിൽ ആടിത്തിമിർക്കുകയാണെന്ന്. നമുക്ക് മാത്രമേ ദു:ഖമുള്ളൂ മറ്റാർക്കും യാതൊരു ദുഃഖവുമില്ല എന്ന്. എന്തൊരു ഭാഗ്യമാണവർക്കെന്ന്? എന്നെ മാത്രം എന്തിനിങ്ങനെ സൃഷ്ടിച്ചു എന്ന്? അതിൽ നിന്നും അസൂയയും ചിലപ്പോൾ ജനിക്കും. എന്നിട്ട് ഒരേ സമയം നമുക്കൊപ്പമുണ്ടെന്ന് തോന്നിപ്പിക്കുകയും അതേ സമയം നമ്മൾ മനസ്സിൽ പോലും ചിന്തിച്ചിട്ടില്ലാത്ത നമ്മുടെ കുറ്റങ്ങളും, കുറവുകളും മറ്റുള്ളവരോട് പറഞ്ഞ് ബന്ധങ്ങളിൽ വിള്ളൽ വീഴ്ത്താൻ ശ്രമിക്കുകയും ചെയ്യും. അസൂയയുള്ള സ്ത്രീയും, പുരുഷനും ആണ് ലോകത്തിലേയ്ക്കും വച്ച് അപകടകാരികൾ. അവർ വിഷപ്പാമ്പുകളേക്കാൾ ദോഷകാരികളാണ്. ആ മറുപടിയിൽ ഞാൻ തൃപ്തയായി. ഞാൻ ആരോടും ഒന്നും പറയില്ല അതറിയാം എന്റെ പതിയ്ക്ക്. എന്നിട്ടും ആരും അഥവാ ഞാൻ പറഞ്ഞാലും വിശ്വസിക്കാതിരിക്കാൻ ചിത്തഭ്രമം ഉള്ളവൾ എന്ന മുൾക്കിരീടം എന്റെ ശിരസ്സിലണിയിച്ചു അദ്ദേഹം. അപ്പോൾ മാത്രം ഞാൻ ദുഖിച്ചു എന്നിലെ പ്രണയിതാവ് എന്നിൽ നിന്നകന്ന് എന്നെ ഉപേക്ഷിച്ചു പോകുമോ എന്ന് ഭയന്ന്... പക്ഷേ, അദ്ദേഹം എന്നെ കൂടുതൽ പ്രണയിക്കുകയാണ് എന്ന് എന്റെ ഏകാന്തതകളിൽ എന്റെ മനസ്സിലിരുന്ന് പറഞ്ഞു. രാത്രികളിൽ ഞങ്ങൾ രണ്ടാളും ഒരു പോലെ കണ്ണടയ്ക്കാതെ ഉറങ്ങുന്ന പതിയെ നോക്കി ഭ്രാന്തിളകിയവരെപ്പോലെ ചിരിച്ചു കൊണ്ടിരുന്നു. അപ്പോഴും ഞാൻ എന്റെ പ്രണയിതാവിന്റെ രൂപം കാണാൻ ശ്രമിച്ചു. സാധിച്ചില്ല, അദ്ദേഹം ആദൃശ്യനായാണ് എന്നോട് സംസാരിച്ചു കൊണ്ടിരുന്നത്. മനസ്സ് കൊണ്ട് മനസ്സിനെ

അറിഞ്ഞാൽ ഹൃദയം കൊണ്ട് സ്നേഹത്തെ മനസ്സിലാക്കിയാൽ തമ്മിൽ കാണുന്നില്ല എന്ന ഒറ്റക്കാരണത്താൽ അവസാനിക്കില്ല ഒരു ബന്ധ ങ്ങളും. അതായിരുന്നു ഞാനും എന്റെ പ്രണയിതാവും...

ഇന്നെന്റെ സപ്തതി ആയിരുന്നു. ഇതിന് മുൻപ് രണ്ട് പ്രാവശ്യം എന്നെ കണ്ടപ്പോഴും ഞാനെന്റെ പ്രണയിതാവിനോട് ചോദിച്ചു കൊണ്ടടുത്തു ചെന്നപ്പോഴും അദ്ദേഹം എന്നെ അറിയില്ല എന്ന ഭാവത്തിൽ എന്നോ ടൊന്നും മിണ്ടാതെ പൊയ്ക്കളഞ്ഞു. പക്ഷേ എന്റെ കാത്തിരിപ്പിനൊടു വിൽ ഇന്നദ്ദേഹം എന്റെ അടുത്തേയ്ക്ക് വരികയായിരുന്നു. അപ്പോഴാണ് ഞാനെന്റെ പ്രണയിതാവിനെ കൺകുളിർക്കെ കണ്ടത്. എത്ര കണ്ടിട്ടും കണ്ടിട്ടും എനിയ്ക്ക് തൃപ്തിയായില്ല. ഞാനദ്ദേഹത്തോടൊപ്പം ചെല്ലാൻ പറഞ്ഞു. ഞാനിപ്പോഴും ആദ്യത്തേതിലും അധികമായി അദ്ദേഹത്തെ അത്യഗാധമായി പ്രണയിക്കുകയാണെന്ന് അദ്ദേഹത്തിന് മനസ്സിലാ യത്രേ. ഞാൻ അത്യാഹ്ലാദവതിയായി ധൃതിയിൽ തയ്യാറായി ചെന്ന പ്പോൾ ഞാനിനി അദ്ദേഹത്തിന്റേത് മാത്രമാണ്, ഇനി ആർക്കും എന്നെ വിട്ടു കൊടുക്കില്ല എന്ന് പറഞ്ഞ് അദ്ദേഹം എന്നെ ഒരു ജൻമത്തിലെ മുഴുവൻ സ്നേഹത്തോടെ പ്രണയാതുരനായി ആലിംഗനം ചെയ്തു. ആ ആലിംഗനത്തിൽ ഒരിയ്ക്കലും അറിയാത്ത നിർവൃതിയോടെ എന്നിലെ പ്രണയിനി എന്റെ പ്രണയിതാവിൽ ലയിച്ചു.

ദുഃഖം കടിച്ചമർത്തുന്ന പതിയേയും, അലമുറയിടുന്ന മകനേയും, മരുമകളേയും, പേരക്കുട്ടികളേയും ബന്ധുമിത്രാദികളേയും കണ്ടപ്പോ ഴും എനിയ്ക്ക് ദുഃഖം തോന്നിയില്ല. നിങ്ങളെന്തിനാണ് കരയുന്നത്? ഒരു ജൻമം മുഴുവൻ കാത്തിരുന്ന ഞാൻ എന്റെ പ്രണയിതാവിന്റെ കൂടെയല്ലേ പോകുന്നത്? ഇദ്ദേഹത്തെ ആണ് ഞാൻ പ്രണയിച്ചിരു ന്നത്... ഇദ്ദേഹത്തിൽ ആണ് ഞാനെന്റെ ആനന്ദം കണ്ടെത്തിയിരു ന്നത്. ഇപ്പോഴാണ് അദ്ദേഹം എന്റെ ആത്മാർത്ഥ സ്നേഹത്തെ തിരി ച്ചറിഞ്ഞത്. സ്നേഹം കൊണ്ടു ഞാൻ ചെയ്ത തപസ്സിൽ ഇപ്പോഴാണ് ദൈവങ്ങൾക്ക് മനസ്സലിഞ്ഞ് അദ്ദേഹത്തെ ഒരു വരപ്രസാദം പോലെ, എന്റെ ജീവിത പുണ്യമായി എനിയ്ക്ക് തന്നത്. എന്റെ ജഢശരീരം തീ നാളങ്ങളിൽ ഉരുകിയമരുമ്പോഴും ഞാൻ സന്തോഷിച്ചു ഇനി എന്റെ പ്രണയിതാവ് എന്നെ വിട്ട് പോകില്ലല്ലോ എന്നോർത്ത്. എന്റെ മരണാ നന്തര ചടങ്ങിന് വന്ന ആരുടെയോ മൊബൈലിന്റെ റിംഗ് ടോണിലെ ഗാനം കേൾക്കാൻ തുടങ്ങി അതെന്നെയും എന്റെ പ്രണയിതാവിനെയും ഹർഷ പുളകിതരാക്കി.

"എന്റെ ജന്മം നീയെടുത്തു. നിന്റെ ജൻമംഞാനെടുത്തു.

നമ്മിൽ മോഹം പൂവണിഞ്ഞു.

തമ്മിൽ തമ്മിൽ നാമലിഞ്ഞു"

അപ്പോഴും ഞാനെന്റെ ബന്ധുക്കളെ നോക്കി പറഞ്ഞു കൊണ്ടിരുന്നു "സ്നേഹം ഹൃദയത്തിന്റെ ഭാഷയാണ്. പകയുള്ളവർക്ക് അത് മനസ്സിലാവില്ല. അങ്ങനേയും ചിലരുണ്ടിവിടെ വാക്കുകളാൽ അകലം കാണിച്ച് ഹൃദയം കൊണ്ട് ചേർന്നിരിക്കുന്നവർ. അതായിരുന്നു ഇപ്പോൾ ഞാനും എന്റെ പ്രണയിതാവും. പരസ്പരം കളങ്കമില്ലാത്ത ഹൃദയം നിറഞ്ഞ സ്നേഹമുണ്ടെങ്കിൽ, വിശ്വാസമുണ്ടെങ്കിൽ നിശ്ശബ്ദതയെപ്പോലും മനസ്സിലാക്കാൻ സാധിക്കും. അല്ലെങ്കിൽ ഓരോ വാക്കും, പ്രവൃത്തിയും തെറ്റിദ്ധരിക്കപ്പെടാം. സ്നേഹവും, വിശ്വാസവുമാണ് ബന്ധങ്ങളുടെ ആത്മാവ്. ആ സ്നേഹത്തിലും, വിശ്വാസത്തിലും ആയിരുന്നു ഇപ്പോൾ ഞാനും എന്റെ പ്രണയിതാവും. ഇത്ര കാലവും ഞാൻ എവിടെയാണോ നിന്ദിക്കപ്പെട്ടത്, പരിഹസിക്കപ്പെട്ടത്, അപമാനിക്കപ്പെട്ടത്, അവഹേളിക്കപ്പെട്ടത് അവിടെ തന്നെ ഞാനിപ്പോൾ മാനിക്കപ്പെടുന്നു അതും എന്റെ ജഢ ശരീരത്തിൽ... അത് കണ്ടപ്പോൾ ഞാൻ ചിരിച്ച പോയി ഒപ്പം എന്റെ പ്രണയിതാവും. അദ്ദേഹത്തിൽ പൂർണ്ണമായി അലിഞ്ഞ് ചേരുന്നതിന് മുൻപ് ഞാനൊരു കാര്യം കൂടി മനസ്സിലാക്കി എന്റെ ജീവിതത്തിൽ ഞാൻ കണ്ട ഏറ്റവും വലിയ അഭിനേത്രി ഞാൻ തന്നെയാണ്. കാരണം പലരും പലവേഷത്തിൽ എന്റെ മുന്നിൽ ആടിത്തിമിർക്കുമ്പോൾ അതൊക്കെ വെറും അഭിനയമാണെന്ന് മനസ്സിലാക്കി കൊണ്ട് തന്നെ അറിയാത്ത ഭാവത്തിൽ പരാതിയും പരിഭവവും തീരെയില്ലാതെ ഞാൻ അവർക്കൊപ്പം അഭിനയിക്കുകയായിരുന്നില്ലേ. ???

ഇനി ഞാൻ മാത്രമല്ല ഞാനിത്ര നാളും അകമഴിഞ്ഞ് സ്നേഹിച്ച എന്നിലെ സ്ത്രീയെ പൂർണ്ണയാക്കിയ എന്റെ മറുപാതിയായിരുന്ന എന്റെ പ്രണയിതാവുമായി ചേർന്നപ്പോൾ അദ്ദേഹത്തിനും ലഭിച്ച എന്നിലെ മറുപാതിയിൽ ഞങ്ങൾ പൂർണ്ണരായി, അർദ്ധനാരീശ്വരൻമാരായി ഒരിയ്ക്കലും വേർപെടാനാവാത്തവിധം ആനന്ദതുന്ദിലരായി നടനമാടുകയായിരുന്നു. അപ്പോഴും ഇടക്കണ്ണിട്ട് ഞാനെന്റെ പ്രണയിതാവിനെ കൊതി തീരെ കാണുകയായിരുന്നു... ജൻമ പുണ്യത്തിന്റെ മോക്ഷ പ്രാപ്തിലേയ്ക്ക് ആനയിക്കപ്പെടുകയായിരുന്നു...

കാലാന്തരം

മകൾ ദിയ പ്രായമറിയിച്ചിരിക്കുന്നു. പണ്ടൊക്കെ എന്തൊരു ചടങ്ങും ആഘോഷവും ആയിരുന്നു. അവളുടെ അമ്മയായ എനിയ്ക്കും അതിയായ സന്തോഷമായി ഒപ്പം പരിഭ്രമവും. ഇനി കുട്ടിയെ ശരിക്കും ശ്രദ്ധിക്കണം കാലം അതാണ്.

പെട്ടെന്നാണ് ദിയ പുറത്തേയ്ക്ക് പോകാനായി തയ്യാറായി വന്നത്.

“മോളേ നീ എവിടെപ്പോകുന്നു? ഇനി കുറച്ച് ദിവസത്തേയ്ക്ക് സ്കൂളിലും, ട്യൂഷനും ഒന്നും പോകണ്ട. ”

“അമ്മ എന്താ പറയുന്നത്? ഞാൻ സെവൻത് സ്റ്റാൻഡേർഡിലാണ് എന്നറിയില്ലേ?. ഒരു ദിവസത്തെ ക്ലാസ്സ് മിസ്സായാൽ അതു മതി ആ സോന എന്നേക്കാൾ കൂടുതൽ ഗ്രേഡ് വാങ്ങാൻ. അത് ഞാൻ സമ്മതിക്കില്ല. Every body is unique in their way. ”

മോളേ ഇത്ര ചെറുപ്പത്തിലേ ഇങ്ങനെ ചിന്തിക്കരുത്.

നിന്റെ ഏറ്റവും അടുത്ത കൂട്ടുകാരിയല്ലേ സോന. സ്വാർത്ഥതയില്ലാത്തതും തിരിച്ചൊന്നും പ്രതീക്ഷിക്കാത്തതുമായ ബന്ധങ്ങൾ ആണ് എന്നും നിലനിൽക്കുന്നത്. എനിക്കില്ലാത്തത് നിനക്കും വേണ്ട എന്നല്ല. എനിക്കില്ലാതെ പോയത് മറ്റൊരാൾക്ക് നിഷേധിക്കപ്പെടാതിരിക്കട്ടെ എന്ന് ചിന്തിക്കുന്നിടത്താണ് നാം നല്ല മനുഷ്യരാവുന്നത്. അത്തരത്തിലുള്ള ഉത്തമ മനസ്ഥിതിയാണ് ബന്ധങ്ങളുടെ ഏറ്റവും വലിയ കരുത്ത്. മോളേ നിന്റെ ശരീരത്തിന്റെ മാറ്റം നീ കണ്ടതല്ലേ?”

“ഓ അമ്മാ യു മീൻ

മെൻസ്ട്രുവേഷൻ? അതൊക്കെ കോമണായിട്ടുള്ളതല്ലേ?”

"അമ്മയ്ക്ക് അതേപ്പറ്റി നിന്നോട് സംസാരിക്കണം. "

"അമ്മയ്ക്ക് എന്താ പറയാനുള്ളത്? പീരീഡ്സിനെക്കുറിച്ചാണോ? അമ്മയാണോ എനിയ്ക്ക് പാഡ് വച്ച് തന്നത്? അല്ലല്ലോ? ഞങ്ങൾക്ക് ഇതെല്ലാം നേരത്തേ അറിയാം. അമ്മയ്ക്ക് മൊബൈലിൽ ഫോൺ ചെയ്യാനും, വാട്സ് ആപ്പ് നോക്കാനും അല്ലാതെ എന്താ അറിയാവുന്നത്? അതിലെ ഗൂഗിളിലോ, യട്യൂബിലോ കയറി സെർച്ച് ചെയ്ത് നോക്കൂ അപ്പോഴറിയാം. ഞാനെല്ലാം അറിഞ്ഞിട്ടുണ്ട് കണ്ടിട്ടുണ്ട്. അതിനെകുറിച്ചുള്ള ശരിയായ അവെയർനസ്സ് എനിക്കുണ്ട്. "

"യാമിനീ നീയീ

ത്രേതായുഗത്തിൽ കഴിയാതെ മോള് പറയുന്നത് പോലെ ചെയ്യ്. അതൊക്കെ പഴയ കാലത്തെ ഓരോരോ കോപ്രായങ്ങൾ. എടീ ഇത് കാലം വേറെയാണ്. നീ മോളെ പഠിക്കാൻ പറഞ്ഞു വിട്ടു. അവളുടെ ഒരു ഉപദേശവും, ചാരിത്ര്യ സംരക്ഷണവും. ഇത്രയുമായിട്ടും പക്വത വരാത്തവൾ കഷ്ടം തന്നെ. "

"അച്ഛാ യു മീൻ വെർജിനിറ്റി?സില്ലി മാറ്റർ അതില്ലാതായാലും ഹൈമൻ നമുക്ക് വെച്ച് പിടിപ്പിക്കാം. അഭയ കേസിലെ സിസ്റ്റർ ചെയ്തത് കണ്ടില്ലേ?"

എന്ന് പറഞ്ഞ് അച്ഛനെ നോക്കി ചിരിച്ച് കൈ വീശിക്കാട്ടി ഉല്ലാസത്തോടെ ദിയ പുറത്തേയ്ക്ക് പോയപ്പോൾ ഞാൻ ഒന്നും മിണ്ടാനാവാതെ ഞെട്ടിത്തരിച്ചിരുന്നു...

പിന്നീട് ഞാൻ ചിന്തിക്കുകയായിരുന്നു എന്റെ വയസ്സറിയലിനെ കുറിച്ച്. വൈകിട്ട് സ്കൂളിൽ നിന്നും വന്നപ്പോൾ ആണ് കണ്ടത് അടിവസ്ത്രത്തിൽ രക്തമയം. കാറിക്കരഞ്ഞുകൊണ്ട് അമ്മയുടെ അടുത്തെത്തി. അമ്മ സാന്ത്വനിപ്പിച്ച് വാ നമുക്കൊന്ന് കുളിക്കാം എന്ന് പറഞ്ഞ് എന്റൊപ്പം കുളിമുറിയിലേയ്ക്ക് വന്നു. എന്നും കുളത്തിൽ കുളിച്ചിരുന്ന ഞാൻ അമ്മയോട് കുളത്തിലേയ്ക്ക് പോകാം എന്ന് പറഞ്ഞപ്പോൾ

"ഇനി കുറച്ചീസത്തേയ്ക്ക് കുട്ടി കുളക്കടവിലേയ്ക്ക് പോകാൻ പാടില്യ".

"അതെന്താമ്മേ?"

"അതമ്മ പറഞ്ഞു തരാംട്ടോ. കുട്ടീ നമ്മൾ സ്ത്രീകൾക്ക് ചില മാറ്റങ്ങൾ ശരീരത്തിൽ ഉണ്ടാവും. ഇപ്പോത്തന്നെ കണ്ടില്ലേ രക്തമയം. അതിന് ആർത്തവം എന്നാ പറയണത്. ആ സമയത്ത് നമ്മൾ കുളത്തിൽ കുളിക്കുകയാണെങ്കിൽ അത് കുളത്തിൽ കലർന്ന് അശുദ്ധാവില്ലേ? പ്രകൃതി സ്ത്രീകൾക്ക് മാത്രം കനിഞ്ഞ് അനുഗ്രഹിച്ച വരദാനമാണത്. അതു കൊണ്ട് കുട്ടി ഭയപ്പെടേണ്ടതില്ല എന്ന് മാത്രല്ല കുട്ടിയിനി ഏഴ്

നാളത്തേയ്ക്ക് കുളത്തിലേയ്ക്കോ, കിണറിനരികിലേയ്ക്കോ, തൊടിയിലെ ചെടികളെ തൊടാനോ, തേവരെ തൊഴാനോ ഒന്നും പോവണ്ട. ആദ്യായിട്ട് ഇങ്ങനെ ആവണ കുട്ട്യോള് പത്ത് നാളേയ്ക്ക് പുറത്തിറങ്ങാനേ പാടില്യ പത്ത് നാളിന് ശേഷേ ഉള്ളാടനേയും, ആനയേയും കാണാൻ പാടുള്ളൂ. അല്ലാച്ചാൽ ദോഷം ഭവിക്കും"

കുളി കഴിഞ്ഞ് അമ്മ എന്നെ ഉരപ്പുരയ്ക്കിപ്പുറമുള്ള ചെറിയ മുറിയിൽ ഇരുത്തി. ഏഴാം ദിവസം അമ്മ എന്നെ പാൽപ്പാടയും, പച്ചമഞ്ഞളും തേച്ച് കുളിപ്പിച്ചു. വലിയ ആഘോഷായിരുന്നു അന്ന്. പട്ടുപാവാടയും 'ബ്ലൗസും അണിയിച്ച് പൂ ചൂടി ഒരുക്കി, മധുരപലഹാരങ്ങളും, ബന്ധുക്കളും ഒക്കെയായിട്ട്. അന്ന് ആരോ അമ്മയോട് പറയുന്നത് കേട്ടു "തിങ്കളാഴ്ചയല്ലേ ആദ്യാർത്തവം ഒരു പേരുദോഷവും കേൾപ്പിക്കാതെ ചാരിത്ര്യശുദ്ധി ഉള്ളവളായിരിക്കും ചന്ദ്രികേ നിന്റെ മകള്."

എല്ലാവരും പോയി കഴിഞ്ഞ് അമ്മ എന്നോട് പറഞ്ഞു.

"കുട്ടി ഇപ്പോൾ വലുതായി. ഇനി മേലിൽ പുരുഷൻമാർ ആരും കുട്ടിയെ സ്പർശിക്കുവാനോ, കെട്ടിപ്പിടിക്കുവാനോ ഒന്നും അനുവദിക്കരുത്. "

"അതെന്താമ്മേ?"

"അതേയ് നമുക്ക് ചാരിത്ര്യം എന്ന ഒന്നുണ്ട്. അത് വിവാഹത്തിന് മുൻപ് ഒരിക്കലും നഷ്ടപ്പെടാൻ പാടില്യ. ഒരു സ്ത്രീയുടെ ജീവിതത്തിൽ ഏറ്റവും വിലപിടിപ്പുള്ള ഒന്നാണ് ചാരിത്ര്യം. അന്യൻമാർ ആരെങ്കിലും സ്പർശിച്ചാൽ അത് നമുക്ക് നഷ്ടാവും. അമ്മ പറഞ്ഞത് ഇപ്പോൾ മനസ്സിലായോ. അതു പോലെ വസ്ത്രധാരണത്തിലും ശ്രദ്ധിക്കണം. നമ്മുടെ ശരീരഭാഗങ്ങളെ ഒക്കെ മറ്റുള്ളവർക്ക് കണ്ട് ആസ്വദിക്കാൻ ഇടവരാത്ത വിധം അവയെ നന്നായി മറയ്ക്കുന്ന ഒതുക്കമുള്ള അയഞ്ഞ വസ്ത്രധാരണം ആയിരിക്കണം. അമ്മ പറഞ്ഞത് മനസ്സിലായോ കുട്ടിക്ക്?"

"മനസ്സിലായി അമ്മേ. "

രണ്ടീസം കഴിഞ്ഞപ്പോൾ ആണ് നേരമ്മാവനും, അമ്മായിയും കൂടി വീട്ടിൽ വന്നത്. അമ്മാവൻ എന്നെ കണ്ടതും പണ്ട് ചെയ്യാറുള്ളത് പോലെ ചേർത്ത് പിടിച്ച് മൂർദ്ധാവിൽ ചുംബിച്ചു.

അവര് പോയതും ഞാൻ ഒരൊറ്റ കരച്ചിൽ.

അമ്മ "എന്തേ കുട്ടീ പറ്റീത്?" എന്ന് ചോദിച്ചപ്പോൾ ഞാൻ പൊട്ടിക്കരഞ്ഞുകൊണ്ട് പറഞ്ഞു "അമ്മേ എന്റെ ചാരിത്ര്യം പോയി."

"അതെങ്ങനെ? അങ്ങനെ സംഭവിക്കാൻ വഴിയില്ലാലോ? എന്താ

സംഭവിച്ചത്? ഭയപ്പെടാണ്ട് അമ്മയോടു പറയൂ കുട്ടീ" എന്ന് പറഞ്ഞ് അമ്മ ചേർത്ത് നിർത്തിയപ്പോൾ ഞാനമ്മയോട് അമ്മാവൻ എന്നെ കെട്ടിപ്പിടിച്ച് മൂർദ്ധാവിൽ ചുംബിച്ച കാര്യം പറഞ്ഞു.

അമ്മ ചിരിച്ചു കൊണ്ട്

"അത് സാരംല്യാട്ടോ അമ്മാവനല്ലേ. അമ്മ പറഞ്ഞത് നമുക്ക് പരിചയം ഇല്ലാത്ത അന്യൻമാര് ആരെങ്കിലും സ്പർശിക്കാൻ അനുവദിക്കാൻ പാടില്യ എന്ന കാര്യാ. "

പിന്നീട് വളർന്ന് വലുതായി കോളേജിൽ നടന്നുപോകുമ്പോഴും, ബസിൽ പോകുമ്പോഴും എല്ലാം ചില വികടൻമാർ അറിയാത്ത മട്ടിൽ മെല്ലെ തട്ടുകയോ, മുട്ടുകയോ ഒക്കെ ചെയ്യുമ്പോഴും അറപ്പായിരുന്നു. ആ ഭാഗത്ത് എന്തോ അഴുക്ക് പറ്റിപ്പിടിച്ച് ഇരിക്കുന്നത് പോലെയാണ് തോന്നുക. വീട്ടിൽ വന്ന ശേഷം ആ ഭാഗം തുളസിയിലയിട്ട വെള്ളത്തിൽ കഴുകിയാലേ സമാധാനമാകുമായിരുന്നുള്ളൂ. അന്നത്തെ വസ്ത്രധാരണം എത്ര അടക്കവും ഒതുക്കവുമുള്ളതായിരുന്നു. പാവാടയും ബ്ലൗസും, പിന്നെ ദാവണി, അതും കഴിഞ്ഞ് സാരി. അതൊക്കെ ഒരു കാലം. ഇന്നത്തെ കുട്ടികളുടെ വസ്ത്രധാരണമോ? ശരീരത്തിന്റെ എല്ലാ വടിവുകളും അഴകളവുകളും പുറത്ത് കാട്ടത്തക്കവിധം ഉള്ള ഇറുകിയ സ്ട്രെച്ചബിൾ ജീൻസും, ബനിയനും, അല്ലെങ്കിൽ ലെഗിൻസും, ടോപ്പും. അതുമല്ലെങ്കിൽ കാലുകളുടെ വലിപ്പം വ്യക്തമാക്കുന്ന ഇടുപ്പിന്റെ ഇരുവശം മുതൽ താഴേയ്ക്ക് കീറിയ ചുരീദാർ ടോപ്പുകൾ. ഇവയൊക്കെ ധരിച്ച് മുതിർന്ന സ്ത്രീകളും കുട്ടികളും പോകുന്നത് കണ്ടാൽ നമുക്ക് തന്നെ നാണാവും. ഇത്തരത്തിലുള്ള ഫാഷൻ പറഞ്ഞുള്ള വസ്ത്രധാരണ രീതികൾ വികാരജീവികളിൽ ചലനം സൃഷ്ടിക്കുന്നത് കൊണ്ടാണ് പീഡനങ്ങളുടെ എണ്ണത്തിൽ വർദ്ധനവുണ്ടാകുന്നതിന്റെ മുഖ്യ കാരണം. കൂട്ടത്തിൽ പണ്ടത്തേതിലും അധികരിച്ച ലഹരി ഉപയോഗവും മൊബൈൽ ഫോൺ കാഴ്ചകളും ഒക്കെ ഒരു പരിധി വരെ ഹേതു ആണ് -

നവീന് എപ്പോഴും ആധുനിക സംസ്കാരത്തോടാണ് താൽപ്പര്യം. അതു തന്നെയാണ് ദിയയേയും ശീലിപ്പിക്കുന്നത്. പക്ഷേ എന്നെ സംബന്ധിച്ച് എത്രയൊക്കെ മോഡേൺ ഫുഡ് കഴിച്ചാലും കുട്ടിക്കാലത്ത് ഉള്ളിൽ നിറഞ്ഞ രുചികൾ ഒരു കാലത്തും മാഞ്ഞു പോവില്ല എന്നതു പോലെയാണ് പഴയ കാല സംസ്കാരവും ജീവിതവും. അന്നൊക്കെ ബന്ധങ്ങൾക്ക് വിലയുണ്ടായിരുന്നു. എന്നാൽ ബന്ധങ്ങൾക്ക് വിലയില്ലാത്ത ഇന്നത്തെ കാലത്തെപ്പോലെ നമ്മെ ഞെട്ടിക്കുന്ന വിധത്തിൽ ഉള്ള കുറ്റകൃത്യങ്ങൾ ഇല്ലായിരുന്നു.

കുട്ടികൾ പഠിക്കണം തൊഴിലും നേടണം. എന്നാൽ തൊഴിൽ

നേടിയതിനപ്പുറം മറ്റൊന്നില്ല എന്നു കരുതരുത്. തൊഴിൽ നേടാനുള്ളത് മാത്രമല്ല വിദ്യാഭ്യാസം. ജീവിത മൂല്യങ്ങൾ കൂടി പഠിക്കലാണ് യഥാർത്ഥ വിദ്യാഭ്യാസം. ബന്ധങ്ങളുടെ വിലയറിഞ്ഞ് വളരുന്നതോടൊപ്പം നമ്മുടെ നാടിനേയും സംസ്കാരത്തെയും കുറിച്ച് പഠിക്കുക കൂടിയാണ് വിദ്യാഭ്യാസം. അത് പ്രദാനം ചെയ്യാൻ ആദ്യം സാധ്യമാകുന്നത് വീട്ടിലുള്ള അച്ഛനമ്മമാർക്കാണ്. അത് ചെറുപ്പം മുതലേ വീട്ടിൽ നിന്നും ശീലിക്കേണ്ടതാണ്.

ഇതിപ്പോൾ ആധുനികത പറഞ്ഞ്???... എന്താ ചെയ്യുക... ?

ഇന്നത്തെ കാലത്ത് എല്ലാവർക്കും എല്ലാം സില്ലിയാണ്. നവീൻ തന്നെ പറയുന്നത് ഒന്നും പേടിക്കാനില്ല. 2012 നവംബർ 14-ാം തിയതി കുട്ടികൾക്കെതിരെ ലൈംഗികാതിക്രമങ്ങൾ നടത്തുന്ന കുറ്റവാളികളെ ആജീവനാന്തം തടവറയിൽ തന്നെ കഴിയാൻ പര്യാപ്തമായ പോക്സോ നിയമം (Protection of children from sexual offence Act) എന്ന ഭാരത സർക്കാരിന്റെ നിയമം പ്രാബല്യത്തിൽ ഉള്ളിടത്തോളം കാലം ദിയയെ പോലുള്ള കുട്ടികളെ ഓർത്ത് ഭയപ്പെടാനില്ലത്രേ. അപ്പോഴും ഞാൻ മനസ്സിൽ ചോദിച്ചു എന്താ നവീൻ പക്വത? വലിയ കാര്യങ്ങൾ പറയുന്നതിലല്ല. ചെറിയ കാര്യങ്ങൾ പോലും ശരിയായ രീതിയിൽ മനസ്സിലാക്കുന്നതിലാണ് പക്വത.

കുറ്റവാളികളെ ശിക്ഷിക്കുന്ന നിയമം അല്ലേ പോക്സോ? അല്ലാതെ കുറ്റകൃത്യം ചെയ്യുന്നതിന് മുൻപ് തടയാനുള്ള നിയമം അല്ലല്ലോ?. അങ്ങനെയായിരുന്നെങ്കിൽ ഡൽഹിയിലും, മറ്റിതര സംസ്ഥാനങ്ങളിലും,, ഗോവിന്ദച്ചാമി ചെയ്തതുപോലെയുള്ള സംഭവങ്ങളടക്കം മറ്റ് ഒട്ടനവധി ബാലപീഠനങ്ങൾ വരെ അരങ്ങേറില്ലായിരുന്നല്ലോ? എന്തെങ്കിലും അനിഷ്ട സംഭവങ്ങൾ ഉണ്ടായിട്ട് കുറ്റവാളികളെ ശിക്ഷിച്ചിട്ട് എന്ത് കാര്യം?...

ഓരോന്ന് കേൾക്കുമ്പോഴും അറിയുമ്പോഴും ഉള്ള ഒരമ്മയുടെ വേവലാതിയും വെപ്രാളവും മറ്റാർക്കും മനസ്സിലാവില്ല.

അല്ലെങ്കിലും ഇതൊക്കെ മനസ്സിൽ ചിന്തിക്കാനല്ലാതെ പുറത്ത് പറയാൻ എനിക്കാവില്ലാലോ... ഞാനാരാണ് നവീന്റെയും ദിയയുടേയും മുൻപിൽ?എന്റെ സ്വന്തം ഇഷ്ടത്തിന് ഒരു ജീവിതം പോലുമില്ല. വർഷങ്ങൾ ആയി അവർക്ക് ഭക്ഷണമുണ്ടാക്കുകയും, വേണ്ടകാര്യങ്ങൾ ചെയ്തുകൊടുക്കുകയും മാത്രം ചെയ്യുന്ന മൊണോട്ടണസ് ആയ ജീവിതം. ഇന്നിപ്പോൾ ജീവിതത്തോട് തന്നെ മടുപ്പാണ്. മറ്റുള്ളവർക്ക് യാമിനി എന്ന ഞാൻ സൗഭാഗ്യവതിയാണ്. പക്ഷേ സത്യമോ???...

കാലം വരുത്തിയ അന്തരത്തെ പുറമേ എങ്കിലും അംഗീകരിച്ചില്ലെങ്കിൽ നമ്മെ കാലത്തിന് കൊള്ളാത്തവരെന്ന് ആധുനികത ഉദ്ഘോഷിക്കുന്നവർ പുച്ഛിച്ച തള്ളും. മനുഷ്യർ അനുകരണ ജീവികൾ ആണ്. പലരും മറ്റുള്ളവരെപോലെ ആകണം എന്ന് ചിന്തിക്കുന്നവരാണ്. നമുക്ക് ആരേയും പോലെ ആകേണ്ടതില്ല. നല്ലതിനെ സ്വീകരിച്ച് നമ്മളായി തന്നെ ജീവിക്കുക. വെളിച്ചം പല നിറങ്ങളിൽ മനുഷ്യനെ വ്യത്യസ്തനാക്കുമ്പോൾ ഇരുട്ട് ഒരേ നിറത്തിൽ അവനെ തുല്യനാക്കുന്നു എന്ന തത്ത്വം ആര് മനസ്സിലാക്കാൻ? അനുഭവങ്ങളെ പാഠങ്ങൾ ആക്കുക. കാരണം അവയൊക്കെയും ജീവിത പരീക്ഷയിലെ ഉത്തരങ്ങൾ ആണ്. ക്ലോക്കിൽ ആറടിക്കുന്ന ശബ്ദം കേട്ടപ്പോൾ ആണ് ചിന്തകളിൽ നിന്നും ഞെട്ടിയുണർന്നത്. ദേഹം കഴുകി വന്ന് ദീപം കൊളുത്തി കണ്ണടച്ച് മനസ്സുരുകി പ്രാർത്ഥിച്ചു.

കാലാന്തരമാകുന്ന കാലപ്രവാഹ കാറ്റിൽ പെട്ട് മനുഷ്യ മനസ്സുകളിലെ നൻമയാകുന്ന ദീപം അണയാനിടയാക്കി ഇനിയും സൗമ്യയേയും നിർഭയയേയും, വാളയാർ പെൺകുട്ടികളേയും പോലെ മറ്റനേകം പെൺകുട്ടികൾക്കുണ്ടായ ദുരനുഭവങ്ങൾ ഒരിക്കലും ആവർത്തിക്കാനിടയാക്കാതെ എന്റെ ദിയ മോളെയും, അതുപോലെയുള്ള കുഞ്ഞുങ്ങളേയും കാത്ത് രക്ഷിച്ച് ഇനിയെങ്കിലും തന്റെ മക്കളെ ഓർത്ത് വ്യാകുലപ്പെടുന്ന എന്നെപ്പോലുള്ള എല്ലാ അമ്മമാർക്കും ശാന്തിയും, സമാധാനവും പ്രദാനം ചെയ്യേണമേ... എന്ന്. അതല്ലേ എല്ലാം ഒരു നൊടിയിടക്കുള്ളിൽ വിരൽത്തുമ്പിലാക്കുന്ന അത്യന്താധുനിക കമ്പ്യൂട്ടർ യുഗത്തിൽ എന്നെപ്പോലുള്ള വീട്ടമ്മമാർക്കാവൂ... അല്ലാതെ ഒരായിരം വട്ടം ഉറക്കെ വിളിച്ചു പറഞ്ഞ് നീതിക്ക് വേണ്ടി മുറവിളി കൂട്ടി ഒന്നോ രണ്ടോ പേർക്ക് മക്കളെന്ന തീരാനഷ്ടങ്ങൾക്കും, വേദനകൾക്കുമൊടുവിൽ നീതി ലഭിച്ചാലും വീണ്ടും വീണ്ടും തെറ്റുകൾ ആവർത്തിക്കുകയല്ലേ???... അല്ലേ???... പിന്നെയും ബലിയാടുകൾ ജനിക്കുകയല്ലേ???... അല്ലേ???... പ്രായഭേദമെന്യേ യാതൊരു മനസ്സാക്ഷിയും ഇല്ലാതെ ഇന്നത്തെ ലോകത്ത് നടമാടിക്കൊണ്ടിരിക്കുന്ന ലൈംഗികാതിക്രമത്തിനുള്ള ശാശ്വതമായ പരിഹാരം എന്താണ്? എല്ലാ മനസ്സിലേയും ഉത്തരം കിട്ടാത്ത ചോദ്യമാണത്? ദൈവങ്ങൾ അല്ലാതെ ആർക്കാണതിന് ഉത്തരം നൽകാൻ കഴിയുക. ???

പ്രത്യാഗമനം

എല്ലാ സാധനങ്ങളും കെട്ടിപ്പെറുക്കി അയച്ചു. വീട് ഒരിക്കൽ കൂടി നോക്കി കണ്ട ശേഷം ജയലക്ഷ്മി എന്ന ഞാനും പുറപ്പെട്ടു. ഇങ്ങനെ ഒരു തിരിച്ചു പോക്ക് എന്റെ വിദൂര സ്വപ്നത്തിൽ പോലും ഉണ്ടായിരുന്നില്ല. എന്നിട്ടും വിധി എന്നെ?...

ഡിഗ്രിയ്ക്ക് പഠിക്കുമ്പോൾ ആണ് ഞങ്ങളുടെ നാട്ടിലെ ബ്ലോക്ക് ഓഫീസർ ആയി വന്ന ഭാനുസാറ് ഞങ്ങളുടെ തന്നെ പുരയിടത്തിലെ ചാവടിപ്പുര എന്ന് പറയുന്ന വീട്ടിൽ താമസത്തിന് വന്നത്. എങ്ങിനെയോ എപ്പോഴോ ഞാനും സാറും തമ്മിൽ അകലാനാവാത്ത വിധം അടുത്തു. ഒറ്റപ്പാലത്തെ പഴയ നമ്പൂരി ഇല്ലത്തെ കുട്ടി വരത്തനായ നായരോടൊപ്പം ചിന്തിക്കാനേ പറ്റാത്ത കാലമായിരുന്നു അത്. കീരിക്കാട്ട് മനയ്ക്കലെ ഉത്രൻ നമ്പൂരിയുമായിട്ട് എന്റെ വേളി ഉറപ്പിക്കാൻ പോകുന്നു എന്നറിഞ്ഞപ്പോൾ ഞങ്ങൾ പോലും അറിയാതെ ഒരു നിമിത്തം പോലെ, ജൻമ സുകൃതം പോലെ ഞങ്ങളിൽ അലിഞ്ഞ സ്നേഹത്തെ നഷ്ടപ്പെടുത്താൻ സാധിക്കാതെ ആണ് ഭാനുസാർ ഞാനുമായി രാത്രി രാമാനം കടന്നുകളഞ്ഞത്. ആ വാശിക്ക് എന്നെ പിണ്ഡം വച്ച് പുറത്താക്കിയ അപ്പൻ തിരുമേനി അനുജത്തി രാജലക്ഷ്മിയെ ഉത്രൻ തിരുമേനിയുടെ വേളിയാക്കി.

എന്റെ വീട്ടുകാർ എന്നെ ഉപേക്ഷിച്ചെങ്കിലും ഏകമകൻ വിളിച്ചു കൊണ്ടുവന്ന മരുമകളെ മകളായി തന്നെ അദ്ദേഹത്തിന്റെ അച്ഛനും അമ്മയും സ്വീകരിച്ചു. ശൂന്യമായ എന്റെ കൈകളിലും ഒന്നേയുണ്ടായിരുന്നുള്ളൂ അവർക്കായി നൽകാൻ സ്വാർത്ഥതയില്ലാത്ത ഹൃദയം നിറഞ്ഞ സ്നേഹം. പിന്നീടുള്ള ഞങ്ങളുടെ ദാമ്പത്യ ജീവിതം സുന്ദര

സുരഭിലമായിരുന്നു. ആ വല്ലരിയിൽ രണ്ട് പൂമൊട്ടുകൾ. യദുവും, യശോദയും. രണ്ടാളും നന്നായി പഠിക്കുന്നവർ. രണ്ട് പേരും എഞ്ചിനീയറിങ്ങ് തന്നെ തിരഞ്ഞെടുത്തു. ഇതിനിടയിൽ ഭാനു സാറിന്റെ അച്ഛനും, അമ്മയും പിതൃലോകം പൂകി.

യശോദയുടെ വിവാഹം അമേരിക്കയിൽ ജോലിയുള്ള ഡോക്ടർ രഘുരാമനും ആയിട്ട് നടന്നു. അവർക്ക് രണ്ടു കുട്ടികൾ. യദുവിന്റെ വിവാഹം അവന്റെ കൂടെ ജോലി ചെയ്യുന്ന ഭാവികയുമായും. . അവർ രണ്ടാളും ബാംഗ്ലൂരിൽ എഞ്ചിനീയർമാർ. പിന്നീടവരും പറന്നു അമേരിക്കയിലേയ്ക്ക്.

അയൽക്കാരും, ബന്ധുക്കളും, സുഹൃത്തുക്കളും എല്ലാവരും ഞങ്ങളുടെ ഭാഗ്യത്തെ കുറിച്ച് വാഴ്ത്തിപ്പാടി. നല്ല സ്വഭാവമുള്ള കുട്ടികളും തങ്കത്തിന് സുഗന്ധം എന്നതുപോലെ തന്നെ കിട്ടിയ മരുമക്കളും ചേർന്ന സന്തോഷം മാത്രം വിളയാടുന്ന കുടുംബം. രണ്ടു കൂട്ടരും സ്വന്തമായി വീട് വാങ്ങിയപ്പോൾ ഞങ്ങളും പോയി അമേരിക്കയിലെ അവരുടെ വീടുകളും ജീവിതവും കാണാൻ. പിന്നീടുള്ള ഓരോ വർഷത്തിലും നാട്ടിലേയ്ക്കുള്ള അവരുടെ വരവു മുതൽ തിരികെ പോകുന്ന സമയംവരെ ഉത്സവത്തിമിർപ്പായിരുന്നു ഞങ്ങൾക്ക്.

കൊറോണ അധികരിച്ച സമയത്താണ് ഭാനു സാറിന് രാത്രിയിൽ നെഞ്ച് വേദന വന്നത്. അടുത്ത വീട്ടിലെ ആളുകളെ വിളിച്ചു വരുത്തി ആശുപത്രിയിൽ എത്തിച്ചെങ്കിലും വെളുപ്പിനേ അഞ്ച് മണിയായപ്പോൾ എന്നിൽ മരണം ബാധിക്കാത്ത കാലത്തോളം നിന്നോടുള്ള ഇഷ്ടത്തിനും മരണമുണ്ടാവില്ല എന്ന് എന്നോട് പറഞ്ഞിരുന്ന എന്റെ പ്രാണന്റെ പ്രാണനായിരുന്ന ഭാനു സാർ എല്ലാം ഉപേക്ഷിച്ച് പോയി. എനിയ്ക്കത് വിശ്വസിക്കാൻ കഴിയുമായിരുന്നില്ല. സൂര്യപ്രകാശത്തിന് നേരേ ചായുന്ന വൃക്ഷച്ചില്ല പോലെയാണ് ഞാൻ ഭാനു സാറിൽ ചാഞ്ഞത്. തനിയ്ക്ക് സ്നേഹവും, സുരക്ഷിതത്വവും ആവോളം പകർന്നു തരാൻ കഴിയുന്ന പുരഷനിലേയ്ക്ക് പെൺ മനസ്സും ഹൃദയവും മെല്ലെ മെല്ലെ ലയിക്കും. ഒരു പുരുഷനിൽ സ്ത്രീ തേടുന്ന ഏറ്റവും പ്രധാനപ്പെട്ട ഗുണങ്ങളാണ് അവനാൽ കളങ്കരഹിതമായി താൻ സ്നേഹിക്കപ്പെടുന്നു എന്ന തോന്നലും, ആ കരവലയത്തിൽ താൻ സുരക്ഷിതയാണെന്നുള്ള വിശ്വാസവും, അതവളിൽ ആത്മവിശ്വാസം പകർന്നു തരും. ആ ആത്മവിശ്വാസമാണ് എനിക്കിന്നിവിടെ നഷ്ടമായിരിക്കുന്നത്. കരുതലും തിരുത്തലും നൽകുന്ന ബന്ധങ്ങൾ ഭാഗ്യമാണ്. ആ ഭാഗ്യമായിരുന്നു എനിക്കെന്റെ ഭാനുസാർ. പരസ്പര വിശ്വാസത്തിലൂന്നിയ ആത്മാർത്ഥ സ്നേഹം അതായിരുന്നു കണ്ട നാൾ മുതലുള്ള ഞങ്ങളുടെ ബന്ധത്തിലെ

പാസ് വേഡ്. നമ്മുടെ കണ്ണൊന്ന് നനഞ്ഞാൽ, മനസ്സൊന്ന് വേദനിച്ചാൽ അത് മനസ്സിലാക്കുന്നയാൾ കൂടെയുണ്ടെങ്കിൽ അതാണ് ജീവിതത്തിൽഏറ്റവും മനോഹരം, ആ മനോഹാരിതയാണ് എനിക്കിന്നിവിടെ നഷ്ടമായിരിക്കുന്നത്. വിവരിക്കാനാവാത്ത വേദനയാണ് വിരഹം.

മക്കൾ രണ്ടാളും അച്ഛന്റെ മരണവിവരം അറിഞ്ഞപ്പോൾ എന്നോട് സംസാരിക്കണം എന്ന് പറഞ്ഞു. ഞാനെന്ത് സംസാരിക്കാൻ? ഒന്നും പറയാനില്ലായിരുന്നു എനിയ്ക്ക്. കൊറോണ എന്ന ഭീകരന്റെ കൈപ്പിടിയിൽ അമരുമെന്ന് ഭയക്കുന്ന ലോകത്ത് ഒരിടത്തു നിന്നും എന്റെ മക്കൾ അടക്കമുള്ള മറ്റെല്ലാ പ്രവാസികൾക്കും എത്ര ആഗ്രഹിച്ചാലും സ്വന്തം രാജ്യത്തേയ്ക്ക് ഈ സമയത്ത് വരാൻ കഴിയില്ല എന്ന സത്യവും എനിക്കറിയാമായിരുന്നു.

നിർജീവമായ ഭാനു സാറിന്റെ മുഖത്ത് നോക്കി അതിലും മരവിച്ച മനസ്സുമായി ഇരിക്കുമ്പോൾ ഞാൻ ഒരുപാടാഗ്രഹിച്ചു എന്റെ മക്കളെ ഒന്നു കാണാൻ. ഭാനു സാറിന്റെ ആത്മാവും എന്നോടങ്ങനെ പറയുന്നത് പോലെ തോന്നി. അപ്പോഴും ഞാനാ ആത്മാവിനോട് ചോദിച്ചു എന്തേ എന്നെ മാത്രം ഒറ്റയ്ക്കാക്കി പോയി? മാസ്കിട്ട എന്റെ മുഖത്തെ വികാരം ആ ആത്മാവ് കണ്ടുവോ? ഭാഗ്യം ഭാനു സാറിന് മാത്രം മാസ്ക് വയ്ക്കേണ്ടതില്ലാതിരുന്നത് കൊണ്ട് ആ അവസാന നിമിഷങ്ങളിലും എനിയ്ക്ക് എന്റെ ഭാനു സാറിന്റെ മുഖത്ത് തന്നെ നോക്കിയിരുന്ന് അദ്ദേഹത്തിന്റെ ഉറക്കം കാണാൻ സാധിച്ചു.

വരുന്ന ബന്ധുക്കളും. സുഹൃത്തുക്കളും ആരൊക്കെയാണെന്ന് ആർക്കും മനസ്സിലായില്ല. എല്ലാവരും മാസ്കും ധരിച്ച് കൊറോണ ഭീകരനെ ഭയന്ന് സാമൂഹിക അകലം പാലിച്ചു നിന്നു. മരണ വീടായിട്ടും അധികമാരും അവിടെ തങ്ങിയില്ല. അതിനിടയിൽ മറ്റൊരു സംസാരം കേട്ടു. രാധാമണി സുമതിയെ നോക്കി ചിരിച്ചിട്ട് സുമതി ശ്രദ്ധിച്ചില്ല എന്നു പറഞ്ഞു. മാസ്ക് വച്ചതുകൊണ്ട് സുമതിക്കത് മനസ്സിലാകാഞ്ഞിട്ടാണ് അല്ലേ?. എന്റെ അടുത്തിരുന്ന ഭാനു സാറിന്റെ അകന്ന ബന്ധത്തിലെ പ്രസന്നചേച്ചി ഇടയ്ക്കിടെ എഴുന്നേറ്റ് പോയി സാനിറ്റൈസർ കൊണ്ട് കൈകൾ ശുദ്ധമാക്കുന്നത് കണ്ടപ്പോൾ ആരോ ഒരു കുപ്പി സാനിറ്റൈസർ ഞങ്ങൾ ഇരുന്നയിടത്ത് കൊണ്ടു വച്ചു. ഞാൻ മയങ്ങുകയാണെന്ന് കരുതിയായിരിക്കും പ്രസന്ന ചേച്ചി ആരോടോ അടക്കിയ ശബ്ദത്തിൽ പറയുന്നതു കേട്ടു "ഞാനാദ്യം ഓർത്തത് ഭാനു കൊറോണ വന്ന് മരിച്ചതായിരിക്കും എന്നാണ്. ഹാർട്ട് അറ്റാക്ക് ആണെന്ന് ഉറപ്പിച്ച ശേഷമാണ് വന്നത്. വരാതിരിക്കുന്നത് എങ്ങനെയാണ്? ഇവരല്ലേ ഞങ്ങളുടെ കുടുംബം രക്ഷപ്പെടുത്തിയത്. ഇളയവൻ പ്രവീണിനെ കൂടി

അവർ അമേരിക്കയിലേയ്ക്ക് കൊണ്ടു പോകാം എന്നേറ്റിരുന്നതാണ്.

അപ്പോഴാണ് ഈ നശിച്ച കൊറോണ!"

ഒറ്റപ്പാലത്തു നിന്നും സ്വന്തം കൂടപ്പിറപ്പായ രാജി വന്ന് ഒരു ഭയവും ഇല്ലാതെ ഓപ്പോളേന്ന് വിളിച്ച് എന്നെ കെട്ടിപ്പിടിച്ച് കരഞ്ഞപ്പോൾ ആണ് അതുവരെ തടഞ്ഞുവച്ചിരുന്ന സങ്കടം അണപൊട്ടിയതുപോലെ ഞാൻ ഉറക്കെ ഉറക്കെ കരഞ്ഞത്.

മക്കൾക്ക് രണ്ടാൾക്കും വരാൻ സാധിക്കാത്തതിനാൽ അവർക്ക് കാണാൻ എല്ലാ ചടങ്ങുകളുടേയും വീഡിയോ എടുക്കാൻ വന്നപ്പോൾ മാത്രം ഞാൻ ദേഷ്യത്തോടെ പറഞ്ഞു. "ഒന്നും വേണ്ട. അവർക്ക് അവിടെയിരുന്ന് കണ്ടാസ്വദിക്കാൻ ഇത് ആഘോഷമല്ല. അവരുടെ അച്ഛന്റെ മരണം ആണ്. ഞാനിത് സമ്മതിക്കില്ല" എന്ന് പറഞ്ഞപ്പോൾ ആരോ ഒന്നും വേണ്ട എന്ന് പറയുന്നത് കേട്ടു.

രണ്ട് മക്കളും നാല് കൊച്ചുമക്കളും ഉണ്ടായിട്ടും അവരുടെ സ്ഥാനത്ത് നിന്ന് കർമ്മം ചെയ്തത് പ്രവീൺ ആണ്. ഭാനു സാർ തെക്കേപ്പറമ്പിലൊരുക്കിയ ചിതയിലേയ്ക്ക് പോയി...

പിന്നീടുള്ള ദിവസങ്ങളിൽ ഓരോരുത്തരുടേയും ജിജ്ഞാസയ്ക്ക് ഞാനെന്തു മറുപടി പറയാൻ? അവർ തന്നെ ഉത്തരവും കണ്ടെത്തി. ജയലക്ഷ്മിക്ക് എന്താ പണത്തിന് ഒരു കുറവും ഇല്ലല്ലോ. ഇത്ര വലിയ വീടും, സൗകര്യവും അതിലൊക്കെ ഉപരി എന്തെന്ത് വേണം എന്ന് ചോദിച്ച് സ്നേഹത്തിന്റെ നിറകുടങ്ങളായ മക്കളും മരുമക്കളും. ഭാനു ഉള്ളപ്പോൾ കഴിഞ്ഞതിലും നന്നായി രണ്ടു മക്കളുടേയും കൂടെ അമേരിക്കയിൽ കഴിയാമല്ലോ. അതിനും വേണം ഒരു ഭാഗ്യം! പിന്നീടവരെല്ലാം നാട്ടുകാരിൽ ചിലർ ഒറ്റപ്പെട്ടപ്പോൾ മക്കളുടെ കൂടെ വിദേശത്ത് പോയ കഥകളിലേയ്ക്ക് ഊളിയിട്ടപ്പോൾ ഞാൻ മാത്രം ഭാനു സാറില്ലാതെ തരിശാക്കപ്പെട്ട മനസ്സിന്റെ ശൂന്യതയിലേയ്ക്കും...

മക്കൾ രണ്ടാളും വിളിച്ചു. കൊറോണക്കാലം കഴിഞ്ഞാൽ ഗ്രീൻ കാർഡ് ശരിയാക്കിയ ശേഷം അമ്മയ്ക്ക് ഞങ്ങളുടെ കൂടെ നിൽക്കാം. അതു വരെ അമ്മയുടെ വേണ്ട കാര്യങ്ങൾ നോക്കാൻ ഒന്നോ രണ്ടോ പേരെ കൂടെ നിർത്താം. പക്ഷേ! എനിക്ക് പണ്ട് മക്കളുടെയടുത്ത് ചെന്ന് നിന്നപ്പോൾ അവരുടെ തിരക്ക് കണ്ടപ്പോൾ ഉണ്ടായ വീർപ്പുമുട്ടലിനേക്കാൾ വലിയ വീർപ്പുമുട്ടലായിരുന്നു ഭാനു സാറില്ലാത്ത ആ വലിയ വീട്ടിൽ. ഇനി വയ്യ! ഇവിടെ താമസിക്കാൻ. അവരോടത് പറഞ്ഞപ്പോൾ അവർ തന്നെ അതിന് പരിഹാരവും കണ്ടു. വീട് വിൽക്കുക.

എന്നോടുള്ള വാശിക്ക് അപ്പൻ തിരുമേനി ഇല്ലവും, സ്ഥലങ്ങളും,

നിലവും അടക്കം എല്ലാം രാജലക്ഷ്മിയുടെ പേരിൽ എഴുതി വച്ചിട്ടാണ് ഉത്തൻ തിരുമേനിയുമായുള്ള വേളി നടത്തിയത്. പിന്നീടാണ് ഉത്തൻ തിരുമേനിയുടെ സ്വഭാവ വിശേഷം വെളിവായത്. പലയിടത്തും ബാന്ധവങ്ങൾ. അതിലൊക്കെ കുട്ടികളും. അപ്പോഴേയ്ക്കും വൈകിപ്പോയിരുന്നു. രാജിയുടെ പേരിലുള്ള ഇല്ലം പണയ വസ്തുവാക്കിയതൊഴികെ ബാക്കിയെല്ലാം അയാൾ വിറ്റു നശിപ്പിച്ചിരുന്നു. ഇല്ലം വിൽക്കാൻ സമ്മതിക്കാതെ വന്നപ്പോൾ അയാൾ പുതുതായി ബാന്ധവം സ്ഥാപിച്ച ശൂദ്രസ്ത്രീയുമായി നാടുവിട്ടു. ശക്തനായ ശത്രുവിനെ തിരിച്ചറിഞ്ഞാൽ നമ്മൾ ജയിച്ചു എന്ന് വരാം. എന്നാൽ ചതിയനായ മിത്രത്തെ തിരിച്ചറിഞ്ഞില്ലെങ്കിൽ ഉറപ്പായും തോറ്റു പോകും. ആ തോൽവിയിലായ അപ്പൻ തിരുമേനിയും ആകെ തകർന്ന് കിടപ്പിലായി. നമ്മൾ ഒരിക്കൽ നഷ്ടപ്പെടുത്തി കളഞ്ഞത് പിന്നീട് എന്നെങ്കിലും തിരിച്ചു വേണമെന്ന് തോന്നിയാൽ തിരിച്ചു കിട്ടാൻ പ്രയാസമായിരിക്കും. കാരണം ഈ ലോകത്ത് മനുഷ്യനേക്കാൾ വാശി മറ്റാർക്കും ഇല്ല. അതായിരുന്നു അപ്പൻ തിരുമേനിക്ക് മരിച്ചതിനു തുല്യമായി കണക്കാക്കി പടിയടച്ച് പിണ്ഡം വച്ച മകളായ ജയലക്ഷ്മി എന്ന ഞാനും. . പ്രാകൃതമായ ആചാരാനുഷ്ഠാനത്തിന്റെ പേരിൽ എന്നെ തിരിച്ചുവിളിക്കാൻ ഒരിക്കലും സാധിക്കില്ലായിരുന്നു അദ്ദേഹത്തിന്. അപ്പൻ നമ്പൂരിയുടെ വാക്കുകളിലും, തീരുമാനത്തിലും നിന്ന് അണുവിട ചലിക്കാത്ത അമ്മയും പ്രായത്തിന്റെ അസ്കിതയിൽ ക്ഷീണിതയായിരിക്കുന്നു.

ഇരുപത്തിയൊന്നാം നൂറ്റാണ്ടിന്റെ കെട്ടുറപ്പിൽ സായിപ്പിന്റെ സംസ്കാരത്തിൽ തിരക്കുകളുടെയും ജോലി ഭാരത്തിന്റെ ടെൻഷന്റേയും കൂടെ മാത്രം ജീവിക്കുന്ന വന്ന് വന്ന് എന്ത് കാര്യത്തിനാണ് ടെൻഷൻ അടിക്കുന്നതെന്ന് അറിയാത്ത അവസ്ഥയിലേയ്ക്ക് മാറി തിരക്ക് പിടിച്ചോടുന്ന പുതു തലമുറയുടെ കൂടെപ്പോയി, എന്റെ നാട് വിട്ട് പാശ്ചാത്യ സംസ്കാരത്തിന്റെ തൊട്ടിലിൽ കൂട്ടിലടച്ച പോലെ കിടന്ന് മരിക്കാൻ ഞാനില്ല... ഇപ്പോഴെന്റെ മക്കൾക്ക് എന്നോടുള്ള ഈ സ്നേഹം ഇല്ലാതാക്കാൻ ഞാനില്ല... ജീവിതത്തിൽ അഡ്ജസ്റ്റ്മെന്റുകളേക്കാൾ പ്രധാനം മനസ്സിലാക്കലുകൾ ആണ്. ജീവിതത്തിൽ ചിലപ്പോൾ തോറ്റു പോയേക്കാം, ഒറ്റപ്പെട്ടേയ്ക്കാം, അവഗണിക്കപ്പെട്ടേയ്ക്കാം എങ്കിലും ഒന്നിനും ആരുടേയും കാല് പിടിക്കാൻ അവസരം ഉണ്ടാക്കരുത്. അത് മക്കളുടെ അടുത്തായാലും. ഔദാര്യം കൈപ്പറ്റിയാൽ അടിമത്തം അനുഭവിക്കേണ്ടി വരും. എന്റെ മക്കൾ അടക്കമുള്ള പുതുതലമുറയോട് എനിക്കൊന്നേ പറയാനുള്ളൂ. "ജീവിത സാഹചര്യങ്ങൾ മാറിക്കൊണ്ടിരിക്കും. മാറ്റങ്ങൾക്കിടയിലും മാറാതിരിക്കേണ്ടത് മനസ്സാണ്. മാറ്റി നിർത്താതെ

നോക്കേണ്ടത് മനസ്സറിഞ്ഞ് നമ്മളെ സ്നേഹിച്ചവരെയാണ്. ലോകത്ത് എവിടെ ആയിരുന്നാലും നിങ്ങൾ തിരക്കിൽ നിന്നും തിരക്കിലേയ്ക്ക് പോകുമ്പോൾ ഒരു നിമിഷം പ്രിയപ്പെട്ടവരെ ഓർക്കുന്നത് നല്ലതായിരിക്കും. അല്ലെങ്കിൽ തിരക്ക് കഴിഞ്ഞ് തിരിഞ്ഞു നോക്കുമ്പോൾ അവരെ തിരിച്ചുകിട്ടണമെന്നില്ല". അതു കൊണ്ട് ഞാൻ പുറപ്പെടുകയാണ് മക്കൾ വരുമ്പോൾ നിമജ്ജനം ചെയ്യാനുള്ള അവരുടെ അച്ഛന്റെ, എന്റെ ഭാനു സാറിന്റെ ചിതാഭസ്മവുമായി... എന്റെ പ്രത്യാഗമനവും പ്രതീക്ഷിച്ചിരിക്കുന്ന മൂന്നാത്മാക്കൾ ഉള്ള ഞാൻ കടം ഒഴിവാക്കിയെടുത്ത രാജിയുടെ പേരിലുള്ള ഒറ്റപ്പാലത്തെ എന്റെ ഇല്ലത്തിലേയ്ക്ക്... ഇനിയും വൈകിയാൽ അപ്പനേയും അമ്മയേയും ഓർത്ത് ഞാനും ദുഃഖിക്കേണ്ടി വരും. പ്രായാധിക്യത്താലും, ആത്മ സംഘർഷത്താലും അവശരായ അവരെ നഷ്ടപ്പെടുന്നതിന് മുൻപ് തന്നെ ആവോളം സ്നേഹവും സുഖ സൗകര്യങ്ങളും അവർക്ക് പകർന്നു നൽകി എനിയ്ക്ക് പ്രായശ്ചിത്തം ചെയ്യണം. ഇപ്പോൾ എനിയ്ക്ക് തോന്നുന്ന ജീവിതത്തിലേയ്ക്ക് ഒരു തിരിച്ചു പോക്ക് വേണമെന്ന് തോന്നിയാൽ അത് ബാല്യത്തിലേയ്ക്കാവണം. ചിരിക്കാൻ മാത്രമറിയാവുന്ന കളിച്ചുല്ലസിക്കുന്ന, ഉത്തരവാദിത്തം ഒട്ടുമില്ലാത്ത സ്വർഗ്ഗസമാനതയിലേയ്ക്ക്. തകർന്ന ഹൃദയങ്ങളേക്കാൾ എത്രയോ ഭേദമാണ് മുറിഞ്ഞ കാൽമുട്ടുകൾ...

വണ്ടി നിന്നപ്പോൾ ആണ് ചിന്തകളിൽ നിന്നുണർന്നത്. വല്ലാത്ത കൊതിയോടെ ഞാൻ കളിച്ചു വളർന്ന ഇല്ലത്തെയും ചുറ്റുപാടുകളേയും നോക്കിക്കൊണ്ട് വിവേചിച്ചറിയാനാകാത്ത വികാരങ്ങളുടെ വേലിയേറ്റത്തിൽ നിറഞ്ഞ കണ്ണുകളുമായി ഭാനു സാറിന്റെ ചിതാഭസ്മകലശം മാറത്തടുക്കിപ്പിടിച്ച് ഇറങ്ങിയപ്പോഴേയ്ക്കും സാറെന്നോട് പറയുന്നത് പോലെ തോന്നി. "ജയേ ഓരോ ജീവിതവും ഓരോ കഥകളാണ് അത്രമേൽ പ്രിയപ്പെട്ടവർക്ക് മാത്രമായ് വായിക്കാൻ കഴിയുന്ന കഥകൾ. അപ്പോഴും ചില വരികൾ ശൂന്യമായിരിക്കും അവനവന് മാത്രമായ് വായിക്കാൻ കഴിയുന്ന ചിലത്. നമ്മുടെ മക്കൾക്ക് നമ്മോട് സ്നേഹമില്ലാഞ്ഞിട്ടല്ലല്ലോ അവർ വരാതിരുന്നത് സാഹചര്യങ്ങൾ അനുകൂലമല്ലാത്തത് കൊണ്ടല്ലേ. നിനക്കും നിന്റെ ഇല്ലത്ത് വരാൻ ഇപ്പോഴല്ലേ സാഹചര്യം ഒരുങ്ങിയത്. നമ്മുടെ മക്കൾ ചെയ്ത വലിയ കാര്യം അവർ നിനക്ക് വേണ്ടി തീരുമാനമെടുക്കാതെ നിന്റെ കംഫർട്ട് എന്താണെന്ന് നോക്കി നിന്നെ മനസ്സിലാക്കി മുന്നോട്ടു നയിച്ചു എന്നതാണ്. ഇവിടെ നിന്റെ ഇല്ലത്ത് നിനക്ക് കിട്ടുന്ന സമാധാനവും. സുരക്ഷിതത്വവും സംതൃപ്തിയും, ശാന്തിയും മറ്റൊരിടത്തും കിട്ടില്ല ജയേ. ധൈര്യമായി പോകൂ" എന്ന ഭാനു സാറിന്റെ വാക്കുകളാൽ ലഭിച്ച ശക്തിയിൽ ഞാൻ രാജിയുടെ

കൈ പിടിച്ച് പക്ഷികൾ കൂടണയാൻ തുടങ്ങിയ ആ സായംസന്ധ്യയിൽ വിറയാർന്ന കാലടികളോടെ എന്റെ ഇല്ലത്തിലേയ്ക്കുള്ള പടവുകൾ ഒന്നൊന്നായി കയറി.

തിരി

തിരി ചിന്തിക്കുകയായിരുന്നു എത്ര കാലമായി ഞാൻ ഈ തിരിയായിട്ട്. ആരും എന്നെ മാത്രം തിരഞ്ഞെടുത്തില്ല. ചില പെൺകുട്ടികളുടെ വിവാഹപ്രായം കഴിഞ്ഞിട്ടും വീട്ടുകാർ എല്ലാം തയ്യാറാക്കി കാത്തിരുന്നിട്ടും വിവാഹം നടക്കാത്തതുപോലെ!

നീമ എന്ന സാമൂഹിക പ്രവർത്തകയുടെ ആശയത്തിൽ പ്രാവർത്തികമാക്കിയ വൃദ്ധസദനത്തിലെ അമ്മമാരുടെ ജീവനോപാധിക്കുപരി നേരമ്പോക്കുകൂടിയാണ് ഞങ്ങൾ തിരികളുടെ നിർമ്മാണം. അതാവുമ്പോൾ അവർക്ക് ആയാസവുമില്ല എല്ലാവർക്കും ഒത്തൊരുമിച്ച് ഓരോരോ കാര്യങ്ങൾ പറഞ്ഞ് തിരികൾ ഉണ്ടാക്കുകയും ചെയ്യാം. ചിലർ കൈകൾ കൊണ്ട് പിരിച്ച് നീളത്തിലുള്ള തിരികൾ ഉണ്ടാക്കും. കുറച്ച് പേർ അത് കത്രിക ഉപയോഗിച്ച് ഒരേ നീളത്തിൽ മുറിക്കും. മറ്റു ചിലർ അത് അടുക്കി വയ്ക്കും. വേറെ ചിലർ അതെണ്ണി തിട്ടപ്പെടുത്തി അഞ്ചെണ്ണം വീതമുള്ള ചെറിയ ചെറിയ കെട്ടുകളാക്കി റബ്ബർ ബാൻഡ് ഇട്ട് വയ്ക്കും. പിന്നീട് അത് രണ്ടോ, മൂന്നോ, അഞ്ചോ കെട്ടുകൾ വീതം അമ്മ തിരികൾ എന്നെഴുതിയ പ്ലാസ്റ്റിക് കവറിലാക്കി സീൽ ചെയ്ത് ഇരുപത്തിയഞ്ച് പായ്ക്കറ്റുകൾ ഉൾക്കൊള്ളുന്ന ചെറിയ കാർഡ്ബോർഡ് പെട്ടികളിലാക്കി വില്പന കേന്ദ്രങ്ങളിലേയ്ക്ക് കൊണ്ടു പോകും.

പഴയ കാലത്ത് പ്രായമായവർ ശ്രദ്ധവൃത്തിയോടെ, ഒത്തൊരുമയോടെ വീട്ടുമുറ്റത്തും, അമ്പലത്തിലും, കാവിലും ഒക്കെ ചെന്നിരുന്ന് കനം കുറഞ്ഞ മൃദുവായ പരുത്തി തുണി മുറിച്ച് കാലും നീട്ടി വച്ച് ഇരുന്നാണ് തിരി തെറുത്തിരുന്നത്. അപ്പോൾ നാമജപവും കേൾക്കാമായിരുന്നു. ഇന്നിപ്പോൾ എല്ലാം വാങ്ങാൻ കിട്ടുന്നതു കൊണ്ട് പഴയ കാലത്തെ

മനസ്സിന്റെ ഇഴയടുപ്പം ആർക്കും ഇല്ലാതായി. ഇപ്പോൾ തിരി നിർമ്മാണവും വ്യാവസായിക അടിസ്ഥാനത്തിൽ ആയി. അതിന്റേതായ ഒരു പാട് ദൂഷ്യവശങ്ങളും ഉണ്ട്. വ്യവസായം വികസിപ്പിക്കുന്നതിന് വേണ്ടി, ഒരു പാട് തിരികൾ ചിലവാകുന്നതിനും വേണ്ടി സപ്താഹ സ്ഥലത്തും, മറ്റനേകം സത്സംഗ സ്ഥലത്തും ആചാര്യൻമാരും അവരുടെ അനുയായികളും ജനങ്ങളോട് പറയുന്നത് ദിവസവും നിലവിളക്കിലെ തിരി മാറ്റണം എന്നാണ്. ഇങ്ങനെയുള്ള സ്ഥലങ്ങളിൽ മൃഷ്ടാന്നഭോജനം ലഭിക്കുന്നതിനാൽ ഒരു വെടിക്ക് മൂന്നു പക്ഷി എന്ന് ചിന്തിക്കുന്ന ഒന്ന് ഭക്ഷണം ഉണ്ടാക്കി കഷ്ടപ്പെടേണ്ട, രണ്ട് അന്നത്തെ ദിവസത്തെ ചിലവ് ലാഭം, മൂന്ന് സമയവും പോകും കുറേയാളുകളെ കണ്ട് നാട്ടു വിശേഷങ്ങൾ പറയുകയും, അറിയുകയും ചെയ്യാം എന്നുള്ള പ്രകടന ഭക്തിക്കാരും അവർ പറയുന്നത് അപ്പാടെ വിഴുങ്ങും. പിന്നെ വീട്ടിൽ വന്ന് അതു പോലെ ചെയ്ത് വലിയ ജ്ഞാനികളെപ്പോലെ മറ്റുള്ളവരേയും ഉപദേശിക്കും. അങ്ങനെ ഒരു സപ്താഹ സ്ഥലത്ത് അജ്ഞാനിയായ ഒരാചാര്യൻ നവഗ്രഹങ്ങളെ തിരിഞ്ഞ് വലം വയ്ക്കാൻ പറഞ്ഞതനുസരിച്ച് ഉത്തരേന്ത്യയിലെ ഒരയ്യപ്പക്ഷേത്രത്തിൽ നവഗ്രഹങ്ങളെ ഇടത്തോട്ട് പ്രദക്ഷിണം വച്ചതായി ഇവിടെ വന്നിരുന്ന ആരോ പറയുന്നത് കേട്ടു. ഇത് കണ്ട ജ്ഞാനിയായ ഒരു വ്യക്തിപറഞ്ഞത്രേ നവഗ്രഹങ്ങൾ എപ്പോഴും നേർരേഖയിൽ സഞ്ചരിക്കുന്നവരാണ്. അവരെ നേർരേഖയിൽ അതായത് വലത്തോട്ട് മാത്രമേ പ്രദക്ഷിണം ചെയ്യാൻ പാടുള്ളൂ എന്ന്. അതുപോലെ തന്നെ പുതുതായി പണികഴിപ്പിച്ച ആ ക്ഷേത്രത്തിലെ പൂജാരിയോട് അമ്പലത്തിലെ പ്രാർത്ഥനാ സംഘത്തിലെ ഗുരുസ്ഥാനീയയെന്ന് സ്വയം അവരോധിക്കപ്പെട്ട സ്ത്രീ ചോദിച്ചത്രേ മാസത്തിൽ ഒരു പ്രാവശ്യം ഒരു ഷോ മാത്രമേ മലയാളം സിനിമ വരാറുള്ളൂ ഇവിടെ. “ഇന്ന് സിനിമയുണ്ട് അതുകൊണ്ട് ദീപാരാധന കുറച്ച് നേരത്തേയാക്കാമോ?'' എന്ന്. അപ്പോൾ പൂജാരി പറഞ്ഞത്രേ”

നിങ്ങൾ എന്താ കരുതിയത് കടകൾ തുറക്കുകയും അടയ്ക്കുകയും ചെയ്യുന്നതു പോലെയല്ല അമ്പലം. അവിടെ ഉദയാസ്തമയ സമയത്തെ അടിസ്ഥാനമാക്കിയാണ് പൂജകൻ മൂർത്തിക്ക് പൂജകൾ ചെയ്യേണ്ടത്. അത്രയ്ക്ക് നിർബന്ധമാച്ചാൽ ഇന്ന് ദീപാരാധന തൊഴാതെ സിനിമയ്ക്ക് പൊയ്ക്കോളൂ.”

“അയ്യോ! അതെങ്ങിനെയാണ് അമ്പല പ്രസിഡന്റിന്റെ ഭാര്യയായ ഞാനും ഭർത്താവും ദീപാരാധന തൊഴാതിരിക്കുന്നത്. ഞങ്ങളല്ലേ ആദ്യം തൊഴേണ്ടവർ. ഞങ്ങൾ തൊഴുതിട്ട് മതി മറ്റുള്ളവർ തൊഴുന്നത്. അല്ലാതെ സിനിമയ്ക്ക് പോയാൽ അത് മതി നാളെ ഇവിടെ വരുന്ന

അസൂയക്കാരികൾക്ക് അടക്കം പറഞ്ഞ് ചിരിക്കാൻ. അത് ഞാൻ സമ്മതിക്കില്ല"

അത് കേട്ടപ്പോഴും പൂജകൻ പറഞ്ഞു അമ്പലത്തിൽ സാത്വികതയോടെ വന്ന് മൂർത്തിയെ ദർശിച്ച് ശാന്തിയും സമാധാനവും നേടി പോകുകയാണ് വേണ്ടത്. അല്ലാതെ പൊങ്ങച്ചവും, വിദ്വേഷവും, അസൂയയും പ്രകടമാക്കി ഓരോരോ ചേരികളായി തിരിഞ്ഞ് മറ്റുള്ളവരുടെ കുറ്റപ്രചാരണത്തിനും, മദമാത്സര്യങ്ങൾ നടത്താനും ഉള്ള ഇടമല്ല ദേവാലയം. . എന്ന് പറഞ്ഞദ്ദേഹം തന്റെ വിശ്രമമുറിയിലേയ്ക്ക് പോയത്രേ. ഇവിടെ അന്നദാനം നടത്താൻ വന്ന വേറൊരു കൂട്ടർ പറഞ്ഞതാണ് അവരിന്ന് വീട്ടിലുണ്ടായിരുന്ന മരിച്ചവരുടെയെല്ലാം ഫോട്ടോകൾ കടലിൽ കൊണ്ട് ഒഴുക്കിയിട്ട് വരികയാണ്. ആരോ പറഞ്ഞത്രേ മരിച്ചവരുടെ ഫോട്ടോ വീട്ടിൽ വയ്ക്കരുത് എന്ന്. മൺമറഞ്ഞ പൂർവ്വികരുടെ ഫോട്ടോ വയ്ക്കുക എന്നത് പുരാതന കാലം മുതലുള്ള പതിവാണ്. അതു കൊണ്ട് ഐശ്വര്യം മാത്രമേ വരൂ. ദേവാലയങ്ങളിൽ പൂജ ചെയ്യുന്നതിനു മുൻപേ പിതൃപൂജ ചെയ്യണം എന്നുള്ളതാണ് ശരിയായ കീഴ്വഴക്കം. കലികാലവൈഭവം അല്ലാതെന്ത് പറയാൻ?

പണ്ടൊക്കെ വെള്ളിയും ചൊവ്വയും ദിവസങ്ങളിൽ വിളക്ക് കുളക്കടവിൽ കൊണ്ടുപോയി വാളൻപുളി ഉപയോഗിച്ച് തേച്ച ശേഷം കുളത്തിലെ മണ്ണിട്ട് തേച്ച് കഴുകി തുടച്ചെടുത്താൽ സ്വർണ്ണം പോലെ തിളങ്ങുമായിരുന്നു. അന്നൊക്കെ മുതിർന്നവർ പറഞ്ഞിരുന്നത് വീട്ടിലെ നിലവിളക്കിന്റെ ഐശ്വര്യമാണ് കുടുംബത്തിലുള്ള സ്ത്രീകളുടെ മുഖത്തെ ഐശ്വര്യം എന്നാണ്. വിളക്ക് തേയ്ക്കുന്ന ദിവസം ആണ് വിളക്കിലെ തിരികൾ മാറ്റി പുതിയ തിരികൾ ഇടുന്നത്. അമ്പലങ്ങളിൽ മാത്രമായിരുന്നു ദിവസവും തിരികൾ മാറ്റിയിടുന്നത്. വെറും ഒരു തിരിയായ ഞാൻ ആരേയും അടച്ചാക്ഷേപിച്ചതല്ല കേട്ടോ. ഓരോരോ കേട്ടുകേൾവികളെ കുറിച്ച് ചിന്തിച്ചെന്ന് മാത്രം. ശരിയായ ജ്ഞാനം സിദ്ധിച്ചവർക്കും, യഥാർത്ഥഭക്തർക്കും കൂടി ഒരപവാദമാണ് അൽപജ്ഞാനികളായ അവരവരുടെ യുക്തിക്കനുസരിച്ച് പുതിയ പുതിയ നിയമങ്ങൾ ചമച്ചുണ്ടാക്കുന്ന ആചാര്യൻമാരും പ്രകടനഭക്തിക്കാരും.

വൃദ്ധസദനത്തിലെ അമ്മമാരുടെ ഒരു പാട് അനുഭവകഥകൾ ഞാൻ കേൾക്കാറുണ്ടായിരുന്നു. അത് കേട്ടപ്പോൾ എനിയ്ക്ക് തോന്നിയത് വിവാഹിതകളായ ചില സ്ത്രീകളുടെ ജീവിതം എന്റെ കാഴ്ചപ്പാടിൽ ആഭാസനും തെമ്മാടിയുമായ കെട്ടിയവന്റെ കൂടെ ഒരു സ്വാതന്ത്ര്യവും ഇല്ലാതെ അയാളുടെ ഉപദ്രവങ്ങളും, ഭർത്സനങ്ങളും സഹിച്ച് സഹിച്ച് ജീവച്ഛവം പോലെയായി തീർന്ന ത്രേസ്യാമ്മ എന്ന അമ്മയെ കണ്ടാൽ

എണ്ണയില്ലാതെ കത്തിച്ച വച്ച ഒരു തിരി എരിഞ്ഞെരിഞ്ഞ് തീരുന്നതു പോലെയാണ്... അവരുടെ ജീവിതം'

മറ്റു ചിലരുടെ ജീവിതം മണ്ണെണ്ണ വിളക്കിലെ തിരിനാളം പോലെയാണ്. പ്രകാശം പരത്തും എങ്കിലും കരിയും, പുകയും മണ്ണെണ്ണ ഗന്ധവും പകർന്ന ജീവിതങ്ങൾ. പുതിയ വെളിച്ചം ജീവിതത്തിലേയ്ക്ക് കടന്നു വരുമ്പോൾ പഴയതെല്ലാം മറന്ന് ആ വെളിച്ചത്തിന്റെ കൂടെ പോകുമ്പോൾ മണ്ണെണ്ണ വിളക്കും തിരിയും വലിച്ചെറിയപ്പെടുന്നതു പോലെ വലിച്ചെറിയപ്പെടുന്ന ഭാര്യമാരും, ഭർത്താക്കൻമാരും, അവരുടെ കുട്ടികളും, മണ്ണെണ്ണ വിളക്കിലെ തിരി പോലെ ആയിത്തീർന്ന ഫാത്തിമ ബീവി എന്ന ഉമ്മ പറയുന്നത്

"കുടുംബ ബന്ധങ്ങൾ അമൂല്യങ്ങളാണ്. മാനസിക വൈകല്യങ്ങൾ കൊണ്ട് അവയെ തകർത്ത് നമ്മെ ഇട്ടെറിഞ്ഞു പോകുന്നവരെ തിരിച്ചുവിളിക്കരുത്. മാനുഷിക ബന്ധങ്ങൾക്ക് പരിഗണന കൊടുക്കുന്നവർ ഒരിക്കലും തന്നെ സ്നേഹിക്കുന്നവരെയോ, ആശ്രയിക്കുന്നവരെയോ ഇട്ടെറിഞ്ഞു പോകില്ല. അല്ലാത്തവരെ വലിച്ചിഴച്ച് നമ്മോട് ചേർത്ത് വച്ചിട്ട് എന്ത് കാര്യം. ? നമ്മൾ ഒരാൾക്ക് ഭാരമാണെന്ന് തോന്നിയാൽ അതവരെ ചുമപ്പിക്കുന്നതിൽ എന്ത് യുക്തിയാണുള്ളത്?".

ആ വൃദ്ധസദനത്തിലെ അന്തേവാസികളല്ലാത്ത അവരെ സന്ദർശിച്ച് അവർക്ക് ഭക്ഷണവും, വസ്ത്രവും ഒക്കെ നൽകാൻ വരുന്ന ചില കുടുംബിനികൾ ഉണ്ട്. അവരുടെ പ്രസന്നതയുള്ള മുഖം കണ്ടാൽ നിലവിളക്കിൽ തെളിഞ്ഞ് കത്തി പ്രഭ ചൊരിയുന്ന ഐശ്വര്യത്തിന്റെ പ്രതീകമായ തിരിനാളം പോലെയാണ്...

ഓരോ പ്രാവശ്യം പാസ്സ് ചെയ്യാനെടുക്കുമ്പോഴും ഞാൻ മാത്രം തിരിയപ്പെട്ട് പുറന്തള്ളപ്പെടും. അപ്പോഴും പ്രതീക്ഷ കൈവിടാതെ ഞാൻ പ്രാർത്ഥനയോടെ കാത്തിരുന്നത് എന്റെ പ്രാണനാഥനായ നിലവിളക്കിൽ എത്തിച്ചേരുന്നതെപ്പോഴാണ് എന്നാണ്.

ചില സ്ത്രീകൾ ഉണ്ട് രേവതിയമ്മയെപ്പോലെ താൻ മനസ്സറിഞ്ഞ് സ്നേഹിച്ച പുരുഷനെ തനിയ്ക്ക് ലഭിക്കാതെ വീട്ടുകാരുടെ നിർബന്ധത്തിന് വഴങ്ങി മറ്റൊരാളുടെ ഭാര്യാപദം അലങ്കരിക്കുമ്പോഴും സ്വന്തം കാൽ മുറിച്ച് മാറ്റി പൊയ്ക്കാൽ വച്ചതു പോലെ പരസ്പരം പൂരകങ്ങളല്ലാത്ത ഭാര്യ ഭർത്തൃബന്ധത്തിൽ മറ്റുള്ളവരെ ബോധ്യപ്പെടുത്താൻ വേണ്ടി മാത്രം മാതൃകാ ദമ്പതികളായി കഴിയുമ്പോഴും തന്റെ പ്രണയിതാവിനെ മനസ്സാൽ വരിച്ചെന്ന സങ്കൽപ്പത്തിൽ, ആ അലഭ്യലഭ്യതയിൽ ജീവിതം ഹോമിച്ച് കരിന്തിരി പോലെയാകുന്നവർ. അവരിൽ നിന്നും ഞാൻ മനസ്സിലാക്കിയത് കൃഷ്ണന്റെ രാധയെപ്പോലെ മനസ്സ് തൊട്ടറിഞ്ഞ

ബന്ധങ്ങൾ ഒരിക്കലും മനസ്സിൽ നിന്നും മാഞ്ഞു പോവില്ല. മനസ്സ് മരവിക്കുന്ന മരണം വരെ ഒരു കെടാവിളക്കായി അത് മനസ്സിൽ തന്നെ കാണും.

ഗോകുലാമ്മയും, ഗോപികാമ്മയും നിയതിയുടെ മറ്റ് രണ്ടു കളിപ്പാവകൾ. രണ്ടു പേരും ഇരട്ടകൾ. പ്രണയിച്ച പുരുഷന്റെ ഒപ്പം ഇറങ്ങിപ്പോയ ഗോകുലാമ്മയെ കാര്യം കഴിഞ്ഞപ്പോൾ വഞ്ചിച്ചു. വീട്ടുകാരുടെ ഇഷ്ടപ്രകാരം വിവാഹം ചെയ്തയച്ച ഗോപികാമ്മ ചെന്നുപെട്ടത് വിവാഹ തട്ടിപ്പുകാരന്റെയടുത്ത്. അവർ പറയുന്നത് പകലിന്റെ കാപട്യത്തേക്കാൾ എത്രയോ ഭേദമാണ് ഇരുളിന്റെ കളങ്കമില്ലാത്ത നിശ്ശബ്ദത എന്ന്. അവരുടെ ജീവിതകഥയറിഞ്ഞപ്പോൾ എനിയ്ക്ക് തോന്നിയത് ദീപനാളത്തിനു ചുറ്റും പറന്ന ഈയാംപാറ്റകളെയാണ്. ചിറകുകൾ കരിഞ്ഞ് ഒന്നിനുമാവാതെ ജീവിതം ഹോമിച്ചവർ...

പിന്നെയും കുറച്ച് പേർ അമ്പലത്തിലെ തിരി പിടുത്തത്തിന് പതിനൊന്ന്, ഇരുപത്തിയൊന്ന്, അൻപത്തിയൊന്ന് എന്നിങ്ങനെ ഈർക്കിലികളിൽ തിരി ചുറ്റി എല്ലാം ഒരുമിച്ച് പിടിച്ച് കത്തിച്ച് വലം വച്ച് അതിനായി നിശ്ചയിച്ചിരിക്കുന്ന കുഴികളിൽ മാത്രം എരിഞ്ഞ് തീരുന്നവയും, എരിയാതെ ബാക്കിയാവുന്നവയും. അതു പോലെയാണ് ചില സമൂഹ വിവാഹിതർ. അവരിൽ ചിലരായിരുന്ന റഷീദയും, ഗംഗയും, ജയയും ഹസീനയും, അന്നയും, ജസിയും എല്ലാം. നിമിഷങ്ങൾ മാത്രം തെളിഞ്ഞു കത്തിയ ശേഷം പിന്നീട് ഒരിക്കലും ദീപ്തമാവാതെ പോയ ദീപനാളം പോലെ...

ഓരോ പ്രാവശ്യവും തിരിയപ്പെട്ട് ഒറ്റയ്ക്കായി ഒറ്റപ്പെട്ടവരുടെ അരികിൽ ഇരുന്നപ്പോൾ മാത്രമാണ് ആരും പറയാത്ത ഒരു പാട് കഥകൾ അവർക്കും പറയാനുണ്ടെന്ന് ഞാനറിഞ്ഞത്. അവരിൽ നിന്നൊക്കെ ഞാനും പഠിക്കുകയായിരുന്നു ക്ഷമയും, സഹനവും ആണ് ഏറ്റവും നല്ല ആയുധങ്ങൾ മൗനമാണ് ഏറ്റവും നല്ല പ്രതികാരവും എന്ന്. നേടിയെടുക്കുന്നത് മാത്രമല്ല വിട്ടുകൊടുക്കുന്നതും വിജയമാണ് എന്ന് - ജീവിതത്തിൽ നമുക്ക് ഇഷ്ടപ്പെടാത്ത കാര്യങ്ങൾ സ്വീകരിക്കേണ്ടി വരും. ഇഷ്ടപ്പെടാത്ത മുഹൂർത്തങ്ങളിലൂടെ കടന്നു പോകേണ്ടിയും വരും. അന്ന് വെറുപ്പോ, നിരാശയോ ഉണ്ടെങ്കിൽ കൂടി അതിനോട് താദാത്മ്യം പ്രാപിച്ചേ മതിയാവൂ. ഇഷ്ടമുള്ളതിനെ വേണ്ടെന്ന് വയ്ക്കുന്നത് മാത്രമല്ല ഇഷ്ടമില്ലാത്തതിനെ സ്വീകരിക്കുകയും ചെയ്യുന്നതാണ് താദാത്മ്യം പ്രാപിക്കൽ. കുചേലന്റെ വിയർപ്പിൽ കുതിർന്ന അവിൽ ഇഷ്ടത്തോടെ കഴിച്ച കൃഷ്ണനും, ഒരു കാരക്ക ആണെങ്കിലും അത് മറ്റുള്ളവർക്ക് കൂടി പങ്ക് വച്ച് കഴിക്കുന്ന മുഹമ്മദ് നബിയും, നിന്നെപ്പോലെ നിന്റെ

അയൽക്കാരനെയും സ്നേഹിക്കാൻ പഠിപ്പിച്ച യേശുക്രിസ്തുവും നമ്മെ പഠിപ്പിച്ച തന്നത് വലിപ്പച്ചെറുപ്പമില്ലാതെ, ജാതി മത ഭേദമില്ലാതെ സാമൂഹ്യജീവിയായ മനുഷ്യൻ മനുഷ്യത്വവും സ്നേഹവും, സഹകരണവും ആജീവനാന്തം നില നിർത്താനാണ്. പറയൻ കൊട്ടത്ത പഴഞ്ചോറ് അമൃതം പോലെ ഭക്ഷിച്ച കർമ്മോൻമുഖനും, ദ്രാവിഡ പരിഷ്കർത്താവുമായ പെരിയാർ എന്ന പേരിലറിയപ്പെട്ട ഇ. വി. രാമസ്വാമിയെപ്പോലുള്ളവരുടെ ചിന്താഗതിയുള്ളവരായിരുന്നെങ്കിൽ വൃദ്ധസദനങ്ങളുടേയും, അനാഥാലയങ്ങളുടേയും എണ്ണത്തിൽ ഉണ്ടാകുന്ന വർദ്ധനവ് ഗണ്യമായി കുറഞ്ഞേനേ. ആയിരം തിരിനാളങ്ങൾക്ക് പ്രഭ ചൊരിഞ്ഞാലും, സ്വയം കത്തിയുരുകിയാലും ഒരു മെഴുകുതിരിയുടെ ആയുസ്സ് ഇത്ര മാത്രമേ ഉള്ളൂ എന്നതുപോലെയാണ് മനുഷ്യ ജീവിതവും എന്ന സത്യം ഓരോ മനുജനും മനസ്സിലാക്കിയിരുന്നെങ്കിൽ!

പ്രതീക്ഷകളും, മുൻവിധികളും എല്ലാം മുൻപിൽ വീണ ചിതറുമ്പോൾ നമുക്ക് നാം മാത്രമേ കാണൂ എന്ന ചിന്തയിൽ നിന്നാണ് പ്രത്യാശയുടെ പല ചിറകുകളും മുളയ്ക്കുന്നത്.

അതുപോലൊരു പ്രത്യാശയിൽ ജീവിക്കുകയായിരുന്നു അലമേലു അമ്മ. ചെറുപ്പത്തിൽ സ്നേഹിച്ച താമരാക്ഷൻ താഴ്ന്ന ജാതിയിൽപെട്ടവനായതുകൊണ്ട് ഒരിക്കലും അവരുടെ വിവാഹം നടന്നില്ല. രണ്ടാളും മറ്റൊരു വിവാഹത്തെ കുറിച്ച് ചിന്തിച്ചപ്പോഴൊക്കെ പ്രാണൻ പറിഞ്ഞു പോകുന്ന വേദനയോടെ കൂടുതൽ മിഴിവാർന്നതേയുള്ളൂ അവരുടെ പ്രണയം. വിധി വിളയാട്ടത്തിൽ ഈ വൃദ്ധസദനത്തിൽ എത്തിയ അലമേലു അമ്മയെ കാണാൻ താമരാക്ഷൻ സാർ വരാറുണ്ട്. ഒരിക്കൽ ആ അമ്മ ആത്മഗതം ചെയ്യുന്നത് കേട്ടു. ആ സ്നേഹത്തിൽ, ആ വാക്കുകൾ നൽകുന്ന ബലത്തിൽ ഞാൻ പ്രായത്തെ പോലും മറന്ന് തെളിഞ്ഞു കത്തുന്ന നിലവിളക്കിലെ തിരിനാളമായ് മാറിയിരിക്കുകയാണിപ്പോൾ. . എന്നെ അംഗീകരിച്ച, എന്നെ പൂർണ്ണയാക്കിയ, എന്റെ പോരായ്മകളെ മനസ്സിലാക്കിയ എന്റെ നിലവിളക്കാണ് നാൽപ്പത്തിയഞ്ച് വർഷം മുൻപ് എന്റെ മനസ്സിൽ കയറി ഇരിപ്പുറപ്പിച്ച താമരാക്ഷൻ. പുലയ സമുദായത്തിലെ ചേറിൽ വിരിഞ്ഞ ചെന്താമര. മനസ്സിൽ പ്രണയം മൊട്ടിട്ട നാൾ മുതൽ മനസ്സിന്റെ പൂമുറ്റത്ത് ഞങ്ങൾ നട്ടുനനയ്ക്കാൻ സ്വപ്നങ്ങളുടെ ആരാമം ഉണ്ടാക്കി. നിനച്ചിരിക്കാതെ അവിടെ വിരിഞ്ഞതെല്ലാം ഓർമ്മകളുടെ പൂക്കൾ മാത്രം ആയിരുന്നു. എല്ലാത്തിനും നഷ്ടങ്ങളുടെ സുഗന്ധവും. എന്നിട്ടും ഞങ്ങൾ കാണാതെ കണ്ടും, തൊടാതെ തൊട്ടും, അറിയാതെ അറിഞ്ഞും, പറയാതെ പറഞ്ഞും, അലിയാതെ അലിഞ്ഞും ഒരേ മനസ്സോടെ, ഒരേ ഇഷ്ടത്തോടെ, പൂർണ്ണ

തൃപ്തിയോടെ മനസ്സുകൊണ്ട് നിത്യ പ്രണയത്തിന്റെ നിർവൃതിയിൽ ലയിക്കുന്നു. ജീവിതാവസാനം വരെ അത് തുടരുകയും ചെയ്യും. ഒരു വിളക്കിൽ ഒരുമിച്ച് കത്തി ഒരുമിച്ചണഞ്ഞ തിരിനാളങ്ങൾ പോലെ...

പെട്ടെന്നാണ് ഞാനും തിരഞ്ഞെടുക്കപ്പെട്ട് മറ്റുതിരികളുടെ കൂടെ റബ്ബർ ബാൻഡിട്ട് പായ്ക്കറ്റിൽ അടയ്ക്കപ്പെട്ടത്. ഞാനും അറിയാത്ത എവിടേയ്ക്കോ യാത്ര തുടങ്ങി. എത്തപ്പെട്ടത് തിരുവാമ്പാടി കണ്ണന്റെ നടയിൽ. ഞാനപ്പോൾ വൃദ്ധസദനത്തിലെ ഏറ്റവും പ്രായം കൂടിയ ഗൗരി യമ്മുമ്മ പറയുന്നത് ഓർത്തു. "പ്രതികൂലമായ അവസ്ഥകളും, തടസ്സങ്ങളും തുടർന്നു കൊണ്ടേയിരിക്കും. പക്ഷേ മാറ്റം വരാതെ നിവൃത്തിയില്ല."

എന്റെ കാത്തിരിപ്പിന് അവസാനം എന്നതുപോലെ ശ്രീകോവിലിലെ നിലവിളക്കിലെ തിരിയായ് തന്നെ എന്നെ തിരഞ്ഞെടുത്തു. അപ്പോഴും ഞാൻ ആ വെണ്ണക്കണ്ണനെ നന്ദിയോടെ നോക്കിക്കൊണ്ട് ഇങ്ങനെ യാചിച്ചു. ഞാനെന്ന തിരിനാളം എരിഞ്ഞു തീരുന്നതുവരെ ഈ വിളക്കിലെ തിരിമാറ്റാനിടയാക്കല്ലേ കണ്ണാ ഞാനെന്ന പാഴ് തിരിക്ക് ഒരു പാട് മോഹങ്ങളില്ലായിരുന്നു. അതിരു കടന്ന സ്വപ്നങ്ങളും ഇല്ലായിരുന്നു. ആകെയുണ്ടായിരുന്നത് നിലവിളക്കിനോടുള്ള അദമ്യമായ പ്രണയം ആയിരുന്നു. ആ സ്നേഹം കണ്ട് മനസ്സലിഞ്ഞ ദൈവങ്ങളും, പിതൃക്കളും ആണ് അങ്ങയുടെ പുണ്യവിളക്കിലെ നെയ്ത്തിരി നാളമായ് കത്തിയമർന്ന് ഇല്ലാതാവാൻ എന്നെ അനുഗ്രഹിച്ചത് അല്ലേ കണ്ണാ?...

അതംഗീകരിച്ചെന്നപോലെ കൃഷ്ണവിഗ്രഹം ആ ദീപ്തമായ ദീപ നാളത്തിന്റെ പ്രഭയിൽ പ്രോജ്ജ്വലമായി പുഞ്ചിരി തൂകി നിന്നു.

ഏപ്രിൽഫൂൾ

രാവിലെ ഉണർന്നപ്പോൾ തന്നെ കതക് തുറന്ന് മുറ്റത്തേയ്ക്ക് നോക്കി. പത്രം വന്നിട്ടുണ്ട്. മുൻവശത്തെ പേജിലെ വാർത്തകളുടെ തലക്കെട്ട് ഒന്നോടിച്ച് വായിച്ച ശേഷം ചരമ കോളത്തിന്റെ പേജ് പരതിയെടുത്തു. ഉണ്ട് അമ്മയുടെ ചിരിച്ച മുഖത്തോടൊപ്പം താഴെയായി

സരളാദേവി (74)

തെക്കേ തൊടിയിൽ വീട്.

കാവുങ്കൽ, ആലപ്പുഴ.

(മരണവിവരം അറിയിക്കാൻ സാധിക്കാത്ത എല്ലാ ബന്ധുമിത്രാദികളും സുഹൃത്തുക്കളും സദയം ക്ഷമിച്ച് ഇതൊരറിയിപ്പായി കരുതി മൂന്നാം തിയതിയിലെ സഞ്ചയന കർമ്മത്തിലും പതിന്നാലാം തിയതിയിലെ അടിയന്തിരത്തിനും സംബന്ധിക്കണമെന്ന് താഴ്മയായി അപേക്ഷിച്ചു കൊള്ളുന്നു.)

എന്ന് മകൻ, രാജീവൻ.

മരുമകൾ ലതിക.

ചെറുമക്കൾ പ്രതിഭ, പ്രതീഷ്.

അപ്പോഴാണ് കണ്ടത്.

ഒന്നാം ചരമവാർഷികം

വേദചന്ദ്രൻ.

ദു:ഖാർത്തരായ കുടുംബാംഗങ്ങൾ

ഭർത്താവ് ചന്ദ്രബാബു.

മകൻ ഗോവിന്ദ്.

ഒന്നുകൂടി സൂക്ഷിച്ചു നോക്കി. അവളെപ്പോലെ തന്നെ. പക്ഷേ പേര് അതല്ല. അവളുടെ പേര് പാർവ്വതി എന്നല്ലേ. ഒരാളെപ്പോലെ ലോകത്ത് ഏഴ് പേർ കാണും എന്നല്ലേ. അതായിരിക്കും. വേഗം അകത്തു പോയി മൊബൈൽ എടുത്ത് Whats App - ലെ അവളുടെ നമ്പറിൽ ഡയൽ ചെയ്തു. ഭാഗ്യം ബെല്ലടിക്കുന്നുണ്ട്. എടുക്കുന്നില്ല. ഇതിന് മുൻപ് പല പ്രാവശ്യം വിളിച്ചപ്പോഴും അങ്ങനെ തന്നെയായിരുന്നല്ലോ. എന്തായാലും മരിച്ച് ഒരു വർഷം ആയവരുടെ ഫോൺ ഒരിക്കലും പ്രവർത്തനക്ഷമം ആയിരിക്കില്ലല്ലോ. വാട്സ്ആപ്പും ആക്ടീവ് ആണ്. ഒരു സുപ്രഭാതമെസ്സേജും കൂടി അയച്ചു നോക്കി. നെറ്റ് ഓൺ ആണ്. രണ്ട് ടിക് മാർക്കും വീണിട്ടുണ്ട്. ഒരിക്കൽ കൂടി അവളുടെ ചിരിച്ചുകൊണ്ടുള്ള പ്രൊഫൈൽ ഫോട്ടോ നോക്കി കഴിഞ്ഞപ്പോൾ അറിയാതെ ആശ്വാസനിശ്വാസമുതിർന്നു

പിന്നീട് പത്രത്തിലെ വാർത്തകളിൽ കണ്ണോടിച്ചെങ്കിലും മനസ്സ് അവളിൽ തന്നെയായിരുന്നു. മൊബൈൽ എടുത്ത് ഇപ്പോഴും ഡിലീറ്റ് ചെയ്തിട്ടില്ലാത്ത ഞാൻ അവൾക്കയച്ച മെസേജ് എന്ന് പറഞ്ഞാൽ ശരിയാവില്ല പ്രബന്ധം എന്ന് പറഞ്ഞാലേ ശരിയാവൂ. അതെടുത്ത് വായിച്ചു നോക്കി.

ഹലോ! ഞാൻ കുറേ വിളിച്ചു നോക്കി. ഫോൺ ബെല്ലടിച്ചു നിൽക്കുന്നതല്ലാതെ ആരും എടുക്കുന്നില്ല. താനെന്താ പരിചയമില്ലാത്ത നമ്പർ എടുക്കില്ലേ?. പേടിയാണോ തനിയ്ക്ക്? ഞാൻ രാജീവൻ. എന്നെ തനിക്കറിയില്ല. തന്റെ ഏറ്റവും അടുത്ത കൂട്ടുകാരിയിൽ നിന്നാണ് ഞാൻ തന്റെ നമ്പർ ഇസ്കിയത്. എന്റെ അകന്ന ബന്ധുകൂടിയായ അവളെ വിവാഹം ചെയ്തിരിക്കുന്നത് എന്റെ സുഹൃത്ത് പ്രമോദ് ആണ്. ഞാൻ കഴിഞ്ഞ പ്രാവശ്യം ലീവിന് വന്നപ്പോൾ അവിടെപ്പോയിരുന്നു. തന്റെ കാര്യം തിരക്കിയപ്പോൾ തന്നെ സോജയുടെ കണ്ണുകൾ സന്തോഷം കൊണ്ട് നിറഞ്ഞു അവൾ തന്റെ ഫോട്ടോ കാണിച്ചു തന്നു. അവളറിയാതെ അവളുടെ ഫോണിൽ നിന്നും ഞാൻ എടുത്തതാണ് തന്റെ നമ്പർ.

വണ്ണം വച്ചെങ്കിലും താനിപ്പോഴും സുന്ദരി തന്നെ. പണ്ട് മെലിഞ്ഞിരുന്നപ്പോഴും താൻ സുന്ദരിയായിരുന്നു. സ്ഥലം വാങ്ങി വീട് വച്ച ശേഷം പുതിയ സ്ഥലത്ത് ഞാൻ ലീവിന് വന്നപ്പോൾ ആണ് കോളേജിൽ പോകുന്ന തന്നെ ആദ്യമായി കാണുന്നത്. വളരെ വേഗതയിൽ ഉള്ള തന്റെ നടത്തം കണ്ട് ഞങ്ങളൊക്കെ തന്നെ എക്സ്പ്രസ് എന്നാണ് പറഞ്ഞിരുന്നത്. തന്നോട് ഇഷ്ടമാണെന്ന് നേരിട്ട് പറയാൻ എനിയ്ക്ക്

പേടിയായിരുന്നു. ആരോടോ പിണങ്ങിയതുപോലുള്ള തന്റെ മുഖഭാവവും, നടപ്പും കണ്ടാൽ എന്ത് പറഞ്ഞാണ് തന്റെ അടുക്കൽ വരിക? അങ്ങനെയാണ് സോജ തന്റെ അടുത്ത കൂട്ടുകാരിയാണെന്നറിഞ്ഞ് അവളോട് പാർവ്വതിക്ക് ഈ കത്തൊന്ന് കൊടുക്കാമോ എന്ന് ചോദിച്ചത്. അപ്പോൾ അവൾ പറഞ്ഞു അതങ്ങനെ വീഴുന്ന ടൈപ്പൊന്നും അല്ല, വേറെയും രണ്ട് പേർ അവളോട് ഇതേ ആവശ്യം പറഞ്ഞ് വന്നത്രേ.

പിന്നത്തെ പ്രാവശ്യം ലീവിന് വന്നപ്പോൾ തന്റെ വീട്ടിൽ പെണ്ണ് ചോദിച്ച് ആളെ അയച്ചു. എന്നാൽ തന്റെ വീട്ടുകാർ ഞങ്ങൾ കുടുംബക്കാരല്ല, പുത്തൻ പണക്കാർക്ക് അവർ പെണ്ണിനെ കൊടുക്കില്ല എന്ന് പറഞ്ഞ് വിയോജിപ്പ് പ്രകടിപ്പിച്ചു. എന്റെ അമ്മച്ചിക്കും തന്നെ

ഒരുപാടിഷ്ടമായിരുന്നു... തന്നെ തരാതിരുന്ന വാശിക്ക് ഗൾഫ്കാരനെ മകൾക്ക് വരനായി നോക്കിയിരുന്ന കുടുംബത്തിലെ ലതിക എന്ന പെൺകുട്ടിയെ ഞാൻ വിവാഹം കഴിച്ചു. ലതികയും ഞാനും തമ്മിൽ യോഗ്യതയിൽ മാത്രമല്ല ജീവിച്ചു തുടങ്ങിയപ്പോൾ മാത്രമാണറിഞ്ഞത് സ്വഭാവത്തിലും പൊരുത്തപ്പെടാനാവാത്ത വൈരുദ്ധ്യങ്ങൾ.

വൈജാത്യത്തിലെ വൈരുദ്ധ്യങ്ങളിലും രണ്ട് ധ്രുവങ്ങളെപ്പോലെ ഞങ്ങൾ ജീവിച്ചു. അതിൽ രണ്ട് കുട്ടികളും.

ഒരു മനുഷ്യന് സംസാരിച്ചു തുടങ്ങാൻ രണ്ട് വയസ്സ് മതി. എന്നാൽ ഒരു ജീവിതകാലം മുഴുവൻ ജീവിച്ചാലും എങ്ങനെ സംസാരിക്കണം എന്നറിയാത്തവരുണ്ട്. സംസ്കാരമില്ലാത്ത സംസാരമായിരുന്നു അവളുടേത്. ആളുകൾ ഇഷ്ടപ്പെടാൻ വേണ്ടി അവൾ ശരിക്കും ' അഭിനയിക്കുകയായിരുന്നു. വിവാഹത്തിന് മുൻപുള്ള പഞ്ചപാവം പോലെയുള്ള അവളുടെ സംസാരവും രീതികളും ആണ് എനിക്കിഷ്ടമായത്. വിവാഹശേഷം അവളുടെ അഭിനയം മനസ്സിലാക്കിയ ഒരേ ഒരു വ്യക്തി ഞാനായിരുന്നു. ആരോടും സ്നേഹം അഭിനയിക്കരുത്. അത് തകർക്കുന്നത് അവരെ വിശ്വസിച്ചവരുടെ സ്വപ്നങ്ങളും പ്രതീക്ഷകളും ആയിരിക്കും. അവൾക്ക് വേണ്ടിയിരുന്നത് എന്റെ സ്വത്തും, പണവും മാത്രമായിരുന്നു. ഏത് സങ്കീർണതകൾക്ക് മുൻപിലും തല കുനിക്കാൻ ഇടയാക്കാതെ കരുത്ത് ഏകുന്നതാണ് നിരുപാധിക സ്നേഹം. അതവളിൽ ഇല്ലായിരുന്നു. സത്യത്തെ നിരാകരിച്ച്, വളച്ചൊടിച്ച് കൂടെയുള്ളവരെ ചെറുതാക്കി കാണലാണ് അഹങ്കാരമെങ്കിൽ അതവളിൽ ഉണ്ട്. അതേ ഉള്ളൂ അവളിൽ.

പണം കിട്ടുമ്പോൾ ഒരു പ്രത്യേക സ്നേഹം. പറഞ്ഞ കാര്യങ്ങൾ ചെയ്തു കൊടുക്കുമ്പോൾ മറ്റൊരു സ്നേഹം. ഏതെങ്കിലും കാര്യസാധ്യത്തിന്

കൊഞ്ചി കൊണ്ടുള്ള സ്നേഹം. ആവശ്യപ്പെട്ടത് സാധിച്ച കൊടുത്തില്ലെങ്കിലോ, അവർക്ക് ഇഷ്ടമില്ലാത്തവരോട് സഹകരിച്ചാലോ, അവർക്ക് എന്തെങ്കിലും നൽകിയാലോ യക്ഷിയായും, ഭദ്രകാളിയായുമൊക്കെയുള്ള സ്നേഹം. അവൾക്ക് എല്ലാം വിലയുള്ളതാവുന്നത് രണ്ടേ രണ്ട് അവസ്ഥകളിലാണ്. ഒന്ന് ലഭിക്കുന്നതിന് മുൻപും, രണ്ട് നഷ്ടപ്പെട്ടതിന് ശേഷവും. ഞാൻ ഇല്ലാതായാലും അവൾക്ക് വിലയുണ്ടാവുമോന്നറിയില്ല. കാരണം ഉപാധികളോട്ടുകൂടിയ വ്യാജസ്നേഹം അതാണ് ലതിക. വ്യാജ സ്നേഹത്തിനേക്കാൾ മാരകമായ വിഷമില്ല. മനുഷ്യന് പ്രായം കൂടുന്നതിനനുസരിച്ച് അവനോടൊപ്പം വലുതാകുന്നുണ്ട് വീഥികളും, വീടുകളും, അവന്റെ വ്യാമോഹങ്ങളും എന്നാൽ ചെറുതാകുന്നത് മാനുഷികബന്ധങ്ങളും, മനുഷ്യത്വവും, സ്നേഹവും, കരുണയുമാണ്.

സ്വത്തിലും, പണത്തിലും, വലിയ വീടിലും ഒന്നും ഒരു കാര്യവുമില്ലെടോ.

മനസ്സിനിണങ്ങിയ പങ്കാളിയെ കിട്ടിയാൽ ബാക്കിയെല്ലാം തനിയെ വന്നോളും. പിന്നെ കെട്ടിപ്പോയില്ലേ രണ്ട് കുട്ടികളായില്ലേ എന്നുള്ള ചിന്തയിൽ ജീവിതം ജീവിച്ച തീർക്കുന്നു അത്ര മാത്രം. ആദ്യമായിട്ട് മോഹം തോന്നുന്ന ആളിനെ ജീവിതം മുഴുവൻ സ്വന്തമായി കിട്ടുക എന്നത് അത് ഭാഗ്യമുള്ളവർക്കേ കിട്ടൂ. സ്വന്തമാക്കാനായില്ലെങ്കിലും ചിലരെ നാം മനസ്സിൽ ഒളിപ്പിക്കും. ഒരു പക്ഷേ അത് അവരോടൊപ്പം ഒരായിരം വർഷം ഒന്നിച്ച് ജീവിച്ചതിന് തുല്യമായിരിക്കും. പലപ്പോഴും തോന്നിയിട്ടുണ്ട് എന്റെ ഇഷ്ടം തന്നോട് നേരിട്ട് പറയാമായിരുന്നു എന്ന്. അന്ന് താൻ എന്നെ ഇഷ്ടപ്പെട്ടിരുന്നെങ്കിൽ, വാശി പിടിച്ചിരുന്നെങ്കിൽ നമ്മുടെ വിവാഹം നടന്നേനേ. താനായിരുന്നു എന്റെ ഭാര്യയെങ്കിൽ താനെന്റെ കൂടെ എന്റെ ജോലി സ്ഥലത്തും ഉണ്ടാവുമായിരുന്നു. തന്റെ പ്രൊഫൈൽ ഫോട്ടോ ദിവസവും ഞാൻ നോക്കാറുണ്ട്. സങ്കൽപ്പിക്കാറുമുണ്ട് താനെന്റെ കൂടെ ചേർന്നു നടക്കുന്നത്. തന്റെ ഫോട്ടോ നോക്കിയിരിക്കുമ്പോൾ മരുഭൂമിയിലെ ചൂടിലും മഞ്ഞുതുള്ളിയുടെ കുളിർമ്മയാണ് മനസ്സിന് ലഭിക്കുന്നത്. കണ്ട നാൾ മുതൽ ഒരുപാട് ഇഷ്ടമായിരുന്നെടോ തന്നെ എനിയ്ക്ക്. ഞാനിതൊക്കെ എഴുതിയതു കൊണ്ട് എന്റെ മാനസ്സിക വൈകല്യമായി കരുതേണ്ട. താനറിയാത്ത ജീവിത സത്യങ്ങൾ എഴുതണമെന്ന് തോന്നി. എന്തിനെന്നെ പിന്തുടരുന്നു എന്ന് താൻ ചോദിക്കുന്നുണ്ടാകും. അതിനുള്ള ഉത്തരം എത്രമാത്രം തനിയ്ക്ക് ബോധ്യമാകും എന്നെനിക്കറിയില്ല. പക്ഷേ ഒന്നെനിക്കറിയാം വിദൂരത്തിൽ ആയിട്ടു പോലും തന്നെക്കുറിച്ചുള്ള ചിന്തകൾ, തന്റെ ചിത്രം എനിയ്ക്ക് സാന്ത്വനമേകുന്നു എന്ന സത്യം. തന്നോടൊത്ത് മനസ്സ് ചരിക്കാൻ തുടങ്ങിയ മാത്രയിൽ നിന്നാണ് എന്നിലെ ചിന്തകൾക്ക്

ചിറക് മുളയ്ക്കാൻ അനുവദിക്കാതെ ദിനരാത്രങ്ങളോടൊപ്പം എരിഞ്ഞ ടങ്ങുകയായിരുന്ന ഞാൻ ഉണർന്നെണീറ്റതും ജീവിക്കുകയാണെന്ന തോന്നൽ ഉളവായതും. ജീവിതം പല വേഷങ്ങൾ തരുന്നു. സ്വപ്നങ്ങൾ പല കാഴ്ചകളും കാട്ടുന്നു. പക്ഷേ നിസ്ഥാർത്ഥ സ്നേഹം അത് നല്ല മനസ്സുള്ളവരുടെ സമ്മാനമാണ്. ആത്മാർത്ഥ സ്നേഹത്തേക്കാൾ മനോഹരമായ മറ്റൊന്നില്ല. അത് കൈക്കുമ്പിളിൽ കോരിയെടുക്കാനോ തട്ടിയെടുക്കാനോ കഴിയില്ല. അത് ഹൃദയത്തിൽ നിന്നും ഹൃദയത്തിലേയ്ക്ക് പകർന്നു നൽകുവാനേ കഴിയൂ. സ്നേഹം ഒരു തണൽ ആണെങ്കിൽ, വേദനയുടെ ലോകത്ത് എല്ലാം മറക്കാനുള്ള തണൽ ആണെങ്കിൽ എനിയ്ക്ക് ആ തണൽ എന്റെ മനസ്സിലുള്ള തന്നിൽ നിന്നും ലഭിക്കുന്നു എന്ന ആശ്വാസത്തിലാണ് തന്നെ വിളിച്ചത്. തെറ്റിദ്ധരിക്കരുത്ഈ പ്രായത്തിൽ മറ്റൊന്നിനും വേണ്ടിയല്ല. താനെന്റെ ആരൊക്കെയോ ആണെന്ന് തോന്നി. അതു കൊണ്ടാണ് ഒരു നല്ല സുഹൃത്തിനോടെന്നതു പോലെ ആരോടും പറയാതെ മനസ്സിൽ വച്ചിരുന്ന കാര്യങ്ങൾ തന്നോട് പറഞ്ഞത്.

ഞാനയച്ച പ്രഭാത ആശംസ നോക്കിയിട്ടുണ്ട് പാർവ്വതി. നീല ടിക്കുണ്ട്. പ്രതികരണം ഒന്നുമില്ല. എന്നാലും ആശ്വാസമായി. വേഗം എഴുന്നേറ്റ് പ്രാഥമികകർമ്മങ്ങൾക്ക് ശേഷം പുറത്തേയ്ക്ക് പോകാൻ തയ്യാറായി.

എന്തായാലും സോജയുടെ വീട്ടിൽ ഒന്ന് കയറാം. അവിടെ ചെന്ന് സോജയോട് അമ്മയുടെ സഞ്ചയനത്തിന്റേയും, അടിയന്തിരത്തിന്റേയും കാര്യങ്ങൾ പറഞ്ഞ ശേഷം പാർവ്വതിയെ കുറിച്ച് തിരക്കി. അപ്പോഴാണ് സോജ നിറകണ്ണുകളോടെ പറഞ്ഞത്.

“കഴിഞ്ഞ ഏപ്രിൽ ഒന്നാം തിയതി അവൾ മരിച്ചു. ആത്മഹത്യയായിരുന്നു.

വിവാഹശേഷം സന്തോഷവതിയായല്ലാതെ അവളെ ആരും കണ്ടിട്ടേ ഇല്ല. എല്ലാ സുഖ സൗകര്യങ്ങളോടും കൂടിയ ജീവിതമായിരുന്നവരുടേത്. എന്നിട്ടും അവൾ എന്തിനിത് ചെയ്തു എന്നറിയില്ല. ഇന്നും വിശ്വസിക്കാൻ സാധിച്ചിട്ടില്ല എന്ന് പറഞ്ഞവൾ പേപ്പറിലെ ഫോട്ടോ കാണിച്ചു. വേദ ചന്ദ്രൻ എന്ന് ചോദിച്ചപ്പോൾ വേദ എന്നായിരുന്നു പേര്. പാർവ്വതി എന്നത് അവളുടെ അമ്മമ്മയിട്ട വിളി പേരായിരുന്നു.

കേൾക്കുന്നവർക്ക് വിശ്വസിക്കാൻ പ്രയാസം തോന്നും ഇനി ഞാൻ പറയുന്ന കാര്യങ്ങൾ. അവൾ മകനോട് ചോദിച്ചത്രേ അമ്മ മരിച്ചു കഴിഞ്ഞാൽ മോൻ അമ്മയുടെ ഫോൺ എന്ത് ചെയ്യും? ആർക്കെങ്കിലും കൊടുക്കുമോ എന്ന്? അതിന് അവളുടെ മകൻ ഇന്നും ആ ഫോൺ അമ്മ

ഉപയോഗിച്ചിരുന്നപ്പോൾ വച്ചിരുന്നതു പോലെ അതേ സ്ഥാനത്ത് വച്ചിട്ടുണ്ട്. ചാർജ്ജും ചെയ്യാറുണ്ട്. മോന് മലയാളം വായിക്കാൻ അറിയില്ലെങ്കിലും അമ്മയുടെ വാട്സ്ആപ്പിൽ വരുന്ന മെസേജുകൾ എല്ലാം നോക്കും. അപ്പോൾ അമ്മ അത് വായിച്ച എന്നാണ് അവൻ വിശ്വസിക്കുന്നത്. അവനല്ലാതെ ആർക്കും അവളുടെ ഫോൺ തുറക്കാൻ സാധിക്കില്ല. അവന്റെ അച്ഛന് പോലും. അവരിപ്പോഴും മധ്യപ്രദേശിൽ തന്നെയാണ്. ഞാനിപ്പോഴും അവളുടെ ഫോണിലേയ്ക്ക് മെസേജുകൾ അയയ്ക്കാറുണ്ട്. എന്റെ സങ്കടങ്ങളും, സന്തോഷങ്ങളും എല്ലാം എന്നും ഞാൻ പറഞ്ഞിരുന്നത് അവളോടായിരുന്നു. ഇപ്പോഴും അങ്ങനെ തന്നെ. എഴുതി അയയ്ക്കും എന്നൊരു വ്യത്യാസം മാത്രം. പക്ഷേ അവളെന്റെ മനസ്സിലിരുന്ന് അതിന് മറുപടി പറയുന്നതായി തോന്നാറുണ്ട്.

ഞങ്ങളുടെ സ്നേഹം ആയിരിക്കാം എന്നിൽ അങ്ങനെ ഒരു തോന്നൽ ഉളവാക്കാൻ കാരണം അല്ലേ രാജീവേട്ടാ?"

ഒന്നും മിണ്ടാനാവാതെ സജലങ്ങളായ കണ്ണുകളോടെ തിരികെ പോരുമ്പോൾ ആണ് യത്തീംഖാന കണ്ണിൽ പെട്ടത്. അവിടെ കയറി മൊല്ലാക്കയോട് പറഞ്ഞു "ഇന്ന് എന്റെ വേണ്ടപ്പെട്ട ഒരാളുടെ ഓർമ്മ ദിവസം ആണ്. ഇവിടുത്തെ കുട്ടികൾക്ക് ഭക്ഷണം നൽകണം".

അതിന് വേണ്ട ഏർപ്പാടുകൾ ചെയ്തു.

"സാറും വരണം അവരോടൊപ്പം ഭക്ഷണം കഴിക്കാൻ"

"തീർച്ചയായും വരാം"

അവിടുത്തെ കുട്ടികളോടൊപ്പം നെയ്ച്ചോറ് കഴിച്ച ശേഷം യാത്ര പറഞ്ഞ് പുറത്തേയ്ക്കിറങ്ങി നടന്നപ്പോൾ മീനമാസത്തിലെ കത്തുന്ന പൊരിവെയിലിലും എവിടെ നിന്നെന്നറിയാതെ മഴ ചാറിത്തുടങ്ങി. ആത്മാക്കളുടെ സന്തോഷമാണ് മഴ എന്ന് കേട്ടിട്ടുണ്ട്. ഒരു മാത്ര നേരത്തെ പാർവ്വതിയുടെ നനുത്ത സ്പർശനമായാണെനിയ്ക്ക് അതനുഭവപ്പെട്ടത്. അതിനോടൊപ്പം അദൃശ്യയായി ആരോ എന്റെ കാതിൽ മൊഴിഞ്ഞു

"സ്നേഹം എത്രയേറെ ആത്മാർത്ഥമാണെങ്കിലും സ്വീകരിക്കുന്നവർ അതിന്റെ അർത്ഥമറിഞ്ഞില്ലെങ്കിൽ വ്യർത്ഥമായിപ്പോകും നമ്മുടെ ജീവിതം. കണ്ണ് കൊണ്ടല്ല മനസ്സ് കൊണ്ട് മനസ്സിലാക്കണം ഒരാളെ... അവിടെയാണ് യഥാർത്ഥ സ്നേഹം... ഒരു കാലത്തിനപ്പുറത്തേയ്ക്ക് നമ്മളെല്ലാം വെറും കഥകളാണ്. അതു കഴിഞ്ഞാൽ നിലനിൽക്കുന്നത് നമ്മൾ മറ്റുള്ളവരിൽ പതിച്ചു പോയ സ്നേഹം മാത്രമാണ്..."

ആദവും ഹവ്വയും

സെക്കന്റ് ഡ്യൂട്ടിക്കായി വരുമ്പോൾ ആണ് നഴ്സിങ്ങ് റൂമിന്റെ വാതിൽക്കൽ ആളുകൾ കൂടി നിൽക്കുന്നത് കണ്ടത്. അവരെ വകഞ്ഞു മാറ്റി അകത്തേയ്ക്ക് ചെന്ന് മുഖം വീർപ്പിച്ചിരിക്കുന്ന ജാക്വിലിനോടും, സുമയോടും, സുഹറയോടും എന്താടീ കാര്യം? എന്ന് ചോദിച്ചപ്പോൾ

"സിസ്റ്ററേ ഞങ്ങൾ പറയാം അവര് പറയില്ല

ഡാക്കിട്ടറൻമാരാണേൽ സമരത്തിലും. സിസ്റ്ററെങ്കിലും ഒന്നു വാ. . ഞങ്ങളും മനുഷേന്മാരല്ലേ? സർക്കാരാശൂപത്രിയിൽ കട്ടില് കിട്ടാഞ്ഞിട്ടും, വാർഡിന്റെ തറയിൽ കിടക്കാൻ സ്ഥലമില്ലാഞ്ഞിട്ടും പുറത്തെ വരാന്തയിൽ ഞങ്ങൾ കിടക്കുന്നത് ദീനത്തിന് ചികിത്സിക്കാൻ കാശില്ലാത്ത ഗതികേട്ട കൊണ്ടാ. ഏഴകൾക്ക് വൈദ്യൻ യമനാണെന്ന് കേട്ടിട്ടുണ്ട്. എന്നാലും കൂടെയുള്ളതുങ്ങളെ വിഷമിപ്പിക്കാതെ പോറ്റാനുള്ള ആഗ്രഹം കൊണ്ടാ സിസ്റ്ററേ ഈ കഷ്ടപ്പാട് സഹിച്ച് ഇവിടെ കിടക്കുന്നത്. കൊച്ചു വെളപ്പാൻ കാലത്തേ ആരോ കൊണ്ടുവന്ന് ആ വരാന്തേലിട്ടേച്ച് പോയതാ ഒരു മനുഷേനേ"

"എന്താ പറ്റിയത്?"

"എന്താണെന്ന് അറിയാൻ സിസ്റ്ററ് ഞങ്ങടെ കൂടെ വാ"

അവരുടെ കൂടെ ഇറങ്ങാൻ തുടങ്ങുമ്പോൾ മോളമ്മ സിസ്റ്റർ പറയുന്നത് കേട്ടു "രജനീ വേണ്ട പുലിവാലാകും. "

മനസ്സാക്ഷിയുടെ പ്രബോധനം ഉൾക്കൊണ്ടു കൊണ്ട് വെറുതേ മോളമ്മയെ നോക്കി കണ്ണടച്ച് ചിരിച്ചു കാട്ടി അവരോടൊപ്പം നടന്നു.

വരാന്തയുടെ അറ്റത്ത് എത്തുന്നതിനു മുൻപേ ദുർഗന്ധം. അടുത്തെത്തിയപ്പോൾ തുണിയിൽ പൊതിഞ്ഞു കമിഴ്ന്ന കിടക്കുന്ന രൂപം. ദുർഗന്ധം വകവയ്ക്കാതെ നാഡിപിടിച്ച നോക്കി. ഉണ്ട് ജീവനുണ്ട്. ആ മനുഷ്യനെ നേരേ കിടത്താൻ തുനിഞ്ഞപ്പോൾ അസഹ്യ വേദനയാൽ അദ്ദേഹം ഞരങ്ങി. ആ ഉദ്യമത്തിൽ നിന്നും പിന്തിരിഞ്ഞു. മെല്ലെ കാലുകളിലെ പുതപ്പ് മാറ്റി നോക്കിയപ്പോൾ അവിടവിടെയായി പൊട്ടിയിരിക്കുന്നത് കണ്ടു. പിന്നീട് കൂടുതൽ മുകളിലേയ്ക്ക് ഷർട്ട് മാറ്റി നോക്കിയപ്പോൾ ഞെട്ടിപ്പോയി. മുതുക് മുഴുവൻ പൊട്ടിയതിനോടൊപ്പം വലിയ ആഴത്തിൽ പഴുത്ത് അള പോലെയുള്ള ഒരു മുറിവ്. അതിൽ നിന്നും വമിക്കുന്ന ദുർഗന്ധം ആണ് അവിടമാകെ പരന്നിരിക്കുന്നത്. വായിൽ നിറഞ്ഞ വെള്ളം തുപ്പി കളഞ്ഞ ശേഷം അറ്റൻഡർമാരെ വിളിച്ച് ആ മനുഷ്യനെ അങ്ങനെ തന്നെ പൊക്കിയെടുത്ത് സ്ട്രെച്ചറിൽ കിടത്തി ഡ്രെസ്സിംഗ് റൂമിലേയ്ക്ക് കൊണ്ടുവരാൻ പറഞ്ഞു. കാഷ്വാലിറ്റിയിലേയ്ക്ക് നടക്കുമ്പോൾ കേട്ടു "വീട്ടിലുള്ളവർക്കും നാറ്റം സഹിക്കാൻ പറ്റാതായപ്പോൾ കൊണ്ടു വന്നിട്ടേച്ച പോയതാ. അവരെയുംകുറ്റം പറയാനൊക്കില്ലല്ലോ. ആർക്ക് സഹിക്കാൻ പറ്റും ഈ നാറ്റം?.

അറ്റൻഡറോട് പറഞ്ഞ് അയാളുടെ തുണികൾ കത്രിക കൊണ്ട് കീറി മാറ്റി. ചോരയും, ചലവും, വിസർജ്ജ്യങ്ങളും ഒക്കെ, ഉണങ്ങിപ്പിടിച്ചിരുന്നത് വൃത്തിയാക്കിച്ചു. കമിഴ്ന്ന കിടക്കുന്ന അയാൾ അപ്പോഴും അസഹ്യതയോടെ ഞരങ്ങിക്കൊണ്ടിരുന്നു. പിന്നീട് മയങ്ങാനുള്ള കുത്തിവയ്പ്പെടുത്തു. പിന്നെ എന്തും വരട്ടെ എന്നുള്ള ചിന്തയോടെ സകല ദൈവങ്ങളേയും വിളിച്ച കൊണ്ട് ഡ്രെസ്സ് ചെയ്യാനുള്ള ഒരുക്കം കൂട്ടി. സുഖമില്ലാതെ ഒരേ കിടപ്പ കിടന്ന് ആരും നോക്കാതെ വ്രണമായിപ്പോയതാണ്. പ്രഷർ നോർമലാണ്. ഗ്ലൂക്കോമീറ്ററിൽ ഷുഗർ നോക്കിയപ്പോഴും ഉയർന്നു തന്നെ നിൽക്കുന്നു. വേഗം തന്നെ മുറിവ് കഴുകി വൃത്തിയാക്കാൻ ഹൈഡ്രജൻ പെറോക്സൈഡ് ഉപയോഗിച്ചപ്പോൾ തന്നെ സംശയം തോന്നിയ ഞാൻ ടർപ്പൻ ഉപയോഗിച്ചു. അപ്പോഴാണ് മുറിവിൽ നിന്നും ജീവനോടെ പുഴുക്കൾ പുറത്തേയ്ക്ക് വന്നത്. അവയെയൊക്കെ വൃത്തിയാക്കിയ ശേഷം ഹൈഡ്രജൻ പെറോക്സൈഡ് ലായനിയിൽ വീണ്ടും മുറിവ് കഴുകിയ ശേഷം നോർമൽ സലൈനിലും കഴുകി വലിയ മുറിവിലും മറ്റുള്ളയിടത്തും ടി ബാക്ട് ഓയിന്റ്മെന്റ് പുരട്ടിയ ശേഷം ഡ്രെസ്സിംഗ് മരുന്നിനൊപ്പം മെട്രോജിൽ ടാബ്ലറ്റും പൊടിച്ചിട്ട് ഡ്രെസ്സ് ചെയ്തു. അഞ്ചാം വാർഡിലെ അത്യാവശ്യ രോഗിക്കായി ഒഴിച്ചിട്ടിരുന്ന കട്ടിലിലേയ്ക്ക് മാറ്റി മുറിവ് കരിയാനുള്ള ഇൻജക്ഷന്റെ മരുന്നും ഡ്രിപ്പിനൊപ്പം നൽകി.

തിരികെ ഡ്യൂട്ടി റൂമിലെത്തിയപ്പോൾ സഹപ്രവർത്തകൾ എല്ലാവരും കൂടി പുണ്യവതിയുടെ അവതാരം രജനി സിസ്റ്റർ എന്നു പറഞ്ഞ് കളിയാക്കി ചിരിച്ചു. ഞാനും അവരോടൊപ്പം ഒന്നും പറയാതെ ചിരിയിൽ പങ്കു ചേർന്നു.

പിന്നീടുള്ള ദിവസങ്ങളിലും ആ മനുഷ്യനെ വേണ്ട വിധം ഡ്രസ്സ് ചെയ്തു. ഇതിനോടകം ഡോക്ടർമാരുടെ സമരവും ഒത്തുതീർപ്പിലായി. ശരിയായ പരിചരണവും, മരുന്നും, ഭക്ഷണവും ഒക്കെ ലഭിച്ചപ്പോൾ ഒരാഴ്ചകൊണ്ട് തന്നെ അയാൾ പതുക്കെ തല ഉയർത്തി നോക്കാൻ തുടങ്ങി. വല്ലാതെ ശ്മശ്രുക്കൾ വളർന്നു ജടപിടിച്ച് വികൃതമായ താടിയും, മുടിയും കൊണ്ട് മുഖം പോലും വ്യക്തമായി കാണാൻ സാധിക്കാത്ത ആ മനുഷ്യനെ കണ്ടപ്പോൾ മനസ്സിൽ എവിടെയൊക്കെയോ അകാരണമായ നീറ്റൽ അനുഭവവേദ്യമായി.

അയാളുടെ താടിയും, മുടിയും ഒക്കെ വെട്ടി വൃത്തിയാക്കാൻ ആളെ ഏർപ്പാട് ചെയ്യാൻ പറഞ്ഞ് അറ്റൻഡർ റഫീക്കിന്റെ കൈയ്യിൽ പൈസയേൽപ്പിച്ചു.

പിറ്റേ ദിവസം വാർഡിലെത്തി ഉറങ്ങുകയായിരുന്ന അയാളുടെ മുഖം കണ്ടപ്പോൾ ആണ് ഞെട്ടിപ്പോയത്. ഇത്?'... ഇത്?... വേവലാതിയോടെ അയാളുടെ കേസ് ഷീറ്റിലെ പേര് നോക്കിയപ്പോൾ ആണ് ഷിബയ് ദാസ്. അൻപത് വയസ്സ്. അറിയാതെ ദൈവമേ! എന്ന് വിളിച്ചു പോയി.

സങ്കടം തിങ്ങിയ മനസ്സുമായാണ് ഡ്യൂട്ടി റൂമിലേയ്ക്ക് കയറിയത്. പരിക്ഷീണയായി കസേരകളിലൊന്നിൽ ഇരുന്ന് മെല്ലെ മിഴികൾ പൂട്ടി കൊണ്ട് നടന്നു കയറി ആർദ്രമായ അനുഭവങ്ങളുടെ അലകളായ ഓർമ്മകളിലേയ്ക്ക്...

പ്രീഡിഗ്രിയ്ക്ക് ക്ലാസ്സ് തുടങ്ങിയപ്പോൾ ആണ് ടൈപ്പ് പഠിക്കാൻ കൂടി പോയത്. രാവിലെ ഏഴര മുതൽ എട്ടര വരെയുള്ള ആദ്യ ബാച്ചായി ടൈപ്പ്റൈറ്റിംഗ് ഇൻസ്റ്റിറ്റ്യൂട്ടിൽ, അവിടെ നിന്നും നേരേ കോളേജിലേയ്ക്ക്. ഒരു മാസത്തെ പഠനത്തിനു ശേഷം ഒരു ദിവസം എന്റെ ടൈപ്പ്റൈറ്റിംഗ് മെഷിനിൽ ഒരു പേപ്പർ. എടുത്ത് നോക്കിയപ്പോൾ

'വെള്ളത്തിനല്ല വില ദാഹത്തിനാണ്.

മരണത്തേക്കാൾ വില ശ്വാസത്തിനാണ്.

സ്നേഹത്തേക്കാൾ വില വിശ്വാസത്തിനാണ്.

ഞാൻ വിശ്വസിക്കുന്നു നീയെന്റേത് ആകുമെന്ന്. '

സംഭ്രമത്തോടെ വേഗം പേപ്പർ ചുരുട്ടി ബാഗിൽ വച്ചു. ക്ലാസ്സ് കഴിഞ്ഞ് കോളേജിലേയ്ക്ക് പോകുന്ന വഴി ആ പേപ്പർ ഓടയിലേയ്ക്കെറിഞ്ഞു കളഞ്ഞു.

രണ്ടാം ദിവസം വീണ്ടും പേപ്പറിൽ,

'മനസ്സ് തീരുമാനിക്കുന്ന ആരുമായി പ്രണയം സ്ഥാപിക്കണം എന്ന്. എന്റെ മനസ്സ് തീരുമാനിച്ചു കഴിഞ്ഞു നീയുമായി പ്രണയം സ്ഥാപിക്കാൻ. '

ചുറ്റും പരതി നോക്കി ആരെങ്കിലും തന്നെ ശ്രദ്ധിക്കുന്നുണ്ടോ? ഇല്ല എല്ലാവരും ടൈപ്പ് ചെയ്യുന്ന ശ്രദ്ധയിൽ ആണ്. '

മൂന്നാം ദിവസം.

'നല്ല സ്നേഹ ബന്ധം കടൽ തീരവും, തിരമാലയും പോലെയാണ്. അടുക്കുകയും അകലുകയും ചെയ്യുന്നു എന്നാൽ ഒരിക്കലും പിരിയുകയില്ല. ഞാനും ഇനി നിന്നെ പിരിയുകയില്ല. '

നാലാം ദിവസം.

'പ്രാണനായവരുടെ ശ്വാസഗതിയിൽ ഉണ്ടാവുന്ന മാറ്റം പോലും പെട്ടെന്ന് മനസ്സിലാവും. ഞാൻ നിന്നെ മനസ്സിലാക്കുന്നു, കാരണം നീയെന്റെ പ്രാണനാണ്. '

അഞ്ചാം ദിവസം.

'ശരീരത്തിൽ അല്ല മനസ്സിന്റെ ഉള്ളറകളിൽ ആണ് സ്നേഹം. അത് കണ്ടെത്തി ഉചിതമായി സംരക്ഷിക്കാൻ ഏൽപ്പിക്കണം. ഞാൻ കണ്ടെത്തി നിന്നെ ഏൽപ്പിക്കുന്നു എന്റെ സ്നേഹം. '

ആറാം ദിവസം.

'ദൈവം മനോഹരമായ ഒരു ദിനം കൂടി നമുക്ക് തന്നിരിക്കുന്നു. അത് നമ്മൾ ആവശ്യപ്പെട്ടതുകൊണ്ടല്ല. ഈ ഭൂമിയിലെ ആദമായ എനിയ്ക്ക് ഹവ്വയായ നിന്നെ ആവശ്യമുള്ളതുകൊണ്ടാണ്. '

ഏഴാം ദിവസം.,

'തീരെ പ്രതീക്ഷിക്കാതെ നമ്മൾ കണ്ടുമുട്ടുന്ന ചിലരുണ്ട്. കണ്ടമാത്രയിൽ തന്നെ മനസ്സിൽ കയറി ഇരിക്കുന്നവർ. എത്ര മായ്ച്ചാലും, മറക്കാൻ ശ്രമിച്ചാലും മാഞ്ഞു പോകാത്തവർ. ആദത്തിന്റെ ഹവ്വയെപ്പോലെ അതാണ് നീയെനിയ്ക്ക്. '

എട്ടാം ദിവസം.

'കൊടുക്കുന്തോറും ഇരട്ടിയായി തിരിച്ചു കിട്ടുന്ന ഒന്നേയുള്ളൂ ഈ

ഭൂമിയിൽ 'സ്നേഹം'. അത് നീ തന്നാൽ ഞാൻ ഇരട്ടിയായി തിരികെ തരാം. '

പിന്നീടുള്ള രണ്ട് ദിവസങ്ങളിലും പേപ്പർ കണ്ടില്ല. മനസ്സ് ചഞ്ചലമാകാൻ തുടങ്ങി. പേപ്പർ കിട്ടിയപ്പോൾ ആദ്യം വെറുത്ത ദിനം ആയിരുന്നു, പിന്നീടത് കൊതിച്ച ദിനമായി, ഇപ്പോഴത് കൊതിപ്പിക്കുന്ന ദിനമായി മാറിക്കഴിഞ്ഞു എന്ന നിഷേധിക്കാനാവാത്ത സത്യം ഞാനും മനസ്സിലാക്കുകയായിരുന്നു.

മൂന്നാം ദിവസവും പേപ്പർ കാണാതിരുന്നപ്പോൾ ഒന്നിനും ഉത്സാഹമില്ലാതായി. ഒന്നു ചിരിക്കാൻ പോലും തോന്നാതായി. അടുത്ത ദിവസം ഞാൻ കണ്ടു വെള്ള പേപ്പർ.

'ജീവിതത്തിൽ നേടാവുന്ന ഏറ്റവും വിലയേറിയ സമ്പാദ്യങ്ങളിൽ ഒന്നാണ് ആത്മാർത്ഥതയോടെ ഇടപെടുന്ന സ്നേഹ ബന്ധം. ആ ബന്ധത്തിന്റെ ഏദൻ തോട്ടത്തിൽ എത്തിച്ചേർന്നു നമ്മൾ. ഞാനെന്ന ആദം ഉണ്ടാകും ഇന്ന് നീയെന്ന ഹവ്വ പോകുന്ന വീഥിയിൽ. '

അന്ന് കോളേജിലേയ്ക്ക് നടക്കുമ്പോൾ സംഭ്രമത്തിന്റെ വൈവശ്യം ആയിരുന്നു. കുറച്ച് നടന്നപ്പോൾ തന്നെ അടുത്തേയ്ക്ക് വന്നു. കല്ല് കളർ ഷർട്ടും, കരിനീല പാന്റും ധരിച്ച ചന്ദനക്കുറിതൊട്ട ആൾ. എന്റെ മുൻവശത്ത് വലതു വശത്ത് സൈഡിലായിട്ടിട്ടുള്ള ടൈപ്പ് റൈറ്ററിൽ ടൈപ്പ് ചെയ്യുന്ന പേരറിയാത്ത ആൾ എന്റെ ആദം.

ശൂന്യമായിരുന്ന മനസ്സിൽ ആദത്തെ കുറിച്ചുള്ള ചിന്തയുടെ ഓളങ്ങൾ അലയടിക്കുമ്പോൾ തന്നെ ഹൃദയത്തിൽ ഒരിക്കിളി. കണ്ണുകൾ തമ്മിൽ കൂട്ടിമുട്ടുമ്പോൾ എന്റെ കണ്ണുകൾ താനെ പിൻവലിയും. പിന്നീടങ്ങോട്ട് ഒരു ദിവസം പോലും കാണാതിരിക്കാൻ സാധിക്കാത്ത വിധത്തിലുള്ള അടുപ്പത്തിന്റെ ഏദൻ തോട്ടത്തിലായ ശേഷം രജനി എന്ന എന്നെ ഷിബയ് ദാസ് 'ഹവ്വ' എന്നാണ് വിളിച്ചത്. ഞാൻ തിരിച്ച് 'ആദം ' എന്നും. ആദം ദിനംപ്രതി എനിയ്ക്ക് അമ്പലത്തിലെ ത്രിമധുരം എന്റെ പേരിൽ കഴിപ്പിച്ച രസീതു സഹിതം കൊണ്ടത്തരും. അത് മുഴുവൻ ഞാൻ കഴിക്കുന്നത് നോക്കിയിരിക്കുന്നത് ആദത്തിന് വലിയ ഇഷ്ടമായിരുന്നു. അവിടെ അടുത്തുള്ള തടിമില്ലിലെ മേൽനോട്ടക്കാരനായിരുന്നു ആദം. ടൈപ്പ് പഠിക്കാൻ വന്നത് എന്നെ കണ്ട് ഇഷ്ടമായതു മുതൽ.

പ്രീഡിഗ്രിക്കാലം അവസാനിച്ച സമയത്ത് ടൈപ്പിന് അപ്പച്ചിയുടെ മകളും എന്റെ കൂടെ വരാൻ തുടങ്ങി. അവൾ സാത്താന്റെ രൂപം പൂണ്ട് വിവരങ്ങൾ വീട്ടിൽ പറഞ്ഞ് അറിഞ്ഞപ്പോൾ വിലക്കപ്പെട്ട കനി തിന്നാൻ പോയ എന്നെ എന്റെ വീട്ടുകാർ ഡിഗ്രിയ്ക്ക് വിടാതെ

ഹൈദ്രാബാദിലുള്ള ചേട്ടന്റെ അടുത്തേയ്ക്ക് വിട്ടു. അവിടെത്തന്നെ ബിഎസ്സി നേഴ്സിങ്ങിന് ചേർത്തു.

പിന്നീട് എന്റെ ആദവുമായി ബന്ധമില്ലാത്ത അഞ്ച് വർഷങ്ങൾ. നഴ്സിങ്ങും കഴിഞ്ഞ് ഒരു വർഷത്തെ ബോണ്ടും ചെയ്ത ശേഷമാണ് ഹവ്വയായ ഞാൻ എന്റെ നാട്ടും, വീട്ടും കാണുന്നത്.

തിരിച്ചെത്തിയപ്പോൾ എന്റെ വിവാഹവും ഉറപ്പിച്ചിരുന്നു. എന്തെങ്കിലും വേഷം കെട്ട് കാണിച്ച് 'വിലക്കപ്പെട്ട കനി' തിന്നാൻ ശ്രമിച്ചാൽ അമ്മയും, അച്ഛനും ഉത്തരത്തിൽ തൂങ്ങിയാടി ഞങ്ങളുടെ വീടാകുന്ന പറുദീസയെ നരകമാക്കും എന്നൊരു താക്കീതും കൂടി. അപ്പോൾ ഞാനറിയുകയായിരുന്നു വളർത്തി വലുതാക്കിയവരോടുള്ള നമ്മുടെ കടമയുടേയും, കടപ്പാടിന്റെയും പേരുപറഞ്ഞുള്ള പ്രിയപ്പെട്ടവരുടെ സന്ദർഭോചിതമായ മനശ്ചാഞ്ചല്യം ഉളവാക്കുന്ന ചില വാക്കുകൾ താക്കോലുകൾ പോലെയാണെന്ന്.

തുറക്കാത്ത ഏതൊരു ഹൃദയത്തിന്റേയും വാതിൽ തുറക്കുവാൻ അതിനാകും. അതു പോലെ വീണ്ടുമൊരിക്കലും തിരിച്ചു കയറുവാൻ കഴിയാത്തതുപോലെ ഹൃദയവാതിൽ പൂട്ടുവാനും അതിനാവും എന്ന്. മാതാപിതാക്കളുടെ ഹൃദയത്തിലെ ഭാരമായ എന്നെ വിവാഹം ചെയ്തയച്ചാലേ അവർക്കീ ശ്വാസം മുട്ടലിൽ നിന്നും ഒരു മോചനമുണ്ടാവൂ എന്നറിഞ്ഞതുകൊണ്ട് മനസ്സിന്റെ പശ്ചാത്തലം ശൂന്യമാക്കി അവരുടെ തീരുമാനത്തിനനുസരിച്ച് മരപ്പാവ കണക്കെ നിന്നു കൊടുത്തു.

കല്യാണത്തിന് ഒരാഴ്ച മുൻപ് ചെറുക്കന്റെ ചേട്ടൻ വീട്ടിൽ വന്നു. എന്നെ വിളിച്ച് മാറ്റി നിർത്തി ഒരു കത്ത് കാണിച്ചു. ആദത്തിന് ഞാനെഴുതിയ കത്ത്. ഞാനെന്ന ഹവ്വയും ആദവും തമ്മിൽ ഇഷ്ടത്തിൽ ആണെന്നും അത് കൊണ്ട് ഈ വിവാഹത്തിൽ നിന്നും പിൻമാറണം എന്നും പറഞ്ഞ് എന്റെ കത്ത് തെളിവായി കൊടുത്തത്രേ. പക്ഷേ ആദത്തിന് തെറ്റിപ്പോയി എന്റെ വരന്റെ വിവാഹിതനായ ഇരട്ട സഹോദരനാണ് കത്ത് നൽകിയതും, വിവരങ്ങൾ കൈമാറിയതും.

'വിലക്കപ്പെട്ട കനി' തൊണ്ടയിൽ കുടുങ്ങിയ മുഖഭാവത്തോടെ ഒന്നും ഉരിയാടാനാവാത്ത വിധം ഞാൻ ആ കത്തും കൈയ്യിൽപ്പിടിച്ച് വീടെന്ന പറുദീസയെ നരകമാക്കി അച്ഛനും, അമ്മയും ഉത്തരത്തിൽ തൂങ്ങിയാടുന്നത് മനക്കണ്ണിൽ കണ്ട് നിന്നപ്പോൾ ദൈവദൂതന്റെ അരുളപ്പാട് പോലെ ചേട്ടൻ പറഞ്ഞു

"വിവാഹത്തിന് മുൻപ് ഇങ്ങനെയൊക്കെ ഉണ്ടാകും. ഇതവൻ അറിയാതിരുന്നാൽ മതി. ഇവിടെയും ആരുമൊന്നുമറിയേണ്ട.

സാരമില്ല മോള് ധൈര്യമായിട്ടി രുന്നോ" എന്ന് പറഞ്ഞതും പെട്ടെന്ന് അച്ഛന്റേയും, അമ്മയുടേയും ഉത്തരത്തേലാട്ടം നിന്നപ്പോൾ ഉണ്ടായ മനശക്തിയാൽ തൊണ്ടയിൽ കുടുങ്ങിയ വിലക്കപ്പെട്ട കനി വായിൽ കൂടി തെറിച്ച് പുറത്തേയ്ക്ക് പോയ ഞാൻ ആശ്വാസനിശ്വാസമുതിർത്ത് പൂർവ്വസ്ഥിതിയെ പ്രാപിച്ചു.

വിവാഹംവരെ എല്ലാവരും ജാഗരൂകരായിരുന്നു ഞാൻ വിലക്കപ്പെട്ട കനി ഭക്ഷിക്കാതിരിക്കാൻ.

പിന്നീട് ഞാൻ ആദത്തെ കണ്ടിട്ടേയില്ല. സ്വർഗ്ഗവാസികളായ വീട്ടുകാർ കണ്ടെത്തിയ ദേവകുമാരനുമായി ഞാനെന്ന അഭിനവ ഹവ്വ പൂർവ്വാശ്രമത്തിലെ രജനിയായി തന്നെ ജീവിത നടനമാടി. ഇപ്പോഴിതാ ആദം അഴകിയ ശരീരവുമായി എന്റെ മുൻപിൽ.

എന്നെ കണ്ടപ്പോൾ ഷുബയ് ദാസിനും ആശ്ചര്യമായിരുന്നു. പിന്നീട്ടുള്ള ദിവസങ്ങളിൽ അദ്ദേഹത്തിനും കൂടി ഞാൻ ഭക്ഷണമുണ്ടാക്കി കൊണ്ടുവന്നു കൊടുത്തു. ഒരുപാട് ത്രിമധുരം എന്നെ കഴിപ്പിച്ചിട്ടുള്ളതല്ലേ.

ഒരു ദിവസം ഡ്യൂട്ടി കഴിഞ്ഞ് പോകുമ്പോൾ അദ്ദേഹത്തിനടുത്ത് വന്ന് വിവരങ്ങൾ ആരാഞ്ഞു. ഭാര്യയുണ്ട് മക്കളില്ല. തടിമില്ലിൽ നിന്നും പരിചയപ്പെട്ട ഒരു വിദേശ മലയാളി വഴി വിദേശത്ത് പോയി. ആദ്യമൊക്കെ കുറച്ച് കഷ്ടപ്പെട്ടെങ്കിലും പിന്നീട് പടിപടിയായി ഉയർന്ന് നാട്ടിൽ ബംഗ്ലാവും, സ്ഥലങ്ങളും, കച്ചവട സ്ഥാപനവും ഒക്കെ ഉണ്ടാക്കി. സ്ത്രീധന ബാക്കി കൊടുക്കാത്തതിന്റെ പേരിൽ വിവാഹമോചിതയാകേണ്ടി വന്ന പാവപ്പെട്ട വീട്ടിലെ വിദ്യാസമ്പന്നയായ കാണാൻ അത്ര നന്നല്ലാത്ത അശ്വിനി എന്ന പെൺകുട്ടിക്ക് ജീവിതം കൊടുത്തു. എന്നാൽ പാവപ്പെട്ട വീട്ടിലേതായിരുന്നെങ്കിലും അവൾ പാവമല്ലായിരുന്നു. ഇത്തരത്തിൽ വിഷമതകൾ അനുഭവിച്ച ഒരു കുട്ടിയ്ക്ക് ആകെയുണ്ടായിരുന്ന അമ്മയേയും നഷ്ടപ്പെട്ട് ആരുമില്ലാതായ എന്നെ മനസ്സിലാക്കി സ്നേഹിക്കാൻ സാധിക്കും എന്ന് ചിന്തിച്ച എന്നെ അവൾ മനസ്സിൽ ആക്കുകയായിരുന്നു എന്ന് ഞാൻ വൈകിയാണറിഞ്ഞത്. അഹന്തനിറഞ്ഞ പൊള്ളയായ വ്യക്തിത്വത്തിനുടമയായിരുന്നു അവൾ. അവളുടെ വീട്ടുകാരുടെ സുരക്ഷയ്ക്കു വേണ്ടിയും പെട്ടെന്ന് ധനികയാകാനും വേണ്ടിയാണ് അവളെന്നെ വിവാഹം ചെയ്തത്. അപ്പോഴേയ്ക്കും സ്നേഹം നടിച്ച് വീടൊഴികെയുള്ള സ്ഥലങ്ങളും, കച്ചവട സ്ഥാപനവും ഒക്കെ അവളും ആളുകളും കൈക്കലാക്കി. വിദേശവാസം മതിയാക്കി തിരിച്ചു വന്ന എന്നിൽ നിന്നും ബാക്കിയുള്ളത് കൂടി കൈയ്യടക്കാൻ ശ്രമിച്ചപ്പോൾ ഞാനെതിർത്തതിന് ഉറക്കഗുളികകൾ തന്ന് ചലിക്കാനാവാത്ത വിധം എന്നെ ഒരു കുടുസ്സു മുറിയിൽ കട്ടിലിൽ വരിഞ്ഞുമുറുക്കിയിട്ടു.

അങ്ങനെ കിടന്ന് മരിച്ചാലല്ലേ എന്റെ പേരിലുള്ള ഭീമമായ ഇൻഷ്വറൻസ് തുകയും, വീടും കൈക്കലാക്കാൻ നീചബുദ്ധികളായ അവൾക്കും വീട്ടുകാർക്കും സാധിക്കൂ. അവളും ആളുകളും ഇല്ലാതിരുന്ന ദിവസം ഞാൻ ഒരുപാട് സഹായിച്ചിട്ടുള്ള വീട്ടുജോലിക്കാരിയായ രാധയും, ഭർത്താവ് രമേശനും, അവന്റെ സുഹൃത്തുക്കളും കൂടിയാണ് രാധയുടെ അമ്മയുടെ നാടായ ഇവിടെ എന്നെക്കൊണ്ടാക്കിയിട്ട് പോയത്. ഇനി ഞാൻ ഒന്നും വിട്ടുകൊടുക്കാൻ പോകുന്നില്ല. അവളറിയാത്ത ബാങ്ക് അക്കൗണ്ടിലെ തുക മാത്രം മതി എനിയ്ക്ക് സുഭിക്ഷമായി ജീവിക്കാൻ. അങ്ങനെ ഒരു അക്കൗണ്ട് തുടങ്ങാൻ തന്നെ കാരണം എന്താണെന്നോ?

ഒരിക്കൽ സന്യാസിവര്യനെപ്പോലെ ശ്രേഷ്ഠനായ ഒരു വ്യക്തി വീട്ടിൽ വന്നു. അന്നത്തെ അശ്വിനിയുടെ എന്നോടുള്ള സംസാരരീതികളും, സ്നേഹ പ്രകടനങ്ങളും ശ്രദ്ധിച്ച അദ്ദേഹം തിരികെ പോകാൻ നേരം അശ്വിനി കേൾക്കാതെ എന്നോട് പറഞ്ഞു "വിരൂപിണികളുടെ അമിതസ്നേഹപ്രകടനവും, തേൻ മൊഴികളും അപകടകരമാണ്. അതാണ് ലക്ഷണശാസ്ത്രത്തിൽ പറയുന്നത്. ഓർമ്മയിൽ ഈ വിവരം സൂക്ഷിച്ച് അവരറിയാതെ തൻകാര്യം ഇനിയെങ്കിലും ശ്രദ്ധിച്ചാൽ നന്ന്, അല്ലെങ്കിൽ ഭാവിയിൽ ദു:ഖിക്കേണ്ടി വരും" അന്നദ്ദേഹത്തെ എന്റെ അടുക്കൽ അയച്ചത് അശ്വിനിയുടെ ചെയ്തികൾ കണ്ട് സഹിക്കാൻ പറ്റാതായ എന്റമ്മയുടെ ആത്മാവായിരിക്കും അല്ലേടോ. ? വെറുതേ ഒന്ന് ചിരിച്ചെന്ന് വരുത്തി തലയാട്ടി കൊണ്ട് എഴുന്നേറ്റു. പാവം! ഇത്ര നല്ല മനസ്സുണ്ടായിട്ടും അദ്ദേഹത്തിന്റെ ദുർവ്വിധിയെക്കുറിച്ചോർത്ത് വൈഷമ്യത്തോടെയാണ് ഞാൻ വീട്ടിലേയ്ക്ക് പോയത്.

അമ്മായിയമ്മ കുടുംബത്ത് ഞങ്ങളുടെ കൂടെയായിരുന്നു. എനിയ്ക്ക് കട്ടപ്പന ഗവൺമെന്റ് ആശുപത്രിയിലേയ്ക്ക് ട്രാൻസ്ഫർ ആയപ്പോൾ മുതൽ അവിടെ ദേവേട്ടനും, എന്റെ രണ്ടു മക്കളും, ദേവേട്ടന്റെ അമ്മയും കൂടിയാണ് കഴിഞ്ഞിരുന്നത്. വീട്ടുപണികൾ ചെയ്യാൻ അടുത്തുള്ള പൊന്നമ്മചേച്ചിയും ഉണ്ട്. അവിചാരിതമായി അമ്മ അത്യാസന്ന നിലയിൽ ആണ് എന്ന് ദേവേട്ടന്റെ ഫോൺ വന്നതനുസരിച്ച് പെട്ടെന്ന് നാട്ടിൽ പോകേണ്ടി വന്നു. അവിടെത്തിയ ശേഷമുള്ള തിരക്കിൽ മറ്റെല്ലാം വിസ്മരിച്ചു. അമ്മയുടെ മരണാനന്തര ചടങ്ങുകൾ കഴിഞ്ഞ് രണ്ടാഴ്ചയ്ക്ക് ശേഷം തിരികെ വന്ന ഞാൻ അദ്ദേഹത്തിന് എങ്ങിനെ ഉണ്ടെന്നറിയാനുള്ള ത്വരയോടെ വാർഡിൽ ചെന്നപ്പോൾ കണ്ടത് ആ സ്ഥാനത്ത് മറ്റൊരാളെയാണ്. ഉള്ളിലൊതുക്കിയ സങ്കടവുമായി തിരികെ ഡ്യൂട്ടി റൂമിൽ ഇരിക്കുമ്പോഴാണ് അദ്ദേഹത്തിന് എല്ലാ സഹായവും ചെയ്തു -കൊടുത്തിരുന്ന അറ്റൻഡർ റഫീക്ക് വന്ന് ഇത്

സിസ്റ്റർക്ക് തരാൻ ഷുബയ് ചേട്ടൻ ഏൽപ്പിച്ചിരുന്നതാണ് എന്നു പറഞ്ഞ് ഒട്ടിച്ച ഒരു കവർ തന്നു.

തുറന്നപ്പോൾ ഒരു വെള്ള പേപ്പറിൽ എനിയ്ക്ക് സുപരിചിതമായ ആ വടിവൊത്ത കൈയ്യക്ഷരങ്ങൾ.

എനിക്കൊരു പ്രണയം ഉണ്ടായിരുന്നു. ഉടലിൽ തട്ടിയുടയാതെ മനസ്സിന്റെ ഏദൻ തോട്ടത്തിൽ വളർത്തിയെടുത്ത എന്റെ ഹവ്വയോടു ള്ള നിത്യപ്രണയം. പകർന്നു നൽകാൻ ഹവ്വയ്ക്കായ് മാത്രം നീക്കിവച്ച് ഏകാന്തതകളിൽ ലഹരിയായി നുണഞ്ഞിരുന്ന എന്റെ പ്രണയം.

ഞാനെന്ന ആദം നിനക്ക് പ്രണയോപഹാരമായി തന്ന ചുരീദാർ വെറും ഇരുന്നൂറ് രൂപയുടേതായിരുന്നു.

എന്നാൽ ഞാൻ കേട്ടു നിന്റെ ഭർത്താവ് നിനക്ക് വാങ്ങിത്തന്ന ചൂരിദാർ രണ്ടായിരം രൂപയുടേതായിരുന്നു എന്ന്. കാൽക്കാശിന് ഗതി യില്ലാത്തവൻ എന്ന് എന്നെ ആക്ഷേപിച്ച നിന്റെ വീട്ടുകാർ ഒന്നു മാത്ര മറിഞ്ഞില്ല അന്ന് എന്റെ കൈയ്യിൽ ആകെയുണ്ടായിരുന്നത് ഇരുന്നൂറ് രൂപ മാത്രമായിരുന്നു. നിന്റെ ഭർത്താവിന്റെ കൈയ്യിലുണ്ടായിരുന്നത് ഇരുപത് ലക്ഷവും.

വിട്ട് കളയാൻ തോന്നാത്തതും, സ്വന്തമാക്കാൻ കഴിയാത്തതുമായ ചില ബന്ധങ്ങൾ ആയിരിക്കും നമുക്ക് കൂടുതൽ സങ്കടവും, സന്തോഷവും പകർന്നു നൽകുന്നത്. അപ്രതീക്ഷിതമായി ഹവ്വേ നിന്റെ കടന്നുവര വാണ് എന്റെ ജീവിതം മാറ്റിമറിച്ചത്. മറ്റുള്ളവരുടെ അർത്ഥശൂന്യമായ ഒരുപാട് വാക്കുകളേക്കാൾ മികവേറിയതായിരുന്നു 'തളരരുത് ' എന്ന സ്നേഹമസൃണമായ നിന്റെ ഒരു വാക്ക്. ഞാൻ ജീവിതത്തിൽ തോറ്റ പോയത് ജയിക്കാൻ അറിയാഞ്ഞിട്ടല്ല, ചതിക്കാൻ അറിയാ ഞ്ഞിട്ടാണ്. വിദ്യാഭ്യാസമുള്ള എന്റെ ഭാര്യയ്ക്ക് വിദ്യകൊണ്ട് ഒരിക്കലും വിനീതയാവാൻ സാധിച്ചില്ല. എന്നാൽ അവളുടെ വിദ്യകൾ കൊണ്ടുള്ള അഭ്യാസങ്ങൾ അവൾക്ക് തന്നെ വിനയാകാൻ വേണ്ടി ഞാൻ തുടങ്ങു കയാണ് തോറ്റിടത്തു നിന്നും ജയിക്കാൻ. കൂട്ടിന് രാധയും, രമേശനും, സുഹൃത്തുക്കളും ഉണ്ട്.

നമ്മുടെ ഈ ജീവിതയാത്രയിൽ താങ്ങാൻ ആളില്ലെങ്കിലും തളർത്താൻ ഏറെപ്പേരുണ്ടാകും. അതുകൊണ്ടാണ് ഒരിക്കലും തിരി ച്ചെത്താൻ കഴിയാത്ത വിധം നമ്മുടെ മാത്രം ഏദൻ തോട്ടം നമുക്ക് നഷ്ടമായത്. എന്നാലും ഒരു സത്യം ഞാൻ പറയട്ടേ ദൈവം സ്ത്രീയെ സൃഷ്ടിച്ചത് പുരുഷന്റെ വാരിയെല്ലിൽ നിന്നാണെന്നല്ലേ? അതുകൊ ണ്ടാണ് അവർ ആദ്യം കാണുന്ന മാത്രയിൽ തന്നെ ആകൃഷ്ടരായി

പരസ്പരം ഹൃദയത്തിൽ കുടിയിരുത്തുന്നത്... എന്നാൽ തന്റെ യഥാർത്ഥ വാരിയെല്ലിന്റെ അവകാശിയെ അവന് പ്രത്യക്ഷത്തിൽ സ്വന്തമാക്കാൻ കഴിഞ്ഞില്ലെങ്കിലും പരോക്ഷമായി സ്വന്തമാക്കുന്ന ഏത് വൈകിയ വേളയിലും അവൻ ഉയിർത്തെഴുന്നേൽക്കും, ജീവിതത്തിൽ പൂർണ്ണ തൃപ്തിയോടെ മുന്നേറാൻ തുടങ്ങും. ആ മുന്നേറ്റത്തിലാണ് ഞാനും. കാരണം എന്തെന്നോ ഹവ്വയായ നിന്നെ ഇപ്പോൾ കണ്ടപ്പോൾ ആണ് എന്റെ വാരിയെല്ല് കൊണ്ട് നിർമ്മിച്ച സ്ത്രീയാണ് നീയെന്ന സത്യം ഒന്നുകൂടി ഉറപ്പായത്. . പല ജൻമങ്ങളും അങ്ങനെയാണ്. ഭർത്താവിന്റെ വാരിയെല്ലുകൊണ്ടാണ് ഭാര്യയെ നിർമ്മിച്ചത് അവരാണ് നമുക്ക് ഭാര്യയായി വരുന്നത് എന്ന് പറയുന്നത് ശുദ്ധ അസംബന്ധം ആണ്. അങ്ങനെയല്ലാത്തതു കൊണ്ടാണ് ഭാര്യാഭർതൃ ബന്ധങ്ങളിൽ അസ്വാരസ്യങ്ങൾ ഉണ്ടാകുന്നതും പല ബന്ധങ്ങളും തകരുന്നതും വേർ പെടുന്നതും. അപൂർവ്വമായി സ്വന്തം വാരിയെല്ലിനെ തന്നെ ഭാര്യയായി ലഭിക്കുന്നവരാണ് ജീവിതാവസാനം വരെ മാനസ്സിക ഐക്യതയോടെ സ്വർഗ്ഗസമാന ജീവിതം നയിക്കുന്നത്. എല്ലാവരും അങ്ങനെയായാൽ സ്വർഗ്ഗം ഈ ഭൂമിയിൽ തന്നെ ആവില്ലേ?അപ്പോൾ ദൈവത്തിന് പണി യില്ലാതാവില്ലേ. അതാണ് ഇഷ്ടൻ മറ്റു വാരിയെല്ലുകളെ ഭാര്യയായി നൽകി പ്രശ്നങ്ങൾ സൃഷ്ടിച്ച് ജീവിതങ്ങൾ നരകതുല്യമാക്കുന്നത്. സങ്കീർണതകൾക്ക് മുൻപിൽ ഇനിയും തല കുനിക്കാതെ പ്രതീക്ഷകൾ കൈവിടാതെ പാതകളിൽ കാലിടറാതെ സത്യത്തെ കൂട്ടുപിടിച്ച് ഹവ്വേ നീ നിന്റെ യാത്ര തുടരുക നിനക്കിപ്പോൾ ലഭിച്ച നിന്റെ കുടുംബമെന്ന പറുദീസയിലേയ്ക്ക്. അതു പോലെ ഞാനെന്ന ആദവും നവ പ്രയാണം ആരംഭിക്കുകയാണ് എന്റെയും പറുദീസ തിരിച്ചുപിടിച്ച് കുറച്ച് അഗതി കൾക്ക് സംരക്ഷകനാകാൻ.

പുനർജൻമം എന്നൊന്നുണ്ടെങ്കിൽ നമുക്കിനിയും ഒരിക്കലും പിരിയാതെ ഒന്നിക്കാം നമ്മുടെ ഏദൻ തോട്ടത്തിൽ ആദവും, ഹവ്വയും ആയി.

നൻമകൾ നേർന്നുകൊണ്ട്,

നന്ദിപൂർവ്വം,

എന്റെ യഥാർത്ഥവാരിയെല്ലായ ഹവ്വയെ കണ്ടെത്തിയ സന്തോ ഷത്തോടെ,

...,,...,... ആദം.

സർപ്രൈസ്

അതിയായ ആഹ്ലാദത്തോടെയാണ് ഓർഡർ കൈപ്പറ്റിയത്. എന്തായാലും ഇന്ന് ചൊവ്വാഴ്ച വൈകിട്ട് ഏഴ് മണിക്കുള്ള പാലാഴി എന്ന വണ്ടിയിൽ കയറിയാൽ ബുധനാഴ്ച വെളുപ്പിനേ മൂന്നര നാല് മണിയോടു കൂടി നാട്ടിൽ എത്താം. രാവിലെ പോയി നാട്ടിൽ തന്നെയുള്ള ഹെഡ്ഡോഫീസിൽ ഇവിടെ നിന്നുള്ള ഫയലും ഏൽപ്പിച്ചു കഴിഞ്ഞാൽ വ്യാഴം, വെള്ളി, ശനിയും കഴിഞ്ഞ് ഞായറാഴ്ച വൈകിട്ടത്തെ വണ്ടിയിൽ തിരികെ കയറിയാൽ മതി. അതുവരെ ചിക്കുവും. കുഞ്ഞുങ്ങളും ആയി കഴിയാം.

വയനാട്ടിലേയ്ക്ക് സ്ഥലംമാറ്റം കിട്ടിയതു മുതൽ രണ്ട് വർഷമായി കഷ്ടപ്പെടുകയാണ്.

വേഗം തന്നെ ലോഡ്ജിലെ മുറിലെത്തി കുളിച്ച് വസ്ത്രം മാറിയ ശേഷം അത്യാവശ്യ സാധനങ്ങൾ ഒരു ചെറിയ ബാഗിൽ എടുത്തു വച്ച് മുറി പൂട്ടിയിറങ്ങി. ബസ്സ്റ്റാൻഡിൽ എത്തി ബസ് വരാൻ ഇനിയും പത്ത് മിനിട്ട് ശേഷിക്കുന്നുണ്ട് എന്ന് കണ്ടപ്പോൾ ഒരു ചായ കുടിക്കാൻ കയറി. അപ്പോൾ തന്നെ ചിക്കുവിനെ വിളിച്ചു. ഇന്നെന്താ ചേട്ടാ പതിവിലും നേരത്തേ എന്ന് ചിക്കു ചോദിച്ചപ്പോഴും

“ഓ ഒന്നുമില്ല. വല്ലാത്ത ക്ഷീണം കിടന്നുറങ്ങിപ്പോയാലോ നീ പരിഭ്രമിക്കേണ്ട എന്നു കരുതി വിളിച്ചതാണ്” . എന്നു പറഞ്ഞ് ചുണ്ടിലൂറിയ

ചെറു ചിരിയോടെ ചൂടു ചായ ഊതിക്കുടിച്ചു. ബസിൽ കയറിയിരുന്ന് പുഷ്ബായ്ക്ക് സീറ്റിൽ ചാരിക്കിടന്ന് കണ്ണടയ്ക്കുമ്പോഴും പറയാതെ ചെല്ലുന്നത് കൊണ്ട് അപ്രതീക്ഷിതമായി എന്നെ കാണുമ്പോൾ ഉണ്ടാകുന്ന

ചിക്കുവിന്റെ ആഹ്ലാദ നിർഭരമായ മുഖം ഓർത്തപ്പോൾ തന്നെ ഉള്ളിന്റെ ഉള്ള് അനുഭൂതി നിർവിശേഷത്തിലമർന്നു...

പ്രണയ വിവാഹം ആയിരുന്നു ഞാൻ മാത്രം ചിക്കു എന്ന് വിളിക്കുന്ന ശിൽക്കയും ഞാനും തമ്മിൽ. വിവാഹശേഷം രണ്ട് മക്കളായിട്ടും ഞങ്ങളിലെ പ്രണയം മധുരിമ നഷ്ടപ്പെടാതെ കൂടുതൽ തീവ്രമായതേ ഉള്ളൂ. ചെറിയ ക്ലാസ്സുകളിൽ ആണെങ്കിലും കുഞ്ഞുങ്ങളുടെ വിദ്യാഭ്യാസത്തിന് അലോസരം ഒന്നും വരേണ്ട എന്ന് കരുതിയിട്ടും, വയനാട്ടിലെ കാലാവസ്ഥ ആസ്ത്മയുടെ അസ്കിതയുള്ള ശിൽക്കയ്ക്ക് അനുയോജ്യമാവില്ല എന്ന കാരണത്താലും ആണ് അവരെ ഇങ്ങോട്ട് കൊണ്ടുവരാതിരുന്നത്.

വണ്ടിയുടെ കുലുക്കത്തിനും ഹോണിനും അനുസരിച്ച് ഉറങ്ങിയും തെളിഞ്ഞും മയക്കം വിട്ടുണരുമ്പോൾ എറണാകുളത്ത് എത്തിയിരുന്നു. പിന്നീട് ഉറങ്ങാനായില്ല. മൂന്നരയോടെ നാട്ടിലെ സ്റ്റാൻഡിൽ ഇറങ്ങി ഓട്ടോ പിടിക്കാനായി നടക്കുമ്പോഴും തലേന്ന് തുടങ്ങിയ മഴ ശമിക്കാതെ ചന്നം പിന്നം പെയ്യുന്നുണ്ടായിരുന്നു. ഓട്ടോക്കാരന് മീറ്റർ ചാർജ് കൊടുത്ത് വിട്ട ശേഷം ഗെയിറ്റ് തുറക്കാനായി ശ്രമിച്ചപ്പോൾ പൂട്ടിക്കിടക്കുന്നു. ശിൽക്കയെ വിളിക്കാൻ ഫോണെടുത്തപ്പോൾ അതിൽ ചാർജജ് തീർന്ന് ഓഫായിരിക്കുന്നു. പോരുന്ന തത്രപ്പാടിൽ അത് ശ്രദ്ധിക്കാനായില്ല. ഗയിറ്റിൽ കൊട്ടിയിട്ടും, ചിക്കു എന്ന് ഉറക്കെ വിളിച്ചിട്ടും യാതൊരു ഫലവും ഉണ്ടായില്ല. അടുത്തുള്ള ഏതെങ്കിലും വീട്ടിൽ കയറിച്ചെന്ന് ഫോൺ ചെയ്യാം എന്ന് കരുതിയപ്പോൾ ആണ് ഒന്നാമത് അസമയം, പോരാത്തതിന് മഴയും, അതിലൊക്കെ ഉപരി കൊറോണ എന്ന മഹാമാരിയുടെ വിളയാട്ടവും. ആ വഴിയും അടഞ്ഞു. രണ്ട് വർഷം മുൻപ് അത്യന്താധുനിക രീതിയിൽ പണി കഴിപ്പിച്ച വീടും മതിലും ഗയിറ്റും ഒക്കെയാണ്. ആർക്കും അത്ര പെട്ടെന്ന് മതിൽക്കെട്ടിനകത്തേയ്ക്ക് പ്രവേശിക്കാൻ സാധ്യമാകാത്ത രീതിയിൽ ആണ് പണികഴിപ്പിച്ചിരുന്നത്. മെല്ലെ മതിലിന് വെളിയിൽ ആയിട്ട് ഞങ്ങളുടെ തന്നെ സ്ഥലത്തുള്ള താമസ യോഗ്യമല്ലാത്ത പഴയ സാധന സാമഗ്രികളും, വിറകും ഒക്കെ സൂക്ഷിക്കുന്ന ജീർണാവസ്ഥയിലായ താൽക്കാലിക പുരയുടെ അടുത്തേയ്ക്ക് പോയി. അതും പൂട്ടിയിരിക്കുകയാണ്. തുറന്നാൽ തന്നെ കീടങ്ങളും ഇഴജന്തുക്കളും ഒക്കെ ഉണ്ടാകാനും സാധ്യതയുണ്ട്. അതിന്റെ പുറകിലായി ചാരി വച്ചിരുന്ന ഏണിയെടുത്തതും ശക്തമായി കാറ്റു വീശിയതിനോടൊപ്പം ആ പ്രദേശത്തെ വൈദ്യുതി ബന്ധവും നിലച്ചു. ഇരുട്ടിൽ ഒരു വിധം ഏണി മതിലിൽ ചാരി വച്ച് അതിലൂടെ മതിലിന്റെ മുകളിൽ കയറിയിട്ട് ചാടാൻ ശ്രമിക്കുമ്പോൾ മഴ കൊണ്ട് വഴുക്കൽ

ഉണ്ടായിരുന്നതോ എന്തോ വിചാരിക്കുന്നതിനു മുൻപേ ചാടി. കണ്ണിൽ കൂടി പൊന്നീച്ച പറക്കുന്ന വേദനയോടൊപ്പം എന്റെ ആർത്തനാദവും ശക്തി പ്രാപിച്ച മഴയുടെ ആരവത്തിൽ ആരുമറിയാതെ ഒലിച്ചുപോയി.

സ്വപ്നങ്ങൾ ഇല്ലാതിരുന്ന നിദ്രയിൽ നിന്നും ഉണരുമ്പോൾ കേൾക്കുന്നത്

"ശിൽക്കേ നീ അവനുമായിട്ട് വഴക്കിട്ടിട്ട് അവൻ വരുമെന്ന് പറഞ്ഞപ്പോൾ കാണിച്ചു കൊടുക്കാം എന്നു കരുതി അവനോടുള്ള വാശിക്ക് ഫോണും ഓഫ് ചെയ്ത് വച്ച് ഗയിറ്റും, വീടും പൂട്ടി മനപ്പൂർവ്വം ചെയ്തതാണോ? അങ്ങനെ ചെയ്തതാണെങ്കിൽ കുറച്ച് കടുപ്പമായിപ്പോയി. അല്ലെങ്കിൽ ഇത്രയും ദൂരത്ത് നിന്നും വരുന്ന അവൻ കൊച്ചുവെളുപ്പാൻ കാലത്തേ എത്തും എന്ന വിവരം നിന്നോട് പറഞ്ഞില്ല എന്ന് പറയുന്നത് കണ്ണുമടച്ച് വിശ്വസിക്കാൻ സാധാരണക്കാരായ ഞങ്ങൾക്ക് കുറച്ച് പ്രയാസമാണ്. കാലം അതാണേ പുറത്ത് ഭക്തിയും, അകത്ത് കത്തിയും ഉള്ള ചിരിച്ചു കൊണ്ട് കഴുത്തറുക്കുന്ന മനുഷ്യരുടെ കാലമല്ലേ ഇത്. അവനാണെങ്കിൽ ആരേയും കണ്ണടച്ച് വിശ്വസിക്കുന്ന ഒരു ശുദ്ധപാവവും. "

ആയാസപ്പെട്ട് കണ്ണുകൾ വലിച്ച് തുറന്നപ്പോൾ പെങ്ങൾ സിജയുടെ ഭർത്താവ് ഋഷികേശ് അളിയൻ

"എന്ത് പണിയാ അളിയാ കാണിച്ചത്? എന്തിനാണ് കള്ളൻമാരെപ്പോലെ മതില് ചാടിയത്? വരുന്ന വിവരം പറഞ്ഞിരുന്നെങ്കിൽ ഗയിറ്റ് പൂട്ടാതെ വയ്ക്കുമായിരുന്നല്ലോ"

"അളിയാ അത്... അവർക്കൊരു സർപ്രൈസ് കൊടുക്കാമല്ലോ എന്ന് കരുതി..." അർദ്ധോക്തിയിൽ നിർത്തിയപ്പോൾ "ആ അവർക്ക് മാത്രമല്ല അളിയനും, മറ്റെല്ലാവർക്കും സർപ്രൈസ് ആയല്ലോ! വലത്തേ കാലൊടിഞ്ഞില്ലേ? ഇനിയിപ്പോൾ ഒരു മാസം അനങ്ങാതെ കിടന്നാൽ മതി. പ്രായം ഇത്രയായിട്ടും കുട്ടിക്കളി മാറിയിട്ടില്ല"

അപ്പോൾ വല്യമ്മ പറയുന്നത് കേട്ടു

"എടാ അവനിപ്പോൾ ഏഴര ശനിയിൽ കണ്ടകശനിയുടെ അപഹാരാ ഇത്രയല്ലേ വന്നു ഭവിച്ചുള്ളൂ എന്ന് ചിന്തിക്ക്. ഭഗവാൻ കാത്തു"

"ഇനി ഏഷണി പ്രിയർ എന്തൊക്കെയാണോ പറഞ്ഞുണ്ടാക്കുന്നത്" എന്നു പറഞ്ഞ് സിജയും, അളിയനും' വല്യേമ്മയും, മുറിക്കുള്ളിലുണ്ടായിരുന്ന മറ്റാരൊക്കെയോ കൂടി അക്ഷന്തവ്യമായ അപരാധം ഞങ്ങൾ ചെയ്ത പോലെ പുറത്തേയ്ക്ക് ഇറങ്ങിയപ്പോൾ ആണ് എന്റെ

കണ്ണുകൾ അത്രയും നേരം ഉദ്വേഗത്തോടെ തേടിക്കൊണ്ടിരുന്നത് ഞാൻ കണ്ടത്. മുറിയുടെ മൂലയ്ക്കായി ഭയന്നരണ്ട മാൻപേടയെപ്പോലെ, മാറിയിട്ട നനഞ്ഞവസ്ത്രം പോലെ ആകെ പരിക്ഷീണയായി വിങ്ങിപ്പൊട്ടാൻ വിതുമ്പി നിൽക്കുന്ന എന്റെ ചിക്കുവിനെ. കൈ കാട്ടി അവളെ അടുത്തേയ്ക്ക് വിളിച്ചപ്പോൾ രണ്ടരുവികളായി ഒഴുകുന്ന കണ്ണുകളും ചുവന്നു തുടുത്ത മുഖവുമായി എന്റെ അടുത്തേയ്ക്ക് വന്നു.

പേടി കൊണ്ട് തണുത്തുറഞ്ഞ അവളുടെ കൈത്തലത്തിൽ മുറുകെപ്പിടിച്ച് ഞാൻ പറഞ്ഞു.

"നിനക്കും മക്കൾക്കും ഒരു സർപ്രൈസ് തന്ന് നിങ്ങളുടെ സന്തോഷം കാണാൻ വേണ്ടിയാണ് ഞാൻ പറയാതെ വന്നത്. അതിങ്ങനെയായി. കരയാതെ കണ്ണു തുടയ്ക്ക്. ആ ഫ്ലാസ്കിൽ ചായയിരിപ്പുണ്ടെങ്കിൽ എടുത്തു താ".

അവൾ വിറയാർന്ന കരങ്ങളാൽ തുളുമ്പുന്ന ചായയുമായി വന്നപ്പോൾ കട്ടിലിന്റെ അടുത്തുള്ള സ്റ്റൂളിൽ ഇരിക്കാൻ പറഞ്ഞു. "രാവിലെ തൊട്ട് വെള്ളം പോലും കുടിക്കാതെ ഇരിക്കുകയല്ലേ അത് നീ കുടിക്ക്"

"ചേട്ടനാണ് ഞാനിത് എടുത്തത്. "

എനിയ്ക്ക് ഡ്രിപ്പ് കയറുന്നത് കൊണ്ട് ദാഹമില്ല. നീ കുടിക്ക് ചിക്കു"

അവൾ കരഞ്ഞുകൊണ്ട് ചായ കുടിച്ചു തീർന്നപ്പോൾ ഞാൻ പറഞ്ഞു

"മറ്റുള്ളവർ പറയുന്നതൊന്നും കാര്യമാക്കേണ്ട. അവസരം കിട്ടിയാൽ ഒന്നു കുത്താൻ പിന്നും, സൂചിയുമായി നടക്കുന്നവരാണ് ഭൂരിഭാഗം പേരും. സാരമില്ല പോട്ടെ. നിന്നെ മനസ്സിലാക്കുന്ന ഞാനില്ലേ. അതു പോരേ നിനക്ക്. നിനക്ക് ചിന്തിക്കാൻ കഴിയുന്നതിലും അപ്പുറമാണ് എനിയ്ക്ക് നിന്നോടുള്ള ഇഷ്ടം. നീ ആഗ്രഹിക്കുന്നതിലും കൂടുതൽ നിന്റെ സാമീപ്യം ഞാൻ ആഗ്രഹിക്കുന്നുണ്ട്. നീ സങ്കടപ്പെടുന്നതിലും കൂടുതൽ നിന്നെ പിരിഞ്ഞിരിക്കുന്നതിൽ ഞാൻ സങ്കടപ്പെടുന്നുണ്ട്. എനിയ്ക്ക് നമ്മുടെ നാട്ടിലേയ്ക്ക് സ്ഥലംമാറ്റം കിട്ടാൻ നിന്നേക്കാൾ കൂടുതൽ ഞാൻ പ്രാർത്ഥിക്കുന്നുണ്ട്. കാരണം നിന്നേയും മക്കളേയുംകാൾ വലുതായി മറ്റൊന്നുമില്ല എന്റെ ജീവിതത്തിൽ. ആ നിങ്ങൾക്ക് ഒരു സർപ്രൈസ് തന്ന് നിങ്ങളുടെ സന്തോഷം കാണാൻ വേണ്ടിയാണ് ഞാൻ അറിയിക്കാതെ വന്നത്. ചാർജ് തീർന്ന ഫോൺ ആണ് നമ്മളെ ചതിച്ചത്. സാരമില്ല ജീവിതം എന്ന ക്യാൻവാസിന് വേണ്ടി സ്വപ്നങ്ങൾ ആകുന്ന വർണ്ണങ്ങൾ ചാലിക്കാൻ മാത്രമേ നമുക്ക് അവകാശമുള്ളൂ. വരയ്ക്കുന്നതും, നിറങ്ങൾ നൽകി സുന്ദരമാക്കുന്നതും വികലമാക്കുന്നതും വിധാതാവാണ്. പ്രയാസമേറിയ പ്രതിസന്ധികളും, പരീക്ഷണങ്ങളും, പരാജയങ്ങളും നമ്മുടെ

ജീവിതത്തിൽ ഉണ്ടാകാം. അപ്പോൾ നമ്മുടെ നിശ്ചയദാർഢ്യവും, ഈശ്വരനിലുള്ള അചഞ്ചലമായ വിശ്വാസവും ആയിരിക്കും നമ്മെ തുണയ്ക്കുന്നത്. വീണ പോയിടത്തു നിന്നും ഉണർന്നെഴുന്നേൽക്കാനുള്ള പ്രാപ്തി നമ്മുടെ കൈവശം തന്നെയാണുള്ളത്. അത് വേണ്ട വിധം പ്രാവർത്തികമാക്കാൻ നീയെന്റെ കൂടെ തളരാതെയുള്ളപ്പോൾ സാധിക്കും. ധൈര്യമായിട്ടിരിക്കെടീ... എനിയ്ക്ക് നിങ്ങളുടെ കൂടെ നിൽക്കാനുള്ള അമിതമായ ആഗ്രഹം കണ്ടിട്ടായിരിക്കാം എന്നാൽ നീ കുറച്ചധികം നാൾ അവരുടെ കൂടെ നിന്നോളൂ എന്ന് പറഞ്ഞ് ദൈവം എനിയ്ക്ക് തന്ന സർപ്രൈസാണ് പ്ലാസ്റ്ററിട്ട ഈ കാൽ" എന്ന് പറഞ്ഞതും കാർമേഘം പെയ്തൊഴിഞ്ഞ നീലാകാശം പോലെ പുഞ്ചിരിച്ച കൊണ്ടവൾ എഴുന്നേറ്റ് എന്റെ മൂർദ്ധാവിൽ ചുംബിച്ചു. അമൃതധാര പോലെ ലഭിച്ച ആ ആത്മ നിർവൃതിയിൽ കണ്ണുകളടച്ച് ഞാൻ മനസ്സിൽ പറഞ്ഞു സർപ്രൈസായി ലഭിക്കുന്ന ദുഃഖങ്ങൾക്കും, വേദനകൾക്കുമിടയിലെ ചെറിയ സന്തോഷങ്ങളെ നന്നായി ആസ്വദിക്കാൻ കഴിവുള്ളവനാണ് ജീവിതത്തിലെ ഏറ്റവും വലിയ വിജയി. ആ വിജയിയാണ് ഞാനെന്ന ഷൈൻ രാജ്.

പൊടിമീശ

വണ്ടി ഷെഡ്ഡിൽ വച്ചിട്ട് സമയം നോക്കിയപ്പോൾ എട്ടര. നാളെ മുതൽ ലോക്ഡൗൺ തുടങ്ങുകയാണല്ലോ. അതു കൊണ്ട് കടകളിൽ എല്ലാവരും സാമൂഹിക അകലം പാലിക്കുന്നുണ്ടെങ്കിലും തിരക്കായിരുന്നു. ഗ്ലോറി മോളും മക്കളും ബാംഗ്ലൂര് നിന്നും വെളുപ്പിനേ എത്തും. സാധനങ്ങൾ വാങ്ങി കാർഡ് ബോർഡ് പെട്ടിയിലാക്കി വണ്ടിയുടെ പുറകിൽ കെട്ടിവച്ചത് അഴിച്ചെടുത്ത് നല്ല ഭാരമുണ്ടായിട്ടും രണ്ട് കൈകൾ കൊണ്ടും താങ്ങിപ്പിടിച്ച് വീടിന്റെ നട വാതിൽക്കൽ എത്തിയപ്പോൾ ആണ് കാല് എന്തിലോ തട്ടി പെട്ടിയോടെ മറിഞ്ഞു വീണത്. പെട്ടി എങ്ങനെ ഇത്ര ദൂരത്തേയ്ക്ക് പോയി എന്നറിയില്ല. കമിഴ്ന്നടിച്ച് വീണപ്പോൾ ചവിട്ടുപടിയുടെ മൂലയിൽ തട്ടി നെറ്റി മുറിഞ്ഞു. അവിടെ നിന്നും ബദ്ധപ്പെട്ട് എഴുന്നേറ്റ് തിരിഞ്ഞു നോക്കിയപ്പോൾ ആണ് കണ്ടത് ഒരിക്കലും ഇല്ലാത്തതുപോലെ മുറ്റത്ത് ഒരു കല്ല്. അതിൽ തട്ടിയാണ് ഞാൻ വീണത്. നടവാതിലിന് നേരേയുള്ള മുറ്റത്ത് ഇതാരാ ഈ കല്ല് കൊണ്ട് വച്ചത് എന്ന് രോഷത്തോടെ ചോദിച്ച കൊണ്ട് തിണ്ണയിൽ ഇരിക്കുമ്പോഴും മേഴ്സിയുടെ പ്രാർത്ഥന ഉയർന്നു തന്നെ കേൾക്കുന്നുണ്ടായിരുന്നു.

"എന്റെ കർത്താവേ നീ തന്ന എന്റെ ഭർത്താവ് ഒരു സമ്മാനമാണ്. അദ്ദേഹം എന്നോടൊപ്പം ഉണ്ടെന്നതിൽ ഞാൻ നന്ദിയുള്ളവളാണ്".

അമ്മച്ചി പരസഹായമില്ലാതെ അനങ്ങാൻ വയ്യാത്ത ആ കിടപ്പിലും വിളിച്ച് ചോദിക്കുന്നുണ്ടായിരുന്നു

"എടീ മേഴ്സീ എന്നാ പറ്റിയതാ പുറത്ത് വല്ലാത്തൊരു ഒച്ച കേട്ടല്ലോ. ജോൺസ് മോൻ വന്നില്ലേ?സാധാരണ ഇതിനും മുന്നേ

വരാറുള്ളതാണല്ലോ - എന്നാ അവിടെ ഒച്ച കേട്ടത്? ഞാനീ കിടപ്പായി പ്പോയല്ലോ? അല്ലേ എന്നതാന്നറിയാമായിരുന്നു. മേഴ്സി വല്ല മഠത്തിലും ചേരാനുള്ള നേരത്ത് ജോൺസ് മോനെ കെട്ടി ഇവിടെ വന്ന് ഇവിടം മഠമാക്കിക്കൊണ്ടുള്ള പ്രാർത്ഥനയാണ് ഏത് നേരത്തും. എന്നാ ചോദിച്ചാലും മറുപടിയുമില്ല. അമ്മച്ചീടെ ശബ്ദം നേർത്തില്ലാതായപ്പോൾ മേഴ്സിയുടെ പ്രാർത്ഥന വ്യക്തമായി.

"അദ്ദേഹത്തിന്റെ ശരീരത്തിലും ആത്മാവിലും അവൻ അനുഗ്രഹി ക്കപ്പെട്ടും. അദ്ദേഹത്തിന്റെ ശരീരം ചൈതന്യം നിറഞ്ഞതായിരിക്കും. "

"അവള് കെട്ടിയോന്റെ കാര്യം തിരക്കാതെയും നോക്കാതെയും ഭർത്താക്കൻമാർക്ക് വേണ്ടിയുള്ള പ്രാർത്ഥന ചൊല്ലുവാ ആരോടാ കർത്താവേ ഞാനൊന്നു ചോദിക്കുന്നേ"

ഓർക്കാപ്പുറത്തുള്ള വീഴ്ചയായതിനാൽ തല ശക്തമായി ഇടിച്ച തുകൊണ്ട് നന്നായി വേദനിക്കുന്നുണ്ടായിരുന്നു. ഒരു ഗ്ലാസ്സ് വെള്ളം കുടിക്കാൻ കിട്ടിയിരുന്നെങ്കിൽ എന്ന് ആഗ്രഹിച്ചു പോയി. അപ്പോഴും മേഴ്സിയുടെ കെട്ടിയോന് വേണ്ടിയുള്ള മുട്ടിപ്പായ പ്രാർത്ഥന കേൾക്കാ മായിരുന്നു. പെട്ടിയിൽ നിന്നും തെറിച്ചുവീണപ്പോൾ ഛിന്നഭിന്നമായ തക്കാളിസോസ് കുപ്പിയിൽ നിന്നും ഒലിച്ചിറങ്ങിയ രക്ത ഛവിയുള്ള സോസ് കണ്ടപ്പോൾ ഒരിക്കലും തിരിച്ചു കിട്ടാത്ത നല്ല കാലത്തിന്റെ നഷ്ട പ്രതീകമായാണ് എനിയ്ക്ക് തോന്നിയത്.

പാവം അമ്മച്ചി ആരോഗ്യത്തോടെ നടന്നപ്പോൾ ഞാൻ ഓഫീസിൽ നിന്നും വരുമ്പോൾ വാഴയിലക്കീറിൽ ചൂടുള്ള മരച്ചീനിപ്പ ഴുക്കും മീൻ കറിയും, ഒരു കോപ്പ ചുക്കുകാപ്പിയും തരുമായിരുന്നു. ചക്ക യുള്ള സമയത്ത് മരച്ചീനിയ്ക്ക് പകരം ചക്ക, അതല്ലെങ്കിൽ കാച്ചിലോ, ചേനയോ, ചേമ്പോ ചേർത്ത പുഴുക്ക്. അതിന്റെ ഒരു സ്വാദ്. ഉച്ചയ്ക്കലത്തെ ഊണിന് പാകത്തിന് വെന്ത കുത്തരിച്ചോറും നല്ല ചൊകചൊകാന്നുള്ള കുടംപുളിയിട്ട മീൻകറിയോ അല്ലെങ്കിൽ കുരുമുളക് ഇട്ട് ഉലർത്തിയ പോത്തിറച്ചിയുടെ കൂടെ മോരു കാച്ചിയതും, മുട്ടക്കോസ് തോരനും, ഒരു കഷണം നാരങ്ങാ അച്ചാറും. ഇപ്പോൾ അതൊക്കെ ഓർത്താൽ തന്നെ നാവിൽ കപ്പലോടിച്ച് വെള്ളമിറക്കാം എന്നല്ലാതെ മേഴ്സി ഒന്നും നേരേ ചൊവ്വേ ഉണ്ടാക്കത്തില്ല. അവൾക്കെപ്പോഴും നോയമ്പും, പ്രാർ ത്ഥനയുമാണ്.

തിരുവനന്തപുരത്തേയ്ക്ക് ട്രാൻസ്ഫർ ആയ സമയത്ത് ആഴ്ചയിൽ ഒരിക്കൽ വരുമ്പോഴും അവള് പച്ചരി ചോറും, മോരും കൂട്ടത്തിൽ കടിക്കാൻ ഒരു കാന്താരിമുളകും തരും. വൈകിട്ട് പ്രമേഹക്കാർക്ക് കൊടുക്കുന്നതു പോലെ ഗോതമ്പ് കഞ്ഞിയും. ശനിയും ഞായറും

അവൾക്ക് അതു കഴിക്കുന്ന നോയമ്പാണ്. നോയമ്പ് ഭക്ഷണം നോയമ്പെടുക്കുന്ന അവള് മാത്രം കഴിച്ചാൽ പോരേ. ബാക്കിയുള്ള വരേയും തീറ്റിക്കുന്നതെന്തിനാ? ഉത്തരം പ്രമേഹവും, കൊളസ്ട്രോളും വരാതിരിക്കാൻ. വെറുതേ ഉഡായിപ്പ്. അവള് വേലമടിച്ചിയാണ് പഠിച്ച കള്ളിയും. അതിന് കാണിക്കുന്നതാണ് ഓരോരോ കോപ്രായങ്ങൾ. അവധി കഴിഞ്ഞ് ഓഫീസിലെത്തുന്ന ഓരോരുത്തരുടെ കൈയ്യിലും കാണും വീട്ടിൽ നിന്നും കൊടുത്തുവിട്ട വിഭവങ്ങൾ. അത് കഴിക്കുന്ന സമയത്ത് വീട്ടിൽ കഴിച്ച ഓരോരോ വിഭവങ്ങളുടെ രുചിയെ കുറിച്ച് വർണിക്കുമ്പോൾ ഞാൻ മാത്രം എല്ലാം കേട്ട് വെറുതേ ചിരിച്ചുകൊണ്ടി രിക്കും. നാണക്കേട് ഒഴിവാക്കാൻ ചിലപ്പോൾ ചായക്കടയിൽ നിന്നും ഉണ്ണിയപ്പമോ, നെയ്യപ്പമോ, അവൽ വിളയിച്ചതോ വാങ്ങി ഓഫീസി ലുള്ളവർക്ക് കൊടുക്കും. ചിരിച്ചു കാണുന്ന പലരുടേയും ജീവിതം നാം കരുതുന്നത് പോലെയല്ല. ആ ചിരിക്ക് പിന്നിൽ ഉള്ള് തുറന്ന് ഒന്നും പറയാൻ പറ്റാത്ത ഒരു പാട് സങ്കടങ്ങൾ ഉണ്ടാകും. ജീവിച്ച് മാത്രം പഠിക്കേണ്ട പുസ്തകമാണ് ജീവിതം. മുൻകൂട്ടി പഠിച്ചാൽ തോറ്റു പോകും. ക്ഷീണം ഒന്ന് കുറഞ്ഞപ്പോൾ തിണ്ണയിൽ നിന്നും എഴുന്നേറ്റ് എല്ലാ സാധനങ്ങളും പെറുക്കി അടുക്കളയിൽ വയ്ക്കുമ്പോഴും, ഫ്രിഡ്ജ് തുറന്ന് തണുത്ത വെള്ളം കുടിക്കുമ്പോഴും അവളുടെ കെട്ടിയവനു വേണ്ടിയുള്ള പ്രാർത്ഥന അനുസ്യൂതം തുടരുകയാണ്.

“അദ്ദേഹം എല്ലായിടത്തും സമാധാനം അനുഭവിക്കുന്നു. ഈ നിമിഷം വരെ അദ്ദേഹം അനുഗ്രഹിക്കപ്പെട്ടതിൽ ഞാൻ സന്തുഷ്ടയും നന്ദിയുള്ളവളും ആണ്. ഇതു പോലെയുള്ള ദീർഘവും, സംതൃപ്തവുമായ ജീവിതം അദ്ദേഹത്തിനായി ഞാൻ പ്രാർത്ഥിക്കുന്നു. അദ്ദേഹം ആരോ ഗ്യമുള്ളവനായി ജീവിക്കുകയും എന്നെയും കുടുംബത്തേയും പരിപാലിക്കു കയും ചെയ്യും. അദ്ദേഹം മനസ്സിനും ശരീരത്തിനും കരുത്തുറ്റവനായി തുടരും. ഞങ്ങൾ പരസ്പരം പരിപാലിക്കുന്നതിനൊപ്പം ഞങ്ങളുടെ ജീവിതം മുമ്പത്തേക്കാളും ഫലപ്രദമായിരിക്കും കർത്താവേ. ”

കെട്ടിയവന്റെ വേണ്ട കാര്യങ്ങൾ നോക്കാതെയാണ് അവളുടെ ഒടുക്കത്തെ പ്രാർത്ഥന. നെറ്റിയിലെ വേദനയ്ക്കിടയിലും ഉള്ളിൽ വിദ്വേ ഷമാണ് തോന്നിയത്.

“ജോൺസ് മോൻ വന്നോടാ?”

“ആ വന്നമ്മച്ചീ. ”

“നീ എന്നാടാ ഇത്രേം താമസിച്ചേ?” കുറേ മുമ്പേ പുറത്തെന്നതോ വീഴുന്നതിനൊപ്പം ചക്ക വെട്ടിയിടുന്ന പോലത്തെ ഒച്ചേം കേട്ടു. നീ വല്ലോം കണ്ടാരുന്നോടാ?”

“ഇല്ലമ്മച്ചീ ഇന്നിത്തിരി സാധനങ്ങൾ ഒക്കെ വാങ്ങാനുണ്ടായിരുന്നു. വരുന്ന വഴി കണ്ടത്തിൽ വീട്ടിലെ ഓനാച്ചനേയും കണ്ടു മിണ്ടീം പറഞ്ഞും നിന്നു. അതാ താമസിച്ചത്. ”

“എന്നാ വല്ല പട്ടീം കടി പിടികൂടിയതായിരിക്കും. ആ അതെന്നതേലും ആകട്ടെ നീ എന്നതേലും തിന്നുകയോ കുടിക്കുകയോ ചെയ്യെടാ മോനേ”

“ആ അമ്മച്ചീ...”

പാവം അമ്മച്ചി ഈ കിടപ്പിലും എന്റെ കാര്യം തിരക്കുകയാണ്. അമ്മച്ചീടെ കാലം കഴിഞ്ഞാൽ ആര് അന്വേഷിക്കാൻ??? ഞാൻ അനാഥനാവും അറിയാതെ ഒരു ദീർഘനിശ്വാസം ഉതിർന്നു. അമ്മച്ചീടെ കാര്യം നോക്കാൻ അടുത്ത വീട്ടിലെ കത്രീനാ വരുന്നത് കൊണ്ട് രക്ഷപ്പെട്ടു. അല്ലെങ്കിൽ എന്തായേനേ അമ്മച്ചീടെ കാര്യം. ?

നല്ല വിശപ്പുണ്ട്. പാതകത്തിൽ വച്ചിട്ടുള്ള കുക്കറ് തുറന്ന് നോക്കിയപ്പോൾ പതിവുപോലെ കുറുകിയ ഗോതമ്പ് കഞ്ഞി. അത് കണ്ടപ്പോൾ തന്നെ വിശപ്പ് കെട്ടു. അമ്മച്ചി ശ്വാസം മുട്ടലുണ്ടാകും എന്ന് പറഞ്ഞ് അത്താഴം കഴിക്കാത്തത് നന്നായി എന്ന് തോന്നുകയാണ്. അതോ എന്നും ഈ ഗോതമ്പ് കുറുക്ക് കുടിക്കാൻ മടിയായിട്ടോ?? അമ്മച്ചി പണ്ട് ആണ്ടിനും സംക്രാന്തിക്കും ഒക്കെ ഒരു മാറ്റത്തിന് വേണ്ടി ഗോതമ്പും ചെറുപയറ് പരിപ്പും നല്ല നറുംനെയ്യിൽ ചൂടാക്കിയ ശേഷം പാകത്തിനുപ്പിട്ട് അധികം കുറുകാത്ത കഞ്ഞിയുണ്ടാക്കി ചെറു ചൂടോടെ കടുമാങ്ങയും, മുളക് ചമ്മന്തിയും കൂട്ടി തരുമ്പോൾ എന്ത് സ്വാദായിരുന്നു. മേഴ്സീടെ വീട്ടിലെ കാശിന്റെ പൊങ്ങച്ചവും പത്രാസും കേട്ടാൽ മതി. എവിടെ ജനിച്ചാലും നല്ല രീതിയിൽ ഭക്ഷണം കഴിച്ചും, മറ്റുള്ളവർക്ക് കൊടുത്തും, വീട്ടുപണിയും ചെയ്ത് ശ്രദ്ധ ബുദ്ധിയോടെ വളരണം. അതവൾ ശീലിച്ചിട്ടില്ല. അതാണീ ഒപ്പിക്കൽ ഭക്ഷണത്തിന്റെ ഗുട്ടൻസ്. പക്ഷേ എത്ര ക്ഷീണമാണെന്ന് പറഞ്ഞാലും വണ്ടിയുടെ പുറകിൽ കയറിയിരുന്നുള്ള സവാരിക്ക് അവൾക്ക് വലിയ ഉത്സാഹമാണ്. അപ്പോൾ ക്ഷീണവുമില്ല, പ്രാർത്ഥനയും ഇല്ല. അമ്മച്ചീടെ നല്ല സമയത്ത് എല്ലാ അയൽക്കാരുമായിട്ടും കൊടുക്കലും, വാങ്ങലും ഒക്കെയായിട്ട് നല്ല സഹകരണമായിരുന്നു. ഇവൾ എല്ലാവരോടും സൗമ്യമായി പെരുമാറി മധുര വാക്കുകൾ പറഞ്ഞ് അവരുടെയടുക്കൽ നിന്നും വാങ്ങും അവളുടേത് ആർക്കും ഒന്നും കൊടുക്കില്ല. അവര് പോയാലുടനെ അവരുടെയൊക്കെ കുറ്റം കണ്ടുപിടിക്കും. ആരേയും കണ്ടു കൂടാ. എന്നിട്ട് പ്രാർത്ഥനയാണ്. മനസ്സ് നന്നല്ലാത്ത ഇവളുടെ ഒക്കെ പ്രാർത്ഥന കേൾക്കുന്ന ദൈവം ഇതുവരെ ജനിച്ചിട്ടില്ല,

നെറ്റിയിൽ ഒരു ബാൻഡ് - എയ്ഡ് ഒട്ടിച്ച ശേഷം ഒരു വേദനസംഹാരിയും കഴിച്ച് ഉറങ്ങാൻ കിടന്നു.

നന്നായി ഉറങ്ങുന്ന സമയത്താണ് മേഴ്സി തട്ടി വിളിച്ച് ചോദിച്ചത് "ഇതെന്നാ പറ്റി മനുഷ്യാ നെറ്റിയേല്?ആരെങ്കിലും വീക്കിയോ?"

അവളുടെ ചോദ്യം കേട്ടപ്പോൾ അവൾക്കിട്ട് ഒരു വീക്ക വെച്ചു കൊടുക്കാനുള്ള ദേഷ്യമാണ് തോന്നിയത്. സ്ത്രീകളെ തല്ലി ശീലമില്ലാത്തതു കൊണ്ട് അതടക്കി ഈർഷ്യയോടെ ചോദിച്ചു

"പിള്ളാരും ആരും ഇല്ലാത്ത ഇവിടെ ആരാടീ

നടവാതിൽക്കൽ കല്ല് കൊണ്ടിട്ടത്? അതേൽ തട്ടി വീണിട്ടും നീയറിഞ്ഞില്ല അല്ലേ?"

"ഓ അതാണോ ഇന്നത്തെ സൂചി ഗോതമ്പേൽ ഊറാൻ കയറിയിട്ടുണ്ടായിരുന്നു. അത് പോകാൻ വെയിലത്ത് വച്ചപ്പോൾ പ്ലാസ്റ്റിക് ഷീറ്റ് കാറ്റത്ത് പറന്ന് പോകാതിരിക്കാൻ കല്ലെടുത്തു വച്ചതാ. അതിനെന്നാത്തിനാ എന്റെ മെക്കിട്ടു കേറുന്നേ? നിങ്ങളുടെ ഓഫീസിലുള്ള ഓരോ അവളുമാരുടെ മുഖത്തുള്ള പൊടിമീശ കാണുന്ന നിങ്ങൾക്കാണോ മുറ്റത്ത് കിടന്ന ഇത്രേം വലിയ കല്ല് മാത്രം കാണാൻ പറ്റാഞ്ഞത്?"

കർത്താവേ അപ്പോൾ ഇവളുടെ മനസ്സിൽ ഇങ്ങനെയുള്ള സാത്താനും കുടിയിരുപ്പുണ്ടായിരുന്നോ. എന്നിട്ടാണോ നാട്ടാര് കേൾക്കെ കെട്ടിയോന് വേണ്ടി അലറി വിളിച്ച് പ്രാർത്ഥിക്കുന്നത്!!!

ഇപ്പോൾ എല്ലാം തികഞ്ഞു. പിന്നീട് ഉറങ്ങാൻ കഴിയില്ല എന്ന് തോന്നിയപ്പോൾ വാതിൽ തുറന്ന് തിണ്ണയിൽ വന്നു. ശുദ്ധവായു എങ്കിലും ശ്വസിക്കാമല്ലോ.

ഒന്നുരണ്ട് മാസങ്ങൾക്ക് മുൻപ് ഞായറാഴ്ച പള്ളിയിൽ പോകാനിറങ്ങിയപ്പോൾ ആണ് മേഴ്സിയുടെ മൂക്കിന് താഴെ കറുത്തിരിക്കുന്നത് കണ്ടത്.

"ഇതെന്നതാടി ഞങ്ങളുടെ ഓഫീസിലെ കൃഷ്ണവേണിക്ക് ഉള്ളതു പോലെ നിനക്കും കിളിർത്തോ പൊടിമീശ?" എന്ന് ചോദിച്ചതും അവള് ശരവേഗത്തിൽ അകത്തേയ്ക്ക് പോയി കണ്ണാടിയിൽ നോക്കിയ ശേഷം പറഞ്ഞു.

"ഓ അത് കണ്ണെഴുതിയപ്പോൾ കൈയ്യേൽ പറ്റിയിരുന്ന കരി എങ്ങനെയോ പറ്റിയതാ. നിങ്ങള് ചോദിച്ചപ്പോൾ ഞാനങ്ങ് പേടിച്ചു പോയി. അതെങ്ങനെയാ ഇച്ചായാ പെണ്ണുങ്ങൾക്ക് മീശ വരുന്നത്?'"

"ചില സ്ത്രീകൾക്ക് സ്ത്രീ ഹോർമോണായ ഈസ്ട്രജനേക്കാൾ പുരുഷ

ഹോർമോണായ ടെസ്റ്റോസ്റ്റിറോൺ കൂടുതലായി കാണും. അങ്ങനെയുള്ളവർക്കാണ് കാലിലും, കൈയ്യിലും, മുഖത്തും ഒക്കെ രോമ വളർച്ച കൂടുതൽ കാണുന്നത്."

"ആ എന്തേലും ആകട്ടെ. നിങ്ങളീ വായിൽ കൊള്ളാത്ത പേരൊക്കെ പറഞ്ഞാൽ എനിക്കറിയാമ്മേല. വേഗം പോകാം. പാട്ടുകുർബാന കൂടാം."

അന്ന് പറഞ്ഞ ആ കാര്യം ഞാനപ്പോഴേ വിട്ടു കളഞ്ഞു. എന്നാൽ അവളത് മനസ്സിൽ വച്ച് നടക്കുകയായിരുന്നു. പാമ്പ് പതുങ്ങി കിടക്കുന്നതു പോലെ അവസരം വന്നപ്പോൾ കൊത്തി. ഇവളെന്തിനാണോ ഒള്ള നോയമ്പും എടുത്ത് വായിൽ കൊള്ളാത്ത പ്രാർത്ഥനയും ചൊല്ലുന്നത്??? അതും ഭർത്താവിന് വേണ്ടി...

അപ്പോൾ അമ്മച്ചി ആരോടെന്നില്ലാതെ പറയുന്നത് കേട്ടു ജീവിതത്തിൽ ഏറ്റവും സുഖം സ്നേഹിക്കുന്നതും സ്നേഹിക്കപ്പെടുന്നതും ആണ്. എന്നാൽ സ്നേഹിക്കുന്നവർ കുത്തുവാക്കുകൾ കൊണ്ട് വേദനിപ്പിക്കുമ്പോൾ ആണ് പുതിയ തിരിച്ചറിവുകൾ ഉണ്ടാകുന്നത്. ജനന മരണങ്ങൾക്ക് ഇടയിലുള്ള ദൂരമാണ് ജീവിതം. ജനിച്ചാലും അറിയും, മരിച്ചാലും അറിയും. അറിയാതെ പോകുന്നത് ജീവിച്ചിരിക്കുമ്പോൾ ആണ്. എളിമയോടെ സംസാരിച്ചും, മൃദുവായി ഇടപെട്ടും, കരുതലോടെ കാൽ വച്ച് കരുത്തോടെ മുന്നേറിക്കൊണ്ട് സ്നേഹത്തോടെ പെരുമാറി ജീവിതത്തെ സുന്ദരമാക്കാം. ഇപ്പോഴത്തെ പിള്ളാർക്ക് അറിയാത്തത് അതാണ്. എന്റെ കർത്താവേ ജോൺസ് മോന്റെ കുടുംബത്തെ കാത്തോളണേ "എന്ന അമ്മച്ചീടെ പ്രാർത്ഥന കേട്ടുകൊണ്ട് ഷീറ്റ് വിരിച്ച്തിണ്ണയിൽ കിടക്കാൻ പോകുമ്പോഴും ചുണ്ടിൽ തത്തിക്കളിച്ചത് ചങ്ങമ്പുഴ കൃഷ്ണപിള്ളയുടെ കവിതയുടെ ഈരടികൾ ആണ്.

"നാരികൾ നാരികൾ

വിശ്വവിപത്തിന്റെ നാരായവേരുകൾ"

എരുക്ക്

എരുക്കിൻ പൂവ് പറിച്ച് മാലകെട്ടാൻ തുടങ്ങിയപ്പോഴേ വിനുവേട്ടന്റെ അമ്മ

"ഓ തുടങ്ങി അവള് മാലകെട്ടാൻ. ബാക്കി എല്ലാ അമ്മമാരേയും പോലെ അവൾക്ക് പറ്റില്ലല്ലോ, അതു കൊണ്ട് ഒരു കുപ്പിക്കകത്ത് പൊടി കലക്കി കൊച്ചിന് കൊടുത്താൽ മതിയല്ലോ. വിനു അഞ്ച് വയസ്സ് വരെയാണ് എന്റെ പാൽ കുടിച്ചത്. അവനതിന്റെ ശരീരബലവും ഉണ്ട്. എന്നാലും അവന്റെ കൊച്ചിന്റെ ഒരു വിധി. നീ എന്തൊരു ജൻമം ആണെടീ. ഒരു കുഞ്ഞുണ്ടായിട്ട് അതിന് കൊടുക്കാൻ അവൾക്ക് അമ്മിഞ്ഞയില്ലെന്ന്. വലിയ സൗന്ദര്യറാണിയാണെന്നും പറഞ്ഞ് കെട്ടിക്കൊണ്ടു വന്നതല്ലേ അവൻ. എന്നിട്ടിപ്പോ എന്തായി? ഒരു കൊച്ചുണ്ടായിട്ട് അതിന് കുടിക്കാനുള്ള മുലപ്പാൽ പോലും അവൾക്കില്ലെന്ന്.

എന്തെങ്കിലും ചെയ്തു ഇല്ലാതാക്കിയതാവും അവളുടെ സുന്ദരത്വം പോകാതിരിക്കാൻ. നിന്നെയൊക്കെ അമ്മയെന്ന് പറയാൻ തന്നെ ലജ്ജയാണ്. ആ എരുക്കിനെ പോലും നോക്കെടീ... ഒരില പൊട്ടിച്ചാൽ അതിൽ നിന്നും വരും പാല്. എന്തിനാടീ എന്നും എരുക്കിൻ മാലകെട്ടി ശിവനിടുന്നത്. ആ എരുക്കിൽ തൊടാനുള്ള യോഗ്യത പോലും നിനക്കില്ല. "

എന്നും കേൾക്കുന്ന ഭർത്സനങ്ങൾ ആയിട്ടും നിറഞ്ഞു തുവുന്ന കണ്ണുകളോടെ തന്നെ മാലകെട്ടി അയൽവീട്ടിലെ മിന്നുവിന്റെ കൈയ്യിൽ കൊടുത്തു വിട്ടു. അഞ്ചാം മാസത്തിലെ കുഞ്ഞിന്റെ ചോറൂണിനല്ലാതെ അമ്പലത്തിൽ കയറാൻ പാടില്ലാലോ.

വിവാഹത്തിന് മുൻപും ഓർമ്മയായ കാലം മുതൽ ചെയ്യുന്നതാണ് കറുക കൊണ്ട് മാലകെട്ടി വിഘ്നേശ്വരനും, എരുക്ക് കൊണ്ട് മാലയു ണ്ടാക്കി മഹാദേവനും ചാർത്തുക എന്നത്. ഇവിടെ എവിടെയും കറുക കാണാൻ പോലും ഇല്ല. പറമ്പിന്റെ ഒരു ഭാഗത്ത് എരുക്ക് സുലഭമാ യുണ്ട് താനും.

മിലട്ടറിയിൽ നിന്നും ലീവിന് വന്നപ്പോൾ വിനുവേട്ടനെ പെണ്ണുകാ ണിക്കാൻ കൊണ്ടു നടന്നത് വിവാഹദല്ലാളായിരുന്ന എന്റെ മാധവൻ അമ്മാവനാണ്.

ഒരു പാട് പെണ്ണുകാണൽ ചടങ്ങ് നടത്തിയിട്ടും വിനുവേട്ടന് ഒന്നും ഇഷ്ടമായില്ല. എന്റെ വീടിന്റെ അടുത്തെവിടെയോ അമ്മാവൻ പെണ്ണ് കാണിക്കാൻ കൊണ്ടുപോയപ്പോൾ ഇത്രടം വന്നതല്ലേ എന്റെ പെങ്ങളെ ഒന്നു കണ്ടിട്ട് വരാം എന്ന് പറഞ്ഞപ്പോൾ അത് സമ്മതിച്ച വിനുവേട്ടനും കൂടെ വന്നു. വീടിന്റെ തിണ്ണയിൽ ഇരുന്ന് മാലകെട്ടുക യായിരുന്ന എന്നെ കണ്ട് ഇഷ്ടമായ വിനുവേട്ടൻ അമ്മയോട് വാശി പിടിച്ചത്രേ പണ്ടവും, പത്രാസും ഒന്നും വേണ്ട മനസ്സിനിണങ്ങിയ കൂടെ കൊണ്ടു നടക്കാൻ പറ്റിയ പെണ്ണിനെ മതിയെന്ന് പറഞ്ഞ്. അങ്ങനെ നടന്ന വിവാഹം ആയിരുന്നു. അമ്മയെ ഒറ്റയ്ക്കാക്കാൻ നിർവ്വാഹമില്ലാ ത്തതു കൊണ്ട് വിനുവേട്ടൻ മാത്രം ലീവ് തീർന്നപ്പോൾ ഷില്ലോംഗിലേയ്ക്ക് പോയി. പ്രസവിച്ച സമയത്ത് കാഷ്വൽ ലീവിൽ വന്ന ശേഷം വീണ്ടും പോയി.

കുഞ്ഞിനെ പ്രസവിച്ച് രണ്ട് മാസം തികഞ്ഞപ്പോൾ തന്നെ പാൽ ഇല്ലാതായി. മുലപ്പാൽ ഉണ്ടാകുന്നതിന് വേണ്ടി പലരും പറഞ്ഞ മാർ ഗ്ഗങ്ങൾ ഒക്കെ അവലംബിച്ചിട്ടും ഒരു ഫലവും ഉണ്ടായില്ല. മുതിര മാത്രം വേവിച്ച് കഴിച്ച എത്ര ദിവസങ്ങൾ. എന്നെ പ്രസവിച്ച സമയത്ത് എന്റെ അമ്മയ്ക്കും രണ്ട് മാസംവരെയേ പാൽ ഉണ്ടായിരുന്നുള്ളൂ എന്നറിഞ്ഞു. ചിലപ്പോൾ പാരമ്പര്യം ആയിരിക്കും.

മൂന്നാം മാസം വിളിച്ചു കൊണ്ടു വന്നപ്പോൾ ആണ് വിനുവേട്ടന്റെ അമ്മ വിവരം അറിഞ്ഞത്. അന്ന് തുടങ്ങിയ കുറ്റപ്പെടുത്തൽ ആണ്. ഞാനൊരിക്കലും സൗന്ദര്യ വർദ്ധനയ്ക്ക് വേണ്ടി ഒന്നും ചെയ്തിട്ടില്ല. കുഞ്ഞിനെ മുലയൂട്ടുക എന്നത് ഏതൊരമ്മയേയും പോലെ എന്റെയും ആഗ്രഹം തന്നെയായിരുന്നു. പക്ഷേ എത്ര ആഗ്രഹിച്ചിട്ടും പ്രാർത്ഥിച്ചി ട്ടും എന്റെ സ്തനങ്ങൾ മാത്രം പാൽ ചുരത്തിയില്ല.

അത്താഴം കഴിഞ്ഞ് പാത്രങ്ങൾ മോറി വച്ച ശേഷം കുഞ്ഞിന്റെ പാൽ തിളപ്പിച്ച് പാകത്തിനുള്ള ചൂടിൽ ഫ്ലാസ്കിൽ ഒഴിച്ചു വച്ചു. കപ്പി ഒന്നുകൂടി തിളപ്പിക്കാൻ വച്ച ശേഷം അടുക്കളയും പാതകവും തുടച്ചു. അമ്മ

കിടക്കുന്നതിന് മുൻപ് കുപ്പിപ്പാൽ എടുക്കുന്നത് കണ്ടാൽ അപ്പോഴും വഴക്ക് കേൾക്കണം. വെറുതേ എന്തിനാ?മുറിയിൽ എല്ലാം കൊണ്ടു വച്ച്, കൊതുകുവല നിവർത്തി തൊട്ടിയിൽ ഉറങ്ങുന്ന കുഞ്ഞിനെ എടുത്ത് കട്ടിലിൽ കിടത്തിയ ശേഷം ലൈറ്റണച്ച് അർജ്ജുനൻ പത്ത് ചൊല്ലി ഉറങ്ങാൻ കിടന്നു. ഇന്ന് പിടിപ്പത് പണിയുണ്ടായിരുന്നു. തൊഴുത്ത് കഴുകലും, വീട് തുടയ്ക്കലും, വിളക്ക് തേയ്ക്കലും ഒക്കെയായിട്ട്. കുഞ്ഞിനെ കാണാൻ വന്ന വിനുവേട്ടന്റെ ഇളച്ഛനും, ഇളയമ്മയും ഊണിനും ഉണ്ടായിരുന്നു. ക്ഷീണം കൊണ്ടാവണം പെട്ടെന്ന് ഉറക്കത്തിലേയ്ക്ക് വഴുതി വീണു.

"ലോലിതേ ഇത് ഞാനാണ്."

"ആരാ?"

"നിനക്കെന്നെ മനസ്സിലായില്ലേ? ഞാനാണ് എരുക്കമ്മ. ഞാനും നിന്നെപ്പോലെ ഒരു സ്ത്രീയായിരുന്നു.

ശിവ ഭഗവാനെ ആരാധിച്ചവളായിരുന്നു. വീട്ടിലെ കഷ്ടപ്പാട് കാരണം അമ്മയും അച്ഛനും അകന്ന ബന്ധുവിന്റെ വീട്ടിൽ സഹായത്തിന് നിർത്തി. വലിയ പെണ്ണായി കഴിഞ്ഞപ്പോൾ അവിടുത്തെ മുത്തപുത്രൻ രാധേശൻ എന്നോട് പ്രണയഭാവത്തിൽ വിവാഹം ചെയ്യാം എന്ന വാഗ്ദാനത്തോടെ അദ്ദേഹത്തിന്റെ ഇംഗിതത്തിന് വശംവദയാക്കി. ഞാൻ ഗർഭിണിയാണെന്നറിഞ്ഞ രാധേശന്റെ വീട്ടിലെ

കമലേച്ചിയും, കാഞ്ചന അമ്മയും ചേർന്ന്ഏതൊക്കെയോ പച്ചമരുന്നുകൾ കുടിപ്പിച്ച് പ്രാണൻ പറിഞ്ഞു പോകുന്ന വേദനയോടെ എന്റെ ശരീരത്തിന്റെ ഭാഗമായിരുന്ന കുരുന്നു ജീവനെ നിണമൊഴുക്കാക്കി നശിപ്പിച്ചു. രാധേശന്റെ വിവാഹം കഴിഞ്ഞ അന്ന് എന്നെയും പടിയിറക്കി വിട്ടു.

വീട്ടിൽ തിരിച്ചെത്തിയ എന്നെ നിർധനരായ അച്ഛനും അമ്മയും വീണ്ടും വീട്ടുവേലയ്ക്കായി അയച്ചു. അവിടെയും അനുഭവം വിഭിന്നമല്ലായിരുന്നു. അവിടുത്തെ അൻപത് കഴിഞ്ഞ കാരണവർ ആയിരുന്നു എന്ന വ്യത്യാസം മാത്രം. വീണ്ടും ഗർഭിണിയാണെന്നറിഞ്ഞപ്പോൾ വിവാഹ ജീവിതം അപ്രാപ്യമായിരുന്ന എനിയ്ക്ക് ഒരു കുഞ്ഞെങ്കിലും സ്വന്തമായി വേണം. എല്ലാ അമ്മമാരെയും പോലെ എനിയ്ക്കും മുലയൂട്ടണം എന്ന അദമ്യമായ ആഗ്രഹത്തോടെ അവിടെ നിന്നും ഒളിച്ചു പോയി വളരെ ദൂരെയുള്ള ഗ്രാമത്തിലെ വിജനമായ വനപ്രദേശത്തിനടുത്തുള്ള പൂജയില്ലാത്ത ഒരു ചെറിയ ' ശിവലിംഗം മാത്രമുള്ള പൊട്ടിപ്പൊളിഞ്ഞ ക്ഷേത്രത്തിൽ അഭയം തേടി. ഫലമൂലാദികൾ ഭക്ഷിച്ചും, ചോലയിലെ

വെള്ളം കുടിച്ചും ശിവലിംഗത്തിൽ പൂജ ചെയ്തും ജീവിച്ചു. അന്നത്തെ കാലം ആണ്.

കായ്കനികൾ പറിക്കുന്ന സമയത്താണ് വേദന തുടങ്ങിയത്. ഒരു വിധം അമ്പലത്തിന്റെ കുറച്ചകലെ വരെ എത്തിയപ്പോൾ വീണു പോയി. എത്ര ദിവസം അവിടെ കിടന്നു എന്നറിയില്ല. കോരിച്ചൊരിയുന്ന മഴയാണ് ഉണർത്തിയത്. അവിടെ നിന്നും ഒരു വിധത്തിൽ എഴുന്നേറ്റപ്പോൾ മനസ്സിലായി കുഞ്ഞും ഇല്ല മറുപിള്ളയും ഇല്ല എന്ന്. അത് രണ്ടും ഇരയാക്കിയ ഏതോ വന്യമൃഗം എന്നെ മാത്രം അപ്പോഴും ഉപേക്ഷിച്ചു.

അവശേഷിച്ചത് മുലപ്പാൽ തിങ്ങിനിറഞ്ഞ മാറിടത്തിന്റെ അസഹ്യമായ വിങ്ങൽ മാത്രം. അടുത്തു കണ്ട വിഷക്കായ പറിച്ചെടുത്ത് കഴിച്ച ശേഷം വേച്ചുവേച്ച് ശിവലിംഗത്തിന്റെ അടുത്തെത്തി ഒരു വിധത്തിൽ മുട്ടിൽ അമർന്നിരുന്ന് മുലയിൽ അമർത്തി പാൽ ചീറ്റിച്ച് ശിവലിംഗത്തിൽ അഭിഷേകം ചെയ്തു കൊണ്ട് പറഞ്ഞു ഒരു കുഞ്ഞിനെ മുലയൂട്ടി വളർത്തുക എന്നത് മാത്രമായിരുന്നു എന്റെ ആഗ്രഹം. എന്തെങ്കിലും ആഗ്രഹങ്ങളുള്ളവരെ മോഹിപ്പിക്കുന്നതിൽ തെറ്റില്ല. ഒന്നു പോയാൽ മറ്റൊന്നിന്റെ പ്രതീക്ഷയായിരിക്കും അവർക്ക്. പക്ഷേ ആഗ്രഹങ്ങൾ ഏതുമില്ലാതെ ശിവഭജനവുമായി കഴിഞ്ഞ എന്നെ നീ ദുരനുഭവങ്ങളിലൂടെ ഗർഭവതിയാക്കി മോഹിപ്പിച്ചു. വെറുതേ പോലും അങ്ങനെ മോഹിപ്പിക്കരുത്. അതവർക്ക് സഹിക്കാനാവാത്ത വേദനയായിരിക്കും. ആ വേദന തന്ന നീ തന്നെ എന്റെ മുലപ്പാലിൽ ആറാടിയ ശേഷം അത് പാനം ചെയ്തോളൂ എന്ന് പറഞ്ഞ് ജീവൻ വെടിഞ്ഞ എന്റെ ആത്മാവ് ചെന്നു ചേർന്നത് കൈലാസത്തിലെ ഭഗവദ് പാദത്തിൽ ആണ്. അവിടുന്ന് എന്നെ അനുഗ്രഹിച്ച് പുനർജൻമം തന്നു. ഭൂമി ഉള്ളിടത്തോളം കാലം നിന്റെ ഏത് ഭാഗം മുറിച്ചാലും ക്ഷീരം പ്രദാനം ചെയ്യുന്ന എരുക്ക് എന്ന ചെടിയായി തീരട്ടെ... നിന്റെ പുഷ്പങ്ങൾ എനിയ്ക്ക് ഏറ്റവും പ്രിയപ്പെട്ട പൂജാപുഷ്പമായിരിക്കട്ടെ... കാൽമുട്ടിൽ നിന്ന് എനിക്ക്

സ്തന്യ ക്ഷീരാഭിഷേകവും ക്ഷീരപാനവും ചെയ്തതു കൊണ്ട് എരുക്ക് എന്ന ചെടിയുടെ പാല് കാൽമുട്ടിൽ തേച്ച ശേഷം നീ നിൽക്കുന്നയിടത്തിലെ മണ്ണ് അതിൽ പുരട്ടിയാൽ രോഗമുക്തിയുണ്ടാകും എന്ന് കൂടി അനുഗ്രഹിച്ചു.

കുഞ്ഞിന്റെ കരച്ചിൽ ആണ് എന്നെ സ്വപ്നത്തിൽ നിന്നും ഉണർത്തിയത്. കുഞ്ഞിന് കുപ്പിയിൽ പാൽ നിറയ്ക്കാനായി എഴുന്നേറ്റപ്പോൾ മാറിടത്തിൽ നനവ് അനുഭവപ്പെടുന്നതായി തോന്നിയ ഞാൻ എന്താ പറ്റിയത് എന്ന ആകാംക്ഷയോടെ നോക്കുമ്പോൾ കണ്ടത് വിശ്വസിക്കാനാവാത്ത കാഴ്ചയായിരുന്നു. എന്റെ രണ്ട് സ്തനങ്ങളും

മുലപ്പാൽ ചുരത്തുകയാണ്. അനിർവചനീയമായ ആഹ്ലാദത്താൽ ഞാൻ കുഞ്ഞിനെ വാരിയെടുത്ത് മടിയിൽ കിടത്തി മാറോട് ചേർത്ത് മുലക്കണ്ണ് അവന്റെ വായിലേയ്ക്ക് തിരുകിയ ഉടനേ കരച്ചിലടക്കി അവൻ പാൽ വലിച്ച് കുടിക്കാൻ തുടങ്ങിയതും മാതൃത്വത്തിന്റെ

സുഖദ ഭാവത്തിന്റെ നിർവൃതിയിൽ അറിയാതെ ഇമകൾ പൂട്ടി ഒരിക്കലും കേട്ടുകേൾവി പോലുമില്ലാത്ത ഞാൻ കണ്ട വിചിത്ര സ്വപ്ന ത്തെകുറിച്ചോർത്ത് അദ്ഭുതപരതന്ത്രയായി, എനിയ്ക്ക് വരദാനമായി തിരികെ ലഭിച്ച അനുഗ്രഹത്തിന് ആനന്ദാശ്രുക്കളോടെ നന്ദിയർപ്പിച്ചു കൊണ്ട് എരുക്കുമാലയണിഞ്ഞ ഭഗവത് രൂപത്തെ മനസ്സിൽ ധ്യാനിച്ച് 'ഓം നമഃശിവായ ' എന്ന പഞ്ചാക്ഷരി മനനം ചെയ്തു കൊണ്ടിരുന്നു.

പിണത്തിന്റെ ചിരി

വാസവൻ പണിക്കർ മരിച്ചു. രാവിലെ കേട്ട വാർത്ത അതാണ്. വേഗം തന്നെ വാസവന്റെ വീട്ടിലേയ്ക്ക് ചെന്നു. അവിടെത്തിയപ്പോൾ ചെറിയ ചായ്പിൽ നിറം മങ്ങിയ വെള്ളപുതച്ച് കിടക്കുകയാണ് വാസവൻ. വാസവന്റെ മകൾ മാലതിയുടെ കുട്ടി ചോദിക്കുന്നത് കേട്ടു.

"അമ്മേ അപ്പപ്പൻ ചത്തു കിടക്കുവാണോ?"

"ആ നിന്റെ അപ്പപ്പൻ ചത്തു കിടക്കുവാടാ" എന്ന് പറഞ്ഞതിനൊപ്പം മാലതിയുടെ കരച്ചിലും.

പതുക്കെ പുറത്തേയ്ക്കിറങ്ങി മാവിൻ ചുവട്ടിലിട്ടിരുന്ന ഒരു കസേരയിൽ ഇരുന്നു.

കുറേ കാലമായി കിടന്ന കിടപ്പിൽ ആയിരുന്നു എന്റെ സതീർത്ഥ്യൻ വാസവൻ. അവനെ മനസ്സു തളർത്തി ആ കിടപ്പിൽ ആക്കിയതാണ്. പാവമായിരുന്നു വാസവൻ. പഠനം കഴിഞ്ഞ് ഞങ്ങളൊക്കെ തൊഴിൽ അന്വേഷിച്ച് നടന്നപ്പോൾ നാട്ടിലെ ജൻമിയുടെ ഏക പുത്രനായിരുന്ന അവൻ സ്വർണപ്പണയത്തിൻമേൽ പണം കടം കൊടുക്കുന്ന സ്ഥാപനം തുടങ്ങി. സത്യസന്ധതയായിരുന്നു ആ സ്ഥാപനത്തിന്റെ മുഖമുദ്ര. മിതമായ പലിശ മാത്രമേ ഈടാക്കുമായിരുന്നുള്ളൂ. തൻമൂലം ധ്രുതഗതിയിൽ ആയിരുന്നു ആ സ്ഥാപനത്തിന്റെ വളർച്ച.

ജീവിക്കാൻ മാർഗ്ഗമില്ലാതെ വളരെയേറെ ബുദ്ധിമുട്ടിയിരുന്ന അനാഥനായ രാജേന്ദ്രനെയാണ് വാസവൻ തന്റെ സ്ഥാപനത്തിന്റെ മേൽനോട്ടക്കാരനായി നിർത്തിയത്. അന്നും അവൻ എന്നോട് പറഞ്ഞു

"വിശക്കുന്നവന് അന്നമാണ് ദൈവം. മുറിവേറ്റവന് മരുന്നും. ഒറ്റപ്പെട്ട്

വേദനിക്കുന്നവന് കൂടെയുണ്ടെന്നുള്ള വാക്കും, സ്നേഹവും സാന്ത്വനവും. അതാണെടാ ഞാൻ രാജേന്ദ്രനെ തന്നെ കൂടെ നിർത്തിയത്. അവനെല്ലാം ഞാനാണെടാ. ”

ഒരു നല്ല മഴ കണ്ടാൽ നനയുന്ന മനസ്സായിരുന്നു വാസവന്.

സൗമ്യനും ശാന്തശീലനും ആയ രാജേന്ദ്രൻ തന്റെ കാര്യപ്രാപ്തിയും, കർമ്മ കുശലതയും, വിശ്വസ്തതയും കൊണ്ട് വാസവന്റെ വീട്ടിലെ ഒരംഗമായിത്തന്നെ മാറി.

വാസവൻ വിവാഹിതനായി നാല് പെൺകുട്ടികളുടെ അച്ഛനും ആയ സമയത്താണ് രാജേന്ദ്രനെ കാണാതായത്.

സ്ഥാപനത്തിൽ വന്ന വാസവൻ ഞെട്ടിപ്പോയി. അവിടുത്തെ ലോക്കറിൽ സൂക്ഷിച്ചിരുന്ന ലക്ഷക്കണക്കിന് വില മതിക്കുന്ന പണയപ്പണ്ടങ്ങൾ ഒന്നും കാണാനില്ല.

വാസവന്റെ ജീവിതത്തിൽ ആകസ്മികമായുണ്ടായ വെള്ളിടിയായിരുന്നു രാജേന്ദ്രന്റെ തിരോധാനം. വാർത്ത കാട്ടുതീ പോലെ പടർന്നു. വാസവന്റെ വളർച്ചയിൽ അസൂയ ഉണ്ടായിരുന്ന ചില ഗൂഢശക്തികൾ കുപ്രചരണം നടത്തി എല്ലാം വാസവന്റെ മുൻവിധിയോടെയുള്ള കളികളാണ്. രാജേന്ദ്രനെ വാസവൻ മാറ്റിയതാണ് അല്ലെങ്കിൽ രാജേന്ദ്രനെ വാസവൻ ഇല്ലാതാക്കി. ഗത്യന്തരമില്ലാതെ പൂർവ്വിക സ്വത്തും, തനിയെ സമ്പാദിച്ചതും എല്ലാം വിറ്റ് പെറുക്കി കടം വീട്ടിയിട്ടും ജയിൽവാസവും അനുഭവിക്കേണ്ടി വന്നു വാസവന്. വാസവന്റെ കാണാൻ ചന്തമുണ്ടായിരുന്ന പെൺമക്കളെ ഇഷ്ടപ്പെട്ട് ഓരോരോ കൂലിപ്പണിക്കാർ ‘വിവാഹം ചെയ്തു. ജയിൽവാസം കഴിഞ്ഞ് വന്ന വാസവനും ഭാര്യയും ഇളയ മകൾ മാലതിയുടെ കൂടെയാണ്.

മുറ്റത്ത് ചെറിയൊരു പന്തലിട്ട് വാസവനെ കുളിപ്പിച്ച് കൊണ്ടുവന്ന് തെക്കുവടക്കായി കിടത്തി. പഴയ വാസവന്റെ പ്രേതരൂപം കണ്ടപ്പോൾ എന്റെ മാത്രം ഉള്ളം തേങ്ങി. എത്ര പ്രൗഢഗംഭീരമായി കഴിഞ്ഞവനായിരുന്നു. അവന്റെ ഒരു യോഗം. പണമില്ലാത്തവൻ പിണത്തിന് തുല്യം എന്നു പറയുന്നത് എത്ര സത്യമാണെന്ന് ചിന്തിച്ചപ്പോൾ തന്നെ അറിയാതെ നെടുവീർപ്പുയർന്നു.

ഓരോരുത്തരും വരുമ്പോഴും മാലതി പതം പറഞ്ഞ് കരയുന്നുണ്ടായിരുന്നു. ഉച്ചയോടടുത്ത സമയത്താണ് അടുത്ത കാലം കൊണ്ട് നാട്ടിലെ പ്രമാണിയായിത്തീർന്ന വരത്തനായ ആർ. ജെഎന്ന പേരിൽ അറിയപ്പെടുന്ന ആർ. ജെ. ഗ്രൂപ്പിന്റെ ഉടമസ്ഥനായ പരോപകാരിയും, സ്നേഹസമ്പന്നനുമായ ഇന്ദ്രൻ പരിവാരസമേതം അവിടേയ്ക്ക് വന്നത്.

എവിടെ അപകടമുണ്ടായാലും മരണമുണ്ടായാലും നാട്ടിലുള്ളപ്പോൾ ഇന്ദ്രൻ അവിടെ വന്നിരിക്കും. അവിടെ പണത്തിന്റെ വലിപ്പച്ചെറുപ്പം ഒന്നും ഇന്ദ്രന് ബാധകമല്ല. മനുഷ്യരും, മനുഷ്യത്വവും ആണ് വലുതെന്നാണ് ഇന്ദ്രന്റെ ഭാഷ്യം. അടുത്ത തിരഞ്ഞെടുപ്പിൽ മത്സരിക്കാനുള്ള പദ്ധതിയും ആർ. ജെയ്ക്ക് ഉണ്ടെന്നുള്ളത് പരസ്യമായ രഹസ്യമാണ്.

ഇന്ദ്രൻ വന്ന് ആർ. ജെ എന്നെഴുതിയ റീത്ത് വച്ച ശേഷം വാസവന്റെ തള്ളവിരൽ കൂട്ടിക്കെട്ടിയ കാലുകളിൽ തൊട്ടു തൊഴുത് കൈകൂപ്പി നിൽക്കുമ്പോൾ മാലതി കരയുന്നത് കേട്ടു.

"അച്ഛൻ പറയാറില്ലായിരുന്നോ അച്ഛാ സാഹചര്യം കൊണ്ട് പിരിഞ്ഞവരെ മറക്കരുത്. ചതിച്ചിട്ട് പോയവരെ മറക്കണം. സാഹചര്യം ചതിയാക്കി പോയവരെ അങ്ങ് വെറുത്തേക്കണം" എന്ന്.

മനസ്സമാധാനം അതറിയണമെങ്കിൽ അമിതമായി ആരേയും സ്നേഹിക്കുവാനോ, വിശ്വസിക്കുവാനോ പാടില്ല എന്ന്.

'അച്ഛാ ദേ അച്ഛനെ ചതിച്ച ആളും വന്നച്ഛാ. ഒന്നു കണ്ണു തുറന്ന് നോക്കച്ഛാ. പ്ലാസ്റ്റിക് സർജറി ചെയ്ത് മുഖം മാറ്റിയാലും എനിക്കറിയാം അയാളെ. എത്ര കാലമായിട്ട് അച്ഛൻ അയാളെ കണ്ടു പിടിക്കാൻ നോക്കിയതാ ദേ വന്നു നിൽക്കുന്നച്ഛാ. ഒന്നു കണ്ണു തുറന്ന് നോക്കച്ഛാ. "

പെട്ടെന്ന് വിവർണ്ണമായ മുഖത്തോടെ ഇന്ദ്രൻ പോകാൻ തുനിഞ്ഞതും മാലതി വീണ്ടും കരഞ്ഞു

"ദേ അച്ഛാ അച്ഛനെ പറ്റിച്ച ആൾ പോകാൻ പോകുന്നു ഒന്നു കണ്ണ് തുറന്ന് നോക്കച്ഛാ"

കൂടി നിന്നവരിൽ പലരിൽ നിന്നും അപ്പോൾ കുശുകുശുപ്പുണ്ടായി. ഇതാണോ പണ്ട് വാസവേട്ടനെ ചതിച്ചിട്ട് പോയ രാജേന്ദ്രൻ. ? ഓ അവൻ പേരും രൂപവും മാറ്റി ഇവിടെത്തന്നെ വന്ന് കളിക്കുകയാണോ ?എന്നാൽ അതൊന്ന് അറിഞ്ഞിട്ട് തന്നെ കാര്യം. ആരൊക്കെയോ രാജേന്ദ്രാ രാജേന്ദ്രാ എന്ന് വിളിക്കുമ്പോൾ തന്നെ ആർ. ജെ സ്ഥലം കാലിയാക്കിയിരുന്നു.

കൂടി നിന്ന ജനങ്ങളിൽ ആർ. ജെയുടെ പാർട്ടി വിരോധികൾ രാജേന്ദ്രനെതിരെ അന്വേഷണം ആരംഭിക്കുന്നതിന് വേണ്ടി അപ്പോൾ തന്നെ ആക്ഷൻ കൗൺസിൽ രൂപീകരിക്കുന്നതിനുള്ള ചർച്ച തുടങ്ങിയിരുന്നു.

ഇതിനോടകം കർമ്മങ്ങൾ കഴിഞ്ഞ വാസവന്റെ മുഖത്തേയ്ക്ക് നോക്കിയപ്പോൾ വാസവൻ ചിരിച്ചു കൊണ്ട് എന്നോട്

പറഞ്ഞു

"മനോഹരാ ഇതാണെനിയ്ക്ക് വേണ്ടിയിരുന്നത്. ഇതിനാണ് ഞാൻ ആത്മഹത്യ പോലും ചെയ്യാതെ കാത്തിരുന്നത്. അതെനിക്കിപ്പോൾ ലഭിച്ചു" എന്നു പറഞ്ഞ് ആർത്തട്ടഹസിച്ച് ചിരിച്ചു കൊണ്ടവൻ ഒരു ജേതാവിനെ പോലെ നാലുപേർ ചുമക്കുന്ന മഞ്ചലിൽ കയറി ശ്മശാനത്തിലേയ്ക്ക് യാത്രയായി. മറ്റുള്ളവരോടൊപ്പം ഞാനും അവന്റെ അവസാന യാത്രയെ അനുഗമിച്ചു.

ശ്മശാനത്തിൽ ഇറക്കി വച്ച വാസവന്റെ ശരീരത്തിനരികിൽ ആരോ റീത്തുകളും മാലകളും ഒക്കെ വച്ചപ്പോൾ ആർജെ. എന്നെഴുതിയ റീത്ത് ചിതയിൽ വയ്ക്കേണ്ട എന്ന് പറഞ്ഞ് ആർ. ജെ വിരോധികൾ വലിച്ച് കീറിയെറിഞ്ഞു., ചിതയ്ക്ക് തീ കൊളുത്തുന്നതിന് മുൻപായുള്ള ചടങ്ങ് നടക്കുമ്പോൾ അവിടെയെത്തിയ ബുദ്ധി കൂടി സ്ഥിരബുദ്ധി നഷ്ടമായ ബുദ്ധിജീവി എന്ന അപരനാമത്തിൽ അറിയപ്പെട്ടുന്നയാൾ ഒരു വെളിപാടുപോലെ പറയാൻ തുടങ്ങി

"ഉള്ളതെല്ലാം തുറന്ന് പറഞ്ഞ മനുഷ്യരെ ഒരിക്കലും വഞ്ചിക്കാതിരിക്കുക. ഉള്ളതിൽ പാതി പറഞ്ഞവരെ വിശ്വസിക്കാതിരിക്കുക. നമ്മോട് ഒളിച്ചു വയ്ക്കാൻ ഒന്നുമില്ലാതെ എല്ലാം തുറന്ന് കാട്ടിയവർ നമ്മെ

സ്നേഹിച്ചധിലധികം വിശ്വസിച്ചവരാണ്. അവർ തുടക്കം മുതൽ ഒടുക്കം വരെയും നമ്മോട് ഒരു പോലെ ആയിരിക്കും. പാതി പറഞ്ഞവർ പറഞ്ഞതിൽ പകുതിയും നുണകളായിരിക്കും. അതൊക്കെ അവരുടെ ജീവിതവുമായി യാതൊരു ബന്ധവുമില്ലാത്ത കാര്യങ്ങളായിരിക്കും.

ഉള്ളറിഞ്ഞ സ്നേഹം തിരിച്ചറിയേണ്ടത് ഉള്ള് തുറന്ന് ഉള്ളത് പറയുമ്പോഴാണ്. ഇല്ലാത്തത് ഉണ്ടാക്കി പറയുമ്പോൾ അല്ല. വീഴ്ച യുണ്ടായവരെ വിധിക്കരുത്. നാളെ നമുക്കും ഉണ്ടാകാം വീഴ്ചകൾ സഹായിച്ചവരെ മറക്കാതിരിക്കുക -

വിശ്വസിച്ചവരെ വഞ്ചിക്കാതിരിക്കുക. വിധി എന്ന കളിക്കാരൻ മറുവശത്തുള്ളിടത്തോളം കാലം തോൽവിയും മുൻപിൽ കണ്ടു വേണം ജീവിതം എന്ന കളി കളിക്കാൻ. കാലത്തിന്റെ കണക്കു പുസ്തകത്തിലെ പ്രതികാരത്തിൽ നിന്ന് ആർക്കും ഓടിയൊളിക്കാനാവില്ല. സത്യമേവ ജയതേ!" എന്ന് പറഞ്ഞയാൾ ഉച്ചത്തിൽ ചിരിക്കാൻ തുടങ്ങിയപ്പോൾ ഉയർന്ന് പൊങ്ങിയ തീനാളങ്ങൾക്കുള്ളിൽ നിന്നും വീണ്ടും ഉയർന്നു കേട്ടു വാസവൻ പിണത്തിന്റേയും ചിരി. ആ ചിരിക്ക് അകമ്പടിയെന്നോണം ഞാനും ചിരിച്ചു കൊണ്ട് വാസവനേയും കൂട്ടി ഞങ്ങളോടൊപ്പം ഇനി അവന്റേതുകൂടിയായിത്തീർന്ന ആത്മാക്കളുടെ ആലയത്തിൽ ചേക്കേറാനുള്ള പ്രയാണം തുടങ്ങി.

അകാലപൂർണിമകൾ

പോകാൻ തയ്യാറായി വന്ന് അമ്മാമ്മച്ചിയുടെ ശുഷ്കിച്ച കൈകളിൽ മുറുകെ പിടിച്ചപ്പോൾ

“നീ എന്തായാലും പോയിട്ട് വാ മോനേ.. അവന് കൊടുക്കാൻ വാങ്ങിയ കരടിപ്പാവ എടുത്തു വച്ചോ? അത് കാണുമ്പോൾ അവനിഷ്ടമാകും. അമ്മാമ്മച്ചി ഒരു പൊതി കൈയ്യിൽ തന്നു. തുറന്ന് നോക്കിയപ്പോൾ ചെറിയ സ്വർണ്ണമണികൾ കോർത്ത മാലയും ഏലസ്സും.

“വൈഷ്ണവി മോളോട് പറയണം ഇത് കുഞ്ഞിന് ഇടാൻ. മനയ്ക്കലെ വല്യമ്പൂരിയെ കൊണ്ട് ചെയ്യിച്ചതാണ്. മുത്തശ്ശിയ്ക്ക് ഇതല്ലേ ആവൂ ചെറുമകൾടെ കുഞ്ഞിന് കൊടുക്കാൻ. അല്ലാതെ ഭഗവാനോട് എത്ര കേണപേക്ഷിച്ചാലും എന്റെ ജീവൻ എന്റെ മക്കളുടെ ജീവന് പകരമാക്കില്ലാല്ലോ. ഞാനെന്ന പാഴ് ജൻമം ഇങ്ങനെ ഇനിയും എത്ര നാൾ നീറി നീറി ജീവിക്കാൻ ആണോ എന്തോ???? കൺമുൻപിൽ സ്വന്തം മകളേയും ഭർത്താവിനേയും കളിപ്പിച്ച് കിടത്തി. അവളുടെ രണ്ട് മക്കൾക്ക് വേണ്ടി ജീവിച്ചിട്ട് സുനിൽക്കുട്ടൻ സ്നേഹിച്ച പെണ്ണിനെ കിട്ടാത്തതിൽ ഖേദിച്ച് ഒറ്റത്തടിയായി നിൽക്കുന്നു. വൈഷ്ണവിമോൾക്ക് നേർച്ച കാഴ്ചകൾ കഴിച്ച് പത്ത് വർഷത്തിന് ശേഷം ഉണ്ടായ കുഞ്ഞാണ് എന്റെ മോഹക്കുട്ടൻ... ആ!വിധിച്ചതല്ലേ നടക്കൂ. കൊതിച്ചത് ഒന്നും നടക്കില്ലാലോ... ഭഗവാനേ കൃഷ്ണാ എന്റെ കുഞ്ഞുങ്ങളെ കാത്തോളണേ... ”

വണ്ടിയിൽ കയറി സ്റ്റാർട്ട് ചെയ്യുമ്പോഴും ഓർത്തു എനിയ്ക്കും ഉണ്ടായിരുന്നു ഒരാൾ. ഒന്നും പറയാനില്ലെങ്കിലും എന്തെങ്കിലും ഒന്നു പറയൂ... പറയൂ... എന്ന് പറഞ്ഞ് എന്റെ ആത്മാവിനെ തന്നെ മോഷ്ടിച്ച ഒരാൾ. പ്രിയപ്പെട്ടവർക്കൊപ്പം ചിലവിടുന്ന കുറച്ച് കാലത്തേക്കാൾ വലുതല്ല

മറ്റൊന്നും എന്ന് പറഞ്ഞവൾ. ഏറെ പ്രിയപ്പെട്ടവർ ഇനി വരില്ലെന്നറിഞ്ഞിട്ടും ദൂരേയ്ക്ക് നോക്കിയിരിക്കാറില്ലേ. അതു തന്നെയാണ് സ്നേഹം. ഇപ്പോൾ തോന്നുന്നു നമുക്ക് സ്വന്തമായിട്ടുള്ളത് നമ്മൾ മാത്രമാണ് ബാക്കിയുള്ളതെല്ലാം സ്വന്തമാണെന്ന വിശ്വാസവും. ഓരോരോ മുഖങ്ങൾ മനസ്സിന്റെ വാതായനങ്ങൾ തുറന്ന് പുറത്തേയ്ക്കിറങ്ങി ഓർമ്മകളിലെ ഒഴിഞ്ഞ മുറ്റത്തെ കോണുകളിലേയ്ക്ക് ഇരിപ്പുറപ്പിച്ചപ്പോൾ ഡ്രൈവ് ചെയ്യുന്നതിനിടയിലും വിങ്ങലോടെ ഞാൻ അവരോടൊപ്പമുള്ള ഗതകാല സ്മരണകളിലെ വേലിയേറ്റത്തിലേയ്ക്ക് മുങ്ങാംകുഴിയിട്ടു.

തങ്കമ്മാമ്മ

പണ്ട് അച്ഛന്റെ വീട്ടിൽ ആയിരുന്ന സമയത്ത് അവിടെയുള്ള എന്റെ കളിക്കൂട്ടുകാരൻ സൈജുവിന്റെ അമ്മയായിരുന്നു തങ്കമ്മാമ്മ. പേരുപോലെ തന്നെ തങ്കമായിരുന്നു ആ അമ്മ. ജോലി ഒക്കെ കിട്ടി കഴിഞ്ഞ് നാട്ടിലെ വീടും പറമ്പും ഒക്കെ വിൽപന നടത്തി നഗരവാസിയായപ്പോൾ ബന്ധങ്ങൾക്ക് അകൽച്ച വന്നു.

നാട്ടിലുള്ള ഒരകന്ന ബന്ധു മകളുടെ വിവാഹം ക്ഷണിക്കാൻ വന്നപ്പോൾ ആണ് സൈജുവിനെക്കുറിച്ച് തിരക്കിയത്. അപ്പോഴാണ് അവന്റെ അപ്പാ മരിച്ച വിവരം അറിയുന്നത്. ബന്ധുവിനോട് പറഞ്ഞ് സൈജുവിന്റെ അടുത്ത വീട്ടിലെ ഫോൺ നമ്പർ സംഘടിപ്പിച്ച് അവനെ വിളിച്ചു. അന്ന് മൊബൈൽ ഫോൺ പ്രചാരത്തിൽ ആയിട്ടില്ല. തങ്കമ്മാമ്മയും ആയി സംസാരിച്ചു. വിളിയിലും, സംസാരത്തിലും ഒക്കെ ആ പഴയ തങ്കമ്മാമ്മ തന്നെ. എന്നെ കാണുവാൻ കൊതിയുണ്ട് എന്ന് പറഞ്ഞപ്പോൾ കല്യാണത്തിന് വരുമ്പോൾ വരാം എന്ന് ഉറപ്പും നൽകി.

കുട്ടികളായിരുന്നപ്പോൾ തങ്കമ്മാമ്മ എന്നും സൈജുവിനോട് പറയുമായിരുന്നു നിന്നേക്കാൾ മുൻപേ എന്റെ സുനിലുമോൻ വാങ്ങിത്തരുന്ന ചട്ടയും മുണ്ടും ഉടുത്ത് കസവ്കവിണിയും പുതച്ച് ഞായറാഴ്ച പള്ളിയിലേയ്ക്ക് ഒരു പോക്കുണ്ട്. എന്നെ കാണുമ്പോൾ എല്ലാവരും ചോദിക്കും ഇതെവിടുന്നാ തങ്കമ്മേ എന്ന്. അപ്പോൾ ഞാൻ അഭിമാനത്തോടെ പറയും മുണ്ടയ്ക്കലെ സുനിലുമോനില്ലേ മോന് ജോലി കിട്ടിയപ്പോൾ വാങ്ങിത്തന്നതാണെന്ന്. വിവാഹത്തിന് പോകാനുള്ള തയ്യാറെടുപ്പുകളുടെ കൂട്ടത്തിൽ തങ്കമ്മാമ്മയ്ക്കും വാങ്ങി തൂവെള്ള മസ്ളിൻ തുണിയുടെ ചട്ടയും, മുണ്ടും, കസവു കരയുടെ നേര്യതും. തങ്കമ്മാമ്മയ്ക്ക് ഇഷ്ടമുണ്ടായിരുന്ന കാരോലപ്പവും അമ്മാമ്മച്ചിയെ കൊണ്ട് ഉണ്ടാക്കിച്ചു പൊതിഞ്ഞെടുത്തു.

നേരേ കല്യാണ വീട്ടിൽ പോയാൽ ബന്ധുക്കളേയും, സുഹൃത്തുക്കളേയും കണ്ടശേഷം സമയം കിട്ടാതെ തങ്കമ്മാമ്മയെ കാണാൻ സാധിക്കാതായാലോ എന്നോർത്ത് ആദ്യം തങ്കമ്മാമ്മയുടെ വീട്ടിലേയ്ക്കുള്ള ഇടവഴിയുടെ സമീപം വണ്ടി പാർക്ക് ചെയ്ത ശേഷം നടന്നു. അപ്പോഴും മനസ്സിൽ എന്നെക്കാണുമ്പോൾ ഉള്ള തങ്കമ്മാമ്മയുടെ സന്തോഷഭരിതമായ മുഖമായിരുന്നു. അവരുടെ വീടിന്റെ മുൻപിലായുള്ള വക്കച്ചൻ ചേട്ടനോട് എന്നെ സ്വയം പരിചയപ്പെടുത്തി കുശലാന്വേഷണം നടത്തിയപ്പോൾ വക്കച്ചൻ ചേട്ടൻ പറഞ്ഞു

"മോനേ സൈജുവും ഭാര്യയും ഇപ്പോൾ സ്കൂട്ടറേൽ അങ്ങോട്ട് പോയതേയുള്ളൂ. "

"സാരമില്ല വക്കച്ചൻ ചേട്ടാ. ഞാനവനെ പിന്നെ കണ്ടോളാം. തങ്കമ്മാമ്മയെ ഒന്നു കണ്ടിട്ടു വരട്ടേ. "

"അയ്യോ മോനേ അപ്പോൾ മോനൊന്നും അറിഞ്ഞില്ലേ?. ഞാൻ കരുതി മോൻ വിവരംഅറിഞ്ഞിട്ട് വന്നതായിരിക്കും എന്ന്. തങ്കമ്മ മരിച്ചിട്ട് ഒരാഴ്ചയായി. ഇന്നലെയായിരുന്നു കുഴികാഴ്ച"

കേട്ട വാർത്ത വിശ്വസിക്കാൻ പ്രയാസം തോന്നി. സമനില വീണ്ടെടുത്തപ്പോൾ വക്കച്ചൻ ചേട്ടനോട് യാത്ര പറഞ്ഞ് നേരേ പോയത് പള്ളി സെമിത്തേരിയിലേയ്ക്കാണ്. അവിടെ ചെന്ന് തങ്കമ്മാമ്മയുടെ ഉണങ്ങിത്തുടങ്ങിയ പൂക്കൾ വിരിച്ച കുഴിമാടത്തിൽ മനോവ്യഥയോടെ ചട്ടയുടേയും മുണ്ടിന്റേയും പൊതി വച്ച ശേഷം

കാരോലപ്പത്തിന്റെ പൊതിയഴിച്ച് അതിൽ നിന്നും രണ്ടെണ്ണമെടുത്ത് കുഴിക്കരികിൽ വച്ചു. കണ്ണടച്ചു നിന്ന് തങ്കമ്മാമ്മയുടെ ആത്മശാന്തിക്കായി പ്രാർത്ഥിച്ച് തിരികെ നടന്ന് പള്ളി വാതിൽക്കൽ ഇരിക്കുന്ന വൃദ്ധയായ ധർമ്മക്കാരിയുടെ കൈയ്യിൽ ബാക്കിയുള്ള കാരോലപ്പം കൊടുത്ത് വണ്ടിയിൽ കയറി.

സുഹൃത്ത്

എന്റെ വിരലിലെണ്ണാവുന്ന ഏറ്റവും അടുത്ത സുഹൃത്തുക്കളിൽ ഒരാളായിരുന്നു റെജി ജോസഫ്. സുമുഖൻ, സുന്ദരൻ, സരസൻ, സുസ്മേരവദനൻ. ഞങ്ങളുടെ ഓഫീസിലെ യു. ഡി ആയിരുന്നു അവൻ. സ്റ്റെനോ ആയിരുന്ന രാജഗോപാൽ സാർ വിരമിച്ചിരുന്ന ഒഴിവിലേയ്ക്കാണ് റസിയ വന്നത്. എങ്ങനെ എന്നറിയില്ല റസിയയും റെജിയും പ്രണയത്തിൽ ആയി. മറ്റാരും അറിയാതെ റസിയയും റെജിയും രജിസ്റ്റർ വിവാഹിതരായി.

ഞാനായിരുന്നു സാക്ഷി. എന്നിരുന്നാലും യാഥാസ്ഥിതികരായ തന്റെ കുടുംബത്തെ വിഷമിപ്പിക്കാൻ റസിയ തയ്യാറല്ലായിരുന്നു. ബാപ്പ മരിച്ച ശേഷം റസിയയേയും. ചേച്ചി ഷാഹിനയെയും ഉമ്മയും, ഉമ്മയുടെ ഉപ്പയും കൂടിയാണ് വളർത്തിയതും പഠിപ്പിച്ചതും. ഷാഹിനയുടെ വിവാഹ ശേഷം റസിയ വീട്ടിൽ വിവരം അറിയിച്ചതനുസരിച്ച് റെജിയേയും, എന്നെയും റസിയയുടെ വീട്ടുകാർ വിളിപ്പിച്ചു. രജിസ്റ്റർ വിവാഹം നടന്നതു കൊണ്ടു മാത്രം അവരുടെ ഒരു നിബന്ധന റെജി അനുസരിക്കുകയാണെങ്കിൽ മാത്രം വിവാഹത്തിന് സമ്മതിക്കാമെന്നും പറഞ്ഞു. റസിയയ്ക്ക് വേണ്ടി റെജി എന്തിനും തയ്യാറായിരുന്നു.

പൊന്നാനിയിൽ പോയി രഹസ്യമായി സുന്നത്ത് നടത്തിയ റെജി ജോസഫ് റഹ്മാനായി തിരികെ വന്നു. പെങ്ങളുടെ വിവാഹം നിശ്ചയിച്ചിരിക്കുന്ന അവസരത്തിൽ വിവരം സ്വന്തം വീട്ടിൽ പോലും അറിയാതിരിക്കാൻ വേണ്ടി റെജി വേദന സഹിച്ച് പിറ്റേന്ന് തന്നെ മുണ്ടുടുത്ത് ഓഫീസിൽ വന്നു. റെജിയുടെ കാലകത്തിപ്പിടിച്ചുള്ള നടപ്പ് കണ്ടപ്പോൾ സൂപ്രണ്ട് സുബൈദ ബീഗം സാർ ചോദിച്ചു

"ഇതെന്താ റെജി ഇങ്ങനെ നടക്കുന്നത്?ഒരു മാതിരി മാർക്കം കഴിഞ്ഞ പിള്ളാരെപ്പോലെ?"

"അത് തന്നെ സാറേ" എന്ന് വേദനയ്ക്കിടയിലും സ്വതസിദ്ധമായ പുഞ്ചിരിയോടെ റെജി പറഞ്ഞപ്പോൾ സത്യം അറിയാവുന്ന ഞാനും, റസിയയും അടക്കം ബാക്കിയുള്ള സഹപ്രവർത്തകരും ചിരിച്ചു.

പെങ്ങളുടെ വിവാഹം കഴിഞ്ഞ് റെജി റസിയയുടെ കാര്യം വീട്ടിൽ പറഞ്ഞപ്പോൾ ആദ്യം അവരൊക്കെ വിസമ്മതിച്ചെങ്കിലും നിജസ്ഥിതി മനസ്സിലാക്കിയപ്പോൾ അനുകൂലിക്കുകയേ മാർഗ്ഗമുണ്ടായിരുന്നുള്ളൂ.

റെജിയും, റസിയയും വളരെ സന്തുഷ്ടിയോടെ തന്നെ ജീവിച്ചു. അവർക്ക് ഒരു ആൺകുട്ടി ജനിച്ച സമയത്താണ് രാജഗോപാൽ സാറിന്റെ മരണവിവരം അറിഞ്ഞത്. ജോലിയിൽ നിന്നും വിരമിച്ച ശേഷം സാർ സ്വദേശമായ നീണ്ടകരയിലേയ്ക്ക് പോയിരുന്നു.

ഞങ്ങൾ റീത്തുമായി ചെല്ലുമ്പോൾ സാറിന്റെ മൃതദേഹം ചിതയിലെരിഞ്ഞടങ്ങാൻ തുടങ്ങിയിരുന്നു. റീത്ത് വണ്ടിയിൽ തന്നെ വച്ച് തിരികെ വരുമ്പോൾ "എന്തായാലും വാങ്ങിയതല്ലേടാ സുനിലേ. നമുക്കിത് സൂക്ഷിച്ച് വെയ്ക്കാം. ഇനിയും പ്രയോജനപ്പെടുത്താമല്ലോ. "

കളങ്കരഹിതനായ ഒരു കൊച്ചു കുട്ടിയെപ്പോലുള്ള അവന്റെ സംസാരം കേട്ടപ്പോൾ എനിക്കവനോട് ഇഷ്ടത്തേക്കാളുപരി വാത്സല്യവും തോന്നി.

“എടാ റെജീ റീത്ത് ആരെങ്കിലും സൂക്ഷിച്ച് വയ്ക്കുമോടാ? അനിശ്ചിതവും, അസ്ഥിരവുമായ ഒരു കവചമല്ലേ നമ്മുടെ ഒക്കെ ജീവൻ. ഏതു നിമിഷമാണ് യമദൂതൻ അതഴിച്ചെടുത്തു കൊണ്ടു പോകുമെന്ന് അറിയാത്ത നമ്മളിൽ ഒരു പക്ഷേ ഞാനോ നീയോ ആണെങ്കിലോ ഈ റീത്ത് വയ്ക്കേണ്ട അടുത്ത ആൾ???. ”

“എന്നാൽ വേണ്ട അല്ലേടാ”

എന്ന് പറഞ്ഞവൻ നീണ്ടകര പാലത്തിന്റെ വശത്തായി വണ്ടി നിർത്തി വെള്ളത്തിലേയ്ക്കിട്ടു കൊണ്ട് പറഞ്ഞു

“നമ്മൾ വീടെത്തുന്നതിനു മുൻപേ ഒഴുകുന്ന ജലത്തിന്റെ ശവമഞ്ചത്തിലേറി അതാ എസ്ച്വറിയിലേയ്ക്ക് പോയിട്ടുണ്ടാകും എന്ന വിശ്വാസത്തോടെ നമുക്കിനിയും യാത്ര തുടരാം”

ഞാൻ ട്രാൻസ്ഫർ ആയി മലപ്പുറത്തേയ്ക്ക് പോയതിനു ശേഷം ഫോണിലൂടെ മാത്രമായി അവനുമായുള്ള ബന്ധം. ഇടയ്ക്ക് നാട്ടിൽ വന്നപ്പോൾ വൈഷ്ണവിയുടെ വിവാഹ ആവശ്യത്തിന് വേണ്ടി കടം വാങ്ങിയ പണം അവന് നൽകുമ്പോൾ പറഞ്ഞു നാളത്തെ ഉച്ചയൂണ് അവന്റെ വീട്ടിലാണെന്ന്. അവിടെ ചെന്നപ്പോൾ റസിയയുടെ കൈയ്യിൽ പാവക്കുട്ടിയെ പോലൊരു പെൺകുഞ്ഞ്. എന്നെ വിസ്മയിപ്പിക്കാൻ വേണ്ടി അവൻ മനപൂർവ്വം പറയാതിരുന്നതാണ്. ഊണ് കഴിഞ്ഞ് പോകാൻ ഇറങ്ങിയപ്പോൾ അവൻ ഒരു പൊതി കൈയ്യിൽ തന്നിട്ട് പറഞ്ഞു മുട്ട പത്തിരിയും, കോഴി പൊരിച്ചതും ആണ് വൈകിട്ട് മലപ്പുറത്തേയ്ക്കുള്ള യാത്രയിൽ നിനക്ക് കഴിക്കാൻ.

മലപ്പുറത്തെത്തിയ രണ്ടാം ദിവസം തുടരെയടിക്കുന്ന ഫോൺ ബെല്ലാണ് ഉണർത്തിയത്. അശനിപാതം പോലെ കേട്ട വാർത്ത അവിശ്വസനീയമായിരുന്നു. ഇന്നലെയുണ്ടായ അപകടത്തിൽ റെജിയുടെ ജീവന്റെ കവചം അനിഷേധ്യ അധികാരി കൈക്കലാക്കി... അവനെ അങ്ങനെ കാണാനുള്ള ശക്തിയില്ലാതിരുന്നിട്ടും എനിയ്ക്ക് പോകാതിരിക്കാനായില്ല.

ഖബറിടത്തിലേയ്ക്ക് യാത്രയായ റെജിയുടെ പുറകേ ഓടി വന്ന് മയങ്ങി വീണ റസിയയുടേയും, പിഞ്ചുകുഞ്ഞുങ്ങളുടേയും മുഖം, അതിലൊക്കെ ഉപരിയായി റെജിയുടെ മാത്രം സ്വതസിദ്ധമായ പുഞ്ചിരി അതിന്നും എന്നിൽ പെയ്തൊഴിഞ്ഞിട്ടും ബാക്കി നിൽക്കുന്ന മഴയുടെ ശകലങ്ങൾ പോലെ മനസ്സിൽ വ്യഥയുടെ നീർമുത്തുകൾ ഉതിർക്കുന്നു.

കൊച്ചാട്ടൻ

എന്റെ ഏറ്റവും അടുത്ത സുഹൃത്തുക്കളിൽ ഒരാളായിരുന്നു കണ്ണൂരിലെ രവീന്ദ്രൻ നമ്പ്യാർ. അവന്റെ സഹോദരി രാഗിണിയുടെ നിശ്ചയത്തിനാണ് ഞാനാദ്യം അവന്റെ വീട്ടിൽ പോയത്. നിശ്ചയം ഒക്കെ കഴിഞ്ഞ് വൈകിട്ട് നാട്ടുകാണാനിറങ്ങിയ കൂട്ടത്തിൽ മലയടിവാരത്തുള്ള പനയോല മേഞ്ഞ ചെറിയൊരു കുടിലിന്റെ മുൻപിൽ ഞങ്ങൾ ചെന്നു.

"ഗോപി കൊച്ചാട്ടോ"

"നമ്പ്യാര് കുട്ടിയാണോടാ കേറി വാടാ മോനേ"

ഞാനൊറ്റയ്ക്കല്ല എന്റെ കൂടെ മൂന്നാല് കൂട്ടുകാരുമുണ്ട്. അങ്ങ് തിരുവിതാംകൂറീന്നുള്ളവരാ"

അതിനെന്താടാ മോനേ കേറി വാടാ പിള്ളാരേ"

ചെരിപ്പുകൾ അഴിച്ചു വച്ച് ഞാനും, രവിയും, ബാക്കിയുള്ളവരും കയറി ച്ചെന്നപ്പോൾ ഒരു നാടൻ പാട്ടിന്റെ ചാരുത പോലെ ഇരുനിറമുള്ള മനുഷ്യൻ നിറഞ്ഞ ചിരിയോടെ ഇരിക്കുന്നു.

"ഉള്ളിടത്തെല്ലാം ഇരിയെടാ മക്കളേ എന്നു പറഞ്ഞ് പഴയ ചവുക്കാളം എടുത്തു തന്നു. ഞങ്ങൾ വട്ടം വളഞ്ഞിരുന്നപ്പോൾ കൊച്ചാട്ടൻ സ്പെഷൽ എന്നു പറഞ്ഞ് ചില്ലു ഗ്ലാസ്സുകളിൽ കട്ടനും, കാട പൊരിച്ചതും എടുത്തു വച്ചു. കൂട്ടത്തിൽ നല്ല എരിവുള്ള കാന്താരി ചതച്ചതും, കൊള്ളിക്കിഴങ്ങും, കായ ചുട്ടതും. അത് ആസ്വദിച്ച് കഴിക്കുന്നതിനിടെ ഗോപി കൊച്ചാട്ടൻ ഞങ്ങളോട് പേര് ചോദിച്ചു.

"കൊച്ചാട്ടോ ഈ സ്പെഷൽ അല്ലാതെ സൂപ്പർ സ്പെഷൽ ഇരിപ്പില്ലേ. കൊച്ചാട്ടന്റെ മാസ്റ്റർ പീസ്. അത് കൊടുക്കാം എന്ന് പറഞ്ഞാ ഇവൻമാരെ വിളിച്ചോണ്ട് വന്നത്."

"അത് വേണോടാ മോനേ? ഇന്ന് രാഗിണി കുഞ്ഞിന്റെ നിശ്ചയം കഴിഞ്ഞ ദിവസമായതോണ്ട്?"

"ഓ! അതിനെന്താ ഞങ്ങളിന്ന് ഇളയച്ഛന്റെ വീട്ടിലാ കിടക്കുന്നത്. ഇളയമ്മയും, ഇളയച്ഛനും അവിടെ എന്റെ വീട്ടിലും. കൊച്ചാട്ടൻ ധൈര്യമായിട്ടെടുത്തോ. "

"എന്നാ കൊഴപ്പമില്ല." എന്ന് പറഞ്ഞ് കൊച്ചാട്ടൻ എഴുന്നേറ്റ് പുറത്തേയ്ക്ക് പോയി. രണ്ട് കുപ്പികളും ആയാണ് തിരികെ വന്നത്. കൊച്ചാട്ടന് മാത്രം കുടിക്കാനായി മുന്തിരിയിൽ മറ്റെന്തൊക്കെയോ ചേർത്ത് വാറ്റിയെടുക്കുന്ന നാടൻ സാധനം. ആദ്യമായി അത് കുടിച്ചപ്പോൾ തന്നെ ഞങ്ങളൊക്കെ കൊച്ചാട്ടന്റെ ആരാധകരായി മാറി.

പാട്ടും മേളവും ഒക്കെ കഴിഞ്ഞ് തിരികെ പോകാൻ നേരം കൊച്ചാട്ടൻ എന്നെ കെട്ടിപ്പിടിച്ച് പറഞ്ഞു

"നിന്നോട് എനിക്കെന്തോ പ്രത്യേക സ്നേഹം. നീ എനിയ്ക്ക് ജനിക്കാതെ പോയ മകനാണെടാ. ഇനിയും വരണം. നിന്നെ എനിയ്ക്ക് കാണണം എന്ന് പറഞ്ഞ് കരഞ്ഞു.

പിന്നീട് ഞാൻ ഗോപി കൊച്ചാട്ടനെ കാണുന്നത് രാഗിണിയുടെ വിവാഹത്തിന് ചെന്നപ്പോൾ ആയിരുന്നു. അന്നും പതിവ് പരിപാടികൾ അരങ്ങേറി. അന്ന് ഞാൻ ഗോപി കൊച്ചാട്ടന്റെ കൂടെയാണുറങ്ങി യത്. നഷ്ടപ്പെട്ട മകനെ തിരിച്ചു കിട്ടിയ ഒരച്ഛന്റെ സ്നേഹം ഞാനന്ന് അദ്ദേഹത്തിൽ കണ്ടറിഞ്ഞു. പിന്നീട് രവിയെ വിളിക്കുമ്പോൾ ഒക്കെ പറയുമായിരുന്നു ഗോപി കൊച്ചാട്ടൻ എന്നെ തിരക്കിയിരുന്ന കാര്യം.

ഒഫീഷ്യൽ ട്രിപ്പിന് കണ്ണൂര് പുളിങ്ങോത്ത് വരെ പോകേണ്ടി വന്നപ്പോൾ ആണ് രവിയുടെ വീട്ടിൽ കയറിയത്. ഞാൻ കാശ്മീരിൽ പോയപ്പോൾ രവിയുടെ അച്ഛനും, ഗോപികൊച്ചാട്ടനും കൊടുക്കാൻ വേണ്ടി ഓരോ ഷാൾ വാങ്ങിയിരുന്നു. അത് കൊണ്ടു പോയി ഗോപി കൊച്ചാട്ടന് കൊടുത്തിട്ട് വരാം എന്ന് പറഞ്ഞപ്പോൾ ആണ് അവൻ പറയുന്നത് അവിടെയുണ്ടായ ഉരുൾപൊട്ടലിൽ കൊച്ചാട്ടൻ... ഇന്നും കൊച്ചാട്ടന് വേണ്ടി വാങ്ങിയ ഷാൾ ഇടയ്ക്കെടുത്ത് നോക്കുമ്പോൾ കൊച്ചാട്ടൻ മാത്രം എന്നെ വിളിച്ചിരുന്ന

"നീലൂട്ടാ..." എന്ന വാത്സല്യാതിരേകത്തോടെയുള്ള വിളി ചെവികളിൽ മുഴങ്ങുന്നതായി തോന്നും.

ഫ്ലക്സ്

നഗരത്തിൽ എന്റെ വീടിന്റെ കുറച്ചകലെയായുള്ള നാൽക്കവലയിൽ ബജി വിൽക്കുന്ന ചെറുപ്പക്കാരനായിരുന്നു വിജേഷ്. ദിവസവും ഞാൻ അവന്റെ കടയിൽ നിന്നും ബജി വാങ്ങാറുണ്ടായിരുന്നു. അടുത്ത പരി ചയമായിക്കഴിഞ്ഞപ്പോൾ അവന്റെ വാഹന ബജിക്കടയുടെ സമീപമി ട്ടിട്ടുള്ള കസേരകളൊന്നിൽ കുറച്ചു സമയം ഇരിക്കുന്നതും പതിവാക്കി.

ഞങ്ങളുടെ ഓഫീസിനടുത്തുള്ള നാൽക്കവലയ്ക്കടുത്തും എവിടെയെ ങ്കിലും വണ്ടി ഇടാനുള്ള സൗകര്യമുണ്ടെങ്കിൽ നമുക്ക് രണ്ടാൾക്കും കൂടി ബിസിനസ് ആരംഭിക്കാം സുനില് ചേട്ടാ എന്ന് പറഞ്ഞപ്പോൾ ഞാൻ ബിസിനസ് ചെയ്യുന്നില്ലെടാ എന്നാലും നിനക്ക് കട തുടങ്ങാൻ സ്ഥലവും നോക്കാം, അൽപ്പസ്വല്പം സാമ്പത്തിക സഹായവും ചെയ്യാം എന്ന് പറഞ്ഞു.

ഓഫീസിനടുത്ത് തന്നെയായിരുന്നു മെഡിക്കൽ കോളേജും.

അവിടെ കുറച്ച് പേരെ എനിയ്ക്ക് പരിചയമുണ്ട് എന്ന് അറിഞ്ഞപ്പോൾ മുതൽ അവൻ അവന്റെ ഭാര്യയേയും, കുട്ടിയേയും ഒക്കെ കൊണ്ട് ആശുപത്രിയിൽ വരുമ്പോൾ നേരത്തേ എന്നോട് പറഞ്ഞ് ചീട്ട് എടുപ്പിച്ച് വയ്ക്കുമായിരുന്നു. ചേട്ടനും അനിയനും തമ്മിലുള്ള ആത്മബന്ധം. അതായിരുന്നു ഞങ്ങൾ തമ്മിൽ.

അമ്മാമ്മച്ചിക്ക് കാശിക്ക് പോകണം എന്ന ആഗ്രഹം സാധിച്ചു കൊടുക്കാൻ വേണ്ടി കാശിക്ക് പോയി തിരിച്ചുവന്ന ശേഷം പതിവുപോലെ ഓഫീസിലേയ്ക്ക് പോകുമ്പോൾ ആണ് വഴിയിൽ വച്ചിട്ടുള്ള ഫ്ലക്സ് കണ്ട് ഞെട്ടിയത്. ആദരാഞ്ജലികൾ എന്നെഴുതിയ വിജേഷിന്റെ ഫ്ലക്സ്. മഞ്ഞപ്പിത്തം ആയിരുന്നു അവന്. അറിഞ്ഞില്ല...

ബർത്ത്ഡേ

ഗാർഡൻസിറ്റി എന്ന ഫ്ലാറ്റ് സമുച്ചയത്തിന്റെ പ്രധാന കവാടത്തിൽ കൂടി വണ്ടി അകത്തേയ്ക്ക് ഓടിച്ചു കയറ്റി പാർക്കിംഗ് ഏരിയയിൽ വണ്ടി ഇട്ട ശേഷം രാമായൺ അപ്പാർട്ട്മെന്റിലെ പാർട്ടിഹാളായ A-12ലേയ്ക്കുള്ള ലിഫ്റ്റിൽ കയറി. അവിടെ ചെന്നപ്പോൾ എല്ലാവരും സന്നിഹിതരായിട്ടുണ്ട്. എന്നെ കണ്ടതും വൈഷ്ണവി ചേട്ടാ എന്ന് വിളിച്ച് ഓടി വന്നു. എല്ലാവരേയും നോക്കി ചിരിച്ചു കൊണ്ട് മോഹിതിന്റെ അടുത്തേയ്ക്ക് നടന്നു ചെന്നു. ഒരു കൂട്ടം കുട്ടികളുടെ നടുവിൽ ഇരിക്കുന്ന അവന്റെ കവിളിൽ ഉമ്മവച്ച ശേഷം സമ്മാനപ്പൊതി കൊടുത്തു. അതഴിച്ചു കണ്ട ആ അഞ്ചു വയസ്സുകാരൻ കുരുന്നു' മുഖത്തെ വിടർന്ന ചിരിയോടെ തന്നെ റ്റെഡിബിയറിനെ ഉമ്മ വച്ചു. പിന്നീട് അത് കൂട്ടുകാരെ കാണിക്കുന്ന തിരക്കിലേയ്ക്ക് ഊളിയിട്ടത് കണ്ടപ്പോൾ കണ്ണ് നിറഞ്ഞു പോയി. കേക്ക് മുറിക്കലും, ഭക്ഷണവും എല്ലാം കഴിഞ്ഞ് അടുത്തബന്ധുക്കൾ ഒഴികെ ഓരോരുത്തരായി പിരിഞ്ഞു പോയികഴിഞ്ഞപ്പോൾ ഞാൻ വൈഷ്ണവിയുടെയും അളിയന്റേയും അടുത്ത് ചെന്ന് അമ്മാമ്മച്ചി തന്ന മാല നൽകിയതിനോടൊപ്പം അവളുടെ കൈയ്യിൽ സാമാന്യം കനമുള്ള ഒരു കടലാസ് പൊതിയും കൊടുത്തു.

"നീ ആവശ്യപ്പെട്ടതിലും ഒന്നു കൂടി കൂടുതലുണ്ട്. മതിയായില്ലെങ്കിൽ ചെന്നു കഴിഞ്ഞ് അറിയിച്ചാൽ മതി. ഞാൻ ശരിയാക്കിത്തരാം. അവന് പണത്തിന്റെ കുറവ് ഉണ്ടാകാൻ പാടില്ല" എന്നു പറഞ്ഞ ശേഷം വിളറി വിതുമ്പാൻ തുടങ്ങിയ നിസ്സഹായതയുടെ മാതൃത്വത്തേയും പിതൃത്വത്തേയും മനപൂർവ്വം അവഗണിച്ചു കൊണ്ട് തനിക്ക് സമ്മാനമായി കിട്ടിയ കളിപ്പാട്ടക്കൂമ്പാരത്തിന് നടുവിൽ കൂട്ടുകാർക്കൊപ്പം മറ്റൊരു കളിപ്പാട്ടം പോലെയിരിക്കുന്ന മോഹിതിന്റെ തലയിൽ തടവി തിരിഞ്ഞു നോക്കാൻ ശേഷിയില്ലാതെ നിഴലുകൾ യാത്ര പറയുന്ന ആ സമയത്ത് പടവുകൾ

ഓരോന്നായി ഇറങ്ങി വന്ന് വണ്ടിയിൽ കയറിയിരുന്നപ്പോഴും വ്യസനം മഥിച്ച മനസ്സിനെ അടക്കാൻ പാടുപെട്ടു. വിജനമായ വഴിയോരത്ത് വണ്ടി സൈഡാക്കി സ്റ്റിയറിങ്ങിൽ മുഖമണച്ച് വിങ്ങിവിങ്ങി കരഞ്ഞു.

കരച്ചിൽ ഒന്നടങ്ങിയപ്പോൾ കണ്ണടച്ച് സീറ്റിൽ ചാരിക്കിടന്നു. പാവം എന്റെ കുട്ടി. കഴിഞ്ഞ ദിവസം കളിച്ചു കൊണ്ടിരുന്നപ്പോൾ ആണ് മോഹിത് അമ്മാ ദേ ഞാൻ ചോര തുപ്പി എന്ന് പറഞ്ഞ് വന്നത്. ഭയന്നു പോയ വൈഷ്ണവിയും, അളിയനും അപ്പോൾ തന്നെ മോഹിതിനെ സ്ഥിരമായി കാണിക്കുന്ന ഡോക്ടറുടെയടുത്ത് കൊണ്ടുപോയി. കുറച്ച് നാളായി മോഹിതിന് ഇടയ്ക്കിടെ പനി വരാറുണ്ടായിരുന്നു. ഡോക്ടർ എന്തായാലും നമുക്കൊരു വിശദമായ പരിശോധന നടത്താം എന്ന് പറഞ്ഞു. റിസൽട്ട് വന്നപ്പോൾ ആണറിയുന്നത് രക്താർബുദം. വൈകിപ്പോയി ചികിത്സിച്ചാലും പത്ത് ശതമാനം മാത്രമേ വിജയ സാധ്യതയുള്ളൂ. നാളെ മോഹിത് ആശുപത്രിയിൽ അഡ്മിറ്റാവുകയാണ്. ഇനിയൊരു ബർത്ത്ഡേ ആഘോഷിക്കാൻ അവനുണ്ടാവുമോ എന്നുറപ്പില്ലാത്തതു കൊണ്ട് അവന് സന്തോഷമാകട്ടെ എന്നു കരുതി അവന്റെ മാതാപിതാക്കൾ ഉമിത്തീയിൽ നീറിപ്പിടഞ്ഞു കൊണ്ട് അവന് വേണ്ടി ചെയ്തതാണ് ഇന്നത്തെ ഈ ജൻമദിനാഘോഷം. മോഹിത് എന്ന പേരിൽ മോഹിപ്പിക്കാൻ വന്ന ഞങ്ങളുടെകൊച്ചു മിടുക്കന്റെ ആയുസ്സും ആരോഗ്യവും എല്ലാം ഇനി ദൈവഹിതം.

അമ്മാമ്മച്ചി പറയുന്നതുപോലെ അകാലത്തിൽ വേർപെട്ട ചില ജൻമങ്ങൾ ആണ് ബാക്കിയുള്ള തങ്ങളുടെ ജീവിതം ഭൂമിയിൽ തന്നെ പൂർത്തിയാക്കാൻ വേണ്ടി വന്ന് പൂർണ ചന്ദ്രനെപ്പോലെ ജീവിച്ച് മറ്റുള്ളവരുടെ മനസ്സിൽ പൗർണമിയായി തെളിഞ്ഞ് കത്തിയ ശേഷം പെട്ടെന്ന് അമാവാസിയായി കാലയവനികയ്ക്കുള്ളിൽ മറയുന്നത്. അതിന്റെ രഹസ്യം ആകെ അറിയാവുന്നത് നിയന്തിയന്താവിന് മാത്രം. എന്നെ സ്വാധീനിച്ച അകാലപൗർണമികളായ എല്ലാ മുഖങ്ങളുടേയും ഓർമ്മകളും പേറി അവരുടെ വിടവുണ്ടാക്കിയ പ്രതീകമെന്നതു പോലെ ദ്യോതിപ്പിക്കുന്ന ഇരുട്ടിനെ കീറി മുറിച്ചു കൊണ്ട് എന്റെ മനസ്സും, വണ്ടിയും വീടെന്ന ലക്ഷ്യത്തിലേയ്ക്ക് കുതിച്ചു പാഞ്ഞു.

പിരിവ്

"എടാ ദയാനന്ദൻ. എസേ രണ്ട് മിഠായി കൂടിത്താടാ. . ഞാൻ പത്ത് പറങ്കിയണ്ടി തന്നില്ലേടാ. എല്ലാവരും അഞ്ചെണ്ണം തന്നിട്ടല്ലേടാ മൂന്നെണ്ണം വാങ്ങിയത്. എടാ രണ്ടെണ്ണം കൂടിത്താടാ. ഒന്നാം ക്ലാസ്സിലെ എന്റെ അനിയത്തിക്ക് കൊടുക്കാനാടാ. പത്തെണ്ണത്തിൽ മൂന്നെണ്ണം അവളുടെയാടാ. ഞാനവളോട് പറഞ്ഞ് പോയെടാ. "

"അതെങ്ങനെ ശരിയാകും ബാബുക്കുട്ടാ. പത്തണ്ടിക്ക് ആറ് കടല മിഠായി നീ വാങ്ങിയിട്ട് അത് മുഴുവൻ തിന്നിട്ട് രണ്ടെണ്ണം കൂടി ചോദിക്കുന്നോ? നാളെ മൂന്നണ്ടി കൊണ്ടത്തരാമോ എന്നാൽ ഇന്ന് ഒരെണ്ണം തരാം. തന്നു കഴിയുമ്പോൾ ഒരെണ്ണം കൂടി തരാം."

"ആ നാളെ തരാമെടാ. "

ശരി എന്നാ നിന്റെ അനിയത്തി ബിന്ദു മോളെ വിളിച്ചോണ്ടു വാ അവൾടെ കൈയ്യിൽ കൊടുക്കാം. അല്ലേൽ കൊതി മൂത്ത് അതും നീ തിന്നും. "

കപ്പലണ്ടിക്കാരൻ സദാനന്ദന്റെ മകനായിരുന്നു ബാർട്ടർ സമ്പ്രദായത്തിൽ വിലപേശൽ നടത്തിയ ദയാനന്ദൻ. മിച്ചം വരുന്ന കപ്പലണ്ടിയുടെ പൊട്ടും പൊടിയും വച്ച് ദയാനന്ദന്റെ അമ്മ മക്കൾക്ക് കഴിക്കാൻ കടല മിഠായി ഉണ്ടാക്കും. അത് കഴിക്കാതെ വച്ച് ദയാനന്ദൻ സ്കൂളിൽ കൊണ്ടുവന്ന് കൂട്ടുകാർക്ക് കൊടുത്തിട്ട് മൂന്ന് കടല മിഠായിക്ക് അഞ്ച് പറങ്കയണ്ടി എന്ന ക്രമത്തിൽ' വിൽപന നടത്തും. പിന്നീടാ പറങ്കിയണ്ടി കടകളിൽ കൊടുത്ത് പണം വാങ്ങും. ചെറുപ്പം മുതലേ പണമുണ്ടാക്കണം എന്ന ചിന്ത ദയാനന്ദനിൽ മുന്നിട്ടു നിന്നിരുന്നു.

വലിയ ക്ലാസ്സുകളിൽ ആയപ്പോൾ അവൻ കൂട്ടുകാർക്ക് ഒരു രൂപയ്ക്ക് പത്ത് പൈസ എന്ന നിരക്കിൽ രഹസ്യമായി പലിശയ്ക്ക് കൊടുക്കാൻ തുടങ്ങി. അതിനോടൊപ്പം തന്നെ അവൻ ക്ലാസ്സിലേയോ സ്കൂളിലേയോ പാവപ്പെട്ട കുട്ടികൾക്ക് പുസ്തകം വാങ്ങാനും, വസ്ത്രം വാങ്ങാനും ഒക്കെ സുമനസ്സുകളിൽ നിന്നൊക്കെ പണം പിരിച്ചെടുത്ത് അദ്ധ്യാപകരുടെ കൈയ്യിൽ കൊടുത്ത് പുസ്തകവും, വസ്ത്രവും ഒക്കെ വാങ്ങി നൽകിയിരുന്നു. പിരിച്ചെടുത്ത പണത്തിന്റെ ഒരു വിഹിതം ആരുമറിയാതെ സ്വന്തം കീശയിലും ആക്കിയിരുന്നു. അവന്റെ സഹായമനസ്ഥിതിയും, ഉദാരതയും, ഒക്കെ മറ്റുള്ളവരിൽ മതിപ്പുളവാക്കുകയും തൻമൂലം അവൻ സ്കൂൾ ലീഡർ വരെ ആവുകയും ചെയ്തു.

കോളേജിൽ എത്തിയ ശേഷവും അവന്റെ പിരിവ് പരിപാടി കൂടുതൽ വിപുലമായതോടൊപ്പം കീശബലവും വിപുലപ്പെട്ടുകൊണ്ടിരുന്നു. അതിന്റെ അനുരണനം എന്നതുപോലെ ദാരിദ്ര്യം കൊണ്ട് ക്ഷീണിച്ച മുഖവും, രക്തമയം വറ്റിയിരുന്ന ശരീരവും പുഷ്ടിപ്പെട്ട് മുഖത്ത് ചുവപ്പ് വീശി ദയാനന്ദന്റെ കുടുംബാംഗങ്ങൾ കൂടുതൽ സുന്ദരൻമാരും സുന്ദരികളും ആയി.

ബിരുദം കരസ്ഥമാക്കിയപ്പോഴേയ്ക്കും അവന്റെ ഓലപ്പുര കല്ലു കെട്ടിയ വീടായി രൂപാന്തരപ്പെട്ടിരുന്നു. പിന്നീടവൻ സ്വകാര്യ കമ്പനിയിൽ ജോലി കരസ്ഥമാക്കിയപ്പോഴും ബക്കറ്റ് പിരിവും രസീത് പിരിവും സജീവമായിത്തന്നെ തുടർന്നു. ഇതിനിടയിൽ പലപ്പോഴും ദയാനന്ദന്റെ മനസ്സാക്ഷി അവനെ പ്രേരിപ്പിച്ചു കൊണ്ടിരുന്നു ഇനിയെങ്കിലും പിരിവുപണം അടിച്ചുമാറ്റി മറ്റുള്ളവരെ വഞ്ചിക്കുന്ന ദു:സ്വഭാവം നിയന്ത്രിക്കാൻ. അപ്പോഴൊക്കെ അതുൾക്കൊണ്ടു കൊണ്ട് ദയാനന്ദൻ ചില ലഹരിക്കടിമയായവരെപ്പോലെ തീരുമാനിക്കും ഈ ഒരു പ്രാവശ്യം മാത്രം... ഇനി ഇല്ല... തീർച്ച... നിർത്തി... എല്ലാം നിർത്തി... നിയന്ത്രണം എന്നത് അർത്ഥശൂന്യമായ ഒരു വാക്കാണ്. സാഹചര്യങ്ങൾ തലപൊക്കുന്നതുവരെയേ ആ വാക്കിന് നിലനിൽപ്പുള്ളൂ.

ദയാനന്ദന്റെ പിരിവിൽ പല അനാഥയങ്ങൾക്കും ഭക്ഷണവും, വസ്ത്രവും ലഭിച്ചു. വിവാഹിതരാകാൻ നിർവ്വാഹമില്ലാത്ത പല പെൺകുട്ടികളും സുമംഗലികളായി.

അംഗവിഹീനർക്ക് സ്വയംതൊഴിൽ ലഭിച്ചു.

പിരിവെടുത്ത് മറ്റുള്ളവരെ സഹായിക്കുന്നതിനോടൊപ്പം ദയാനന്ദന്റെ പേരും, പെരുമയും മാത്രമല്ല സാമ്പത്തിക സ്ഥിതിയും ഉയർന്നു കൊണ്ടിരുന്നു. ഇരുനില മാളികയും, കാറും, പിന്നെ സഹോദരങ്ങളുടേയും, ഭാര്യാ സഹോദരങ്ങളുടേയും ഒക്കെ ബിനാമി നാമത്തിൽ

സ്ഥലങ്ങളും നിക്ഷേപങ്ങളും ഉണ്ടായി. രാഷ്ട്രീയത്തിൽ പ്രവേശിക്കാൻ പലരും നിർബന്ധിച്ചിട്ടും ബുദ്ധിമാനായ ദയാനന്ദൻ വിസമ്മതിച്ചു.

മകളുടെ വിവാഹം വിപുലമായി നടത്താനുള്ള തയ്യാറെടുപ്പുകൾ നടക്കുന്നതിനിടെയാണ് ദയാനന്ദൻ തലകറങ്ങി വീണത്. രക്തസമ്മർദ്ദം അധികരിച്ചതായിരിക്കാം കാരണം എന്ന് അടുത്തുള്ള ഡോക്ടർ വിധിയെഴുതി. പിന്നീട് മൂക്കിൽ നിന്നും രക്തം വരാൻ തുടങ്ങിയതിനോടൊപ്പം ശരീരമാസകലം നീരുമായി. . ഭയന്ന ദയാനന്ദൻ നടത്തിയ വിദഗ്ധ പരിശോധനയിൽ ആണ് അറിയുന്നത് തലയിൽ അർബുദ കോശങ്ങൾ വളരുന്നതിനോടൊപ്പം തന്റെ രണ്ട് കിഡ്നികളും തകരാറിലാണെന്ന കാര്യവും. . വൻ തുക കൊടുത്ത് രണ്ട് കിഡ്നികളും മാറ്റിവച്ചതിനോടൊപ്പം അർബുദ ചികിത്സയും നടത്തിവന്നപ്പോൾ കൈയ്യിലുള്ള പണമൊക്കെ തീർന്നു. ബിനാമികൾ എല്ലാം പുറം തിരിഞ്ഞ് നിന്നതിനെ തുടർന്ന് ജീവൻ രക്ഷിക്കാൻ കിടപ്പാടം വരെ വിൽക്കേണ്ടിയും വന്നു. മകളുടെ വിവാഹവും മുടങ്ങി ആകെത്തകർന്ന് ആശുപത്രിക്കിടക്കയിൽ കിടക്കുമ്പോഴാണ് അടുത്ത സ്കൂളിലെ പദ്യപാരായണ മത്സരത്തിന് ഏതോ കുട്ടി ഈണത്തിൽ ചൊല്ലിയ ഉള്ളൂർ എസ്. പരമേശ്വരയ്യരുടെ പ്രേമസംഗീതം എന്ന കവിത ദയാനന്ദൻ കേട്ടത് അതിലെ" നമുക്ക് നാമേ പണിവതു നാകം നരകവുമതുപോലെ" എന്ന വരികൾ മാത്രം ദയാനന്ദന്റെ മനസ്സിൽ വീണ്ടും വീണ്ടും മുഴങ്ങിക്കൊണ്ടിരുന്നപ്പോൾ ഉറക്കി കിടത്തിയിരുന്ന ദയാനന്ദന്റെ മനസ്സാക്ഷി വീണ്ടും ഉണർന്നെണീറ്റു. വഞ്ചന ' എന്ന വാക്കിനോട് തന്നെ പരിഹാസമായിരുന്ന ദയാനന്ദൻ ബിനാമികളുടെ കാലു മാറ്റത്തിലൂടെ വഞ്ചനയുടെ ദൈന്യത അറിയുകയായിരുന്നു... ബന്ധങ്ങളുടെ പൊള്ളത്തരങ്ങളും, നന്ദികേടും അറിയുകയായിരുന്നു... ത്യാഗങ്ങളുടെ അർത്ഥശൂന്യത മനസ്സിലാക്കുകയായിരുന്നു...

മഹാരോഗത്തിനടിമയായി നിർദ്ധനനായി ആശുപത്രി കിടക്കയിൽ കിടക്കുമ്പോഴാണ് ചെയ്തു പോയ പ്രവൃത്തികളുടേയും, മണ്ടത്തരങ്ങളുടേയും, കണക്കെടുപ്പ് നടത്താനാവുക. ഓരോരോ കർമ്മഫലത്തിനനുസരിച്ചും ഉയർച്ചതാഴ്ചകൾ ഉണ്ടെന്ന് അറിയാൻ സാധിക്കുക. . ജനനം മുതൽ മരണം വരെ ഏതൊക്കെയോ ജൻമജൻമാന്തര കൽപ്പനകളിലെ നിയതിയുടെ വിളയാട്ടത്തിലെ വെറും പമ്പരങ്ങളാണ് നാമെന്ന സത്യം ഗ്രഹിക്കാനാവുക.

"താന്താൻ നിരന്തരം ചെയ്യുന്ന കർമ്മങ്ങൾ
താന്താനനുഭവിച്ചീടുകെന്നേ വരൂ..."

എന്ന വരികളെ അന്വർത്ഥമാക്കിക്കൊണ്ട്

സ്വകാര്യ ആശുപത്രിയിൽ വച്ച് മരണമടഞ്ഞ ദയാനന്ദന്റെ മൃതദേഹം അടച്ച തീർക്കാനുള്ള പണമടയ്ക്കാതെ വിട്ടുകൊടുക്കാൻ പറ്റില്ല എന്ന ആശുപത്രി അധികൃതരുടെ വിട്ടുവീഴ്ചയില്ലാത്ത നിലപാടിനൊടുവിൽ പിരിവ് ദയാനന്ദന്റെ മൃതദേഹം വിട്ടുകിട്ടാൻ നാട്ടുകാർക്ക് പിരിവെടുക്കേണ്ടി വന്നു.

സൂര്യൻ.

കടലിന്റെ ഇരമ്പലിനൊപ്പം അസ്തമിക്കാൻ പോകുന്ന സൂര്യനെ നോക്കി അയാൾ വിതുമ്പുകയായിരുന്നു.

ആ സൂര്യൻ തന്നെയല്ലേ ഞാനും? സന്ധ്യയെ വേർപിരിയാൻ പോകുന്ന ദുഃഖത്താൽ മുഖമാകെ ചുവന്നു തുടുത്ത സൂര്യൻ. നോക്കി നിൽക്കെ സൂര്യൻ അപ്രത്യക്ഷനായി. പാവം! സൂര്യൻ ഇനി രാത്രിയുടെ കരാളഹസ്തങ്ങളിൽ അമർന്ന് പിടഞ്ഞ് പിടഞ്ഞ് സൂര്യൻ??? രാത്രിയല്ലേ ഏറ്റവും ഭയങ്കരി? ഇതിലും ഭേദം പകലല്ലേ സൂര്യാ? എന്തിന് നീ രണ്ടാമതും വിവാഹം ചെയ്തു?, വേണ്ടിയിരുന്നില്ല. ഞാനും അതാണ് ചിന്തിക്കുന്നത്. എനിക്കും ഒരു രണ്ടാം വിവാഹം വേണ്ടിയിരുന്നില്ല. ചൂടുവെള്ളത്തിൽ വീണ പൂച്ച പച്ച വെള്ളം കണ്ടാലും ഭയപ്പെടും എന്ന ചൊല്ലു പോലെ പകലെന്ന പച്ചവെള്ളത്തിൽ വീണ ഞാനെന്ന പൂച്ച രാത്രി എന്ന ചൂടുവെള്ളം കണ്ടപ്പോഴും ഭയപ്പെടണമായിരുന്നു. എനിക്കും വേണ്ടിയിരുന്നില്ല ഒരു രണ്ടാം വിവാഹം.

ആദ്യവിവാഹം ഏവർക്കും ഇഷ്ടമായി. അവരെ കുറിച്ച് അന്വേഷിക്കുന്നതിനു മുൻപു തന്നെ അവരുടെ നിർബന്ധത്താൽ ഉള്ള എടുപിടീന്നുള്ള വിവാഹം. ആദ്യസമയത്ത് അവളും ഏതൊരു നവവധുവിനേയും പോലെ സൽഗുണ സമ്പന്നയായിരുന്നു. എല്ലാവരും വാഴ്ത്തിപ്പാടിയ സുന്ദര സുരഭില ദാമ്പത്യം. പലപ്പോഴും പകലിനെപ്പോലെ ദീപ്തമായി ചിരിച്ചു കൊണ്ട് ഒരു പാട് കാപട്യങ്ങൾ കാണിച്ചു. പിന്നീടവൾക്ക് ഞാൻ പഴകി ദ്രവിച്ച പഴംപായ പോലെയായി. പുതിയ പുതിയ ഫോം ബെഡുകൾ തേടി അവൾ പോയി. തന്റെ ആത്മാർത്ഥ സ്നേഹത്തിന് ഒരു വിലയും നൽകാതെ തന്നെ ഒരു വട്ടപ്പൂജ്യമാക്കി അവൾ പോയ

ദുഃഖത്തിൽ ഒരു ഭ്രാന്തനെപ്പോലെ ലക്ഷ്യമില്ലാതെ അലയുന്ന മകന്റെ ജീവിതത്തകർച്ച കണ്ട് ഹൃദയം പൊട്ടി ശ്വാസവും, വിശ്വാസവും ഒരുപോലെയാണെന്ന് അതായത് ശ്വാസം ഇല്ലാതായാൽ ജീവനും, വിശ്വാസം ഇല്ലാതായാൽ ബന്ധങ്ങളും നിലച്ചു പോകും എന്ന് തെളിയിച്ചു കൊണ്ടു പിതാവും വിടവാങ്ങി.

മകനൊരു നല്ല ജീവിതം ഉണ്ടായി കാണണം എന്നു കരുതിയ അമ്മ രാത്രിയുടെ ഇരുളിമ കാര്യമാക്കാതെ അവളുടെ നിശ്ശബ്ദതയും, ശാന്തതയും കണ്ട് കാപട്യമില്ലാത്തവൾ എന്ന് തെറ്റിദ്ധരിച്ച് മകനെ അമ്മയുടെ കണ്ണീരുകൊണ്ടഭിഷേകം ചെയ്തു സമ്മതിപ്പിച്ച് രണ്ടാമതൊരു വിവാഹത്തിലേയ്ക്കാനയിച്ചു. പിന്നീടാണറിഞ്ഞത് രാത്രി അവൾ പുറമേ ശാന്തത നടിച്ച സമുദ്രത്തെപ്പോലെ അവളുടെ മനസ്സിന്റെ അഗാധതയിൽ ഒരു പാട് ചുഴികളും, മലരികളും ഒളിപ്പിച്ചിട്ടുണ്ടെന്ന്. അവൾ ഏറ്റവും നികൃഷ്ട സ്വഭാവമായ സംശയ രോഗത്തിന് അടിമയാണെന്ന്. സമുദ്രത്തെ പോലെ രൗദ്രഭാവം പൂകുന്നവൾ ആണെന്ന്. ചിലപ്പോൾ അവൾ പ്രകോപിതയാകുമ്പോഴുള്ള വാക്കുകളുടെ വജ്രസൂചികൾ ഭർത്താവിനെ മാത്രമല്ല ഭർതൃമാതാവിന്റെ ഹൃദയവും കുത്തി മുറിപ്പെടുത്തി. മാനസ്സികമായി തളർന്ന് അന്ന് വീണതാണ് സ്നേഹമയിയായ ആ അമ്മ. അവരുടെ സങ്കടം മനസ്സിലാക്കിയിട്ടോ എന്തോ നിയതി പിന്നീട് ഓരോരോ രോഗങ്ങളുടെ തുലാവർഷപെയ്ത്തു തന്നെ നടത്തി ആ അമ്മയെയും ഏറ്റുവാങ്ങി.

അപ്പോൾ മാത്രമാണ് എന്നിലെ ഭർത്താവിന് ബോധോദയം ഉണ്ടായത്. തന്റെ മുൻപിൽ വച്ച് തന്റെ മാതാവിനെ അധിക്ഷേപിച്ചിട്ടും താനെന്ന ഭർത്താവിലെ ഭീരു അനങ്ങിയില്ല. അന്നു തന്നെ മുഖമടച്ച് അവൾക്കൊന്നു കൊടുത്തിട്ട് വീട്ടിൽ പറഞ്ഞു വിട്ടിരുന്നെങ്കിൽ ഇന്നത്തെപ്പോലെ കൊടുങ്കാറ്റായി അവൾ ഉറഞ്ഞു തുള്ളുമായിരുന്നില്ല. സ്വന്തം മകന്റെ ഭീരുത്വത്തിൽ വേദനിച്ച് ആശ്രയം നഷ്ടമായി എന്ന തോന്നൽ മാതാവിനുണ്ടായി ആ ഹൃദയം തകരുമായിരുന്നില്ല. തന്റെ മാതാവിനെ വേദനിപ്പിക്കാൻ താനും കൂടി അവളുടെ ഹൃദയശൂന്യമായ പ്രവർത്തികൾക്ക് കൂട്ടുനിന്നു എന്നുള്ള കുറ്റബോധം ഒരിക്കലും തന്നിൽ ഉളവാകുമായിരുന്നില്ല. ഭാര്യ നൽകുന്ന രതിസുഖത്തിലും തലയിണ മന്ത്രത്തിലും മയങ്ങി അവൾക്കെതിരേ നാവുയർത്താനാവാതെ മാതാപിതാക്കളുടെയും, സഹോദരങ്ങളുടേയും സ്നേഹത്തിന്റെ മാന്ത്രിക വലയത്തിലെ ബന്ധനം പൊട്ടിച്ചു കളയുന്നവർ വിഡ്ഢികളാണ്. ലോകത്തിലെ ഏറ്റവും വലിയ വിഡ്ഢികൾ. എന്നിട്ടും താൻ രാത്രിയുടെ ഇരുളിനോടൊപ്പം തന്നെ കഴിഞ്ഞു പോകുന്നു. കാരണം

എന്താണെന്നോ രാത്രിയുടെ ഇരുളിമയിൽ അവളുടെ ചെയ്തികൾ ആരും അറിയുന്നില്ല. അറിഞ്ഞവർ താനും തന്റെ വീട്ടുകാരും മാത്രം. പിന്നെ രാത്രിയെ ഉപേക്ഷിച്ചാൽ പകലിന്റെ മുൻപിൽ അതൊരു തോൽവിയായാലോ എന്നുള്ള ഭയം മൂലവും രാത്രിയുടെ കരാളഹസ്തങ്ങളിൽ പെട്ട് ഉഴലുമ്പോഴും ഉള്ളിൽ കരഞ്ഞുകൊണ്ട് നിയോൺ ദീപങ്ങളുടെ പ്രഭയിൽ ചിരിച്ച് ജീവിക്കുന്നതായി വരുത്തി തീർക്കുന്നു. സൂര്യനെപ്പോലെ കത്തിജ്വലിച്ചുകൊണ്ട് പകലിനെ ബോധ്യപ്പെടുത്താൻ.

അതിയായ ദുഃഖം വരുമ്പോൾ ആരേയും അഭിമുഖീകരിക്കാൻ കഴിയാതെ കാർമേഘശകലങ്ങൾക്ക് ഉള്ളിൽ ഒളിച്ചിരിക്കുന്ന സൂര്യനെപ്പോലെ കടൽപ്പുറത്തെ തിരകൾ എണ്ണുന്ന ദിവസമാക്കി താനും ഒളിക്കുന്നു. അല്ലാതെന്ത് ചെയ്യാൻ. തുറന്ന് പറച്ചിലുകൾ ആവാം നമ്മുടെ മനസ്സ് തൊട്ടറിഞ്ഞവരോട് മാത്രം. അല്ലെങ്കിൽ ചിലപ്പോൾ സാഹചര്യം മാറുമ്പോൾ ആ തുറന്നു പറച്ചിലുകൾ നമുക്ക് എതിരായിട്ടുള്ള ആയുധങ്ങൾ ആയി മാറിയിരിക്കും.

ഏറെ വൈകിയാണറിഞ്ഞത് സന്ധ്യ തന്നെ പ്രണയിച്ചിരുന്ന കാര്യം. ആദ്യ ദർശനത്തിൽ തന്നെ തനിക്കും സന്ധ്യയോടും പ്രണയം തോന്നിയിരുന്നു. ഏതോ ഉൾഭയത്താൽ പറയാനായില്ല. തന്റെ കണ്ണുകളിൽ കൂടി തന്റെ മനസ്സറിഞ്ഞ സന്ധ്യയും ആറാമിന്ദ്രിയം കൊണ്ട് തന്നെ അവൾ മനസ്സിലാക്കിയതു പോലെ താനും അവളെ അറിഞ്ഞു കാണും എന്നവൾ കരുതി. പക്ഷേ ഞാൻ???... ഒന്നുമറിഞ്ഞില്ല. അവൾ പ്രതീക്ഷിച്ചിരുന്നു ഞാനെന്ന സൂര്യനെ. അസ്തമയത്തിനു ശേഷവും എന്തോ എവിടെയോ നഷ്ടപ്പെട്ടതു പോലെ വിഷാദം പൂണ്ടു നിൽക്കുന്ന സന്ധ്യയോട് ഞാൻ ചോദിച്ച സൂര്യനെ സ്വന്തമാക്കാനാകാത്തതു കൊണ്ടാണോ സന്ധ്യേ നീയെന്നും വിഷാദച്ഛവി ഉള്ളവൾ മാത്രമായത്. നിന്നെ കാണുമ്പോൾ ആണോ നിന്റെ സാമീപ്യത്തിൽ മാത്രമാണോ സൂര്യൻ സമാധാനം എന്തെന്നറിയുന്നത്? ആ സൂര്യൻ തന്നെയല്ലേ സന്ധ്യേ ഞാനും. ഉത്തരം നൽകാതെ സന്ധ്യ മായുമ്പോഴും ഞാനറിഞ്ഞു മറന്നു എന്നഭിനയിക്കുവാനേ കഴിയൂ. ആർക്കും മറക്കുവാൻ കഴിയില്ല. പണ്ടെന്നോ കേട്ടു മറന്ന കഥയാണോർമ്മ വന്നത്.

പണ്ടൊരു വ്യാപാരി വലിയ വില കൊടുത്ത് ലോകത്തിലെ എല്ലാ ഭാഷയും സംസാരിക്കുന്ന ഒരു തത്തയെ വാങ്ങി വീട്ടിലേയ്ക്ക് കൊടുത്തു വിട്ടു. അത്താഴ സമയത്ത് വീട്ടിലെത്തിയ വ്യാപാരി തത്തയെ അന്വേഷിച്ചു. അദ്ദേഹത്തിന്റെ ഭാര്യ ഭക്ഷണം വിളമ്പിയ കൂട്ടത്തിൽ തത്തയെ കറി വച്ചതും വിളമ്പി. വ്യാപാരിയോട് "ദാ നിങ്ങൾ അന്വേഷിച്ച തത്ത. നന്നായിട്ടുണ്ടോ എന്നു പറയൂ എന്ന് പറഞ്ഞപ്പോൾ അദ്ഭുതപരതന്ത്രനായ

വ്യാപാരി ഭാര്യയോട് തത്തയുടെ ഗുണ ഗണങ്ങളെക്കുറിച്ച് പറഞ്ഞു. അപ്പോൾ ഭാര്യ ചോദിച്ചു ലോകഭാഷ മുഴുവൻ സംസാരിക്കുന്ന തത്ത യ്ക്ക് ഒന്ന് പറയാമായിരുന്നില്ലേ എന്നെ കൊല്ലരുത്. വളർത്താൻ ആണ് കൊണ്ടുവന്നത് എന്ന്. അതൊന്ന് സംസാരിച്ചിരുന്നെങ്കിൽ ഞാനതിനെ വധിക്കുമായിരുന്നോ? ലോകഭാഷ മുഴുവൻ അറിഞ്ഞി ട്ടെന്ത് കാര്യം തന്റെ ജീവൻ രക്ഷിക്കാൻ പോലും അതിനായില്ലല്ലോ. അതാണ് ഓരോന്നും പറയേണ്ട സമയത്ത് പറയണം എന്ന് പറയു ന്നത്. അല്ലെങ്കിൽ ജീവിതവും ആരെങ്കിലുമൊക്കെ നശിപ്പിക്കും. അന്ന് സന്ധ്യയോ ഞാനോ ഒന്ന് പറഞ്ഞിരുന്നെങ്കിൽ എന്നും വസന്തമായി രുന്നേനേ ജീവിതം.

പ്രകാശത്തിൽ ആകൃഷ്ടരായി പകലിനെ വിവാഹം ചെയ്തവരിൽ പലരും ആ തീവ്രതയിൽ എരിഞ്ഞടങ്ങിയവരാണ്. എന്നാൽ ഇരുളിമ തിങ്ങിയ രാത്രിയെ വിവാഹം ചെയ്തവർ ഇരുട്ടിന്റെ അഗാധഗർത്ത ത്തിൽ വഴുതിവീണ് അവളുടെ കരാളഹസ്തത്തിന്റെ പിടിയിൽ അമർന്ന് മരണമെത്തുന്നതിന് മുൻപ് തന്നെ മരണത്തെപുൽകി ജീവിക്കും. . കുറച്ച് സമയത്തേയ്ക്കാണെങ്കിലും സന്ധ്യയെ പ്രണയിച്ച് വിവാഹം ചെയ്തിരുന്നെങ്കിൽ എത്ര പ്രണയിച്ചാലും തീരാത്ത സ്നേഹവുമായി ആറടി മണ്ണിലും അവൾ കൂട്ടുവന്നേനേ എന്ന സത്യം മനസ്സിലാക്കി കൊണ്ടുതന്നെ ഓർമ്മകളിൽ മരിച്ചവർക്ക് ഒരിക്കലും ഒരു പുനർജൻമം സാധ്യമല്ല എന്ന തിരിച്ചറിവോടെ തന്നെ യഥാർത്ഥ സൂര്യൻ രാത്രിയുടെ പിടിയിലമർന്ന് അവശനായി ഉറങ്ങുന്നതു മൂലമുണ്ടായ ഭൂമിയുടെ ഇരുളിലൂടെ ഞാനും നടന്നു എന്റെ വീടിന്റെ ഇരുളിന്റെ പിടിയിലമർന്ന് ശ്വാസം മുട്ടലോടെ ഉറങ്ങാൻ. അപ്പോഴും യഥാർത്ഥ സൂര്യൻ വിടവാ ങ്ങുന്ന സമയത്ത് ചുവന്നു തുടുത്ത മുഖത്തോടെ വിഷാദഗ്രസ്തയായ സന്ധ്യയോട് പറഞ്ഞ അതേ വാക്കുകൾ തന്നെ എന്നെ പ്രണയിച്ച സന്ധ്യയോടും ചുവന്നു കലങ്ങിയ കണ്ണുകളോടെ ഞാൻ പറഞ്ഞു വിട! പ്രിയപ്പെട്ട സ്നേഹിതേ വിട!... എന്റെ നെഞ്ചിൽ നിനക്കെന്നും ഇടമുണ്ടാ വും...

ഫിനൈൽ

"അണ്ടമുക്ത ഫിനൈൽ ഇല്ലേ?"

"ഇല്ലല്ലോ മാഡം.

ലോക് ഡൗണിന് ശേഷം വന്നിട്ടില്ല. "

സൂപ്പർ മാർക്കറ്റിലെ ഫിനൈലുകളുടെ റാക്കിൽ വേറെയും ഫിനൈലുകളുടെ ഏറ്റവും പുറകിലായിരിക്കുന്ന അണ്ടമുക്ത ഫിനൈലിന്റെ കുപ്പിയോട് അടുത്തിരിക്കുന്ന സൂപ്പർ ഷൈൻ ഫിനൈൽ കുപ്പി ചോദിച്ചു.

"നീയെന്താ കൂടുതൽ കൂടുതൽ പുറകിലേയ്ക്ക് മാറിയിരിക്കുന്നത്? നിന്റെ പേരെടുത്തല്ലേ അവർ ചോദിച്ചത്? ഈ ശ്വാസം മുട്ടിക്കുന്ന ഗമച്ചികളായ വിലകുറഞ്ഞ ബാക്കി ഫിനൈൽ കുപ്പികളുടെ ഇടയിൽ നിന്നും നിനക്ക് രക്ഷപ്പെടാമായിരുന്നല്ലോ?"

എന്നിട്ടും അനങ്ങാതിരിക്കുന്ന അണ്ടമുക്തയെ തന്റെ ശരീരം കൊണ്ട് മുട്ടിയിട്ട് സൂപ്പർ ഷൈൻ

"നീയെന്താ ഞാൻ ചോദിച്ചതൊന്നും കേട്ടില്ലേ?"

പെട്ടെന്ന് ദുസ്വപ്നം കണ്ട് ഞെട്ടിയുണർന്ന പൊട്ടനെപ്പോലെ പകച്ച നോക്കിക്കൊണ്ട് അണ്ടമുക്ത സൂപ്പർഷൈനിനോട്,

"എന്താ! എന്താ?

"ഹാവൂ! ഇപ്പോഴെങ്കിലും നിനക്ക് സ്ഥലകാലബോധം ഉണ്ടല്ലോ ആശ്വാസായി. നീയെന്താ അവര് ചോദിച്ചിട്ടും മുന്നോട്ട് നീങ്ങാതെ പുറകിൽ തന്നെ ഒളിച്ചിരിക്കുന്നത്? നിനക്ക് ഈ റാക്കിൽ നിന്നും രക്ഷപ്പെടണ്ടേ?"

“വേണ്ട സൂപ്പർ ഷൈനേ എനിയ്ക്ക് പേടിയാ ഇനിയും ഏതെങ്കിലും വീടുകളിൽ ചെന്നുപെടാൻ. ഞാൻ ഒരു തെറ്റും ചെയ്തിട്ടില്ലെങ്കിലും... വയ്യ! ഇനിയും വയ്യ!” തേങ്ങിക്കരയുന്ന അണുമുക്തയെ തന്റെ ശരീരം കൊണ്ട് ഉരുമ്മി സമാധാനിപ്പിച്ചു കൊണ്ട് സൂപ്പർ ഷൈൻ.

“എന്താ നീ പറയുന്നത് എനിയ്ക്ക് ഒന്നും മനസ്സിലാവുന്നില്ല. എന്തായാലും കരയാതെ. ”

പെട്ടെന്ന് സൂപ്പർ മാർക്കറ്റിലെ ലൈറ്റുകൾ എല്ലാം അണഞ്ഞു. ഇന്നത്തെ ദിവസത്തെ വിൽപ്പന കഴിഞ്ഞു. ഇപ്പോൾ കർഫ്യൂ ആയതു കൊണ്ട് എട്ടുമണിവരെയേ വ്യാപാരസ്ഥാപനങ്ങൾ തുറക്കാവൂ. ഒരു ദീർഘനിശ്വാസത്തോടെ അണുമുക്ത പറഞ്ഞു

“ഹാവൂ! ആശ്വാസമായി. ഇന്നിനി സമാധാനത്തോടെ ഉറങ്ങാം. ”

“ആ ഉറങ്ങാൻ വരട്ടെ, നീ കാര്യം പറയൂ. ”

“പറഞ്ഞേ മതിയാവൂന്ന് നിനക്ക് നിർബന്ധമാണോ? പറയാം ബാക്കിയുള്ള ഓരോരോ കമ്പനികളുടെ ഫിനൈലുകൾ കലപില നിർത്തി ശയിക്കട്ടെ. അപ്പോൾ പറയാം. ”

“ഉം ശരി.”

കുറച്ച് സമയത്തിന് ശേഷം “എല്ലാവരും ഉറങ്ങി. ഇനി പറയൂ എന്താ നിന്റെ വ്യസനത്തിന് കാരണം?. ”

“പറയാം. നിനക്കറിയ്യോ നമ്മുടെ രാജ്യത്തെ ഐ. എസ്. ഒ സർട്ടിഫിക്കറ്റ് കിട്ടിയ വിരലിലെണ്ണാവുന്നതിൽ ഏറ്റവും മികച്ച ഫിനൈലുകളിൽ ഒന്നാണല്ലോ അണുമുക്ത. മറ്റു കുപ്പികളെ അപേക്ഷിച്ച് പോളിപ്രൊപ്പലൈൻ എന്ന വെർജിൻ മെറ്റീരിയൽ കൊണ്ടുണ്ടാക്കിയ മികച്ച കുപ്പിയായതുകൊണ്ട് എന്നെപ്പോലുള്ള അണു മുക്തയുടെ എല്ലാ കുപ്പികളേയും എത്ര പ്രാവശ്യം വേണമെങ്കിലും റീസൈക്കിൾ ചെയ്യാനും സാധിക്കും. മൂന്നാമതും റീസൈക്കിൾ ചെയ്തതാണ് ഇപ്പോഴുള്ള ഞാൻ. ആദ്യം കുപ്പിയായി അതിൽ ഫിനൈൽ നിറച്ച് സീൽ ചെയ്ത് കടകളിലേയ്ക്ക് ആനയിക്കപ്പെട്ടപ്പോൾ എന്തൊരാഹ്ലാദം ആയിരുന്നെന്നോ എനിയ്ക്ക്. അന്ന് ഞാനോർത്തു പോകുന്ന സ്ഥലത്തെല്ലാം എന്റെ പേരു പോലെ തന്നെ അണുവിമുക്തമാക്കി വൃത്തിയും വെടിപ്പും പ്രദാനം ചെയ്യുന്ന ജനങ്ങൾ ഇഷ്ടത്തോടെ മാത്രം നോക്കിക്കാണുന്ന ഫിനൈൽ ആകണം ഞാനെന്ന്.

ആദ്യമായി എന്നെ കൊണ്ടുപോയത് ഒരണു കുടുംബമാണ്. വളരെ സന്തോഷത്തോടെ കഴിയുന്ന ചിരാഗും, ഭാര്യ പ്രേരണയും, നാലര വയസ്സുള്ള മകൾ ചാന്ദ്നും. ഗുജറാത്തികളായിരുന്നു അവർ. ചിരാഗ്

ഒരു കമ്പനിയിൽ ജോലി ചെയ്യുന്നു. വലിയ ഫ്ലാറ്റ് സമുച്ചയത്തിലെ ഒരു സാധാരണ ഫ്ലാറ്റിലായിരുന്നു അവർ താമസിച്ചിരുന്നത്. പ്രേരണ രണ്ടാമത് ഗർഭിണിയായിരുന്നു. അന്ന് പ്രേരണയ്ക്ക് ഡോക്ടറെ കാണേണ്ട ദിവസം ആയിരുന്നു. ചാന്തിനേയും പ്രേരണ ഒരുക്കി നിർത്തി. പ്രേരണ തയ്യാറാകാൻ തുടങ്ങുമ്പോഴാണ് ചിരാഗിന്റെ ഫോൺ വരുന്നത് ഇന്ന് ഡോക്ടർ ഇല്ല. നാളെ പോകാം എന്ന്. കുഞ്ഞിനോട് നാളെപ്പോകാം ഇപ്പോൾ ഇട്ട നല്ല ഉടുപ്പ് മാറ്റാം എന്ന് പറഞ്ഞപ്പോൾ വലിയ വായിൽ കരയാൻ തുടങ്ങി. അപ്പോഴാണ് താഴെ ഗാർഡനിൽ കുറേ കുട്ടികൾ കളിക്കുന്നത് കണ്ടത്. കരച്ചിൽ ശമിപ്പിക്കാനായി അവരോടൊപ്പം പോയി കളിച്ചോളാൻ പറഞ്ഞ് ലിഫ്റ്റിൽ കയറാൻ കാത്തു നിന്നിട്ട് ലിഫ്റ്റ് വരുന്നില്ല. അടുത്ത ഫ്ലാറ്റിലെ വൈജയന്തി ബാബിയാണ് പറഞ്ഞത് ലിഫ്റ്റിനെന്തോ തകരാറുണ്ട് അവർക്ക് താഴേയ്ക്ക് പോകേണ്ട ആവശ്യം ഉണ്ട് അവർ കുഞ്ഞിനെ ഗാർഡനിൽ വിട്ടോളാം. തിരികെ വരുമ്പോൾ വിളിച്ച് കൊണ്ടും വന്നോളാം. ഈ ഒൻപതാം മാസത്തെ വയറും വച്ച് പ്രേരണ അഞ്ചു നിലയുടെ പടികൾ ഇറങ്ങുകയും കയറുകയും വേണ്ട എന്ന് വൈജയന്തി ബാബി കുഞ്ഞുമായി താഴേയ്ക്ക് പോയിക്കഴിഞ്ഞപ്പോൾ പ്രേരണ പുറകുവശത്തെ ബാൽക്കണിയിൽ വന്ന്നോക്കി കുഞ്ഞ് താഴെ കുട്ടികളുമായി ചേർന്ന് കളിക്കുന്നത് കാണാൻ. ക്ഷീണം തോന്നിയതുകൊണ്ട് അകത്തു വന്ന് കുറച്ച് സമയം കിടന്നു. ഉറങ്ങിപ്പോയി. ശക്തമായ മഴയുടെ ആരവത്തോടൊപ്പം കോളിംഗ് ബെല്ലടിക്കുന്ന ശബ്ദമാണ് ഉണർത്തിയത്. നേരം നന്നേ ഇരുട്ടിയിരുന്നു. വാതിൽ തുറന്നപ്പോൾ ചിരാഗ്. ചിരാഗ് വസ്ത്രം മാറി ചായ കുടിക്കാൻ ഇരുന്നപ്പോൾ ആണ് കുഞ്ഞിനെ തിരക്കിയത്. കുഞ്ഞെവിടെ എന്ന്. അപ്പോഴാണ് പ്രേരണ ഓർത്തത്. പിന്നെ സമാധാനിച്ചു വൈജയന്തി ബാബിയുടെ അടുത്ത് കാണും എന്ന്. ചിരാഗ് വൈജയന്തി ബാബിയുടെ ഫ്ലാറ്റിലെ ബല്ലടിച്ചിട്ട് തുറക്കാതായപ്പോൾ ആണ് അത് ലോക്കാണെന്ന് കണ്ടത്. പ്രേരണയോട് അവരുടെ ഫ്ലാറ്റ് ലോക്കാണല്ലോ എന്ന് പറഞ്ഞപ്പോൾ തന്നെ പ്രേരണ വേഗം ഫോണെടുത്ത് വിളിച്ചു. രണ്ട് പ്രാവശ്യം വിളിച്ചിട്ടും എടുത്തില്ല. മൂന്നാമത് വിളിച്ചപ്പോൾ "ഹലോ ബാബി എവിടെയാ?

ആ പ്രേരണാ ഞാൻ ഹോസ്പിറ്റലിൽ ആണ്. മോന് വരുന്ന വഴി ഒരപകടം ഉണ്ടായി."

"ബാബി അപ്പോൾ ചാന്തോ?"

"ചാന്തിനെ ഞാൻ ഗാർഡനിൽ ആക്കിയിട്ട് കടയിൽ സാധനം വാങ്ങാൻ പോയപ്പോൾ ആണ് ഫോൺ വന്നത് മൻജിതിന് അപകടം

പിണഞ്ഞ് സിവിൽ ഹോസ്പിറ്റലിൽ ആണെന്ന്. അപ്പോൾ തന്നെ ഇങ്ങോട്ട് പോന്നു. ചാന്തിനെ നീ വിളിച്ചില്ലേ? അയ്യോ! ആ വെപ്രാള ത്തിൽ ഞാൻ പറയാനും മറന്നു പോയി. സാരമില്ല അവിടെ കളിച്ചിരു ന്ന ഏതെങ്കിലും കുട്ടിയുടെ ഫ്ലാറ്റിൽ കാണും. "

വേഗം തന്നെ ചിരാഗ് ചാന്തിന്റെ കൂടെ കളിച്ചിരുന്ന കുട്ടികളോട് ചോദിച്ചപ്പോൾ ആണ് ആറുമണിയായപ്പോൾ തന്നെ അവരൊക്കെ കളി നിർത്തി പോന്നു. ചാന്തിനെ വിളിച്ചപ്പോൾ ആന്റി വരും കൊണ്ടുപോകാൻ എന്ന് പറഞ്ഞ് ചാന്ത് ഗാർഡനിൽ ഊഞ്ഞാലാ ടുകയായിരുന്നു എന്ന്. ഗാർഡനിൽ ചെന്നു നോക്കുമ്പോൾ അവിടം ശൂന്യമായിരുന്നു. ഓരോ ഫ്ലാറ്റിലും മുട്ടി വിളിച്ച് ചോദിച്ചു നടന്നു. ആ സമയത്ത് മഴയും ശക്തി പ്രാപിച്ചിരുന്നു. ഫ്ലാറ്റ് നിവാസികളുടെ വാഹ നങ്ങൾ വരികയും പോകുകയും ഒക്കെ ചെയ്യുന്നുണ്ടായിരുന്നു. കുഞ്ഞിനെ തിരക്കി ഓരോരുത്തരും ഓരോ വഴിക്ക് നീങ്ങി. ഒരു ഫലവും ഉണ്ടായില്ല. ആകെ പരിക്ഷീണനായി ചിരാഗ് വീട്ടിലെത്തിയപ്പോൾ കുറേ സ്ത്രീകളുടെ നടുവിൽ അസ്തപ്രജ്ഞയായിരിക്കുകയായിരുന്നു പ്രേരണ. ചിരാഗിനെ കണ്ടതും വാവിട്ടു നിലവിളിച്ചു കൊണ്ടവൾ പറഞ്ഞു നമുക്ക് ഒന്നുകൂടി ഗാർഡനിൽ പോയി നോക്കാം നമ്മുടെ ചാന്ത് അവിടെ എവിടെയെ ങ്കിലും കാണും. ഒരു പക്ഷേ കുഞ്ഞ് അവിടെ എവിടെയെങ്കിലും നമ്മളെ കാണാതെ പേടിച്ച് ഒളിച്ചിരുപ്പുണ്ടെങ്കിലോ?അവിടെയിരുന്ന് ഉറങ്ങി പ്പോയതാണെങ്കിലോ? നമുക്ക് അവിടെപ്പോയിരിക്കാം. അവൾ നമ്മളെ കാണുമ്പോൾ ഓടി വരും. നിങ്ങൾ കൊണ്ടുവന്ന മിഠായിയും എടുത്തോ. അത് കണ്ടാൽ എവിടെയിരുന്നാലും അവളോടി വരും. പേനയിൽ മഷി വറ്റി എന്നറിയാമായിരുന്നിട്ടും ഒന്നു കൂടി നമ്മൾ കുടഞ്ഞു നോക്കാറില്ലേ വീണ്ടും തെളിയും എന്നുള്ള പ്രതീക്ഷയോടെ ആ പ്രതീക്ഷയായിരുന്നു പ്രേരണയ്ക്കും. അപ്പോൾ തന്നെ പോലിസിൽ പരാതിപ്പെടാം എന്ന് പറഞ്ഞ് വീണ്ടും ചിരാഗും, സുഹൃത്തുക്കളും പുറപ്പെട്ടു.

നേരം വെളുത്ത ശേഷം പോലീസ് വന്നു അവിടമാകെ തിരച്ചിൽ നടത്തി ഫ്ലാറ്റ് നിവാസികളെ ഒക്കെ ചോദ്യം ചെയ്തു. ഒരു തുമ്പും കിട്ടിയി ല്ല. രണ്ടാം ദിവസം ആ ഫ്ലാറ്റ് സമുച്ചയവും കഴിഞ്ഞ് കുറച്ചകലെയായി നദിയുടെ സമീപമുള്ള ഡ്രൈനേജിന്റെ ബ്ലോക്ക് നീക്കുന്നവരാണ് കണ്ടത് ഒരു ചെറിയ ചാക്കുകെട്ട്. പോലീസിൽ വിവരമറിയിച്ചതിനെ തുടർന്ന് അവിടെത്തിയ പോലീസ് ജനങ്ങളെ മാറ്റിയ ശേഷം അതഴി ച്ചപ്പോൾ ആണ് പല കഷണങ്ങൾ ആയി മുറിച്ചുമാറ്റിയ കുഞ്ഞിന്റെ ശരീരാവശിഷ്ടങ്ങൾ.

പോസ്റ്റ്മോർട്ടത്തിന് ശേഷം സംസ്കാരം നടത്തി. പ്രേരണ അബോധാവസ്ഥയിൽ ആശുപത്രിയിൽ അഡ്മിറ്റായി. പലരേയും ചോദ്യം ചെയ്ത ശേഷം ചിരാഗിനേയും ചോദ്യം ചെയ്യാനായി കൊണ്ടുപോയി. ചിരാഗിന്റെ വിരലിലുണ്ടായിരുന്ന മോതിരം എവിടെപ്പോയി?

ഭാര്യയെ ആശുപത്രിയിൽ കാണിക്കാൻ അന്ന് നേരത്തേ ഓഫീസിൽ നിന്നും ഇറങ്ങിയിരുന്ന ചിരാഗ് എന്തേ പതിവിലും വൈകി വന്നു?.

മഴ തുടങ്ങിയതിനു ശേഷം ചിരാഗിന്റെ വണ്ടി ഫ്ലാറ്റിനു താഴെ വരെ വന്നത് കണ്ടവരുണ്ട്. . പെട്ടെന്ന് തന്നെ വീണ്ടും തിരികെ പോയതെന്തിനാണ്?

ആ സമയത്ത് ചാന്തിനെ ചിരാഗ് കയറ്റി കൊണ്ടു പോയില്ലേ?

എന്തുകൊണ്ട് പതിവിലും വൈകി വന്നു?

അതുവരെ എവിടെയായിരുന്നു?

ചിരാഗ് പറഞ്ഞു ഞാൻ മോതിരം ഉപയോഗിക്കാറില്ല. അന്ന് ആശുപത്രിയിൽ പോകാൻ നേരത്തേ ഇറങ്ങിയതാണ്. അപ്പോഴാണ് അവിടെ നിന്നും ഫോൺ വന്നത് ഡോക്ടർക്ക് ഏതോ എമർജൻസിയുണ്ടായി കൺസൾട്ടേഷൻ നിർത്തി ഡോക്ടർ പോയി എന്ന്. പിന്നീട് തന്റെ നാടായ സൂറത്തിൽ നിന്നും ഇവിടെ വാപിയിൽ എത്തിയ ചിരകാലസുഹൃത്തിനേയും കണ്ടശേഷം ഫ്ലാറ്റിന്റെ താഴെ വരെ വന്നപ്പോഴാണോർത്തത് എന്തായാലും നാളെ അവരെയും കൊണ്ട് ഹോസ്പിറ്റലിൽ പോകേണ്ടതല്ലേ. വണ്ടിയുടെ ഗിയറിന് ഉള്ള പ്രശ്നം ഇപ്പോൾ തന്നെ തീർത്തേക്കാം എന്ന് കരുതി വീണ്ടും വണ്ടി വർക്ക്ഷോപ്പിലെ സ്ഥിരം മെക്കാനിക്കായ മഹേഷ് ഭായിയെ കാണിച്ച് ശരിയാക്കിയ ശേഷം ബാക്കിയുള്ള അറ്റകുറ്റപ്പണികളും തീർക്കാൻ നിന്നതുകൊണ്ടാണ് വൈകിയെത്തിയത്. ”

ചിരാഗിന്റെ മറുപടി പോലീസിനെ തൃപ്തിപ്പെടുത്തിയില്ല. ചാന്ത് ലൈംഗികമായ ചൂഷണത്തിന് വിധേയയായിട്ടുണ്ടെന്ന് മാത്രമല്ല ആ കുഞ്ഞിന്റെ ആന്തരികാവയവത്തിൽ നിന്നും ചിരാഗ് എന്ന് ആലേഖനം ചെയ്തിട്ടുള്ള ഒരു മോതിരവും കിട്ടിയിട്ടുണ്ട്. അത് ചിരാഗ് തന്നെ കുഞ്ഞിനെ ലൈംഗികമായ ചൂഷണത്തിന് വിധേയനാക്കിയ ശേഷം വകവരുത്തി ഡ്രൈനേജിൽ നിക്ഷേപിച്ചതാണെന്നുള്ള രീതിയിൽ പോലീസ് സമർത്ഥിച്ചു. തന്റെ എട്ടും പൊട്ടും തിരിയാത്ത കുഞ്ഞിനുണ്ടായ ദുര്യോഗം അറിഞ്ഞപ്പോഴുള്ള ആഘാതത്തിൽ നിന്നും മുക്തനാകാത്ത ചിരാഗ് ആ ആരോപണം കൂടിയായപ്പോൾ മസ്തിഷ്കമാകെ കലങ്ങിമറിഞ്ഞ്

ചുഴലിയുടെ പിടിയിൽ അകപ്പെട്ടതു പോലെ പിടഞ്ഞു.

അന്ന് വിട്ടയക്കപ്പെട്ട ചിരാഗ് വീട്ടിൽ എത്തിയ ശേഷം വിളർത്ത ചന്ദ്രനെപ്പോലെ തല കുമ്പിട്ടിരുന്നു. പിറ്റേന്ന് വെളുപ്പിനെ ബന്ധുക്കൾ കാണുമ്പോൾ ചിരാഗ് വായിൽ നിന്നും നുരയും പതയും വന്ന് മരണ വെപ്രാളം കാട്ടുകയായിരുന്നു. സ്വന്തം കുഞ്ഞിനെ താൻ നശിപ്പിച്ചു എന്ന പോലീസിന്റെ ആരോപണം താങ്ങാനാവാതെ പ്രമേഹരോഗി കൂടിയായ ചിരാഗ് എന്ന നിസ്സഹായനായ അച്ഛൻ ഫിനൈൽ എടുത്ത് കുടിക്കുകയായിരുന്നു.

പിന്നീടാണ് പോലീസിന് തുമ്പു കിട്ടിയത് ആ ഫ്ലാറ്റ് സമുച്ചയത്തിലെ ബി ബ്ലോക്കിൽ താമസിച്ചിരുന്ന നാലു ഉത്തർപ്രദേശ് സ്വദേശികളായ ചെറുപ്പക്കാരെ കാണാതായ വിവരം.

അന്വേഷണത്തിനൊടുവിൽ അവരെ കണ്ടെത്തി ചോദ്യം ചെയ്തപ്പോൾ കിട്ടിയ വിവരം ഞെട്ടിക്കുന്നതായിരുന്നു. ഗാർഡനിൽ സന്ധ്യാ സമയത്തും ഒറ്റയ്ക്ക് ഊഞ്ഞാലാടികൊണ്ടിരുന്ന ചാന്തിനെ നാൽവർ സംഘത്തിൽ ഒരുവനായ ഡാനിഷ് മിഠായി കാണിച്ച് കൈകാട്ടി വിളിച്ചു. ഫ്ലാറ്റിൽ എത്തിയ കുഞ്ഞിനെ ലഹരിക്കടിമയായ നാൽവർ സംഘം ലൈംഗിക ചൂഷണത്തിന് ഇരയാക്കി. എന്നിട്ടും ആവേശം അടങ്ങാത്ത ചിരാഗ് എന്ന പേരുള്ളവൻ ആ കുഞ്ഞിന്റെ ആന്തരികാ വയവത്തിന്റെ ഉള്ളിൽ കൈകൾ കടത്തിയപ്പോൾ ആണ് മോതിരം അതിനുള്ളിലായത്. കുഞ്ഞ് മരിച്ചു എന്ന് മനസ്സിലായപ്പോൾ അതിനെ കഷണങ്ങളാക്കി ചാക്കിൽ കെട്ടി ആ പെരുമഴയത്ത് ഡ്രൈനേജിൽ നിക്ഷേപിക്കുകയായിരുന്നു, സത്യം തെളിഞ്ഞ ദിവസം തന്നെ കുഞ്ഞു ചാന്തിന്റെ അച്ഛൻ ചിരാഗും ഈ ലോകത്തോട് വിട പറഞ്ഞു.

നമ്മൾ അറിഞ്ഞോ അറിയാതെയോ കൂടെ നിൽക്കുന്ന ഏതൊരു വ്യക്തിയേയും അവഗണിക്കുമ്പോൾ, അവഹേളിക്കുമ്പോൾ, വേദനിപ്പിക്കുമ്പോൾ വെറുതേ ഒന്ന് ആ വ്യക്തിയുടെ സ്ഥാനത്ത് ആയിരുന്നു എന്നൊന്ന് ചിന്തിച്ചാൽ യാഥാർത്ഥ്യം അറിയാതെ ആരേയും വിധിക്കില്ല, അങ്ങനെ വിധിച്ചാൽ അത് തകർത്തെറിയുന്ന മനസ്സുകളുടെ ജീവൻ നഷ്ടമാകുന്നതിനോടൊപ്പം ആ ശാപവും ഒരു ദുരന്തമായി അല്ലെങ്കിൽ തകർത്തെറിയാനാവാത്ത വൈറസായി ഈ ലോകത്തെ മനുഷ്യരാശിയെ തന്നെ ഉൻമൂലനാശനം ചെയ്യാനായി പിന്തുടരും എന്നല്ലേ ഈ കൊവിഡും നമ്മെ കാട്ടിത്തരുന്നത്???...

അറിയാതെയാണെങ്കിലും ഞാനാണല്ലോ ചിരാഗ് എന്ന ആ അച്ഛന്റെ മനംപിടഞ്ഞുള്ള മരണത്തിന് ഹേതുവായത് എന്ന കുറ്റബോധം മഥിക്കുന്ന സമയത്താണ് ഞാൻ വീണ്ടും റീസൈക്കിളിന്

വിധേയയായി രണ്ടാമത്തും ഫിനൈൽ നിറച്ച് വിൽപനശാലയിൽ എത്തിയത്.

ഈ പ്രാവശ്യം ഞാൻ പോയത് ശ്രീജ, മോഹൻദാസ് എന്നീ ദമ്പതികളുടെ വീട്ടിലേയ്ക്കാണ്. അവർക്ക് രണ്ട് മക്കൾ ദയയും, ദർശനും.

ദയ ഒരു ദരിദ്രകുടുംബത്തിലെ പയ്യനുമായി പ്രണയത്തിലാണെന്നറിഞ്ഞപ്പോൾ തന്നെ മോഹൻ ധൃതഗതിയിൽ തങ്ങളുടെ അന്തസ്സിന് യോജിക്കുന്നവരുമായി ദയയുടെ വിവാഹം നടത്തി. എന്നാൽ ദർശൻ വളരെയധികം ധനസ്ഥിതിയുള്ള കുടുംബത്തിലെ തന്നിഷ്ടക്കാരിയും, ദുർന്നടപ്പുള്ളവളുമായ സമീരയും ആയി ഇഷ്ടത്തിലാണെന്നറിഞ്ഞിട്ടും ദുർമോഹിയായ മോഹൻ ദർശനെ വിലക്കിയില്ലെന്നു മാത്രമല്ല സമീരയുടെ പേരുദോഷം പണം മാറ്റിക്കൊള്ളും എന്ന് ന്യായീകരിക്കുക കൂടി ചെയ്തു.

ആ വിവാഹം നടന്നാൽ തന്റെ മകന്റെ ഭാവി അവതാളത്തിൽ ആകും എന്നറിഞ്ഞ ശ്രീജ അതിനെ ശക്തിയുക്തം എതിർത്തപ്പോൾ മോഹന്റെ ഭർത്സനത്തോടൊപ്പം ദർശനും അമ്മയുടെ കഴുത്തിൽ പിടിച്ച് തള്ളിയിട്ട്

“പോയി ചത്തു കൂടേ തള്ളേ? അല്ലെങ്കിൽ ഞങ്ങളെ കൊന്നു കൂടേ...? എന്റെ ഭാവി ജീവിതം തകർത്ത് സ്വൈര്യം കെടുത്താനായിട്ട് ഒരമ്മ വന്നിരിക്കുന്നു. നിങ്ങളെ എനിക്കിനി കാണണ്ട എന്നു പറഞ്ഞ് കലി തുള്ളി ഇറങ്ങിപ്പോയി. പുറകേ തന്നെ തന്നാലാവും വിധം ചന്ദ്രഹാസം ഇളക്കി മോഹനും.

സ്വേച്ഛാധിപതിയായ ഭർത്താവിനും ആളുകൾക്കും പണ്ടേ താൻ വിലയില്ലാത്തവളാണ്. എന്നാൽ ഓമനിച്ച് വളർത്തിയ മകൻ?...

അച്ഛൻ അമ്മയോട് കാണിക്കുന്നത് കണ്ട് വിഷമിച്ചിരുന്ന മകൻ?...

എപ്പോഴും അമ്മയ്ക്ക് തണലായും, സാന്ത്വനമായും നിന്നിരുന്ന മകൻ?...

ഉള്ളത് ചെറുതായാലും ഉള്ളിൽ സമാധാനം ഉണ്ടായാൽ അത് കൊട്ടാരത്തേക്കാൾ വലുതാണ് എന്ന് പറഞ്ഞിരുന്ന മകൻ?...

ഒരു ശത്രുവിനെപ്പോലെ തന്നെ കഴുത്തിന് പിടിച്ച് തള്ളിയതും, പോയി ചത്തു കൂടേ അല്ലെങ്കിൽ ഞങ്ങളെ കൊന്നു കളഞ്ഞു കൂടേ? എന്നുള്ള ചോദ്യവും യാതൊരു ബഹുമാനവും ഇല്ലാത്ത തള്ള എന്നുള്ള വിളിയും മൂലമുണ്ടായ ദുഃഖം താങ്ങാനാവാതെ വന്നപ്പോൾ ശ്രീജയും കൈയ്യിലെടുത്തു ഞാനെന്ന അണുമുക്ത ഫിനൈലിനെ. ബാത്റൂമിലെ മഗ്ഗിൽ ഒഴിച്ച ശേഷം കുടിക്കുകയായിരുന്നു. അച്ഛനും മകനും തിരികെ

വന്നപ്പോൾ വൈകിപ്പോയിരുന്നു...

ശ്രീജ എഴുതിവച്ചിരുന്നു. ഭർത്താവടക്കം മറ്റുള്ള എല്ലാവരുടേയും ചെയ്തികളെയും ഭർത്സനങ്ങളേയും സഹിക്കാം. എന്നാൽ ജീവന്റെ ജീവനായി കരുതിയ സ്വന്തം മകന്റെ അല്ലെങ്കിൽ മകളുടെ ഭർത്സനമോ, ഉപദ്രവമോ അതൊരിക്കലും താങ്ങാനാവാത്ത വേദനയാണ് ഒരമ്മയ്ക്ക് അവിടെ തുടങ്ങുന്നു അമ്മ എന്ന നിലയിലുള്ള അവളുടെ അധപതനം. ഭൂമിയിലേയ്ക്കും വച്ച് ഏറ്റവും നികൃഷ്ടജൻമമായി...

അഭിശപ്തയായി... അതോടെ അവൾ മാറുന്നു. ഓമനിച്ച് വളർത്തി തനിയ്ക്ക് സംരക്ഷണമേകേണ്ട മക്കളാൽ തന്നെ മാനസിക പീഠനവും, ശാരീരിക പീഠനവും ഏറ്റുവാങ്ങേണ്ടി വന്നവളെന്ന വ്യഥയുടെ നരകാഗ്നി യിൽ നീറിപ്പിടയാൻ തുടങ്ങുന്ന അവൾക്ക് പിന്നീടൊരിക്കലും അതിൽ നിന്നും മോചനമില്ല. എന്നാലും അവൾ തന്റെ കുഞ്ഞിനെ ശപിക്കില്ല. അവന് അല്ലെങ്കിൽ അവൾക്ക് അറിയാതെ പറ്റിയ തെറ്റുകൾ ക്ഷമിച്ച് അവർക്ക് നൻമകൾ മാത്രം വരുത്തണേ എന്നവൾ പ്രാർത്ഥിക്കും.

സംസാരം ഒരിക്കലും പരാജയമല്ല അതൊരു വിജയം കൂടിയാണ്. മൗനം അതൊരു വിട്ടു നിൽക്കലിനേക്കാൾ പിൻമാറലാണ്. ആ പിൻ മാറ്റത്തിൽ ആണ് ഞാനിപ്പോൾ. എനിക്കിനി ഈ വീട്ടിൽ സ്ഥാ നമില്ല. സ്ഥാനമില്ലാത്തിടത്ത് സ്ഥലമുണ്ടെങ്കിൽ പോലും ഇരിക്കരുത്.

സ്ഥാനമുണ്ടെങ്കിൽ സ്ഥലമില്ലെങ്കിൽ പോലും അഭിമാനത്തോടെ നിൽക്കാം. പരിഗണനയും, മനുഷ്യത്വവും, മനസ്സിലാക്കലും ആണ് ഏത് ബന്ധത്തേയും, തീവ്രമാക്കുന്നത്. അതില്ലാതായിക്കഴിഞ്ഞാൽ... സ്നേഹം വെറും വാക്ക് മാത്രം. ആത്മാവില്ലാത്ത... ജീവിനില്ലാത്ത... വെറും പാഴ് വാക്ക്. എന്റെ ജഡ ശരീരം പോലെ...

ദർശൻ സമീരയെ തന്നെ വിവാഹം ചെയ്തു. രണ്ട് മാസത്തിനുള്ളിൽ തന്നെ സമീര തെളിയിച്ചു കാലം മാറിയപ്പോൾ ബന്ധങ്ങളും വൈഫൈ പോലെയായി എന്ന്. അവളുടെ എല്ലാ തോന്ന്യാസങ്ങളും അനുവദിച്ചു കൊണ്ട് അവളെ ചുറ്റിപ്പറ്റി നിന്നാൽ ദർശനുമായുള്ള ബന്ധം വിച്ഛേ ദിക്കാതെ അവൾ കണക്കാവും എന്ന്. പിന്നീട് അവളുടെ ചെയ്തികൾ അസഹ്യമായപ്പോൾ ദർശൻ സമീരയെ ചോദ്യം ചെയ്തപ്പോൾ, ദേഷ്യ ത്തോടെ മാറി നിന്നപ്പോൾ അവൾ ആ ബന്ധം വിച്ഛേദിച്ച് അടുത്ത ഡിവൈസ് തേടിപ്പോയി. അപ്പോഴാണ് ദർശൻ അമ്മയുടെ വാക്കുകൾ ഓർത്തത്. "നൂറ് സുഹൃത്തുക്കളെ നേടുന്നത് ഒരദ്ഭുതമല്ല. എന്നാൽ നൂറു കണക്കിനാളുകൾ നമുക്കെതിരായി നിൽക്കുമ്പോൾ പോലും നമ്മുടെ അരികിൽ നിൽക്കുന്ന ഒരൊറ്റ സുഹൃത്തിനെ സൃഷ്ടിക്കുക എന്നതാണ് അദ്ഭുതം. ദാമ്പത്യത്തിൽ ഏത് സാഹചര്യത്തിലും കൂടെ നിൽക്കുന്ന

പങ്കാളി എന്നതിലുപരി നല്ല സുഹൃത്താവണം ഭാര്യയും, ഭർത്താവും. അപ്പോഴാണ് ആ ബന്ധം കൂടുതൽ തീവ്രവും ഊഷ്മളവും ആകുന്നത്.

സമീരയുടെ സ്വഭാവം കേട്ടിടത്തോളം സമീരയ്ക്ക് നിന്നോടുള്ളത് താൽക്കാലികഭ്രമം മാത്രമാണ്, അവൾക്കൊരിക്കലും ഒരു നല്ല ഭാര്യയാവാനോ സുഹൃത്താവാനോ കഴിയില്ല.

കഥ പറഞ്ഞു കഴിഞ്ഞതും കടയിൽ ആകെ പ്രകാശം പരന്നപ്പോൾ ആണ് അറിഞ്ഞത് നേരം വെളുത്തു കഴിഞ്ഞു.

മൂന്നാമതും റീസൈക്കിൾ ചെയ്താണ് ഞാൻ വീണ്ടും ഇവിടെയെത്തിയിരിക്കുന്നത്. എന്റെ രണ്ടു പ്രാവശ്യത്തെ ജീവിതയാത്രയിലും ഞാൻ അറിയാതെ ആണെങ്കിലും രണ്ട് നിരപരാധികളുടെ ജീവനെടുക്കാൻ കാരണഭൂതയായി. ഇനി മൂന്നാമതൊന്നുകൂടി... വയ്യ! ഇനി വയ്യാ. "

പറഞ്ഞു തീരുന്നതിനു മുൻപേ നീണ്ടു വന്ന വളയിട്ട ഒരു കൈ അണുമുക്തയെ പൊക്കിയെടുത്ത് റാക്കുകൾക്ക് മുൻപിലിട്ട ട്രോളിയിൽ എടുത്തു വച്ചു കൊണ്ട് അവിടെ നിന്ന് തന്നെ മറ്റെന്തൊക്കെയോ തിരയാൻ തുടങ്ങി. ഭയന്നു വിറച്ച അണുമുക്ത ദയനീയമായി സൂപ്പർ ഷൈനിനെ നോക്കി.

അപ്പോൾ സൂപ്പർ ഷൈൻ പറഞ്ഞു

"മനസ്സറിഞ്ഞ് ഒരു തെറ്റും ചെയ്തിട്ടില്ല എന്ന ആത്മവിശ്വാസം നിനക്ക് ഉണ്ടെങ്കിൽ നീ എന്തിനാണ് അണുമുക്തേ ഭയപ്പെടുന്നത്? അറിവായാലും, സ്നേഹമായാലും, സമ്പത്തായാലും പകർന്നു നൽകുമ്പോൾ ആണ് മഹത്വമുള്ളതാകുന്നത്. അതു പോലെ നീ ഉപയോഗിക്കപ്പെടുമ്പോൾ മാത്രമാണ് മഹത്വമുള്ളവൾ ആകുന്നത്. ചില അവിചാരിത സംഭവങ്ങൾ നിന്നെ ദുഃഖിതയാക്കി എന്നതുകൊണ്ട് ഇനിയും അങ്ങനെ സംഭവിക്കണം എന്നില്ല. ജീവിതത്തിൽ എന്തിനും രണ്ടാമത് ഒരു അവസരം ഉണ്ട്. എന്നാൽ ജീവിതം രണ്ടാമതില്ല. കാലങ്ങളോളം നാം കാത്തിരിക്കാറില്ലേ പലതിനു വേണ്ടിയും എന്നാൽ കാലം ഒന്നിനു വേണ്ടിയും കാത്തു നിൽക്കാറില്ല. കാലഹരണപ്പെട്ടു (എക്സ്പയറി) കഴിഞ്ഞാൽ നിന്നെകൊണ്ട് ആർക്കും പ്രയോജനമില്ലാതാവും. നീ മൂലം വിൽപ്പനശാലയ്ക്കും നഷ്ടമുണ്ടാകും. ഒന്നാമത് കൊറോണയുടെ താണ്ഡവം മുതൽ എല്ലാ വ്യാപാര സ്ഥാപനങ്ങളും നഷ്ടത്തിൽ ആണ് പ്രവർത്തിക്കുന്നത്. അതു കൊണ്ട് നമ്മളാൽ കഴിയുന്ന നൻമകൾ ചെയ്തു കൊണ്ട് നിന്റെ ഈ ചെറിയ ജീവിതയാത്ര ആഹ്ലാദഭരിതമാകും എന്ന വിശ്വാസത്തോടെ പൊയ്ക്കോളൂ... " എന്ന് പറഞ്ഞ് സൂപ്പർ ഷൈൻ ഏന്തി വലിഞ്ഞ് തന്റെ ശരീരമിളക്കി യാത്രാമൊഴി നൽകുമ്പോൾ

തന്നെ അണ്ടമുക്തയെ വച്ചിരുന്ന ട്രോളിയിൽ മറ്റെന്തൊക്കെയോ സാധനങ്ങൾ കൂടി നിക്ഷേപിച്ച ശേഷം വളയിട്ട കൈകൾ കൗണ്ടറിനെ ലക്ഷ്യമാക്കി ട്രോളി നീക്കി തുടങ്ങിയിരുന്നു.

കളിയും കാര്യവും

ജടാമയാദി ചൂർണ്ണത്തിന്റെ കിഴി അഗസ്ത്യ പല്ലവ തൈലത്തിൽ മുക്കി ചെറു ചൂടോടെ അദ്ദേഹത്തിന്റെ നടുവിലും, മുട്ടിലും വച്ചു കൊണ്ടിരിക്കെയാണ് തോരാതെ പെയ്യുന്ന തുലാമഴയിൽ കറണ്ടും പോയത്.

“ഇനി മതി കോകിലേ. നീ പോയി മഴ കാണു. നിനക്കിഷ്ടമല്ലേ മഴ. ഞാനിനി കുറച്ചു സമയം അനങ്ങാതെ കിടന്നോളാം. ഒരു മണിക്കൂർ കഴിഞ്ഞിട്ടുമതി ചൂടുവെള്ളത്തിലുള്ള കുളി.”

“ശരി എന്നാൽ കിടന്നോളൂ ഞാനീ തൈലവും, കിഴിയും ഒക്കെ യഥാസ്ഥാനത്ത് വയ്ക്കട്ടെ. വെള്ളം ചെമ്പിൽത്തന്നെ അടുപ്പിൽ നിന്നിറക്കാതെ വച്ചിട്ടുണ്ട്. എപ്പളാച്ചാലും കുളിക്കണതു വരെ ചൂടു നിന്നോളും. ”

നേരം നാലുമണി കഴിഞ്ഞിട്ടേ ഉള്ളൂ. എങ്കിലും ആകെ ഇരുണ്ടിരിക്കണു. എന്നാലും വേണ്ടില്ല മഴ കാണണത് എനിക്കേറെ ഇഷ്ടമുള്ള കാര്യാണ്. വേഗം ഉമ്മറക്കോലായിലേയ്ക്കിറങ്ങിയതും തുവാന അടിച്ചു വന്നത് സാരമാക്കാതെ ഞാനിരുന്നു. മഴയുടെ ഭംഗി ആസ്വദിച്ച്. എന്തൊരു താളവും മേളവും ആണ് മഴയ്ക്ക്. നിറഞ്ഞ് തുളുമ്പുന്ന യൗവ്വനയുക്തയെപ്പോലെ തുള്ളിത്തുളിമ്പി... ഇതു പോലെയല്ലായിരുന്നോ എന്റെ ബാല്യവും യൗവ്വനവും.

അഞ്ച് മക്കളിൽ ഏറ്റവും ഇളയവൾ. മൂന്നു ചേട്ടൻമാരും വല്യേച്ചിയും. എല്ലാവരുടേയും ഓമനയായിരുന്നെങ്കിലും എന്തെങ്കിലും അരുതാത്തത് കാട്ടിയാൽ അച്ഛനും, അമ്മയും മാത്രമല്ല ചേട്ടൻമാരും, ശിക്ഷിക്കുമായിരുന്നു. വല്യേച്ചി എന്നെ ഒന്നു ശാസിക്കുക പോലുമില്ലായിരുന്നു. പക്ഷേ

ഞാൻ എട്ടാം ക്ലാസ്സിൽ അയപ്പോൾ വല്യേച്ചിയുടെ വിവാഹം കഴിഞ്ഞു. എന്നെ ശിക്ഷിക്കുന്നതിനൊക്കെ എന്നും സാക്ഷിയായിരുന്നതും ബലിയാടായിരുന്നതും കിഴക്കേമുറ്റത്ത് മുല്ല പടർത്തിയ കിളിഞ്ഞിൽ മരമായിരുന്നു. അതിന്റെ കമ്പ് ഒടിച്ചായിരുന്നു അടി. എത്ര വല്യതായിട്ടും അടി കിട്ടുമ്പോൾ ഞാൻ വലിയ വായിൽ കരഞ്ഞിരുന്നു. പിന്നീട് ചേട്ടൻമാർ പുറത്ത് പോയിട്ട് വരുമ്പോൾ പച്ച വർണക്കടലാസിൽ പൊതിഞ്ഞ എനിക്കേറ്റവും ഇഷ്ടമുള്ള പ്യാരി മിഠായി വാങ്ങിക്കൊണ്ടു വരുമായിരുന്നു. അത് കാണുമ്പഴേയ്ക്കും മഴ മാറി തെളിഞ്ഞ വാനം പോലെ ഞാനെല്ലാം മറന്ന് തുള്ളിച്ചാടുമായിരുന്നു.

പി. ജിയ്ക്ക് പഠിക്കുന്ന സമയത്താണ് ഞാനും കൂട്ടുകാരി സുധയും ദിവസവും കോളേജിനടുത്തുള്ള ദേവിക്ഷേത്രത്തിൽ കയറി തൊഴുതിട്ടേ കോളേജിലേയ്ക്ക് പോകുമായിരുന്നുള്ളൂ. ചെറുപ്പക്കാരനായ പൂജാരി ദിവസവും എനിയ്ക്ക് മാത്രം റോസപ്പൂവാണ് പ്രസാദത്തിന്റെ കൂടെ തന്നിരുന്നത്. പിന്നീട് ഒരു നാൾ അദ്ദേഹം ഞാനില്ലാതിരുന്ന ഒരു ദിവസം സുധയോട് പറഞ്ഞത്രേ അദ്ദേഹത്തിന് എന്നെ ഇഷ്ടമാണെന്ന്.

സുധ എന്നോടത് പറഞ്ഞപ്പോൾ ഇതു പോലെയുള്ള പല സന്ദർഭങ്ങളിലും തോന്നിയിട്ടുള്ളത് പോലെ എന്റെ മനോമുകുരത്തിൽ തെളിഞ്ഞത് എന്റെ ചേട്ടൻമാരും അച്ഛനും എന്നെ കിളിഞ്ഞിൽ കമ്പ് കൊണ്ട് പൂജിക്കുന്നതും പൂജ ചെയ്യാനാകാതെ വിഷമിക്കുന്ന പൂജാരിയുടെ കൈയ്യും, കാലും ഒടിഞ്ഞ രൂപവുമാണ്. അതോടെ പ്രണയം എന്ന ലോല വികാരം എന്നിൽ നിന്നും ഓടി ഒളിച്ച് ഭയം എന്ന വികാരം ചേക്കേറും.

അവസാന വർഷത്തെ ക്ലാസ്സ് അവസാനിക്കാൻ കുറച്ച് ദിവസങ്ങൾ കൂടി ബാക്കിയുള്ളപ്പോഴാണ് ക്ലാസ്സിലെ കുട്ടികൾ ഏവരും കൂടി 'ദിൽവാലേ ദുൽഹനിയാ ലേജാഏംഗേ' എന്ന സിനിമ കാണാൻ പോകാൻ തീരുമാനിച്ചത്.

വീട്ടിൽ അച്ഛനോടും, ചേട്ടൻമാരോടും പറഞ്ഞാൽ സമ്മതിക്കില്ല. അമ്മയോടും, ചേട്ടത്തിയോടും പറഞ്ഞ ശേഷം സിനിമ കാണാൻ വേണ്ടി മറ്റുള്ളവർ വരുന്നതും കാത്ത് തിയറ്ററിന്റെ മുൻപിൽ നിൽപ്പായി. സിനിമ തുടങ്ങാറായിട്ടും സുധയൊഴിച്ച് മറ്റാരും വന്നില്ല. തിരികെ പോകാം എന്ന് സുധയോട് പറഞ്ഞിട്ട് അവൾ സമ്മതിച്ചില്ല. അങ്ങനെ ടിക്കറ്റെടുത്ത് സിനിമ കാണാൻ ഇരുന്നപ്പോൾ പുറകിലത്തെ സീറ്റിൽ ഇരുന്നിരുന്ന പൂവാലൻമാർ ഭയങ്കര ശല്യം. സുധയോട് പോകാം എന്ന് പറഞ്ഞിട്ട് അവളൊട്ട് സമ്മതിക്കുന്നുമില്ല. അവസാനം സിനിമ തീർന്നിറങ്ങാൻ തയ്യാറായപ്പോൾ ഒരു പൂവാലൻ എന്റെ കൈയ്യിൽ കടന്നു പിടിച്ചു. മറ്റേ കൈയ്യിലിരുന്ന കുട കൊണ്ട് ശരിക്കൊന്നു കൊട്ടത്തിട്ട്

സുധയുടെ കൈയ്യിൽ പിടിച്ച് ഒരോട്ടം. ആ ഓട്ടം അവസാനിച്ചത് ബസ് സ്റ്റാൻഡിൽ എത്തിക്കഴിഞ്ഞപ്പോൾ.

ഒരു വിധം മുഖത്തിലെ വിവശത വീട്ടിലുള്ളവർ വായിക്കാതെയിരിക്കാൻ പഠിക്കാൻ കയറി തടി തപ്പി. രാത്രി രണ്ടാമത്തെ ചേട്ടൻ കിളിഞ്ഞിലിന്റെ വടിയും ഒടിച്ചെടുത്തുകൊണ്ടാണ് അകത്തേയ്ക്ക് വന്നത് തന്നെ. പുസ്തകത്തിൽ മുഖം പൂഴ്ത്തിയിരുന്ന എന്നെ ശരിക്കും വടിപൂജ നടത്തി ചേട്ടൻ. എന്താണ് കാര്യം എന്ന് മാത്രം ചേട്ടൻ ആരോടും പറഞ്ഞില്ല. അതെന്റെ ഭാഗ്യം. അല്ലെങ്കിൽ ബാക്കിയുള്ളവരുടേയും വടിപൂജ ഏറ്റു വാങ്ങേണ്ടി വന്നേനേ... ചേട്ടനോട് സിനിമാതിയറ്ററിൽ ഉണ്ടായിരുന്ന എന്നെ അറിയാവുന്ന ഏതോ കൂട്ടുകാർ വിവരം ധരിപ്പിച്ചതാണത്രേ. അതിന്നും എനിയ്ക്കും ചേട്ടനും മാത്രമറിയാവുന്ന രഹസ്യം.

പി. ജിയുടെ പരീക്ഷയും കഴിഞ്ഞ് സ്വസ്ഥമായി കഴിയുന്ന ഒരു ദിവസം ആണ് അച്ഛന്റെ "കോകിലേ" എന്നുള്ള വിളി. സ്വീകരണമുറിയിലേയ്ക്ക് ചെല്ലുമ്പോൾ ഞെട്ടിപ്പോയി. ദേവി ക്ഷേത്രത്തിലെ പൂജാരിയും, മറ്റൊരാളും. എന്നെ നോക്കി പൂജാരി ഹൃദ്യമായി ചിരിച്ചു. വൈവശ്യത്തിന്റെ വിറയലോടെ ചിരിക്കാനാകാതെ ഞാനും...

"നിനക്കിവരെ അറിയാമോ?"

പരിഭ്രമത്തോടെ അച്ഛനെ നോക്കി തലയാട്ടി.

"വായ തുറന്ന് പറയൂ കുട്ടീ"

"അറിയാം"

"എങ്ങനെ?"

"ദേവി ക്ഷേത്രത്തിലെ പൂജാരിയാണ്. അമ്പലത്തിൽ വച്ചു കണ്ടിട്ടുണ്ട്."

"എങ്കിൽ അവർക്ക് കുടിക്കാൻ എന്തെങ്കിലും എടുത്തിട്ട് വരൂ". എന്നച്ഛൻ ചിരിച്ചു കൊണ്ട് പറയുമ്പോഴും നിനക്ക് ഞാൻ വച്ചിട്ടുണ്ട് എന്ന സ്വരത്തിലെ ധ്വനി മുഴച്ചു നിന്നിരുന്നത് എനിയ്ക്ക് മാത്രം മനസ്സിലായി. ആലിലയ്ക്ക് സമാനമായ ശരീരവുമായി അകത്തേയ്ക്ക് നടക്കുമ്പോഴും പൂജാരി പറയുന്നത് കേട്ടു.

"ഇതെന്റെ ഏട്ടനാണ്. ഇദ്ദേഹവും നായർ തറവാട്ടിൽ നിന്നു തന്നെയാണ് വേളി കഴിച്ചിരിക്കുന്നത്. അതു കൊണ്ട് എന്റെയും കോകിലയുടേയും കാര്യത്തിൽ ഇല്ലത്ത് എതിർപ്പുണ്ടാവില്ല. "

അകത്തേയ്ക്ക് ചെന്നപ്പോൾ

എന്താ നീ കാട്ടിയത് കുട്ട്യേ... ഇത്ര ധൈര്യമോ നിനക്ക് എന്ന

അർത്ഥഗർഭമായ ഇമ വിക്ഷേപത്തോടെ അമ്മയും, ചേട്ടത്തിയും... അവരുടെ രൂക്ഷ നോട്ടത്തെ നേരിടാനാകാതെ അവരിലാരോ രണ്ടു ഗ്ലാസ്സുകളിലായി പകർന്നു വച്ച സംഭാരത്തിന്റെ തട്ടവുമായി വിറയലോടെ വീണ്ടും സ്വീകരണ മുറിയിലേയ്ക്ക്. സംഭാരം ടീപോയിമേൽവച്ചപ്പോൾ കോകില അകത്തേയ്ക്ക് പൊയ്ക്കൊള്ളുക എന്ന് പറഞ്ഞ് അച്ഛൻ അവരോടത് കുടിക്കാൻ ആവശ്യപ്പെട്ടു.

അവര് പോയ ശേഷം അച്ഛൻ അകത്തേയ്ക്ക് വന്നു. കൈയ്യിൽ കിളിഞ്ഞിൽ വടി.

"അച്ഛാ സത്യമായിട്ടും ഞാൻ അച്ഛൻ കരുതുന്നതു പോലെ തെറ്റൊന്നും ചെയ്തിട്ടില്ല. എനിക്കറിയില്ല അവരെങ്ങനെ ഇവിടെ വന്നു" എന്ന് പറഞ്ഞ് പൊട്ടിക്കരഞ്ഞുകൊണ്ട് ഞാൻ അച്ഛന്റെ കാൽക്കൽ കെട്ടിപ്പിടിച്ച് കരഞ്ഞു.

എന്തോ അച്ഛൻ അടിച്ചില്ല. പിന്നീടുള്ള അന്വേഷണത്തിൽ അറിഞ്ഞു ഞാൻ തെറ്റുകാരി അല്ല എന്നും സുധയാണ് അവർക്ക് വീട് പറഞ്ഞു കൊടുത്തതെന്നും.

പിന്നീട് ധൃതഗതിയിൽ ആയിരുന്നു ശേഖരേട്ടന്റെ ആലോചന വന്നപ്പോൾ വിവാഹം നടത്തിയത്.

വിവാഹത്തിന്റെ അന്നു തന്നെ ശേഖരേട്ടൻ എന്നോട് പറഞ്ഞു "നിന്നെപ്പോലെ ഒരല്ലലും ഇല്ലാതെ ചെല്ലക്കുട്ടിയായി വളർന്നതല്ല ഞാൻ. എന്നെ പഠിപ്പിച്ച് എഞ്ചിനീയർ ആക്കാൻ എന്റെ അച്ഛനും അമ്മയും ഏറെ കഷ്ടപ്പെട്ടിട്ടുണ്ട്. അവരെ കഷ്ടപ്പെടുത്തുകയോ സങ്കടപ്പെടുത്തുകയോ ചെയ്താൽ നീ പിന്നെ എന്റെ ഭാര്യയായി വാഴില്ല. പിന്നെ നിന്റെ സ്ഥാനം നിന്റെ വീട്ടിലായിരിക്കും.

ശേഖരേട്ടന്റെ ആ വാക്കുകളിൽ ആദ്യരാത്രിയിലെ എന്റെ സിനിമാ സങ്കൽപ്പ ജീവിത സ്വപ്നം നെടിയിടയിൽ പൊട്ടിത്തകർന്നു തരിപ്പണമായി.

ഒന്നാം വിരുന്നിന് വീട്ടിൽ പോയിട്ട് തിരികെ പോകില്ല എന്ന് ശാഠ്യം പിടിച്ച എന്നോട് യാതൊരു ദയാദാക്ഷിണ്യവും ഇല്ലാതെ അച്ഛനും ചേട്ടൻമാരും മൊഴിഞ്ഞു. വിവാഹം കഴിഞ്ഞതു മുതൽ ഇനി നിന്റെ വീട് ഭർത്താവിന്റെ വീടാണ്. ഇവിടെ നിനക്കിനി സ്ഥാനമില്ല. ചേട്ടൻമാരുടെ പത്നിമാർക്കാണ് ഇവിടുത്തെ സ്ഥാനം. അതോടെ ആ പ്രതീക്ഷയും തകർന്നു. പിന്നീട് ജീവിത യാഥാർത്ഥ്യങ്ങൾ മനസ്സിലാക്കി കൊണ്ടുള്ള ജീവിതം. രണ്ടു മക്കളും ജോലി കിട്ടി വിദേശത്ത്. ഇവിടെ ഞാനും ശേഖരേട്ടനും മാത്രം.

മഴ ശമിച്ചു. എന്നാലും പൊയ്യൊഴിഞ്ഞാലും വൃക്ഷത്തലപ്പുകളിലും, മേൽക്കൂരകളിലും നിന്നെല്ലാം പിന്നെയും തുള്ളികൾ അടർന്നുവീണു കൊണ്ടിരിക്കും ചത്തു മണ്ണിലലിയും എന്നറിഞ്ഞു കൊണ്ടു തന്നെ... ചില മനുഷ്യ ജൻമങ്ങൾ പോലെ... അനുഭവങ്ങളുടെ തീക്ഷ്ണതയിൽ ജീവച്ഛവം പോലെയായാലും ഒരു നാൾ ഉയിർത്തെഴുന്നേൽക്കും എന്ന പ്രത്യാശയോടെ തന്നെ മരണത്തെ പുൽകും. അതല്ലേ ഇന്നും കണ്ടത്. പാവം ശേഖരേട്ടൻ ആകെ തകർന്നു പോയി അപ്പച്ചിയുടെ അവസ്ഥ കണ്ടപ്പോൾ.

ശേഖരേട്ടന്റെ ചെറുപ്പത്തിലേ അപ്പച്ചിയുടെ ഭർത്താവ് പട്ടാളത്തിൽ ജോലിയായതിനാൽ അപ്പച്ചിയും കുടുംബത്ത് തന്നെ ആയിരുന്നു. അച്ഛനിൽപ്പാതി അപ്പച്ചി എന്നാണല്ലോ. അപ്പച്ചിയായിരുന്നു ശേഖരേട്ടന് എല്ലാം. ശേഖരേട്ടന് പത്ത് വയസ്സുള്ളപ്പോഴാണ് അപ്പച്ചിക്ക് മിഥിലജ ജനിച്ചത്. പിന്നീട് ശേഖരേട്ടന് എല്ലാം കുഞ്ഞു മിഥിലജ ആയിരുന്നു. എന്ത് സംഭവിച്ചതാണോ എന്തോ അപ്പച്ചി മിഥിലജയുമായി മറ്റൊരാളുടെ കൂടെ പോയി. കുടുംബത്തിനാകെ മാനക്കേടുണ്ടാക്കിയ അപ്പച്ചിയെ പിന്നീട് ആരും തിരിഞ്ഞു നോക്കിയില്ല.

ശേഖരേട്ടൻ കഴിഞ്ഞ ദിവസം ട്രഷറിയിൽ പോയപ്പോഴാണ് ശേഖരേട്ടന്റെ പഴയ കളിക്കൂട്ടുകാരൻ ശിവനെ കണ്ടത്. അപ്പോഴാണ് അദ്ദേഹം പറഞ്ഞത് ഞാൻ നിന്റെ അടുക്കൽ കൂടി ഇന്ന് വരണം എന്ന് കരുതിയതാണ്. എന്തായാലും ഇവിടെ വച്ച് കണ്ടത് നന്നായി. അപ്പച്ചി കിടപ്പിലാണ്.

മിഥിലജയുടെയും ഭർത്താവിന്റെയും കൂടെയാണ്. ശിവൻ ചേട്ടനോട് ശേഖരേട്ടന്റെ ചെറുപ്പത്തിലെ ഫോട്ടോ കാണിച്ച് കൊണ്ട് പറഞ്ഞത്രേ അവസാന ആഗ്രഹമായി അപ്പച്ചിക്ക് ശേഖരേട്ടനെ കാണണം എന്ന്.

ശേഖരേട്ടനും ഞാനും കൂടി അപ്പച്ചിയെ കാണാൻ പോകുമ്പോഴും ശേഖരേട്ടൻ എന്നോട് പറഞ്ഞു "സങ്കടപ്പെടുന്ന ഹൃദയത്തെ സ്നേഹിക്കണം. എന്നാൽ സ്നേഹിക്കുന്ന ഹൃദയത്തെ സങ്കടപ്പെടുത്തരുത്. അപ്പച്ചിക്ക് എന്നോട് സ്നേഹം മാത്രമേ ഉള്ളൂ എന്നും. തെറ്റുപറ്റാതെ പഠിച്ചതായി ജീവിതത്തിൽ ഒന്നുമില്ല. തിരുത്തലുകൾ ആണ് ജീവിതത്തെ സമ്പൂർണമാക്കുന്നത്. ലക്ഷ്യം എത്ര അകലെയാണെങ്കിലും മാർഗ്ഗം കഠിനമാണെങ്കിലും വിധി നമുക്കായ് കരുതി വച്ചത് നമ്മിൽ വന്നു ചേരുക തന്നെ ചെയ്യും. അപ്പച്ചിക്ക് വിധി കരുതിവച്ച ജീവിതമായിരിക്കും അത്."

അപ്പച്ചിയേയും, ശേഖരേട്ടനേയും അവരുടെ മാത്രം ലോകത്തേയ്ക്ക് വിട്ട് മിഥിലജയുടെ കൂടെ അടുക്കളയിൽ സഹായിക്കാൻ ചെന്നപ്പോൾ

മിഥിലജ "ചേച്ചി പറമ്പും, തൊടിയും ഒക്കെ കണ്ടു വരൂ അപ്പളേയ്ക്കും ഞാൻ ഊണെടുത്തു വയ്ക്കാം" അതു കേട്ട് തൊടിയിലേയ്ക്ക് ഇറങ്ങി നടക്കു മ്പോൾ ആണ് കണ്ടത് എന്തൊക്കെയോ വാങ്ങി തത്രപ്പെട്ട് വരുന്ന ശ്രീകാന്തിനെ. ഞങ്ങൾ രണ്ടുപേരും ആശ്ചര്യഭരിതരായി. ശ്രീകാന്താണ് മിഥിലജയുടെ ഭർത്താവ്. ബിരുദത്തിന് ഒരേ ക്ലാസ്സിൽ ആയിരുന്നു ഞാനും ശ്രീകാന്തും. അന്ന് വി. സി. ആറിന്റെയും, കാസറ്റുകളുടേയും കാലമായിരുന്നു. ഞാൻ സംസ്കൃതം പഠിച്ചിട്ടുള്ളതുകൊണ്ട് ചേട്ടൻമാർ എടുത്തു കൊണ്ടുവരുന്ന ഹിന്ദി ചലച്ചിത്രങ്ങൾ കണ്ടു കണ്ടു ഹിന്ദി നടൻ മാരോട് ആരാധന മൂത്തിരുന്ന സമയത്താണ് ക്ലാസ്സിൽ ശ്രീകാന്തിനെ കണ്ടത്. ഒരു ഹിന്ദി നടന്റെ നിറവും, മീശയില്ലാത്ത മുഖവും എന്റെ മനം കവർന്നു. ശ്രീകാന്ത് അറിയാതെ അവനെ ഞാൻ പ്രണയിച്ചു. ക്ലാസ്സിൽ പലപ്പോഴും അവനെ നോക്കിയിരുന്ന് മനമങ്ങും മിഴിയിങ്ങും എന്ന രീതിയിൽ മതിമറന്നിരുന്ന എന്നെ അദ്ധ്യാപകർ ചോക്കുകൊ ണ്ടെറിയുകയും ഞെട്ടിയുണർന്ന എന്നോട് അപ്പോൾ പഠിപ്പിച്ച പാഠ്യ ഭാഗങ്ങളെ കുറിച്ച് പറയാൻ പറഞ്ഞപ്പോൾ ഒന്നും മിണ്ടാനാകാതെ വടി വിഴുങ്ങിയ പോലെ നിന്ന എന്നെക്കണ്ട് ക്ലാസ്സാകെ കൂട്ടച്ചിരി മുഴക്കിയത് ഇന്നും എന്റെ ചെവിയിൽ മുഴങ്ങുന്നതു പോലെ... മൂന്നാം വർഷത്തെ പിരിയുന്ന ദിവസത്തെ ചായസത്കാരത്തിന് ശേഷമുള്ള ക്ലാസ്സ് ഫോട്ടോ എടുക്കുമ്പോഴും അവൻ ഇരുന്നതിന്റെ പുറകിൽ തന്നെ എന്നെ ഫോട്ടോഗ്രാഫർ പിടിച്ചു നിർത്തി. അപ്പോഴും ഞാൻ ചിന്തിച്ചു അവൻ എന്നെയൊന്ന് തിരിഞ്ഞു നോക്കി ചിരിച്ചിരുന്നെങ്കിൽ എന്ന്... എന്റെ പുറകിൽ നിന്നിരുന്ന ആരോ അവന്റെ പുറത്ത് പേപ്പർ ചുരുട്ടി എറിഞ്ഞപ്പോൾ അവൻ ചിരിച്ചു കൊണ്ട് തിരിഞ്ഞു നോക്കി. അതു കണ്ടപ്പോൾ എന്റെ മനസ്സിലും ലഡ്ഡു പൊട്ടി എനിക്കാശ്വാസമായി.

പിന്നീട് ഞാൻ ശ്രീകാന്തിനെ കാണുന്നത് ഇന്നാണ്. എത്ര സ്നേ ഹത്തോടെയാണ് അവൻ മിഥിലജയോടും അപ്പച്ചിയോടും ഒക്കെ ഇടപഴകുന്നത്. പഴയ സഹപാഠിയെ കണ്ട സന്തോഷം പങ്കുവയ്ക്കുന്നത്. എല്ലാം പഴയ കൗതുകത്തോടെ തന്നെ ഞാൻ നോക്കിക്കണ്ടു. പാവം! അവനൊന്നുമറിയില്ല. ആരോടും ഒരിക്കലും പറയാതെ മനസ്സിന്റെ കോണിൽ മാത്രം ഒളിപ്പിച്ച എന്റെ പ്രണയം... അതിനിയും എന്റെ മനസ്സിന്റെ മണിച്ചെപ്പിൽ തന്നെ അങ്ങനെയിരിക്കട്ടെ. അതംഗീകരിച്ചെ ന്ന പോലെ ആകാശം തന്റെ കൊള്ളിയാൻ മിന്നിച്ച പ്രകാശത്തിൽ കുളിച്ച ഞാൻ പിന്നാലെ വരുന്ന കർണ്ണകഠോരമേഘനാദത്തെ ഭയന്ന് ധൃതിയിൽ അകത്തു കയറി ഉമ്മറവാതിൽ കൊട്ടിയടച്ചു.

സ്വയംകൃതാനർത്ഥം

"ദേവീ ഇന്ന് തിരികെ പോകുകയാണോ?" ആ ചോദ്യം കേട്ടാണ് ഞാൻ തിരിഞ്ഞു നോക്കിയത്. ദൈവമേ ഒരിക്കലും തമ്മിൽ കാണാനിടയാക്കല്ലേ എന്ന് പ്രാർത്ഥിച്ചിരുന്ന ആ മനുഷ്യൻ. എന്റെ മുഖം വിവർണ്ണമായി. "അമ്മ മരിച്ച വിവരം അറിഞ്ഞു. വരണമെന്നുണ്ടായിരുന്നു. വരാൻ കഴിഞ്ഞില്ല. ഒന്ന് കോഴിക്കോട് വരെ പോയി. എപ്പോഴാണ് വണ്ടി? എന്താ മോന്റെ പേര്?" സ്തബ്ധയായി നിന്നതു കൊണ്ട് ഒന്നിനും മറുപടി പറയാനായില്ല. മോൻ മറുപടി പറഞ്ഞു. എന്നെ ഒന്നു നോക്കി മോന്റെ മൂർദ്ധാവിൽ തലോടിയശേഷം അദ്ദേഹം നടന്നു മറഞ്ഞു. വണ്ടി വരുന്നതിന്റെ അനൗൺസ്മെന്റാണ് എന്നെ ഞെട്ടലിൽ നിന്നുണർത്തിയത്. വണ്ടി വന്നപ്പോൾ ആകെയുണ്ടായിരുന്ന ബാഗുമായി ഞാൻ കയറി. പിന്നാലെ മോനും. വണ്ടി നീങ്ങി കുറച്ച് കഴിഞ്ഞപ്പോൾ മോൻ മുകളിലെ ബർത്തിൽ കയറി ഉറങ്ങാൻ കിടന്നു. ഞാൻ ഓർമ്മകളുടെ വേലിയേറ്റത്തിലും. ഒരു സാധാരണ കുടുംബത്തിലെ മൂത്ത മകളായിരുന്നു ഞാൻ. അച്ഛൻ അദ്ധ്യാപകൻ അമ്മ വീട്ടമ്മ മൂന്നനിയൻമാർ. ഞാൻ നന്നായി പഠിക്കുന്നതു കൊണ്ട് അമ്മ എന്നെക്കൊണ്ട് ഒരു പണിയും ചെയ്യിക്കില്ലായിരുന്നു. എം. എ കഴിഞ്ഞ ഉടൻ തന്നെ എന്റെ വിവാഹം നടന്നു. എനിക്കൊട്ടും ഇഷ്ടമില്ലാതിരുന്ന വിവാഹം. ഇലക്ട്രിസിറ്റിബോർഡിലെ ഓവർസിയർ ആയിരുന്നു അദ്ദേഹം. എന്നേക്കാൾ നിറവും, പൊക്കവും, വിദ്യാഭ്യാസവും കുറഞ്ഞ അയാളെ തീരെയെനിക്കിഷ്ടമായില്ല. അതെല്ലാം പോരാഞ്ഞിട്ട് ചെറിയ കോങ്കണ്ണും. വീട്ടിൽ നിന്നും എട്ട് കിലോമീറ്റർ അകലെയായിരുന്നു അയാളുടെ വീട്. അവരൊന്നും ചോദിച്ചിരുന്നില്ല. അതാണ് വേഗം

കല്യാണം ഉറപ്പിച്ചത്. എന്റെ മനസ്സിൽ ഒരു വലിയ സ്വപ്നമുണ്ടായിരുന്നു. ഞാനത്ര സുന്ദരിയൊന്നുമല്ലെങ്കിലും എന്റെ കൂടെ നടക്കാൻ പറ്റിയ എന്നേക്കാൾ പൊക്കമുള്ള, വിദ്യാഭ്യാസമുള്ള, സമ്പന്നനായ ഒരാളായിരിക്കണം എന്ന്. എന്റെ അറിവില്ലായ്മയാണോ അഹങ്കാരമാണോ? അഹങ്കാരം എന്നു തന്നെ പറയാം. കല്യാണ ദിവസം രാത്രി തന്നെ ഞാനാ മനുഷ്യനോട് തുറന്നു പറഞ്ഞു എനിക്കയാളെ ഇഷ്ടമില്ലായിരുന്നു എന്ന്. ഞാൻ താഴെ ഷീറ്റ് വിരിച്ച് കിടന്നു.

“ശരി ഞാൻ എത്ര സമയം വേണമെങ്കിലും തരാം. തനിയ്ക്കെന്നെ ഇഷ്ടപ്പെടാൻ കഴിയുന്നതുവരെ. മറ്റാരും ഒന്നുമറിയരുത്.” ആ മനുഷ്യൻ ഞങ്ങൾ പുറത്തിറങ്ങുമ്പോൾ തനിയ്ക്ക് കടുത്ത നിറങ്ങളാണ് കൂടുതൽ ചേർച്ച എന്നു പറഞ്ഞ് ഞാനെതിർത്താലും നിർബന്ധിച്ച് സാരിയും നൈറ്റിയും ഒക്കെ വാങ്ങിത്തരുമായിരുന്നു. ഒരു മാസം വരെ ഞാൻ പിടിച്ച് നിന്നു. പിന്നീട് വീട്ടിൽ വന്ന് കാര്യം പറഞ്ഞു. എനിയ്ക്ക് വിവാഹ മോചനം വേണമെന്ന് പറഞ്ഞ് വാശി പിടിച്ചു, അല്ലെങ്കിൽ മരിച്ചു കളയും എന്ന് ഭീഷണിപ്പെടുത്തി. അങ്ങിനെ കോടതിയിൽ പോകാതെ തന്നെ ഞങ്ങളുടെ സമാജം വഴി താലി തിരികെ നൽകി വിവാഹബന്ധം വേർപെടുത്തി. ആരുടേയും ചോദ്യങ്ങൾക്ക് ഞാൻ മറുപടി പറഞ്ഞില്ല. പിന്നീട് ഞാൻ ഒരു ട്യൂട്ടോറിയൽ കോളേജിൽ പഠിപ്പിക്കാൻ പോയിത്തുടങ്ങി. രണ്ട് വർഷം കഴിഞ്ഞപ്പോൾ കാണാൻ സുമുഖനായ എന്നേക്കാൾ പൊക്കമുള്ള, പി ജിക്കാരനായ വിവാഹബന്ധം വേർപെടുത്തിയ കുട്ടനാട്ടുകാരനെ വിവാഹം ചെയ്തു. അദ്ദേഹത്തിന് ഹൈദ്രാബാദിലെ ഒരു പ്രൈവറ്റ് കമ്പനിയിലായിരുന്നു ജോലി. ഞങ്ങൾക്ക് ഒരു മോനായിക്കഴിഞ്ഞ് കൊണ്ടുപോകാൻ വന്നപ്പോൾ പറഞ്ഞു. എനിയ്ക്കും മറ്റൊരു പ്രൈവറ്റ് കമ്പനിയിൽ ജോലി ശരിയാക്കിയിട്ടുണ്ടെന്ന്. തിരികെ വന്ന ശേഷം അദ്ദേഹം ജോലിക്ക് പോകാതായി. എന്റെ ജോലി ഭദ്രമസ്ഥയായിട്ടായിരുന്നു. പിന്നീടാണ് ഞാനറിഞ്ഞത്. അദ്ദേഹത്തിന്റെ കമ്പനിയിൽ എന്തൊക്കെയോ തിരിമറികൾ കാണിച്ചതിന്റെ ഫലമായാണ് ജോലി പോയതെന്ന്. ഇതിനിടയ്ക്ക് കുടിയും തുടങ്ങി. എന്നെ സംശയവും.

ഞാൻ ജോലി കഴിഞ്ഞ് വരുമ്പോൾ മൂന്നാംകിട ആളുകൾ സംസാരിക്കുന്നതു പോലെ അഭിസാരിക എന്നർത്ഥം വരുന്ന പച്ച മലയാള പദം മാത്രമേ എന്നെ വിളിക്കാറുള്ളൂ. അതിനു ശേഷം അസഭ്യങ്ങളുടെ ശരവർഷമാണ്. ആദ്യമൊക്കെ എനിക്കമ്പരപ്പായിരുന്നു, വല്ലാത്ത സങ്കടമായിരുന്നു. പിന്നീടത് ശീലമായി. കുഞ്ഞിനേയും ‘അഭിസാരികയുടെ മോനേ’ എന്നായിരുന്നു വിളിക്കുന്നത്. അവനയാളെ പേടിയായിരുന്നു. കഴിവതും അയാളുടെ മുൻപിൽ ചെല്ലാതെ നോക്കുമായിരുന്നു.

ഞാനെന്തിങ്കിലും തിരിച്ച് പറഞ്ഞാൽ ഞാൻ പറയുന്നതു മാത്രം മൊബൈലിൽ റെക്കോഡ് ചെയ്ത് വീട്ടുകാർക്കയച്ചുകൊടുക്കും. അങ്ങിനെ അവർക്കും ഞാൻ കൊള്ളാത്തവളായി. നിറമുള്ള സാരിയുടുത്തിറങ്ങിയാൽ ചീത്ത പറഞ്ഞ് അത് മാറിയുടുത്ത് നിറം മങ്ങിയ സാരി ഉടുത്താൽ മാത്രമേ എന്നെ ജോലിയ്ക്ക് വിടുമായിരുന്നുള്ളൂ. അപ്പോഴൊക്കെ ഞാനെന്റെ ആദ്യ ഭർത്താവിനെ ഓർക്കുമായിരുന്നു.

"താന്താൻ നിരന്തരം ചെയ്യുന്ന കർമ്മങ്ങൾ താന്താനനുഭവിച്ചീടുകെന്നേ വരൂ" എന്ന കവിവാക്യം പോലെ ഞാനനുഭവിക്കുന്നു. എവിടെ പൈസ വച്ചിരുന്നാലും അതെല്ലാം തപ്പിയെടുത്ത് കൊണ്ടുപോയി കുടിക്കും. ജോലി കഴിഞ്ഞു വരുമ്പോൾത്തന്നെ എന്റെ ബാഗ് തട്ടിപ്പറിച്ച് അതിനുള്ളിലെ പൈസയും എടുക്കുമായിരുന്നു. സ്വർണ്ണം മുഴുവൻ വിറ്റു നശിപ്പിച്ചു. പിന്നീട് ഞാൻ ആകെയുള്ള ചെറിയ മാലയും, രണ്ട് വളയും, കൈയ്യിലുള്ള പൈസയും അടിപ്പാവാടയ്ക്ക് പോക്കറ്റ് വച്ച് അതിൽ സൂക്ഷിക്കാൻ തുടങ്ങി. ജോലി സ്ഥലത്ത് ചെല്ലുമ്പോൾ ആഭരണമെടുത്തിടും ജോലി കഴിഞ്ഞിറങ്ങുമ്പോൾ ബാത്ത് റൂമിൽപ്പോയി ഊരി പോക്കറ്റിൽ വയ്ക്കും. വീടിന്റെ ലോണടയ്ക്കൽ, മോന്റെ പഠിത്തം, വീട്ടുചെലവ് ഇതെല്ലാം കഴിഞ്ഞ് വരുമ്പോൾ ഒരു മാസം പോലും മിച്ചം ഒന്നുമില്ലായിരുന്നു. ഇന്ന് ഞാൻ കണ്ട മനുഷ്യൻ എന്റെ ആദ്യ ഭർത്താവായിരുന്നു. അയ്യോ മണി എട്ടായി. മോനെ വിളിച്ച് പൊതിച്ചോറു കൊടുത്ത്, ഞാനും കഴിച്ച ശേഷം ഉറങ്ങാൻ കിടന്നു. പിറ്റേ ദിവസം ഉച്ചയായപ്പോൾ ഞങ്ങൾ ഹൈദ്രാബാദ് സ്റ്റേഷനിൽ ഇറങ്ങി. വീട്ടിൽ എത്തിയപ്പോൾ തന്നെ ചോദ്യം വന്നു അഴിഞ്ഞാട്ടം കഴിഞ്ഞെത്തിയോ അഭിസാരിക? സ്വന്തം അമ്മയുടെ മരണം കഴിഞ്ഞെത്തിയ അമ്മയോടിങ്ങനെയൊന്നും പറയരുത് എന്ന് പറഞ്ഞതിന് കുഞ്ഞിനെയും എന്നെയും മർദ്ദിച്ചവശരാക്കി. പുറത്താക്കി കതകടച്ചു. സഹികെട്ട മോൻ പോലീസ് സ്റ്റേഷനിൽ പരാതിപ്പെട്ടു. പോലീസ് അയാളെ വിളിപ്പിച്ചു. അയാളെ ഇറക്കാനും ഞാൻ തന്നെ വേണമെന്നുള്ളതുകൊണ്ട് പരാതി പിൻവലിച്ചു അയാൾക്ക് താക്കീത് നൽകി വിട്ടയച്ചു.

നമ്മൾ ആർക്കൊക്കെ ആരൊക്കെയായിരുന്നു എന്ന് തിരിച്ചറിയുന്ന ഒരു സമയമുണ്ട്. യാഥാർത്ഥ്യങ്ങൾക്ക് സ്വപ്നങ്ങളുടെ മധുരമല്ല കൊടും കയ്പാണെന്നറിയുന്ന സമയം. B. Tech കഴിഞ്ഞ ഉടൻ മോൻ ഇനി പഠിക്കുന്നില്ല എന്ന് പറഞ്ഞ് ചെന്നൈയിൽ കിട്ടിയ ജോലിയ്ക്ക് പോയി. ഇവിടെ അയാളും, ഞാനും ഭർത്സനങ്ങളും, വഴക്കുമായി ഓരോ ദിവസവും യാതൊരു മാറ്റവുമില്ലാതെ കഴിച്ചുകൂട്ടി. മോന്റെ വിവാഹം കഴിഞ്ഞു. അവനിഷ്ടപ്പെട്ട കുട്ടി. മൂന്നു ദിവസമേ അവരിവിടെ നിന്നുള്ളൂ.

നിൽക്കാൻ ഞാൻ സമ്മതിച്ചില്ല എന്നതാണ് സത്യം. ആ കുട്ടിയുടെ മുൻപിൽ വച്ചും എന്നെ പുലഭ്യം പറയുകയോ, അഭിസാരിക എന്ന എന്റെ അയാൾ തന്ന സ്ഥാനപ്പേര് വിളിക്കുകയോ ചെയ്താലോ! അതായിരുന്നു എന്റെ ഭയം. ഭാഗ്യം ഒരു അലോസരവും ഉണ്ടാക്കിയില്ല. മരുമോളുടെ മുൻപിൽ നല്ല അച്ഛൻ. മറ്റുള്ളവരുടെ മുൻപിലും അയാൾ വളരെ നല്ലവനായിപ്പെരു മാറും. കാപട്യമുള്ളവരുടെ ലക്ഷണം ആണല്ലോ അത്. മോളുടെ കൈയ്യിൽ നിന്നും ചോദിച്ചതാണെന്നു തോന്നുന്നു പൈസ വാങ്ങി അയാൾ. പോകുന്നതിന് മുൻപായി മോനെന്നോടു പറഞ്ഞു ഈ മാസം കൂടിയല്ലേ ഉള്ളൂ അമ്മയുടെ ജോലി. അതു കഴിഞ്ഞ് അമ്മ ഞങ്ങളുടെ കൂടെപ്പോരൂ. അച്ഛനെ നമുക്കെവിടെ യെങ്കിലും de-addiction സെന്ററിലോ, ഇതുപോലെ ഒറ്റപ്പെടുന്നവരെ താമസിപ്പിക്കുന്ന ഇടത്തോ കൊണ്ടാക്കാം. ഇനിയെങ്കിലും അമ്മയ്ക്കി ത്തിരി സ്വസ്ഥത കിട്ടട്ടെ. അവനെ കുറ്റം പറഞ്ഞിട്ട് കാര്യമില്ല. ഓർമ്മ വെച്ച നാൾ മുതൽ ക്രൂരത മാത്രം കാട്ടിയ മനസ്സാക്ഷിയില്ലാത്തവരോട് എങ്ങിനെ സ്നേഹം തോന്നാൻ.

ഞാൻ ചിരിച്ചു. അവർ പോയിക്കഴിഞ്ഞയാൾ വീണ്ടും മൂടുപടം മാറ്റി അസഭ്യവർഷം തുടങ്ങി. ഇന്ന് ഞാൻ ജോലിയിൽ നിന്നും വിരമിച്ചു. വീട്ടിൽ വന്നപ്പോൾ താമസിച്ചതിന് തുടങ്ങിശകാരവർഷം കൂട്ടത്തിൽ എന്റെ സ്ഥാനപ്പേരും. ഇത്രയും ദിവസം ജോലി ഒരാശ്വാസമായിരുന്നു. അതും ഇല്ലാതായി. മോൻ പറഞ്ഞ പോലെ അയാളെ എവിടെയെങ്കിലും കൊണ്ടാക്കി അവന്റെ കൂടെപ്പോയാൽ എനിക്കൊരിക്കലും സമാധാനം കിട്ടില്ല. ഭർത്താവായിപ്പോയില്ലേ? പിന്നെ അവന്റെ വരുമാനത്തിൽ അവരുടെ രണ്ടു പേരുടേയും സന്തോഷകരമായ ജീവിതത്തിൽ കടന്നു ചെന്ന് അവരേയും ബുദ്ധിമുട്ടിക്കേണ്ട. കറുപ്പും വെളുപ്പുമായി ജീവിതം മാറി ക്കൊണ്ടിരിക്കും' ഒരു സങ്കടത്തിലും തോറ്റു കൊടുക്കാത്ത ഉൾക്കരുത്ത് നമുക്കുണ്ടാകട്ടെ.

ചില കപട മുഖമുള്ള മറ്റുള്ളവരെ തെറ്റിദ്ധരിപ്പിക്കാനറിയുന്ന നീരാ ളികളുടെ കൈയ്യിൽപ്പെട്ടാൽ സങ്കടങ്ങളേ ഉണ്ടാകൂ. അത് സത്യമാണ്. ആ സത്യത്തെ തോൽപ്പിക്കാനാവില്ല. പക്ഷേ എനിയ്ക്ക് ജയിച്ചേ പറ്റൂ... ഇതു പോലെ ചിന്തിച്ചതുകൊണ്ടാണ് ഞാനിങ്ങനെ ചെയ്തത്. ഇന്ന് ഞാനെന്റെ മൂന്നാമത്തെ വരനെ കണ്ടെത്തി. അദ്ദേഹത്തോടൊ പ്പം ജീവിക്കാൻ തീരുമാനിച്ചു. പല പ്രാവശ്യം അദ്ദേഹം എന്നെ മാടി വിളിച്ചിട്ടുണ്ട്. അപ്പോഴൊക്കെയും ഓരോരോ ഉത്തരവാദിത്തങ്ങളുടെ കാര്യങ്ങളോർത്ത് ഞാനദ്ദേഹത്തെ മടക്കി അയയ്ക്കുകയായിരുന്നു. കിടപ്പുമുറിയുടെ വാതിൽ ഭദ്രമായടച്ച് കട്ടിലിൽ വന്നിരുന്ന ഞാൻ

മെല്ലെ ചരിഞ്ഞ് കിടന്ന് സുരക്ഷിതമായ അദ്ദേഹത്തിന്റെ കരവലയത്തിലമർന്ന് ആ നെഞ്ചിൽ മുഖമണച്ചപ്പോൾ അതുവരെ അറിയാത്ത അവാച്യമായ അനുഭൂതിയാൽ എന്റെ കണ്ണുകൾ കൂമ്പിയടഞ്ഞു. പിറ്റേ ദിവസത്തെ പത്രത്തിൽ ഒരു വാർത്തയുണ്ടായിരുന്നു. ഹൈദ്രാബാദിലെ നാദർ ഗുള്ളിൽ ഒരു മലയാളി വീട്ടമ്മ തന്റെ ഈ പ്രവൃത്തിയിൽ മറ്റാരും ഉത്തരവാദികളല്ല. അതിന്റെ പേരിൽ ആരേയും ബുദ്ധിമുട്ടിപ്പിക്കരുത് ഇതെന്റെ മാത്രം ഇഷ്ടമാണ് എന്നെഴുതി വച്ച് ഉറക്കഗുളിക കഴിച്ച് ആത്മഹത്യ ചെയ്തു. മരണമായിരുന്നു ആ മൂന്നാമത്തെ വരൻ.

കേമ ദ്രുമം

"അമ്മേ ഒന്നു വേഗം ഇറങ്ങുന്നുണ്ടോ? മോളാണ് വിളിക്കുന്നത്. എനിയ്ക്ക് ഒരുങ്ങാൻ ഒട്ടും സമയം വേണ്ട. ഒരു സാരി ഉടുക്കണം. തോളൊപ്പം ഉള്ള മുടി കെട്ടി വച്ച് ഒരു hair band ഇടണം അത്രേള്ളൂ. അപ്പോഴാണ് പണ്ടിവിടെ നിന്നിരുന്ന വയസ്സായ സ്ത്രീ വന്നത്. അവരുടെ കൈയ്യിൽ രണ്ട് പഴയ സാരിയും ഇരുന്നൂറ് രൂപയും വച്ച് കൊടുത്തപ്പോൾ പറഞ്ഞു അവരൊന്നും കഴിച്ചിട്ടാല്ലാന്ന്. പോകാൻ ഉള്ള തത്രപ്പാടിൽ ഞാൻ കഴിക്കാതിരുന്നതുകൊണ്ട് ഉണ്ടായിരുന്ന ദോശയും ചമ്മന്തിയും അവർക്കെടുത്തു കൊടുത്തു. അവര് കഴിച്ച് പോകാൻ നിന്നതാണ് വൈകിയത്. വേഗം വീടുപൂട്ടിയിറങ്ങി. വണ്ടിയുടെ പിൻസീറ്റിൽ ഇരുന്നപ്പോഴാണ് അവളെ കുറിച്ച് ചിന്തിച്ചത്.

എന്റെ അമ്മയുടെ അമ്മാവന്റെ മകളുടെ മകളായിരുന്നു അവൾ അവളുടെ അമ്മയ്ക്കും അച്ഛനും റെയിൽവേയിൽ ആയിരുന്നു ജോലി. അച്ചൻ എക്സിക്യൂട്ടീവ് എൻജിനിയർ, അമ്മ സ്റ്റെ നോഗ്രാഫർ. കൊച്ചി നഗരത്തിലെ സുഖ സുന്ദരമായ ജീവിതം വല്ലപ്പോഴും അവർ കായലുകളുടെ നാട് എന്നറിയപ്പെടുന്ന ഞങ്ങളുടെ നാട്ടിൽ വരും. അധികം അടുപ്പമില്ലാത്ത പ്രകൃതം ആയിരുന്നു അവർക്ക്. അവളും ആങ്ങളയും. അവളുടെ ആങ്ങളയുടെ പ്രായമാണെനിയ്ക്ക്. അവളേക്കാൾ ഒരു വയസ്സ് കൂടുതൽ. അവൾ മൂന്നാം തരത്തിൽ പഠിക്കുമ്പോഴാണ് അവളുടെ അമ്മയ്ക്ക് അസുഖമായത്. കാലിൽ മുട്ടിന്റെ അടിഭാഗത്ത് ഒരു മുഴ. കേട്ടറിവാണ്. ആരോടും പറയാതെ കൊണ്ടു നടന്നു. ഒരു ദിവസം തീരെ നടക്കാൻ വയ്യാതായപ്പോഴാണ് വല്യേച്ഛനോട് പറഞ്ഞത്. വിശദ പരിശോധനയ്ക്ക് ശേഷമാണറിഞ്ഞത് ബോൺ ട്യൂമർ. പിന്നെ വെല്ലൂരും

അവിടുത്തെ ചികിത്സയും എന്റെ അമ്മ രണ്ട് ദിവസം കൂടെ ചെന്ന് നിൽക്കണം എന്ന് പറഞ്ഞപ്പോൾ അമ്മ വലിയമ്മച്ചിക്ക് അമ്മയുടെ ഇറച്ചിക്കറി വലിയ ഇഷ്ടമാണെന്ന് പറഞ്ഞ് അതുണ്ടാക്കിക്കൊണ്ട് പോയതോർമ്മയുണ്ട്. അവൾ അഞ്ചാം തരത്തിൽ പഠിക്കുമ്പോൾ അവളുടെ അമ്മ മരിച്ചു. വലിയമ്മച്ചിയുടെ അമ്മ തളർന്നു കിടപ്പിലായിരുന്നു. അച്ഛനും വയസ്സായിരുന്നു. അതു കൊണ്ട് ശവദാഹം ഇവിടെയായിരുന്നു. അങ്ങിനെ അവൾ ഞങ്ങളുടെ നാട്ടിൽ വന്നു.

ഇന്നത്തേതുപോലെ അണുകുടുംബ സംസ്കാരമായിരുന്നില്ല എല്ലാവരും നല്ല ഐക്യതയിൽ കൂട്ടുകുടുംബ രീതി ആയിരുന്നു. പതിനാറു വരെ ഞങ്ങൾ എല്ലാം അവിടെത്തന്നെ ആയിരുന്നു. ആ സമയത്ത് ഞങ്ങൾ കുട്ടികൾ കുളത്തിൽ കുളിക്കുകയും, കളിക്കുകയും, സന്ധ്യയ്ക്ക് നാമം ജപിക്കുകയും ഭക്ഷണം കഴിക്കുകയും 'ഉറങ്ങുകയും എല്ലാം ഒരുമിച്ചായിരുന്നു. പിന്നീടുള്ള എല്ലാവേനലവധിക്കും അവൾ ഞങ്ങളുടെ വീട്ടിൽ വന്ന് നിൽക്കുമായിരുന്നു. അവൾ ഏഴാം തരത്തിൽ പഠിക്കുമ്പോൾ വലിയച്ഛൻ എന്റെ അമ്മയോട് പറയുമായിരുന്നു ഒരു കറി എങ്കിലും വയ്ക്കാൻ പഠിപ്പിച്ചേ അവളെ വിടാവൂ എന്റെ കഷ്ടപ്പാടാണ് എന്ന്. ഞാൻ ചെറുപ്പത്തിലേ തന്നെ വീട്ടുജോലി ഒക്കെ ചെയ്യുമായിരുന്നു. അത് കണ്ടിട്ടാണ് വലിയച്ഛൻ അങ്ങിനെ പറഞ്ഞത്. അവൾ ഭയങ്കര മടിച്ചി ആയിരുന്നു. അമ്മ പറയുമ്പോൾ രണ്ട് കള്ള ചുമ ചുമച്ച്എനിയ്ക്ക് വയ്യ കുഞ്ഞമ്മേ എന്ന് പറഞ്ഞ് പോയി കിടക്കും. കുറച്ച് സമയം കഴിഞ്ഞിട്ട് കളിക്കാൻ പോകും. മോനേ പോകുന്നതിന് മുൻപ് എന്തെങ്കിലും ഉണ്ടാക്കാൻ പഠിക്കെന്ന് അമ്മ പറയുമ്പോൾ എന്നെച്ചൂണ്ടി ചേച്ചി ചെയ്യുന്നതു കൊണ്ടല്ലേ കുഞ്ഞമ്മ ചെയ്യിക്കുന്നത്. എന്റച്ഛന് നല്ല പൈസയുണ്ട് ഞാൻ ചെയ്യാതിരുന്നാൽ ഒരു കുഴപ്പവുമില്ല. എനിയ്ക്ക് വയ്യ എന്ന് പറഞ്ഞു. ഞാൻ ഒൻപതാം തരത്തിലായപ്പോൾ എന്റെ അമ്മയ്ക്ക് ഹൃദയ സംബന്ധമായ അസുഖം വന്ന് ചികിത്സ എറണാകുളത്തായി.

എന്റെ അച്ഛനും അവിടെ ആയിരുന്നു ജോലി. അമ്മയെയും കൊണ്ട് തുടരെത്തുടരെയുള്ള check-up ന വേണ്ടിയുള്ള പോക്ക് വേണ്ടി വന്നപ്പോൾ "എന്തിനാ ഇത്ര കഷ്ടപ്പെടുന്നത് ഇവിടെ വന്ന് നിൽക്കു ഞങ്ങൾക്കും കൂട്ടാകുമല്ലോ എന്ന് വലിയച്ഛൻ പറഞ്ഞു. അങ്ങിനെ ഞങ്ങൾ മക്കളെ അവിടുത്തെ സ്കൂളിൽ ചേർത്തു. അവളും ആങ്ങളയും കേന്ദ്രീയ വിദ്യാലയത്തിൽ ആയിരുന്നു. അമ്മയ്ക്ക് ഒന്നും ചെയ്യാൻ പാടില്ലാത്തതു കൊണ്ട് മുഴുവൻ പണിയും എന്റെ ചുമലിലായിരുന്നു. ഞാൻ വെളുപ്പിനേ എഴുന്നേറ്റ് പലഹാരവും, ചോറും കറികളും എല്ലാം വയ്ക്കും. അവൾക്കും, ആങ്ങളയ്ക്കും രാവിലത്തെ കാപ്പി എടുത്ത്

കൊടുത്ത ശേഷം അവരുടെ ചോറ് പാത്രത്തിൽ ചോറും കറികളും വെച്ച് ടവലിൽ പൊതിഞ്ഞ് കൊടുക്കണമായിരുന്നു. അവർക്ക് രാവിലെ ഏഴരയ്ക്ക് പോകണം. ഞങ്ങൾക്ക് ഒൻപതരയ്ക്കാണ് ക്ലാസ് തുടങ്ങുന്നത്. ഒൻപത് മണി കഴിഞ്ഞാണ് ഞാൻ പോകുന്നത്. വല്യച്ഛൻ എന്തെങ്കിലും ചെയ്യാനായി അവളേയോ ആങ്ങളേയോ വിളിച്ചാൽ വരില്ല. ചെയ്യുകയുമില്ല. അപ്പോൾ എന്നോട് പറയും അവര് ഭയങ്കര selfish ആണ് അവര് ചെയ്യില്ല മോളതും കൂടി ചെയ്തേക്കെന്ന്. രാത്രിയാണ് ഞാനിരുന്ന് പഠിക്കുന്നത്. അത്താഴം കഴിഞ്ഞ് പാത്രം കഴുകി കൊണ്ടിരിക്കുന്ന സമയത്താവും അവര് രാവിലെ കൊണ്ടുപോയ ചോറ് പാത്രം കൊണ്ടുവയ്ക്കുന്നത്. എച്ചില് പോലും കളയാതെയുള്ള ആ പാത്രം തുറക്കുമ്പോഴുള്ള അസഹ്യമായ ദുർഗന്ധം വരുമ്പോൾ തന്നെ അതുമായി ഞാൻ പുറകുവശത്തുള്ള പഞ്ഞി മരത്തിന്റെ ചുവട്ടിലേയ്ക്കോടും എച്ചിലും കളഞ്ഞ് ഛർദ്ദിക്കും. പിന്നെ പാത്രം കഴുകി വയ്ക്കും. മൂന്നരയ്ക്ക് ക്ലാസ്സുകഴിഞ്ഞുവരുന്ന അവരോട് വലിയച്ഛൻ പാത്രം കഴുകി വൃത്തിയാക്കി വയ്ക്കാൻ എത്ര പറഞ്ഞാലും അവർ ചെയ്യില്ല. എനിയ്ക്ക് പിന്നീടത് നിത്യേനയുള്ള കലാപരിപാടിയായി മാറി അത്.

എവിടെയെങ്കിലും പോകുന്ന സമയത്ത് അവൾക്കൊരുങ്ങാൻ ഭയങ്കര താമസം ആണ്. ഇരുനിറമായതുകൊണ്ട് വെളുക്കാൻ വേണ്ടി ഭയങ്കര സൗന്ദര്യ സംരക്ഷണമാണ്. പരസ്യത്തിൽ ഏത് cream കണ്ടാലും എടുത്ത് പുരട്ടും. എത്ര ഇഷ്ടപ്പെട്ടെടുത്ത വസ്ത്രമാണെങ്കിലും രണ്ട് പ്രാവശ്യം ഇട്ട് കഴിയുമ്പോൾ ഇത് ചപ്പളാച്ചി ആണെന്ന് പറഞ്ഞ് മാറ്റിവയ്ക്കും. എനിക്കന്നും പണിയൊക്കെ തീർത്തിട്ട് ഒരു മിഡിയും ടോപ്പും ഇടുന്ന സമയമേ വേണ്ടു ഒരുങ്ങാൻ. ഞാനൊരുങ്ങി വന്നത് കണ്ടാൽ ഒരു കാരണവുമില്ലാതെ വലിയച്ഛനുമായി വഴക്കിടും. ഒരിക്കൽ അമ്മയ്ക്ക് നീരിറക്കത്തിന് ഇടാൻ കൊണ്ടുവന്ന ointment എടുത്ത് മുഖത്തിട്ടു. മുഖം മുഴുവൻ നീറിപ്പുകഞ്ഞു. പുറത്തിറങ്ങിക്കഴിഞ്ഞാൽ ഏതെങ്കിലും കടയിൽ അവൾക്കിഷ്ടമുള്ളത് കണ്ടാൽ ഇപ്പോൾ വേണ്ട പിന്നീട് വാങ്ങാം എന്ന് പറഞ്ഞാൽ ആ സാധനം എടുത്തു പിടിച്ച് കടയിൽ നിന്നും ഇറങ്ങാതെ നിൽക്കും വലിയച്ഛന് പൈസ കൊടുത്തേ നിർവ്വാഹമുള്ളൂ. ഓരോ ദിവസം കഴിയുന്തോറും അവളുടെ പോരും കുശുമ്പും കൂടിക്കൊണ്ടിരുന്നു. ഞാനാരോടും ഒന്നും പറയാതെ കുളിമുറിയിൽ കയറി പൈപ്പ് തുറന്നിട്ട് കരയുകയായിരുന്നു പതിവ്. അവളും, ആങ്ങളയും വലിയച്ഛന്റെ ഇളയ അനിയത്തി കല്യാണത്തിന് മുൻപ് വന്നു നിന്ന സമയത്ത് എന്തോ പറഞ്ഞിട്ട് ചെയ്തു കൊടുക്കാഞ്ഞിട്ട് ആ അപ്പച്ചിയെ പിടിച്ച് തള്ളിയിട്ട് അവരുടെ മുട്ടോളം ഉള്ള നീണ്ട മുടി

പിടിച്ച് ഡൈനിംഗ് ടേബിളിന്റെ കാലിൽ കെട്ടിയിട്ട ത്രേ. വലിയച്ഛൻ വന്നു കഴിഞ്ഞാണ് അഴിച്ചത്. അതോടെ അപ്പച്ചി പോയി. വലിയച്ഛൻ തന്നെ പറഞ്ഞതാണിത്. വലിയച്ഛന് മക്കളെ രണ്ടാളേയും പേടിയായിരുന്നു. രണ്ടാമതൊരു വിവാഹം കഴിക്കാൻ എല്ലാവരും പറഞ്ഞപ്പോൾ മക്കൾ പറഞ്ഞത്രേ അവരെ പിന്നെ കാണില്ല എന്ന്. ആ വർഷം കഴിഞ്ഞപ്പോൾ ഞങ്ങൾ തിരികെപ്പോന്നു. അവിടുന്ന് പോരുന്ന ദിവസം ആണ് ഞാൻ ജീവിതത്തിൽ ഏറ്റവും അധികം സന്തോഷിച്ച ദിവസം. വർഷങ്ങൾ കഴിഞ്ഞു അവളുടെ ആങ്ങള MBBSന് ബോംബെയിൽ ചേർന്നു. അവള് കോട്ടയത്ത് ഹോമിയോ കോളേജിലും. അതിന് ശേഷം വലിയച്ഛൻ വിവാഹം കഴിക്കാൻ അവർ സമ്മതിച്ചു. ഒരു ടീച്ചറായിരുന്നു ഇളയമ്മ. . വളരെ നല്ല സ്ത്രീ' അവരോടും അവൾ പോരടിച്ചു.

വിവാഹം കഴിപ്പിച്ചു വിടേണ്ടതാ എന്തെങ്കിലും ഒക്കെ പാചകം പഠിക്കാൻ പറഞ്ഞപ്പോൾ പറഞ്ഞത്രേ ബ്രഡും, മുട്ടയും ഉള്ളിടത്തോളം കാലം എനിയ്ക്ക് പട്ടിണി കിടക്കേണ്ടി വരില്ല എന്ന്. പൂരങ്ങളുടെ നാട്ടിലെ ഒരു നല്ല കുടുംബത്തിലേയ്ക്കവളെ വിവാഹം ചെയ്തു കൊടുത്തു. ഭർത്താവ് ഡൽഹിയിൽ ഒരു നല്ല company യിൽ ഉദ്യോഗസ്ഥനായിരുന്നു. അവൾക്ക് ജോലി ചെയ്യാൻ താൽപ്പര്യം ഇല്ലായിരുന്നു. ഒരു കുഞ്ഞായ ശേഷവും എത്ര പറഞ്ഞാലും അനുസരിക്കാത്ത അവളുടെ സ്വഭാവത്തിൽ മനം മടുത്ത് അവളെ ഫ്ലാറ്റിൽ ഉപേക്ഷിച്ച് അയാൾ പൊയ്ക്കളഞ്ഞു. അടുത്ത ഫ്ലാറ്റിലെ എല്ലാവരുമായും അവൾ പിണക്കത്തിലായിരുന്നു. അച്ഛൻ വിവരമറിഞ്ഞ് ചെല്ലുമ്പോൾ വല്ലാത്ത ദയനീയത തോന്നിക്കുന്ന കോലത്തിൽ ആയിരുന്നു അവളും കുഞ്ഞും. തിരികെ റെയിൽവേ സ്റ്റേഷനിൽ ഇറങ്ങിയപ്പോൾ തന്നെ അവൾ അച്ഛന്റെ കൈയ്യിൽ നിന്നും ആയിരം രൂപ വാങ്ങി അച്ഛൻ കുഞ്ഞുമായി വീട്ടിലേയ്ക്ക് പൊയ്ക്കോ ഞാൻ വന്നേക്കാം എന്ന് പറഞ്ഞ് നേരേ പോയത് ബ്യൂട്ടി പാർലറിലേയ്ക്ക്. വീണ്ടും രണ്ടാനമ്മയോടും, മകളോടും പോരടിച്ച് അവളും കുഞ്ഞും അച്ഛന്റെ കൂടെ. അച്ഛൻ മനസ്സമാധാനത്തിനു വേണ്ടി ആ വീടിന്റെ പുറകിലായി മറ്റൊരു വീടു വച്ച് കൊടുത്ത് അവളെ താമസിപ്പിച്ചു. ഭർത്താവിന്റെ വീട്ടിൽ തിരക്കി ചെന്നപ്പോൾ അവൻ അവിടുന്ന് പോയത് ശ്രീലങ്കയ്ക്കാണ്. അവർക്കിനി ഈ ബന്ധം തുടരാൻ താൽപ്പര്യമില്ലത്രേ. പിന്നീട് കേട്ടു സുനാമിയിൽ അവളുടെ ഭർത്താവ് മരിച്ചെന്ന്. അവളുടെ ആങ്ങളയും ഒരു dr-നെ വിവാഹം ചെയ്ത് ഒരു വർഷം തികയുന്നതിനു മുൻപേ വിവാഹമോചനം നേടി. ഇപ്പോൾ മറ്റൊരു വിവാഹം കഴിച്ച് ഇവരൊന്നുമായിട്ട് ഒരു ബന്ധവുമില്ലാതെ കഴിയുകയാണ്. സ്വാർത്ഥതയായിരുന്നല്ലോ ഇവരുടെ രണ്ടാളുടേയും മുഖമുദ്ര.

മകന് ജോലി കിട്ടി കഴിഞ്ഞ് കുറച്ച കഴിഞ്ഞപ്പോൾ വലിയച്ഛനും മരിച്ചു. മകന്റെ വിവാഹം കഴിഞ്ഞു. ആ കുട്ടിയുമായും അവൾ യോജിക്കില്ലത്രേ. അവരും വേറേ താമസിക്കുകയാണ്. എന്റെ മോളുടെ വിവാഹത്തിന് ക്ഷണിക്കാൻ ചെന്നപ്പോൾ അവളെന്നോട് ചോദിച്ച "ചേച്ചിക്കെന്നോട് ഒരു വെറുപ്പുമില്ലേ എന്ന്? ഞാൻ പറഞ്ഞു എന്തിന് എനിക്കാരേയും വെറുക്കാനാവില്ല എന്ന്. ജീവിതത്തിൽ ആദ്യമായി അവളുടെ കണ്ണ് നിറഞ്ഞ് ഞാൻ കണ്ടു. ആൾക്കൂട്ടത്തിനിടയിൽ കൂടി നടന്നു ചെല്ലുമ്പോൾ ഞാൻ കണ്ടു വെള്ളപുതപ്പിച്ച അവളെ. ആത്മഹത്യ ആയിരുന്നത്രേ. തിരികെ വരുമ്പോൾ ഞാനെന്റെ മോളോട് പറഞ്ഞു "ഒന്നും കണ്ട് നമ്മൾ അഹങ്കരിക്കരുത്. താണ നിലത്തേ നീരോടൂ... വൃക്ഷങ്ങളെ കണ്ട് വേണം നമ്മൾ പഠിക്കാൻ ഫലം കൂടുന്തോറും അവയുടെ ശിഖ രങ്ങൾ താഴ്ന്ന താഴ്ന്ന വരും അതാണ് നമ്മളും ചെയ്യേണ്ടത് കൂടുതൽ ഉയർച്ചകളിലേയ്ക്ക് പോകുന്തോറും കൂടുതൽ വിനയമുള്ളവരാകണം. മനുഷ്യൻ അഹങ്കാരത്തോടെ പറയും എന്ത് വില കൊടുത്തുംഞാനീ മണ്ണ് സ്വന്തമാക്കും എന്ന്. അപ്പോൾ മണ്ണ് പറയുന്നതെന്താണെന്നോ മൂഢാ ഒരു വിലയും കൊടുക്കാതെ തന്നെ നിന്നെ ഞാനും സ്വന്തമാക്കും എന്ന്. നാമും നമുക്കുള്ളതും എല്ലാം ഭൂമിക്കുള്ളതാണെന്ന ഒരു ബോധം മനസ്സിലുണ്ടായാൽ മാത്രം മതി നാം വിനീതവിധേയരാവാൻ.

പ്രായശ്ചിത്തം

റെയിൽവേ സ്റ്റേഷന് കുറച്ചകലെയായി തിരക്കില്ലാത്ത സ്ഥലത്ത് ഇട്ടിരിക്കുന്ന ചാരുബെഞ്ചുകളിൽ ഒന്നിൽ ഞാനും ഇരുന്നു. മോൾ ഇന്ന് വരുന്നുണ്ട്. അവളുടെ അച്ഛനാണെങ്കിൽ ബിസിനസ്സ് ടൂറിലും അതാണ് ഞാൻ തന്നെ വന്നത്. മോൾടെ ട്രെയിൻ ഒന്നര മണിക്കൂർ വൈകിയേ എത്തൂ എന്ന് അനൗൺസ് ചെയ്തു. ഓരോ ട്രെയിൻ വരികയും, പോവുകയും ചെയ്യുമ്പോഴും കയറുകയും, ഇറങ്ങുകയും ചെയ്യുന്നവരേയും ട്രെയിനിന്റെ അടുക്കൽ ചെന്ന് നിന്ന് വിൽപ്പന നടത്തുന്നവരേയും ഒക്കെ നോക്കി ഇരിക്കുകയായിരുന്നു ഞാൻ.

ആ സായംസന്ധ്യാസമയത്ത് ആഢ്യതയുള്ള വൃദ്ധദമ്പതികൾ നടന്ന് വന്ന് ഞാനിരുന്ന ബെഞ്ചിൽ ഇരുന്നു. പിന്നീട് ആ വൃദ്ധനായ മനുഷ്യൻ തന്റെ കൈയ്യിലുള്ള സഞ്ചിയുമായി എഴുന്നേറ്റ് ഒരൽപ്പം വടക്കോട്ട് നടന്ന് ഒന്ന് ചുമച്ചു. പെട്ടെന്ന് എവിടെ നിന്നെന്നറിയില്ല കുറച്ച് നായകൾ ആ മനുഷ്യന്റെ സമീപത്തേയ്ക്ക് ഓടി വന്ന് വാലാട്ടാനും, മുട്ടിയുരുമ്മാനും തുടങ്ങി. അദ്ദേഹം അവിടെയിട്ടിരുന്ന ബെഞ്ചിൽ ഇരുന്ന് തന്റെ സഞ്ചിയിലിട്ടിരുന്ന ബിസ്കറ്റ് കൂടുകൾ തുറന്ന് ഓരോന്നായി എടുത്ത് അവയുടെ വായിൽ വച്ച് കൊടുക്കാൻ തുടങ്ങി. അതിനോടൊപ്പം അവറ്റകളെ അദ്ദേഹം സ്നേഹത്തോടെ തഴുകുകയും തട്ടുകയും ഒക്കെ ചെയ്യുന്നുണ്ടായിരുന്നു. അവറ്റകളും അങ്ങനെ തന്നെ. പരസ്പരം കോർക്കുന്ന സ്നേഹത്തിന്റെ അദൃശ്യമായ ഒരു ചരട് എനിക്കവരിൽ ദർശിക്കാൻ കഴിഞ്ഞു. ചില നായകൾ പിൻകാലുകളിൽ ഉയർന്ന് നിന്ന് മുൻകാലുകൾ കൊണ്ടദ്ദേഹത്തെ തൊടുന്നുണ്ടായിരുന്നു. വിശാലമായ മനസ്സ് ആശ്രമം പോലെയാണ്. പ്രായമറിയാത്ത മനസ്സ് കുട്ടികളെപ്പോലെയും.

അത് ഞാനദ്ദേഹത്തിൽ നിന്നും മനസ്സിലാക്കുകയായിരുന്നു. പ്രായം മറന്ന് ഒരു കൊച്ചു കുട്ടിയായി മാറുകയായിരുന്നു അദ്ദേഹം, ആ നായകൾക്കൊപ്പം ചിലവഴിക്കുന്ന സമയമത്രയും. ഞാനത് കൗതുകത്തോടെ നോക്കി കാണുകയായിരുന്നു. എവിടെ നിന്ന് വന്നു ഇത്രയധികം നായകൾ എന്ന് എനിക്കതിശയം തോന്നി. ബിസ്കറ്റ് അവയ്ക്ക് മതിയായില്ല എന്ന് തോന്നിയതിനാലാവും അദ്ദേഹം ഞാൻ കുറച്ച് കൂടി വാങ്ങി വരാം എന്ന് അമ്മയോട് പറഞ്ഞിട്ട് നായകളെ നോക്കി ആംഗ്യം കാണിച്ചതും അവയോരോന്നും റയിൽവേയുടെ വേലിക്കരികിൽ സ്ഥാനമുറപ്പിച്ചു.

ആ അമ്മ അപ്പോൾ എന്നെ നോക്കി ചിരിച്ചു ഞാനും.

"മോൾ എവിടെപ്പോകാൻ വന്നതാണ്? ട്രെയിൻ കയറാൻ സൗകര്യം സ്റ്റേഷനകത്തായിരിക്കും."

"ഞാൻ എവിടെയും പോകാൻ വന്നതല്ലമ്മേ. ഇന്നെന്റെ മോൾ പഠനം കഴിഞ്ഞ് വരികയാണ്. അവളുടെ അച്ഛനും സ്ഥലത്തില്ല. ഞാൻ കൂട്ടിക്കൊണ്ടുപോകാൻ വന്നതാണ്. മോൾ ഇറങ്ങുമ്പോൾ ഫോൺ ചെയ്യും. വണ്ടി ഒന്നര മണിക്കൂർ ലേറ്റാണ് അതാണ് തിരക്കില്ലാത്തിടത്ത് വന്നിരുന്നത്. "

ആ അമ്മ പറഞ്ഞു തുടങ്ങി... "എന്റെ പേര് വേണി. മോളോട് മറ്റാരോടും ഇല്ലാത്തത് പോലെ എന്തോ ഒരടുപ്പം തോന്നുന്നു. ഞങ്ങൾ ഇവിടുന്ന് രണ്ട് കിലോമീറ്റർ മാറിയാണ് താമസിക്കുന്നത്. ദിവസവും രണ്ടാളും മെല്ലെ നടന്ന് വരും. എന്നിട്ട് നായകൾക്ക് ബിസ്കറ്റ് നൽകും. അതൊരു നിത്യ പ്രവൃത്തിയാണ് ഞങ്ങൾക്കിരുവർക്കും മോളേ... ഓരോരോ അനുഭവങ്ങൾ... " ആ അമ്മ ദീർഘമായി നിശ്വസിച്ചു.

"മോളെ കണ്ടപ്പോൾ എന്റെ വേണ്ടപ്പെട്ട ആരോ ആണെന്ന് തോന്നുന്നു. ചിലരങ്ങനെയാണ് ഒറ്റ കാഴ്ചയിൽ തന്നെ നമ്മുടെ മനം കവർന്ന് ഒരുപാട് ജൻമങ്ങളിലെ ആത്മബന്ധം ഉള്ളവരെപ്പോലെ തോന്നും. ഒരുപാട്കാലായി ഒരാളോട് ഇങ്ങനെ തോന്നിയിട്ട്. "ഞാൻ വേഗം ആ അമ്മയുടെ കൈകവർന്നു. അമ്മ ഉടൻ എന്റെ കൈയ്യിൽ ഉമ്മ വച്ചു. പിന്നെ പറഞ്ഞു തുടങ്ങി.

മനസ്സിലാക്കാൻ പറ്റാത്തവരുടെ കൈയ്യിൽ ഒരിക്കലും ദുഃഖം എന്ന പുസ്തകം തുറക്കരുത് മോളേ കാരണം അവർ അതിലെ ഓരോ വരികളും വായിക്കുന്നത് പരിഹാസത്തോടെ ആയിരിക്കും. എന്റെ ഭർത്താവിന്റെ പേര് ദേവാനന്ദ്. ഞങ്ങളുടെ വിവാഹത്തിന് ശേഷം ജോലി സ്ഥലത്തിനടുത്തുള്ള ഒരു ഫ്ലാറ്റിലേയ്ക്ക് താമസം മാറി. അവിടെ ചെന്ന് കുറച്ച് നാളുകൾക്ക് ശേഷം കെട്ടിട സമുച്ചയങ്ങൾക്കിടയ്ക്കുള്ള സ്ഥലത്ത് ഒരു

പെൺനായ പ്രസവിച്ചു. അഞ്ച് കുഞ്ഞുങ്ങൾ. പ്രസവത്തോടെ അമ്മ നായയുടെ ജീവിതം തീർന്നു. പാവം കുഞ്ഞുങ്ങൾ. മനസ്സലിവ് തോന്നിയ ഞാനടക്കം രണ്ട് മൂന്ന് പേർ അവറ്റകൾക്ക് ഒരു പാത്രത്തിൽ പാലൊഴിച്ചു കൊടുക്കും. അഞ്ച് പേരും ആ പാത്രത്തിൽ നിന്നും പാൽ നക്കി നക്കി കുടിക്കും. വയർ നിറഞ്ഞ് കഴിയുമ്പോൾ അവർ വീണ്ടും സുഖസുഷുപ്തിയിലാവും. കുഞ്ഞുങ്ങൾ വളരാൻ തുടങ്ങി. അപ്പോൾ അവർക്ക് ബിസ്കറ്റും, വീട്ടിലുണ്ടാക്കുന്ന ഭക്ഷണവും ഒക്കെ നൽകാൻ തുടങ്ങി. നല്ല തടിയുള്ള ഓമനത്തം തുളുമ്പുന്ന സുന്ദര നായ്ക്കുട്ടികളായിരുന്നു അഞ്ച് പേരും. ഫ്ലാറ്റുകളിലുള്ള ആര് പുറത്തേയ്ക്ക് വന്നാലും പോയാലും അവറ്റകൾ സ്നേഹമസൃണമായ സ്വരത്തോടെ വാലാട്ടിക്കൊണ്ട് ഓടിവരാനും, പാദങ്ങളിൽ മുട്ടിയുരുമ്മാനും ഒക്കെത്തുടങ്ങി. അവർ പകുതിയിലധികം വളർച്ചയെത്തി.

ഒരു ദിവസം ഞാൻ അവറ്റകൾക്ക് ഭക്ഷണം കൊടുക്കുന്നത് കണ്ട ദേവേട്ടൻ എന്നോട് പറഞ്ഞു.

“നായയുടെ സ്നേഹപ്രകടനം സൂക്ഷിക്കണം. അതിന്റെ പല്ലോ, നഖമോ ഒക്കെ കൊണ്ടാൽ മതി പിന്നെ ഇല്ലാത്ത ദോഷങ്ങൾ ഒക്കെ വരും’

പിന്നീടൊരു ദിവസം ഞാൻ അവയ്ക്ക് ഭക്ഷണം നൽകുമ്പോൾ അവയുടെ സ്നേഹപ്രകടനത്തിനിടെ എന്റെ കൈയ്യിൽ നഖം കൊണ്ട് പോറി. ദേവേട്ടൻ പേടിച്ച് എന്നെ ഡോക്ടറുടെ അടുത്ത് കൊണ്ടുചെന്നപ്പോൾ ഭയപ്പെടാനൊന്നുമില്ല എന്ന് പറഞ്ഞു. അന്ന് മുഴുവൻ ദേവേട്ടൻ വല്ലാതെ അസ്വസ്ഥനായിരുന്നു.

പിന്നെയും ദിവസങ്ങൾ കടന്നുപോയി. ഒരു ദിവസം ഉണർന്ന് നായകൾക്ക് പാൽ കൊടുക്കാനായി ചെന്ന ഞാൻ കണ്ടത് അതിൽ നാലെണ്ണവും ഉറുമ്പരിച്ച് നിശ്ചലരായി കിടക്കുന്നതാണ്. കഠിനമായ വ്യഥയോടെ ഞാൻ തിരികെ വന്നു ദേവേട്ടനോട് പറഞ്ഞു. “സാരമില്ല സംഭവിച്ചത് സംഭവിച്ചു അതോർത്ത് വെറുതേ വിഷമിക്കേണ്ട” എന്ന് എന്നോട് പറഞ്ഞു. പിന്നെ ബാക്കിയായ ഒരു നായക്കുട്ടി അത് എല്ലാവരുടേയും ഓമനയായി വളർന്നു.

ഒരു മാസം കഴിഞ്ഞപ്പോൾ അതും അതിന്റെ കൂടപ്പിറപ്പുകളുടെ പുറകേ തന്നെ പോയി. എന്താണോ അതിനും പറ്റിയത് ആർക്കുമറിയില്ല. വല്ലാത്ത സങ്കടം മഥിക്കുന്ന നിമിഷമായിരുന്നു എനിയ്ക്കത്.

ആ സമയത്ത് ഞാൻ ഗർഭിണിയായിരുന്നു. രണ്ടരമാസമായ ഒരു രാത്രി നായ അടുത്ത് വന്ന് കരയുന്നതായി സ്വപ്നം കണ്ട ഞാൻ

ഞെട്ടിയുണർന്നപ്പോൾ അടിവയറ്റിൽ അസഹ്യമായ വേദനയോടൊപ്പം രക്തസ്രാവവും. കടിഞ്ഞൂൽ ഗർഭം അലസി.

രണ്ടാമത്തും ഗർഭിണിയായപ്പോൾ ഞാൻ എന്റെ വീട്ടിൽ പോയി നിന്നു. വളരെ സൂക്ഷിച്ചു. രണ്ട് മാസമായപ്പോൾ അതും നഷ്ടമായി. നാലും അഞ്ചും തവണയും ഇതു തന്നെ ആവർത്തിച്ചു. ഞങ്ങൾക്ക് വല്ലാത്ത വിഷമം ആയി. ആറാം തവണ ഗർഭിണിയായപ്പോൾ മുതൽ ഞാൻ ആശുപത്രിയിൽ തന്നെയായിരുന്നു. ആ കുഞ്ഞ് ചാപിള്ളയായിരുന്നു. അത് ഞങ്ങൾക്ക് രണ്ടാൾക്കും വല്ലാത്ത ആഘാതമായിരുന്നു.

അതിന് ശേഷം ദേവേട്ടന്റെ അമ്മ മരിച്ചു. അച്ഛൻ നേരത്തേ മരിച്ചിരുന്നു. ഇരുപത്തിഒന്നാം വയസ്സിൽ ജോലി കിട്ടിയ ദേവേട്ടൻ ആണ് അനിയൻമാരേയും, അനിയത്തിമാരേയും ഒക്കെ പഠിപ്പിച്ച് ഓരോരോ നിലയിലാക്കിയതും, അനിയത്തിമാരുടെ വിവാഹം നടത്തിക്കൊടുത്തതും എല്ലാം. തൻമൂലം ഒരു പാട് കടബാധ്യതകളും ഉണ്ടായി. ഒരു വർഷത്തിനകം തരാം എന്ന് പറഞ്ഞ് ഇളയ അനിയത്തി ബിസിനസ്സ് വിപുലപ്പെടുത്താൻ വാങ്ങിയ പണം ബിസിനസ്സ് ഒരു പാട് വളർന്നിട്ടും അഞ്ച് വർഷം കഴിഞ്ഞിട്ടും തിരികെ തരാതിരുന്നപ്പോൾ അവളുടെ കല്യാണത്തിന് ലോണെടുത്ത പണം തിരിച്ചടയ്ക്കാൻ പറ്റാതിരുന്ന അവസരത്തിൽ മടക്കി ചോദിച്ചത് അവൾക്ക് പിണക്കമായി. അമ്മ മരിച്ച ശേഷം വീടിന്റെ ഭാഗം വയ്ക്കുന്ന സമയത്ത് എല്ലാവർക്കും കൊടുത്തതിൽ ഏറ്റവും കുറച്ച് സ്ഥലം ദേവേട്ടനെടുത്തപ്പോൾ അനിയൻമാർക്കും, അനിയത്തിമാർക്കും പിണക്കമായി. അതവർക്ക് എല്ലാവർക്കും പങ്കിട്ട് കൊടുക്കും എന്ന് കരുതിയത്രേ.

തരാനുള്ള കാശോ, ലഭിക്കാനുള്ള അവകാശമോ ചോദിച്ച് നോക്കൂ... എല്ലാ ബന്ധങ്ങളുടേയും മുഖംമൂടി അഴിഞ്ഞ് വീഴുന്നത് കാണാം. എന്നാൽ ഈ രണ്ട് കാര്യങ്ങളും ഒരിക്കലും ചോദിക്കാതെ ഒഴിവാക്കി നോക്കൂ... എല്ലാ മുള്ളുകളും പനിനീർപ്പൂക്കളായ് മാറുന്നത് കാണാം. ജീവിതത്തിൽ കുറച്ചെങ്കിലും സ്വാർത്ഥരാവണം, കാരണം നിഷ്കളങ്കരെ എല്ലാവരും മുതലെടുത്ത ചരിത്രമേ ഉള്ളൂ. എല്ലാ കാര്യത്തിലും തന്റെ സഹോദരങ്ങൾ ആത്മാർത്ഥതയോടെ തന്റെ കൂടെ കാണും എന്ന് വിശ്വസിച്ചിരുന്ന ദേവേട്ടൻ ആകെ തളർന്നു പോയി. ഞാനാണെങ്കിൽ തിരിച്ചും. താങ്ങി നിർത്താൻ ആളുണ്ടെന്ന് കണ്ടാൽ മുള്ള് തറച്ചാൽ പോലും നാം അലറിക്കരയും. പക്ഷേ എന്നെ താങ്ങി നിർത്താൻ ഞാൻ മാത്രമേ ഉള്ളൂ എന്ന് മനസ്സിലായാൽ ഭൂമികുലുക്കം വന്നാൽ പോലും നമ്മൾ പിടിച്ച് നിൽക്കും. വേദനകൾ മാത്രം തന്ന അനുഭവങ്ങളുടെ ആ ഭൂമികുലുക്കത്തിൽ പിടിച്ച് നിൽക്കാൻ ഞങ്ങൾ തിരഞ്ഞെടുത്ത മാർഗ്ഗം

ഭക്തിയായിരുന്നു. എവിടെ സത്സംഗം ഉണ്ടെങ്കിലും ഞങ്ങൾ രണ്ടാളും അവിടെ സന്നിഹിതരാവും.

ഒരിയ്ക്കൽ മഹാനായ ഗുരുവിന്റെ സത്സംഗത്തിൽ പങ്കെടുക്കവേ യാണ് അദ്ദേഹം ഒരു കഥ പറഞ്ഞത്.

ധൃതരാഷ്ട്രർ തന്റെ നൂറ് പുത്രൻമാരും മഹാഭാരത യുദ്ധത്തിൽ കാലപുരി പൂകിയ ദുഃഖത്തിൽ കൃഷ്ണനോട് ചോദിച്ചത്രേ

“അല്ലയോ കൃഷ്ണാ അന്ധനായ ഈ ഞാൻ എന്ത് പാപം ചെയ്തി ട്ടാണ് എനിയ്ക്കീ ദുർവ്വിധി ഉണ്ടായത്?

കൃഷ്ണൻ തന്റെ ദിവ്യശക്തിയാൽ ധൃതരാഷ്ട്രർക്ക് ഉൾക്കണ്ണു കൊണ്ട് ഒരു കാഴ്ച കാട്ടിക്കൊടുത്തു ഒരു രാജാവ്, അദ്ദേഹം വലിയ ഭക്ഷണപ്രി യനായിരുന്നു. അദ്ദേഹത്തിന് നന്നായി ഇഷ്ടപ്പെടുന്ന ഭക്ഷണം പാകം ചെയ്യുന്ന പാചകക്കാരന് അന്നത്തെ ദിവസം ഒരു പാരിതോഷികം ഉറപ്പ്. ഒരു ദിവസം രാജാവിന് താൻ അന്നേവരെ കഴിച്ചിട്ടില്ലാത്ത ഒരു മാംസവിഭവം കഴിച്ചപ്പോൾ നന്നായി ഇഷ്ടമായി. അപ്പോൾ തന്നെ അത് പാകം ചെയ്ത പാചകക്കാരനെ വിളിപ്പിച്ച് ആ വിഭവം എല്ലാ ദിവസവും തീൻ മേശയിൽ എത്തിക്കാൻ പറഞ്ഞ് തന്റെ കൈയ്യിലെ മോതിരം ഊരി നൽകി. അങ്ങനെ പാചകക്കാരൻ കൂടുതൽ പാരിതോ ഷികങ്ങൾ മോഹിച്ച് ഓരോ ദിവസവും മേൻമയോടെ മാംസവിഭവം തയ്യാറാക്കിക്കൊണ്ടിരുന്നു. പാചകക്കാരൻ വിഭവം തയ്യാറാക്കിയത് ദേവ പക്ഷിയായ അരയന്നത്തിന്റെ കുഞ്ഞിന്റെ മാംസം ഉപയോഗി ച്ചായിരുന്നു. അത് ഏറ്റവും വലിയ പാപമായിരുന്നു. ദിവസവും തന്റെ കുഞ്ഞുങ്ങളെ കൊല്ലുന്ന ഹീന പ്രവൃത്തി കണ്ട് താമരപ്പൊയ്കയിലെ അരയന്നപ്പിടകളുടെ ആത്മം ഹൃദയം നുറുങ്ങ് മാറ് വിലപിച്ചു. രാജാവ് നൂറ് ഹംസക്കുഞ്ഞുങ്ങളെ ഭക്ഷിച്ചു. താൻ എന്താണ് ഭക്ഷിക്കുന്നത് എന്ന് പോലും അന്വേഷിക്കാതെ നാവിന്റെ രുചിയിൽ അന്ധനായി ദേവപക്ഷിയെ ഭക്ഷ്യ വിഭവമാക്കിയതു കൊണ്ട് വരും ജൻമത്തിൽ അന്ധനായി പിറക്കാൻ ഇടവരട്ടെ എന്നും, തങ്ങളുടെ മക്കളെ നഷ്ട പ്പെട്ട ദുഃഖം താങ്കളും അനുഭവിക്കാൻ ഇടവരട്ടെ എന്നും ഹംസങ്ങൾ രാജാവിനെ മനം നൊന്ത് ശപിച്ചു. . ആ ശാപത്തിന്റെ ഫലമായി ഈ ജൻമത്തിൽ അന്ധനായി ജൻമമെടുത്ത ധൃതരാഷ്ട്രർ ആയ അങ്ങയ്ക്ക് നൂറ് പുത്രൻമാരെ നഷ്ടമായതും ആ ശാപം കൊണ്ട് തന്നെ. നാം അറിയാതെ ചെയ്യുന്ന തെറ്റുകളും മറ്റുള്ളവരെ വേദനിപ്പിക്കുമെങ്കിൽ അതിന്റെ കർമ്മഫലവും ആ ജൻമത്തിൽ അല്ലെങ്കിൽ വരും ജൻമ ത്തിലെങ്കിലും നമ്മൾ അനുഭവിച്ചേ മതിയാവൂ. അതാണ് നിയതിയുടെ നിയോഗം”

“ഈ കഥ കേട്ടപ്പോൾ ആണ് ദേവേട്ടൻ എന്നോട് പറഞ്ഞത്. അദ്ദേഹത്തിന്റെ ചെറുപ്പത്തിൽ അച്ഛൻ മരിച്ചു എന്ന് പറഞ്ഞില്ലേ? അതൊരു നായ കടിച്ച ശേഷം അദ്ദേഹത്തിന് പേയിളകിയാണ് മരിച്ചതെന്ന്. ഒരു മനുഷ്യന്റെ ഏറ്റവും ദയനീയമായ അവസ്ഥയാണ് പേവിഷം ബാധിച്ച് ഓർമ്മ വരുമ്പോൾ മനുഷ്യനായും, ആ നിമിഷത്തിൽ തന്നെ ഒരു ഭ്രാന്തൻ നായയുടെ ചേഷ്ടകളോടെ വായിൽ നിന്നും നുരയും പതയും വന്ന് അക്രമാസക്തനാവുന്ന ദുരവസ്ഥ, പിന്നീട് മരണത്തിന് കീഴടങ്ങുന്ന അവസ്ഥ. സ്വന്തം അച്ഛന്റെ ആ ദുരവസ്ഥ അത് നേരിൽ കണ്ട് മനസ്സ് തകർന്ന ഒരു മകനാണ് ഞാൻ. അതിന് ശേഷം നായകളെ എനിയ്ക്ക് വെറുപ്പായിരുന്നു. പിന്നീടൊരിക്കൽ എന്നെയും ഒരു നായ കടിച്ചു. പൊക്കിളിന് ചുറ്റും പന്ത്രണ്ട് കുത്തിവയ്പ്പെടുത്തു. അസഹ്യമായ വേദനയോടൊപ്പം കുത്തിവയ്പ്പെടുത്ത ഭാഗത്തെ തടിപ്പ് അത് മാസങ്ങളോളം അവശേഷിക്കും. നാരങ്ങ കഴിയ്ക്കാനോ നാരകത്തിന്റെ അടുത്ത് ചെല്ലാനോ പാടില്ല. പിന്നീട് എനിയ്ക്ക് നായകളെ വല്ലാത്ത ഭയവും ആയി. അന്ന് ഫ്ലാറ്റിൽ വച്ച് നിന്റെ കൈയ്യിൽ അവറ്റകളുടെ നഖം കൊണ്ട് പോറിയപ്പോൾ ആ ഭയം ഇരട്ടിച്ചു. അതിന്റെ അനുരണനമെന്നോണം ഞാനാണ് ആ നായക്കുട്ടികൾക്ക് ബിസ്കറ്റിൽ വിഷം ചേർത്ത് നൽകി അവയെ ഇല്ലാതാക്കിയത്. ഇപ്പോഴാണെനിയ്ക്ക് മനസ്സിലായത് എന്റെ ആ പ്രവൃത്തികളുടെ ഫലം ആയിരിക്കും നമ്മുടെ മക്കളെ ഓരോരുത്തരേയും നമുക്ക് നഷ്ടമാക്കിയത്. ഗാന്ധാരിയെപ്പോലെ വേണീ നീയും ഞാൻ ചെയ്ത പാപത്തിന്റെ ശിക്ഷ അനുഭവിച്ചു. ഇനി മുതൽ എനിയ്ക്ക് ആ തെറ്റിന് പ്രായശ്ചിത്തം ചെയ്യണം.”

“ആ നായകളുടെ ശാപം ആയിരിക്കാം മോളേ ഒരു പക്ഷേ ഞങ്ങൾക്ക് മക്കളെ ലഭിക്കാതിരുന്നതിന് കാരണം. അന്ന് തുടങ്ങിയ പ്രായശ്ചിത്തം ആണ് ഈ നായകൾക്കുള്ള ബിസ്കറ്റ് നൽകലും, താലോലിക്കലും. ആരോരുമില്ലാത്ത തെരുവ് നായകൾക്കാണ് നൽകുന്നത്. അതിന് ശേഷം മനശ്ശാന്തിയുണ്ട്. ഇപ്പോൾ വാർദ്ധക്യാവസ്ഥയിൽ ആയി. ഞങ്ങളിൽ ഒരാൾ അവശേഷിക്കുന്നത് വരെ ഈ പ്രവൃത്തി തുടരും. നമ്മെ തളർന്നു കാണാൻ ആഗ്രഹിക്കുന്നവർ ഒരു പാട് പേരുണ്ട് മോളേ. നാം എന്ത് ചെയ്താലും കുറ്റം മാത്രം കണ്ടെത്തുന്നവർ. അവർക്ക് നാം ചെവി കൊടുക്കരുത്. മറിച്ച് ജീവിതം കൊണ്ട് കാണിച്ചു കൊടുക്കണം തളർത്തലിൽ നാം തളരില്ലെന്ന്. ഒന്നിനും കഴിയാതാവുമ്പോൾ വൃദ്ധസദനത്തിന് ഞങ്ങളുടെ വീട് നൽകി കൊണ്ട് അവസാനം വരെ അവിടെ... അങ്ങനെ വിൽപ്പത്രം തയ്യാറാക്കിയിട്ടുണ്ട്. പിന്നെ ബാക്കിയെല്ലാം മുകളിലുള്ളയാളുടെ ഇച്ഛ”

അപ്പോഴേയ്ക്കും ദേവാനന്ദൻ എന്ന ആ അച്ഛൻ വന്നു. ഞാൻ വേഗം എഴുന്നേറ്റ് അദ്ദേഹത്തെ തൊഴുതു. ആ അമ്മയുടെ കൈകൾ ചേർത്ത് പിടിച്ച് ഉമ്മവച്ചു പിന്നെ ആ മൂർദ്ധാവിലും. ആ അമ്മ സ്നേഹത്തോടെ എന്നെ പുണർന്ന് രണ്ട് കവിളിലും ഉമ്മ വച്ച ശേഷം "നൻമയേ വരൂ..." എന്ന് പറഞ്ഞ് എന്റെ തലയിൽ കൈവച്ച് അനുഗ്രഹിച്ചു. പിന്നീട് യാത്ര പറഞ്ഞ് രണ്ടാളും നടന്ന് പോകുന്നത് കണ്ണിൽ നിന്നും മറയുന്നത് വരെ ഞാൻ നോക്കി നിന്നു.

അപ്പോഴും ആ അമ്മയോട് ഞാൻ മനസ്സിൽ പറഞ്ഞു കൊണ്ടിരുന്നു. മുജ്ജൻമത്തിലെ ശത്രുക്കൾ ആണ് ഈ ജൻമത്തിൽ നമുക്ക് മക്കളായി പിറക്കുന്നത് എന്നൊരു ചൊല്ല് കൂടിയുണ്ട്. എത്രയോ മക്കൾ അച്ഛനേയും, അമ്മയേയും വേദനിപ്പിക്കുന്നു... അനാഥാലയത്തിലും, വൃദ്ധസദനത്തിലും ആക്കുന്നു... തെരുവിൽ ഉപേക്ഷിക്കുന്നു... സ്വന്തം ഗൃഹത്തിൽ വച്ച് ക്രൂരമായി പെരുമാറുന്നു... സ്വത്തും, സ്വസ്ഥതയും നശിപ്പിക്കുന്നു... കടം വരുത്തുന്നു... അപമാനിക്കുന്നു... അവഹേളിക്കുന്നു... മക്കളില്ല എങ്കിൽ ഇല്ല എന്ന ഒരു ദുഃഖം മാത്രമേയുള്ളൂ. നന്മയില്ലാത്ത മക്കൾ മൂലം അനുഭവിക്കുന്ന ദുഃഖത്തേക്കാൾ എത്രയോ തുച്ഛമാണത്. അമ്മേ അമ്മയ്ക്കും അച്ഛനും കഴിഞ്ഞ ജൻമത്തിൽ ശത്രുക്കളേ ഇല്ലായിരുന്നു. അതാണ് മക്കളില്ലാത്തത്. ഈ ജൻമത്തിൽ പാപമുക്തി ലഭിച്ച് നിങ്ങൾക്ക് രണ്ടാൾക്കും മോക്ഷ പ്രാപ്തി കൈവരിക്കാൻ ഇടയാവട്ടെ... അതാണെന്റെ പ്രാർത്ഥന.

പെട്ടെന്നാണ് ഫോൺ ശബ്ദിച്ചത്. മോളുടെ ഫോൺ. വേഗം എഴുന്നേറ്റ് സ്റ്റേഷനകത്തേയ്ക്ക് നടന്നപ്പോൾ വണ്ടിയിൽ നിന്നിറങ്ങി വരുന്ന മോളുടെ കൈയ്യിൽ ഒരു വെളുത്ത പതുപതുത്ത ഓമനത്തം തുളുമ്പുന്ന നായക്കുട്ടി. അവളുടെ സുഹൃത്ത് സമ്മാനിച്ചതാണത്രേ. ഇത്ര കാലവും നായയെ ഭയമുണ്ടായിരുന്ന ഞാനും ഒട്ടും ഭയമില്ലാതെ ഇഷ്ടത്തോടെ അതിനെ കൈയ്യിൽ വാങ്ങി കൊഞ്ചിച്ചു കൊണ്ട് മോളോടൊപ്പം വേഗം സ്റ്റേഷന് പുറത്തിട്ടിരിക്കുന്ന വണ്ടി ലക്ഷ്യമാക്കി നടന്നു.

പുത്ര വധു

അതിരാവിലെ തന്നെ ഉണർന്നു. അലാറം വച്ചിരുന്നതാണ് അതടിച്ചോ ആവോ? സമയം നോക്കിയപ്പോൾ ആണ് മനസ്സിലായത് മണി നാലായിട്ടേ ഉള്ളൂ. അഞ്ച് മണിക്കാണ് അലാറം വച്ചിരുന്നത്. എന്തായാലും ഇനി കിടക്കണ്ട. കൈ നിവർത്തി ഉള്ളം കൈയ്യിൽ നോക്കി കരാഗ്രേ വസതേ ലക്ഷ്മീം ചൊല്ലി എഴുന്നേറ്റ് "സമു ദ്രവവസനേ ദേവി പർവ്വതസ്ഥന മണ്ഡിതേ

വിഷ്ണുപത്നീം നമസ്തുഭ്യം

പാദസ്പർശം ക്ഷമസ്വമേ"

എന്ന ശ്ലോകം ചൊല്ലി ഭൂമീ വന്ദനം ചെയ്ത ശേഷം പ്രാഥമിക കർമ്മങ്ങൾക്കായി പോയി കുളി കഴിഞ്ഞ ശേഷം വിളക്ക് കൊളുത്തി. അപ്പോഴേയ്ക്കും അലാറം അടിച്ചു. വേഗം ചെന്ന് ഓഫ് ചെയ്തു.

എനിയ്ക്ക് മാത്രം ചായയിടാം. അച്ഛനും മകനും ഉണരാറാവുമ്പഴേയ്ക്കും തയ്യാറാക്കാം. ചായ കുടിച്ച് വേഗം തന്നെ മണിപ്പുട്ടും, കടലക്കറിയും, തലേ ദിവസം മസാല ചേർത്ത് വേവിച്ചു വച്ചിരുന്ന ആട്ടിറച്ചി സ്റ്റൂവും തയ്യാറാക്കി. ഏത്തപ്പഴവും, മുട്ടയും പുഴുങ്ങി. പുഴുങ്ങലരി കുതിർത്തുവച്ചി രുന്നതരച്ച് അതിൽ നാളികേരവും, ഉപ്പും, ജീരകവും ചേർത്ത് കുഴച്ച് ചെറിയ ചെറിയ ഉരുളകളാക്കി അപ്പച്ചെമ്പിൽ വച്ച് വേവിച്ച ശേഷം നല്ല നറും നെയ്യിൽ കടുകും, ഉഴുന്ന് പരിപ്പും താളിച്ച ശേഷം ഉള്ളി മൂപ്പിച്ചതിൽ ഉരുളകൾ ഇളക്കിയെടുത്തു. ഇന്നലെ തന്നെ ഉണ്ണിയപ്പവും ഉണ്ടാക്കി അവലും വിളയിച്ചു വച്ചിരുന്നു. ഈന്തപ്പഴം ഇരുന്നതെടുത്ത്

കുരു കളഞ്ഞ് വാഴയ്ക്കാപ്പത്തിന്റെ മാവിൽ മുക്കി വറുത്തെടുത്തു. ബ്രഡ് കഷണങ്ങളാക്കി കടലമാവിൽ മസാല ചേർത്തതിൽ മുക്കി ബ്രഡ് പക്കോഡയും ഉണ്ടാക്കി കഴിഞ്ഞപ്പോൾ സുധിയേട്ടൻ എഴുന്നേറ്റ് വന്നു. വേഗം തന്നെ ചായയുണ്ടാക്കി അതുമായി ചെല്ലുമ്പോൾ സുധിയേട്ടൻ പത്രത്തിൽ കണ്ണ് പൂഴ്ത്തിയിരിക്കുകയായിരുന്നു. ചായ വാങ്ങി കുടിക്കുന്ന തിനിടയിൽ ചോദിച്ചു

“നിനക്കിതെന്തിന്റെ കേടാ ഭാഗീ? കുറേ സാധനങ്ങൾ വാങ്ങി വച്ചിട്ടുണ്ടല്ലോ വരുന്നവർക്ക് കൊടുക്കാൻ? പിന്നെയും അടുക്കളയിൽ പണിതാലേ മതിയാവൂ? നീ വല്ല ദ്വാപരയുഗത്തിലും ജനിക്കേണ്ടവളാ യിരുന്നു. അവർക്കൊന്നും ഈ നാടൻ വിഭവം പിടിക്കുല്ല. അവരൊക്കെ പരിഷ്കാരികളാണ്.”

“അതല്ല സുധിയേട്ടാ എന്തെങ്കിലും നമ്മുടെ കൈകൾ കൊണ്ടുണ്ടാ ക്കുന്ന നാടൻ ഭക്ഷണം അത് മറ്റുള്ളവര് കഴിക്കണത് കാണുന്നത് തന്നേ ഒരു സുഖാ... പിന്നെ എന്റെ മനസ്സിന്റെ ഒരു തൃപ്തിയ്ക്ക് വേണ്ടി ക്കൂടി അർദ്ധോക്തിയിൽ നിർത്തി അടുക്കളയിൽ വന്ന് ഝടുതിയിൽ പായസവും തയ്യാറാക്കി. മോനുണർന്ന് വന്നപ്പോൾ അവനും ചായയിട്ട് കൊടുത്ത ശേഷം ഒന്നു കൂടി കുളിക്കാൻ പോയി. കുളിച്ച് വന്ന ശേഷം ഒലീവ് പച്ചയിൽ നേർത്ത കസവുകരയുള്ള സാരിയും മിന്റ് നിറവുള്ള ബ്ലൗസും ധരിച്ചു. . വീടെല്ലാം വീണ്ടും ഓടി നടന്ന് നോക്കി എവിടെയെ ങ്കിലും അലങ്കോലമായിട്ടുണ്ടോ. ? സുധിയേട്ടൻ വായിച്ച പത്രം തുറന്ന പടി തന്നെ വച്ചിട്ടുണ്ട്. അതെടുത്ത് നാലായി മടക്കി ടീപ്പോയിയുടെ പുറത്ത് വച്ചു. പിന്നെ ഒന്നു കൂടി ചന്ദനത്തിരി കത്തിച്ചപ്പോൾ വീടാകെ നറും പിച്ചിയുടെ ഗന്ധം പരന്നു. അപ്പോഴാണ് സുധിയേട്ടൻ പറഞ്ഞത് “അവർ പത്തരയോടെ എത്തും ഫോൺ വന്നു.”

ഇന്ന് മോന്റെ പെണ്ണിന്റെ വീട്ടിൽ നിന്നും വീടുകാഴ്ചയ്ക്ക് വരികയാണ്. പെൺകുട്ടിയ്ക്കും കൂടി വീട് കാണാൻ വരണമെന്ന് പറഞ്ഞപ്പോൾ ആദ്യം ഒന്നമ്പരന്നെങ്കിലും പുതിയ കാലവും തലമുറയും അല്ലേ. ആ കുട്ടി ജീവിക്കേണ്ട വീട് അത് തന്നെയല്ലേ കണ്ടിരിക്കേണ്ടതും. അന്നൊരു മിന്നായം പോലെ കണ്ടതല്ലേ കുട്ടിയെ ശരിക്കും ഒന്ന് കാണുകയും കൂടി ചെയ്യാമല്ലോ എന്ന് ചിന്തിച്ച് സമ്മതം മൂളി. സുധിയേട്ടന്റെ അകന്ന ബന്ധത്തിലെ കസിന്റെ സുഹൃത്തിന്റെ മകളാണ് കുട്ടി. പേര് നിമിഷ ഇപ്പോൾ എൽ. എൽ. ബി കഴിഞ്ഞു.

മോൻ പഠിക്കുന്ന സമയം മുതൽ ഗയ എന്ന പെൺകുട്ടിയുമായി ഇഷ്ട ത്തിലായിരുന്നു. അവനത് ഇവിടെ പറഞ്ഞിട്ടുണ്ടായിരുന്നു. ഞങ്ങൾക്കും

എതിർപ്പൊന്നും ഇല്ലായിരുന്നു. പക്ഷേ! അവന് തെറ്റിപ്പോയി. അവൻ ആ കുട്ടിയെ ആത്മാർത്ഥമായി പ്രണയിച്ചിരുന്നു. അവൾ അങ്ങനെയല്ലായിരുന്നു. കൂടുതൽ പണവും സൗകര്യവും ഉള്ളവനെ കണ്ടപ്പോൾ ഇപ്പോഴത്തെ കുട്ടികളുടെ ഭാഷയിൽ പറയുകയാണെങ്കിൽ വസ്ത്രം മാറുന്ന ലാഘവത്തോടെ മോനെ ഭംഗിയായി തേച്ച് അവൾ അവന്റെ കൂടെപ്പോയി. ആകെത്തകർന്ന് ജീവിതം അവസാനിപ്പിക്കാൻ ശ്രമിച്ച മോനെ ഒരുപാട് കഷ്ടപ്പെട്ടാണ് ജീവിതത്തിലേയ്ക്ക് തിരികെ കൊണ്ടു വന്നത്. പിന്നീടവനോട് വിവാഹത്തെ കുറിച്ച് പറഞ്ഞപ്പോൾ അവൻ എന്നോട് പറഞ്ഞു "ഇനി ഞാനൊന്നിനും ഇല്ല. ഒരു പാട് പെണ്ണ് കണ്ട് നടന്ന് ഇഷ്ടമായില്ല എന്ന് പറഞ്ഞ് പെൺകുട്ടികളുടേയും, വീട്ടുകാരുടേയും മനസ്സ് വിഷമിപ്പിക്കാനും ഇല്ല. അമ്മയും, അച്ഛനും കണ്ട് തൃപ്തിപ്പെട്ട് നടക്കുന്ന ബന്ധമാകുമ്പോൾ പറഞ്ഞാൽ മതി ഞാനത് സമ്മതിച്ചോളാം".

അങ്ങനെ ഞങ്ങൾ പോയി കണ്ട പെണ്ണാണ് നിമിഷ. അവന്റെ യോഗ്യതയിലും അൽപ്പം കുറവാണെങ്കിലും ആരും തെറ്റ് പറയില്ല. നാൾപ്പൊരുത്തവും ഉണ്ട്. സുധിയേട്ടനും, വീട്ടുകാർക്കും പണത്തിലും, സൗകര്യത്തിലും, കുടുംബ മഹിമയിലും നമുക്കൊപ്പമുള്ളവർ തന്നെ വേണമെന്ന നിർബന്ധബുദ്ധിയുണ്ടായിരുന്നു. അതും ശരിയായി.

മുറ്റത്ത് അവർ വന്ന വാഹനങ്ങളുടെ വാതിലുകൾ വലിച്ചടയ്ക്കുന്ന ശബ്ദം കേട്ടാണ് ഓർമ്മകളിൽ നിന്നുണർന്നത്. വേഗം ഉമ്മറത്തേയ്ക്കിറങ്ങിച്ചെന്ന് ഞാനും സുധിയേട്ടനും അവരെ ഹൃദ്യമായ ചിരിയോടെ അകത്തെ തളത്തിലേയ്ക്ക് ആനയിച്ചു, കൂടെ നിമിഷയും. വന്നവരൊക്കെ പഴയ കാലത്തെ വീടിന്റെ ചിത്രപ്പണി ചെയ്ത ചുമരുകളും മേൽക്കൂരയും ഒക്കെ നോക്കിക്കാണുകയായിരുന്നു.

മോനും സുധിയേട്ടനും അവരുമായി സംസാരിച്ചിരിക്കുമ്പോൾ ഞാൻ പലഹാരങ്ങളെല്ലാം ഊൺ മേശയിൽ നിരത്തിയ ശേഷം ഫ്ലാസ്കിലെ ചായ പകർന്നു വച്ചു. മധുരമില്ലാതെയുള്ള ചായ അവര് വന്ന് ചോദിച്ചിട്ടാകാം എന്ന് കരുതി ഫ്ലാസ്കിൽ തന്നെ വച്ചു. അവരെ കാപ്പി കുടിക്കാനായി ക്ഷണിച്ചു. നിമിഷയും എന്റെ കൂടെ വന്ന് എല്ലാം എടുത്ത് വയ്ക്കാനായി സഹായിച്ചു. അത് കണ്ടപ്പോൾ തന്നെ എനിയ്ക്ക് സന്തോഷമായി.

അവരുടെ ഒപ്പം സുധിയേട്ടനും മോനും ഇരുന്നു. പുറത്ത് നിന്ന് വാങ്ങിയ ഒരു സാധനവും അവരാരും തൊട്ടില്ല. എല്ലാവരും പുഴുങ്ങലരി ഉണ്ടയും, ഈന്തപ്പഴം പൊരിച്ചതും, ഉണ്ണിയപ്പവും പിന്നെ മണിപ്പുട്ടും ആട്ടിറച്ചി കറിയും ആണെടുത്തത്. കഴിക്കുന്നതിനിടയിൽ നിമിഷയുടെ അമ്മയുടെ അമ്മാവൻമാർ പറയുകയും ചെയ്തു "എത്ര

കാലായി ഇതുപോലെയുള്ള നാടൻ ഭക്ഷണം കഴിച്ചിട്ട്. മോളേ ഈ മണിപ്പുട്ട് എന്റെ അമ്മയുണ്ടാക്കി കഴിച്ചിട്ടുള്ളതാണ് സേവനാഴിയിൽ പിഴിഞ്ഞ് പൊടി തൂകി എടുത്തുണ്ടാക്കുന്നതല്ലേ ഇത്. ഇപ്പോഴത്തെ കുട്ടികൾക്ക് എന്തറിയാം ഇതിനെ കുറിച്ചൊക്കെ? അവർക്കൊക്കെ വേണ്ടത് ന്യൂഡിൽസും, പിസ്സായും, ബർഗറും ഒക്കെയല്ലേ? പിന്നെ എവിടെ ചെന്നാലും കാണുന്ന വിഭവം പൊറോട്ടയും ഇറച്ചിയും. നന്നായിട്ടുണ്ട് മോളേ മനസ്സ് നിറഞ്ഞു. എന്തായാലും നിമിഷ എത്തേണ്ടിടത്ത് തന്നെയാണ് എത്തിയിരിക്കുന്നത്. ആചാരങ്ങൾ മറക്കാത്ത കുലമഹിമ അതീവീട്ടും, ഇവിടുത്തെ ഭക്ഷണവും, നിങ്ങളുടെ ഓരോരുത്തരുടേയും മുഖഭാവവും, പെരുമാറ്റവും വിളിച്ചോതുന്നുണ്ട്."

കാപ്പി കുടിയ്ക്ക് ശേഷം നിമിഷയും എല്ലാം അടുക്കളയിലേയ്ക്ക് എടുത്ത് വയ്ക്കാൻ വന്നപ്പോൾ ഞാൻ രണ്ട് ഗ്ലാസ്സ് പാലട പകർന്ന് അവളുടെ കൈയ്യിൽ കൊടുത്തിട്ട് പറഞ്ഞു

"മതി മോളേ മോള് നിഖിലുമായി ഇതും കുടിച്ച് വീടൊക്കെ ഒന്ന് ചുറ്റി നടന്ന് കാണൂ". തളത്തിൽ ഇരിക്കുന്നവർക്കും പായസം നൽകി.

കുറച്ച് കഴിഞ്ഞപ്പോൾ സുധിയേട്ടൻ എന്നെ വിളിച്ചു. "ന്തോ" എന്ന് വിളി കേട്ട് തളത്തിലേയ്ക്ക് ഞാൻ ചെല്ലുമ്പോൾ വീട് ചുറ്റി കണ്ട് നിഖിലും, നിമിഷയും വന്നു. എന്നോടവരെല്ലാം ഇരിയ്ക്കാൻ പറഞ്ഞപ്പോഴും ഞാനിരുന്നില്ല. . അപ്പോൾ നിമിഷയും ഇരുന്നയിടത്ത് നിന്നും എഴുന്നേറ്റ് വന്ന് എന്റെ തോളിൽ പിടിച്ച് നിന്നു.

അവർക്കെല്ലാം തൃപ്തിപ്പെട്ടു. ഇനി എന്നാണ് ഞങ്ങൾ അങ്ങോട്ട് നിശ്ചയത്തിന് ചെല്ലുന്നത് എന്നവർ ചോദിച്ചപ്പോൾ "അങ്ങോട്ടേയ്ക്ക് വരുന്ന കാര്യം താമസംവിനാ ഞങ്ങൾ അറിയിക്കാം" എന്ന് സുധിയേട്ടൻ പറഞ്ഞു.

കുറച്ച് സമയം കൂടി എല്ലാവരും സംസാരിച്ചിരുന്ന ശേഷം വീണ്ടും നിശ്ചയത്തിന്റെ കാര്യം വേഗം അറിയിക്കണം എന്ന് പറഞ്ഞവർ പടിയിറങ്ങി. പോകാൻ നേരം നിമിഷ നിഖിലിനോടെന്തോ പറയുന്നതും അവൻ തലയാട്ടുന്നതും കണ്ടു.

സുധിയേട്ടനും ഞാനും അകത്ത് വന്ന ശേഷം നിശ്ചയത്തിന് നേരം നോക്കണേ സുധിയേട്ടാ ആ ശിവൻ കുട്ടി ജ്യോത്സ്യരുടെ അടുത്ത് നാളെ തന്നെ നമുക്ക് പോകാം എന്ന് ചോദിച്ചപ്പോഴാണവൻ പറഞ്ഞത്

"അമ്മേ നമുക്കീ ബന്ധം വേണ്ട."

എന്താ കുട്ടീ നീയീ പറയുന്നത്. നീ തന്നെ പറഞ്ഞിട്ടല്ലേ ഇത്രടം വരെ പോയത്. പിന്നെന്താ നിനക്കിപ്പോൾ ഇങ്ങനെ ഒക്കെ തോന്നാൻ?

“ഒന്നുമില്ല അമ്മേ ആ കുട്ടിയെ എനിക്കത്ര ഇഷ്ടായില്ല.”

നമ്മൾ മൂന്നാളും ഇഷ്ടമായീന്ന് പറഞ്ഞിട്ടല്ലേ അവര് വന്നത്. വിവാഹം നടക്കും എന്നായപ്പോൾ നീയെന്താ ഇങ്ങനെ? വാക്കു കൊടുത്തിട്ട് തെറ്റിക്കുന്നത് നല്ല കുടുംബക്കാർക്ക് യോജിച്ച കാര്യംല്ല. വേറെന്തോ കാര്യംണ്ട്.”

“എന്താടാ കാര്യം? നീയെന്താ ഞങ്ങളെ നാണം കെടുത്താൻ തന്നെ തീരുമാനിച്ചോ? എന്തെങ്കിലും ഉണ്ടെങ്കിൽ നേരത്തേ പറയണമായിരുന്നു. അല്ലാതെ മനുഷ്യരെ പൊട്ടൻമാരാക്കുന്നോ? നീയെന്താ വിചാരിച്ചത് കുട്ടിക്കളിയാണെന്നോ? ഇനി എന്നെ ഒന്നിനും വിളിച്ചേക്കരുത്. ഞാനില്ല ആരോടും ഒന്നും പറയാൻ. എന്താണെങ്കിലും അമ്മയും മോനും കൂടി ചെയ്തോ. നീയാ ഭാഗീ അവനെ വഷളാക്കുന്നത്. അഹങ്കാരം അല്ലാണ്ടെന്താ പറയേണ്ടത്.” സുധിയേട്ടൻ ദേഷ്യപ്പെടാൻ തുടങ്ങിയപ്പോൾ എനിക്കാധിയായി. ഞാൻ വേഗം നിഖിലിനെ അവന്റെ മുറിയിലേയ്ക്ക് കൊണ്ടു പോയി. എന്നിട്ടവനോട് സൗമ്യമായി ചോദിച്ചു “എന്താ കുട്ടാ ഉണ്ടായത്. എന്താ പ്രശ്നം? ഒന്നുമില്ലാതെ നീയങ്ങനെ പറയില്ല എന്ന് അമ്മയ്ക്കറിയാം. പറയൂ മോനേ എന്തായാലും പറയൂ.”

അവൻ അൽപ്പ സമയത്തിന് ശേഷം പറഞ്ഞു തുടങ്ങി

“നിമിഷ തന്റെ സീനിയറായി പഠിച്ചിരുന്ന റയാനുമായി പ്രണയത്തിലാണ്. മറ്റൊരു ജാതിയായതു കൊണ്ട് വീട്ടുകാർ ഒരിയ്ക്കലും അംഗീകരിക്കില്ല. റയാനിപ്പോൾ ഹയർസ്റ്റഡീസിന് ഇംഗ്ലണ്ടിൽ ആണ്. അടുത്ത ആഴ്ച വരും. വന്ന് കഴിഞ്ഞാൽ വീട്ടുകാരെ വിവരമറിയിക്കും. അവർ സമ്മതിച്ചില്ലെങ്കിൽ അവർ ഉറച്ച തീരുമാനം തന്നെ എടുക്കും, ആരുടേയും അനുവാദം കൂടാതെ തന്നെ വിവാഹിതരാവും. അതുവരെ ആർക്കും ഒരു സംശയവും തോന്നാതിരിക്കാനും ഈ കാര്യം നിഖിലിനോട്

നേരിൽ പറയാനും കൂടിയാണ് വീടുകാണണം എന്ന പേരിൽ മറ്റുള്ളവർക്കൊപ്പം വന്നത്. നിഖില് എന്തെങ്കിലും കാരണം പറഞ്ഞൊഴിവാകണം എന്നും പറഞ്ഞു ആ കുട്ടി. ചിന്തിച്ചപ്പോൾ ശരിയല്ലേ അമ്മേ ആ കുട്ടിയ്ക്ക് പ്രണയിച്ച ആളോടുള്ള സ്നേഹം ആത്മാർത്ഥമല്ലേ അമ്മേ. അപ്പോൾ ഞാനും ആ കുട്ടിയുടെ പ്രണയ സാഫല്യത്തിന് വേണ്ടി നിൽക്കുകയല്ലേ അമ്മേ വേണ്ടത്. പണത്തിനെ ആശ്രയിച്ചാണ് ഇപ്പോഴുള്ള ബന്ധങ്ങളിൽ അധികവും. അല്ലാതെ മനസ്സും സ്നേഹവും മനുഷ്യത്വവുമല്ല. ഏത് കൊവിഡ് - 19 രാജാവ് ഭരണപരിഷ്കാരം വരുത്തിയാലും മനുഷ്യരാരും മാറില്ല സ്വാർത്ഥരായ അവർക്കെല്ലാവർക്കും വേണ്ടത് സ്നേഹമുള്ള ഭർത്താവിനെയല്ല പണവും ആധുനിക സൗകര്യവുമുള്ള മറ്റുള്ളവരുടെ മുൻപിൽ പ്രൗഢിയോടെ പ്രദർശിപ്പിക്കാനുള്ള പ്രദർശന

വസ്തുവായ ഭർത്താവിനെയാണ്. ഗയ എന്നോട് ചെയ്തതുപോലെ ചെയ്യാൻ ആ കുട്ടി ശ്രമിച്ചില്ലല്ലോ അമ്മേ. എനിക്കിപ്പോൾ നിമിഷയോട് ബഹുമാനമാണ്. കാരണം എല്ലാ സ്ത്രീകളും സ്നേഹത്തിന് വിലകൽപ്പിക്കാതെ പണത്തിലും, സൗകര്യത്തിലും ഭ്രമിച്ച് പോകുന്നവരല്ല എന്നും മനസ്സിലായി. ഇനി അമ്മ പറയൂ ഞാനിതല്ലാതെ എന്താ ചെയ്യേണ്ടത്? ഞാനൊരിക്കലും നിങ്ങൾക്ക് നാണക്കേടുണ്ടാക്കില്ല. എനിക്കതിനാവില്ല അമ്മേ. ”

കേട്ടപ്പോൾ ഞാനും സുധിയേട്ടനും തരിച്ചിരുന്നു പോയി. എന്തൊക്കെ പ്രതീക്ഷകളായിരുന്നു... എല്ലാം തകർന്നടഞ്ഞല്ലോ. എന്റെ മോന്റെ അവസ്ഥയോർത്തപ്പോൾ വല്ലാത്ത സങ്കടമായി പാവം എന്റെ കുട്ടി...

അന്ന് രാത്രി എനിക്കുറങ്ങാൻ കഴിഞ്ഞില്ല. പിറ്റേ ദിവസം വെളുപ്പിനേ ഉണർന്ന് ശുദ്ധി വരുത്തി അമ്പലത്തിലേയ്ക്ക് പോയി. ദേവിയോട് കണ്ണടച്ചു നിന്ന് ഉള്ളുരുകി പ്രാർത്ഥിച്ചു. എന്റെ അമ്മേ ഒരു വഴികാട്ടിത്തരേണമേ... എന്ന്. കണ്ണ് തുറന്നപ്പോൾ മുൻപിൽ ദാവണി ചുറ്റിയ ഒരു പെൺകുട്ടി. ഒന്നു കൂടി നോക്കിയപ്പോൾ എനിക്കറിയാമായിരുന്നു ആ പെൺകുട്ടിയെ.

തൊഴുതിറങ്ങി നടക്കുമ്പോഴും അത് തന്നെയാണ് ചിന്തിച്ചിരുന്നത്. എനിക്കറിയായിരുന്നു ആ കുട്ടിയുടെ അമ്മ സീതയെ. അച്ഛനും, അമ്മയ്ക്കും ഒറ്റമകൾ. സുന്ദരിയായിരുന്നു സീതയും. പത്താം ക്ലാസ്സിലെ കണക്ക് പരീക്ഷ കഴിഞ്ഞ് വീട്ടിലേയ്ക്ക് വരികയായിരുന്ന സീതയെ പിന്നീടാരും കണ്ടിട്ടില്ല. പലരും പലവിധ കഥകളും മെനഞ്ഞ് പാടി. സർക്കാർ ഉദ്യോഗസ്ഥനായ രാജഗോപാലും, വീട്ടമ്മയായിരുന്ന സുധയും സീതയെ തിരയാത്ത ഇടമില്ല. പോലീസിലും, മന്ത്രിമാർക്കും ഒക്കെ പരാതി നൽകി. ഫലം നാസ്തി. . ഒരു വിവരവും ലഭിച്ചില്ല. അവസാനം നാട്ടുകാർ വിധിയെഴുതി സീത ആരുടെയോ കൂടെ ഒളിച്ചോടിപ്പോയി.

സീതയെ കാണാതായി ഏഴ് മാസങ്ങൾക്ക് ശേഷം ഒരു ദിവസം രാജഗോപാലനെ പോലീസ് സ്റ്റേഷനിലേയ്ക്ക് വിളിപ്പിച്ചു. അവിടെ ചെന്നപ്പോൾ രാജഗോപാൽ കണ്ടത് ആകെ മെലിഞ്ഞുണങ്ങി നിൽക്കാൻ പോലും ശേഷിയില്ലാതെ കണ്ണുകൾ കുഴിയിലേയ്ക്കാണ്ട വയറുന്തിയ ഒരു രൂപം. സീതയുടെ പ്രേതരൂപം. അപ്പോഴാണ് പോലീസ് വിവരങ്ങൾ ധരിപ്പിച്ചത്.

പരീക്ഷ കഴിഞ്ഞ് വരികയായിരുന്ന സീതയെ മാരുതി വാനിൽ വന്ന ചില സാമൂഹ്യദ്രോഹികൾ തട്ടിക്കൊണ്ട് പോയി രഹസ്യമായി പാർപ്പിച്ച് പീഡിപ്പിക്കുകയായിരുന്നു. പോലീസുകാർ കണ്ടെടുക്കുമ്പോൾ ഈ അവസ്ഥയിൽ ആയിരുന്നു. ഒരുപാട് ഉന്നതൻമാരുടെ ഉറക്കം

കെട്ടത്തിയ പീഡന കേസായിരുന്ന അത്. സീതയ്ക്ക് വേണ്ടി മാധ്യമങ്ങൾ മുറവിളി കൂട്ടി. ആക്ഷൻ കൗൺസിലുകൾ രൂപീകരി ക്കപ്പെട്ടു. ഉന്ന തൻമാരും ഉൾപ്പെട്ടതു കൊണ്ട് കുറച്ച് നാളുകൾക്ക് ശേഷം കേസിന് ഒരു പുരോഗമനവും ഉണ്ടായില്ല. ഉണ്ടാവാൻ അവർ അനുവദിച്ചില്ല.

ഏകമകളുടെ ദുരവസ്ഥയിൽ മനം നൊന്ത് രാജഗോപാൽ ഹൃദയം പൊട്ടി മരിച്ചു. ഇതുയധികം ദുരനുഭവങ്ങളിലൂടെ മാനസ്സിക നില തകരാറിലായ സുധ മനോരോഗാശുപത്രിയിലായി. പിന്നെ സീതയെ സർക്കാർ ഏറ്റെടുത്തു. സീത പ്രസവിച്ചു. ഒരു പെൺകുട്ടി. പ്രായപൂർത്തി യായപ്പോൾ സീതയ്ക്ക് അച്ഛന്റെ ജോലി ലഭിച്ചു. ചെറിയ പ്രായത്തിൽ ഒരു പാട് പേർ ശാരിരികമായി പീഡിപ്പിച്ചതിനേക്കാൾ കൂടുതൽ മാനസ്സിക പീഡനം അനുഭവിക്കേണ്ടി വന്നു സദാചാരവാദികളിൽ നിന്നും അവൾക്ക്. സമൂഹം എന്നും അവരെ ഒരന്യഗ്രഹജീവിയെപ്പോ ലെയാണ് കണ്ടത്. ഒരു വിശേഷങ്ങൾക്കും സീതയേയും കുഞ്ഞിനേയും ആരും വിളിച്ചില്ല. പിരിവുകാർ മാത്രം ചെന്നു പണം പിരിക്കാൻ. പണത്തിന് ഒരിയ്ക്കലും അയിത്തമില്ലല്ലോ. മനുഷ്യർക്കല്ലേ അയിത്തം. ഒറ്റപ്പെട്ട ജീവിതമായിരുന്ന ആ അമ്മയുടേയും, മകളുടേയും. പലപ്പോഴും വഴിയിൽ വച്ച് ഞാനും കണ്ടിട്ടുണ്ട് സീതയേയും മകളേയും. ഒന്ന് നോക്കി ചിരിക്കും അത്രമാത്രം. എന്നിലെ ദുരഭിമാനമോ?... ഒന്ന് അവരോട് സംസാരിച്ചാൽ മറ്റുള്ളവർ എന്ത് കരുതും. എന്ന ചിന്തയോ?...

ഞാനും വിലയിടിഞ്ഞവളാകും എന്ന തോന്നലോ... ഒക്കെയാവും അങ്ങിനെ അവരോട് പെരുമാറാൻ കാരണം?ആയിരിക്കാം.

"ചേച്ചി എവിടെപ്പോകുകയാണ്?" എന്ന ചോദ്യം കേട്ടാണ് നോക്കിയത്. അടിച്ചു തളിക്കാരി ശാന്ത അവളുടെ വീടിന്റെ മുൻപിൽ. ഈശ്വരാ! ചിന്തിച്ചു നടന്ന് എന്റെ വീടും കഴിഞ്ഞ് ആറ് വീടിനപ്പുറമായി രിക്കുന്നു. എന്ത് പറ്റി എനിയ്ക്ക്? പെട്ടെന്ന് സമനില വീണ്ടെടുത്ത ഞാൻ പറഞ്ഞു.

"നീയെന്താ ശാന്തേ രണ്ടീസമായി വരാതിരുന്നത്? അമ്പലത്തീന്ന് വരുന്ന വഴി നിന്നെ ഒന്ന് കണ്ടിട്ട് പോകാം എന്ന് കരുതി വന്നതാണ്."

"പനിയായിരുന്നു ചേച്ചീ. നാളെ വരാം ന്നാലും എന്നെ തിരക്കി ചേച്ചി ഇത്രടം വരെ ഒന്ന് വന്നല്ലോ. അതുമതി സന്തോഷായി എനിയ്ക്ക്."

"നിനക്ക് ശരിക്കും സുഖായിട്ട് വന്നാൽ മതി" എന്ന് പറഞ്ഞ് നേദിച്ച നാളികേരവും പഴവും, ശർക്കരയും അവൾക്ക് കൊടുത്ത് തിരിഞ്ഞു നടന്നു.

പിറ്റേ ദിവസം ഞാൻ നിഖിലിനോട് പറഞ്ഞു സീതയുടെ മകൾ

നന്ദിനിയെ അവന് വേണ്ടി ആലോചിക്കാൻ തീരുമാനിച്ച കാര്യം. നല്ല കുട്ടിയാണ് നന്ദിനി. അവളെ വഴിയിൽ കണ്ടിഷ്ടപ്പെട്ട് ഒരു പാട് വിവാഹാലോചനകൾ വന്നിട്ടും പൂർവ്വകാല ചരിത്രത്തിന്റെ പശ്ചാത്തലത്തിൽ എല്ലാം മുടങ്ങിപ്പോയി. ആ കുട്ടിയ്ക്ക് ഒരു ജീവിതം നൽകിയാൽ അതിലും വലിയ പുണ്യമില്ല എന്ന് കൂടി ഞാനവനോട് പറഞ്ഞു. അവൻ ഒന്നും മിണ്ടിയില്ല. പിറ്റേ ദിവസം അവനെന്നോട് പറഞ്ഞു അമ്മയുടെ ഇഷ്ടം പോലെ ചെയ്യ്ത് കൊള്ളാൻ.

സുധിയേട്ടൻ അറിഞ്ഞപ്പോൾ വല്ലാത്ത കോലാഹലം ആയിരുന്നു. എന്നാൽ പിന്നെ വേശ്യാഗൃഹങ്ങളിലും നിന്റെ മകന് പെണ്ണ് തിരയാൻ പറഞ്ഞു. സുധിയേട്ടനെ ബന്ധുക്കളും സുഹൃത്തുക്കളും അടക്കം എല്ലാവരും അധിക്ഷേപിക്കുമത്രേ. എവിടെ നിന്ന് കിട്ടിയ ധൈര്യം ആണെന്നെനിക്കറിയില്ല, ഒരു പക്ഷേ ദേവി തന്നതായിരിക്കും. ഞാനെന്റെ തീരുമാനത്തിൽ ഉറച്ച് നിന്നു. പിന്നെ ഞാൻ സുധിയേട്ടനെ സാവകാശം എല്ലാം പറഞ്ഞ് മനസ്സിലാക്കി. എന്നിട്ട് ചോദിച്ചു

"ആരാണ് സുധിയേട്ടാ വേശ്യ? സീതയോ? ഒരു തെറ്റും ചെയ്യാതെ ഒന്നുമറിയാത്ത പതിനഞ്ചാം വയസ്സ് മുതൽ ഇത്രയധികം വേദനയനുഭവിച്ച ഒരു കുട്ടി കാണുമോ? നമ്മുടെ മകൾ നിത്യയ്ക്കായിരുന്നു ഈ ദുരവസ്ഥയെങ്കിലോ? സുധിയേട്ടൻ അവളെ വേശ്യ എന്ന് പറഞ്ഞ് പുറന്തള്ളുമായിരുന്നോ? ശരീരം മറ്റുള്ളവരാൽ കളങ്കപ്പെട്ടിരിക്കാം എന്നാൽ സീതയുടെ മനസ്സ് പോലെ പരിശുദ്ധമായ ഒന്ന് നമ്മുടെ മഹാക്ഷേത്രങ്ങളിൽ പോലും കാണില്ല. നന്ദിനിയെപ്പോലെ അടക്കവും, ഒതുക്കവും, സൗശീലവും ഉള്ള ഒരു കുട്ടിയുണ്ടോ ഈ പ്രദേശത്ത്? നമ്മുടെ മോൾ നിത്യയോടും മരുമകൻ വിവേകിനോടും സുധിയേട്ടൻ വിവരം പറയണം.'

മൂകമായിരുന്ന് കുറേ ആലോചിച്ച ശേഷം സുധിയേട്ടൻ വിദേശത്തുള്ള നിത്യയേയും വിവേകിനേയും വിളിക്കുന്നത് കണ്ടു. അവരെന്ത് പറഞ്ഞു എന്നെന്നോട് പറഞ്ഞില്ല. നാളെ നമുക്ക് സീതയുടെ വീട്ടിൽ പോകാം എന്ന് പറഞ്ഞു.

വേലിക്കല്ലുള്ള പടി തുറന്ന് സീതയുടെ വീട്ടിൽ ചെല്ലുമ്പോൾ സീത അടുക്കളയിൽ ആയിരുന്നു. ഞങ്ങളെ കണ്ടതും വെപ്രാളത്തോടെ സാരിത്തുമ്പ് കൊണ്ട് കസേര തുടച്ചിട്ട് ഇരിയ്ക്കാൻ പറഞ്ഞു. നന്ദിനിയെ നിഖിലിന് വേണ്ടി പെണ്ണ് ചോദിക്കാൻ വന്നതാണെന്ന് പറഞ്ഞപ്പോൾ സീത വിശ്വാസം വരാത്തതു പോലെ ഞെട്ടിത്തരിച്ച് നിന്നു. പിന്നെ ഒരു പൊട്ടിക്കരച്ചിലോടെ വന്ന് സുധിയേട്ടന്റേയും, എന്റേയും കാൽക്കൽ ഭാഗത്തായി സാഷ്ടാംഗം വീണു. ഞാൻ വേഗമെഴുന്നേറ്റ് സീതയെ പിടിച്ചെഴുന്നേൽപ്പിച്ചപ്പോൾ എന്നെ കെട്ടിപ്പിടിച്ച് കരഞ്ഞു

കൊണ്ടവർ പറഞ്ഞു

"നൻമയുള്ളതൊന്നും എന്റെ ജീവിതത്തിൽ ഇല്ല ചേച്ചീ... ദൈവങ്ങളും"

അവിടേയ്ക്ക് വന്ന നന്ദിനിയെ ചൂണ്ടി ഞാൻ പറഞ്ഞു

"ആര് പറഞ്ഞു? ദൈവമുണ്ട് കൂടെ. ഇനി ഞങ്ങളും. നിന്നെ കരയിച്ചവർക്കും ചതിച്ചവർക്കും, വേദനിപ്പിച്ചവർക്കും, കുത്തി നോവിച്ചവർക്കും, കളിയാക്കിയവർക്കും, നിന്ദിച്ചവർക്കും കൊടുക്കാൻ കഴിയുന്ന ഏറ്റവും നല്ല പ്രതികരണം ആണ് നിന്റെ ചിരി നിറഞ്ഞ മുഖവും, സന്തോഷമുള്ള ജീവിതവും, തോൽക്കാൻ താൽപ്പര്യമില്ലാത്ത മനസ്സും. അത് നീ കാണിച്ചു കൊടുക്കണം ഞങ്ങൾ ഉണ്ടാവും എന്നും നിങ്ങളുടെ കൂടെ.

നന്ദിനിയ്ക്ക് ഇടാനാവശ്യമായ സ്വർണ്ണം എന്റേത് പുതുക്കി ഞാൻ കൊണ്ടുപോയി കൊടുത്തു. ഒരു മാസത്തിനുള്ളിൽ വിവാഹം നടന്നു. സുധിയേട്ടന്റേയും, എന്റെയും പ്രതിഷേധമുള്ള ബന്ധുക്കൾ ഒഴിച്ച് ബാക്കി എല്ലാവരും വിവാഹത്തിൽ പങ്കെടുത്തു. അപ്പോഴും മണ്ഡപത്തിനടുത്ത് നിൽക്കാൻ വിസമ്മതിച്ച സീതയെ ഞാൻ നിർബന്ധപൂർവ്വം എന്റെ കൂടെത്തന്നെ ചേർത്ത് നിർത്തി.

നന്ദിനിയുടേയും നിഖിലിന്റേയും ജീവിതം സന്തോഷ പൂർണ്ണമായിരുന്നു. എന്റെയും അവന്റേയും സംസാരമദ്ധ്യേ നിഖിൽ എന്നോട് പറഞ്ഞു

"അമ്മ പറഞ്ഞത് സത്യമാണ്. കണ്ണിൽ തുടങ്ങി കണ്ണുനീരിൽ അവസാനിക്കേണ്ടതല്ല ജീവിതം. മനസ്സിൽ തുടങ്ങി മരണം വരെ ജീവിക്കേണ്ടതാണ് ജീവിതം. നന്ദിനിയുടെ സ്നേഹത്തിൽ നിന്ന് എനിക്കത് ഉറപ്പായി അമ്മേ. അമ്മയുടെ തീരുമാനമായിരുന്നു ശരി."

ഒരു ദിവസം സീത വീട്ടിൽ വന്നു. എപ്പോഴും ഭയവും, ദയനീയതയുമാണ് സീതയുടെ കണ്ണുകളിൽ. ഇപ്പോൾ മാത്രം ഒരിക്കലും കാണാത്തതു പോലെ സന്തോഷത്തിന്റെ തിരയിളക്കം ആ കണ്ണുകളിൽ നിഴലിക്കുന്നത് ഞാൻ കണ്ടു. അത്രയും ആശ്വാസം. ഞങ്ങൾ പറഞ്ഞതാണ് "സീതയും ഇവിടേയ്ക്ക് പോരൂ... എന്തിനാണ് ഒറ്റയ്ക്ക് നിൽക്കുന്നത്" എന്ന്. സീത സമ്മതിച്ചില്ല. അവൾ പറഞ്ഞു നഷ്ടപ്പെട്ടു പോയ ചിലതൊക്കെ തിരിച്ചു കിട്ടുന്ന സന്തോഷം അനുഭവിച്ചിട്ടുണ്ടോ ചേച്ചീ. ഞാനനുഭവിക്കുന്നു ഇപ്പോൾ എന്റെ അമ്മയും അച്ഛനും ആയി കഴിഞ്ഞ കാലത്തേതുപോലുള്ള സന്തോഷങ്ങൾ. അതെ നിയ്ക്കും എന്റെ മോൾക്കും തിരിച്ചു തന്നത് നിങ്ങളാണ്. ലോകത്തുള്ള മറ്റേതൊരു വസ്തുവിനോടും താരതമ്യം ചെയ്യാൻ പറ്റാത്ത വിധത്തിൽ മൂല്യമുള്ളവയാണ് നിങ്ങൾ എന്റെ മോൾക്ക് ജീവിതം നൽകിയതിലൂടെ എനിയ്ക്ക് തന്നത്,

ഞങ്ങൾക്ക് തന്നത്. അവയോളം മൂല്യം കൽപ്പിക്കുന്ന യാതൊന്നും ഈ ഭൂമിയിൽ മരണം വരെ എവിടെ തിരഞ്ഞാലും ലഭിക്കില്ല. തത്തുല്യമായ മൂല്യമുള്ള മറ്റൊന്നാണ് നിന്ദിക്കാനും വിഷമിപ്പിക്കാനും അറിയാത്ത നിങ്ങളുടെ മനസ്സ്. എന്റെ ജീവിതാവസാനം വരെ ഞാൻ അവയൊക്കെ സ്മരിച്ചു കൊണ്ടേയിരിക്കും. ഏകാന്തതകളിൽ എനിയ്ക്ക് കൂട്ടായുള്ളത് ഇതുപോലെയുള്ള തിരിച്ചു കിട്ടലുകളാണ്.

നന്ദിനിയോട് പറയുന്നത് കേട്ടു

"നീ വിളിച്ച ദൈവങ്ങൾ നിന്നെ അനുഗ്രഹിച്ചു. ചിലരുടെ സങ്കടങ്ങൾ കാണുമ്പോൾ ചിലപ്പോൾ ദൈവങ്ങൾ അവതരിക്കും. നേരിട്ടല്ല നമ്മെ സഹായിക്കുന്ന മനുഷ്യരായിട്ട്. അങ്ങനെ നമ്മുടെ മുൻപിൽ അവതരിച്ച ദൈവങ്ങൾ ആണ് സുധി സാറും, ഭാഗിയേച്ചിയും, നിഖിൽ മോനും. അവരെ നീ ഒരിക്കലും വേദനിപ്പിക്കരുത്. അങ്ങനെ ചെയ്താൽ എത്ര ജൻമമെടുത്താലും നിനക്ക് മോക്ഷം ലഭിക്കില്ല."

പിന്നെ സീത ഞങ്ങളോട് യാത്ര പറഞ്ഞ് പോയി.

സീത വന്നു പോയതിന്റെ അടുത്ത ദിവസം രാവിലെ പതിവു പോലെ നന്ദിനി സീതയെ വിളിച്ചിട്ട് ഫോണെടുക്കുന്നില്ല. ഒരു പാട് പ്രാവശ്യം ആയപ്പോൾ അമ്മയ്ക്കെന്തു പറ്റി എന്ന ഭയത്തോടെ നന്ദിനിയുടെ കൈയ്യിലുള്ള വീടിന്റെ താക്കോലുമെടുത്ത് ഞങ്ങൾ രണ്ടാളും വേഗം അങ്ങോട്ടേയ്ക്ക് പോയി. അവിടെ ചെന്ന് കതക് തുറന്ന് അകത്ത് കയറിയപ്പോൾ സീത കിടക്കുകയാണ്. നന്ദിനി അടുത്തേയ്ക്ക് ചെന്ന് അമ്മേ എന്ന് വിളിച്ച് കുലുക്കുമ്പോൾ ഞാൻ സീതയിൽ തൊട്ടറിഞ്ഞു മരണത്തിന്റെ തണുപ്പ്.

ആത്മഹത്യയായിരുന്നു. അതിന്റെ പേരിൽ ആരേയും പ്രതിചേർക്കുകയോ ബുദ്ധിമുട്ടിപ്പിക്കുകയോ ചെയ്യരുത് എന്ന് എഴുതി വച്ചിരുന്നു. സീതയുടെ ചടങ്ങ് തീരുന്നതു വരെ നന്ദിനിയും നിഖിലും അവിടെത്തന്നെ നിന്നു. ഭക്ഷണം എന്റെയടുത്ത് വന്ന് കഴിക്കുമായിരുന്നു.

സീതയുടെ മരണത്തിന്റെ മൂന്നാം ദിവസം ആണ് നിഖിലിന്റെ പേരിൽ ഒരു കൊറിയർ വന്നത്. ഞാനത് വാങ്ങി അലമാരയിൽ വച്ചു. പിന്നീടക്കാര്യം മറന്നു പോയി.

നിഖിലും നന്ദിനിയും വന്ന ശേഷം ആണ് അലമാരിയിലെ പൊതി കണ്ടതും തുറന്ന് നോക്കിയതും. ഒരു ആധാരമായിരുന്നു, കൂടെ ഒരു കത്തും.

കത്തിന്റെ ഉള്ളടക്കം ഇതായിരുന്നു.

"മോനേ ഈ അമ്മയ്ക്ക് നീയെന്നെ അമ്മേ എന്ന് വിളിക്കുമ്പോഴൊക്കെ

അതിനുള്ള അർഹതയില്ലാത്ത, എന്റെ മകളുടെ അച്ഛൻ ആരെന്നു പോലും പറഞ്ഞ് തരാൻ കഴിയാത്ത എന്നെ മോൻ അമ്മേ എന്ന് വിളിക്കുമ്പോൾ എന്നെപ്പോലെ ഭാഗ്യവതി ലോകത്തില്ല എന്ന് തന്നെ ചിന്തിച്ച് അതിയായി ആഹ്ലാദിച്ചു. എന്നോടും, എന്റെ മോളോടും നിങ്ങൾ മൂവരും കാട്ടിയ ദയയും, സ്നേഹവും, കാരുണ്യവും അതിന് എത്ര നന്ദി പറഞ്ഞാലും മതിയാവില്ല.

നന്ദിനിയെ കുറിച്ച് പറഞ്ഞാൽ പോത്ത് പോലെ വളർന്നിട്ടും അവളുടെ കുട്ടിക്കളി മാറീട്ടില്ല. അതെന്റെയടുത്തേ കാട്ടാറുള്ളൂ. ഇനി മോനോട് കാണിച്ചാലും മോൻ ക്ഷമിക്കണം. പലപ്പോഴും ഞാനവളോട് പറഞ്ഞ് മനസ്സിലാക്കാൻ ശ്രമിക്കുമ്പോഴെല്ലാം അവൾ പറയും

“അമ്മേ നമ്മൾ പലപ്പോഴും കുഞ്ഞായിപ്പോകുന്നത് നമ്മൾ സ്നേഹിക്കുന്നവരുടെ മുൻപിലും നമ്മളെ സ്നേഹിക്കുന്നവരുടെ മുൻപിലും മാത്രം ആണെന്ന്.”

എന്റെ കൈയ്യിൽ കുറേ നാണക്കേടുകളും അപവാദങ്ങളും ചീത്തപ്പേരുകളുമല്ലാതെ ഒന്നുമില്ല. ഇനിയും ഞാൻ ജീവിച്ചിരുന്നാൽ എന്റെ ഭൂതകാലം ഇപ്പോഴും എന്നെ പിന്തുടർന്ന് മറ്റുള്ളവരുടെ അപമാനിക്കപ്പെടലുകളിലൂടെ, കുറ്റപ്പെടുത്തലുകളിലൂടെ എന്നെ വേദനിപ്പിക്കുന്നതു പോലെ നിങ്ങളേയും അത് പിന്തുടർന്ന് വേട്ടയാടും. ഒരു പക്ഷേ വരുംതലമുറയെ വരെ അത് ബാധിക്കും. അത് കൊണ്ട് ഒരു പാട് ആലോചിച്ചെടുത്ത തീരുമാനമാണ് എന്റേത്. ഞാനെന്ന പാഴ്ജൻമം ഇല്ലാതാവുന്നതോടൊപ്പം എനിയ്ക്ക് പിന്നിലെ കഥകളും അവസാനിക്കും. എന്റെ മോൾക്ക് വേണ്ടിയാണ് ഞാനിത്ര കാലവും പിടിച്ച് നിന്നത്. എന്റെ വയറ്റിൽ ഉരുവായ അതിനെ കൊല്ലാൻ മനസ്സനുവദിച്ചില്ല. പലപ്പോഴും അതിനായി ശ്രമിച്ചതാണ്. അമ്മയും മകളും ഒരുമിച്ച് ഇല്ലാതാവാൻ. . അതിനെ കൊല്ലാൻ, അതിനെ എന്നല്ല ഒരു ജീവിയേയും കൊല്ലാനും, ഉപദ്രവിക്കാനും എനിക്കാവില്ലായിരുന്നു. ഞാനില്ലാതായാൽ പിന്നെ നന്ദിനിയുടെ ഭാവി... ?ദുഷ്ടരുടെ കരാള ഹസ്തങ്ങളിൽ പെട്ടാൽ... ??? അതോർത്താണ് പിടിച്ചു നിന്നത്. ഇപ്പോൾ എനിക്കറിയാം ലോകത്തിലെ ഏറ്റവും സുരക്ഷിതമായ കൈകളിൽ ആണ് അവളെന്ന്. ആ സമാധാനത്തോടെ തന്നെ എന്റെ മോനും, സുധി സാറിനും, ഭാഗിയേച്ചിക്കും ഒരിക്കൽ കൂടി നന്ദിയർപ്പിച്ചുകൊണ്ട്, എന്നും എപ്പോഴും നൻമകൾ മാത്രം ഉണ്ടാവണേ എന്ന പ്രാർത്ഥനയോടെ.

സീത.

നിഖിലിന്റെ പേരിലാക്കിയ സീതയുടെ വീടിന്റേയും സ്ഥലത്തിന്റെയും

പ്രമാണമായിരുന്നു അതിന്റെ കൂടെ ഉണ്ടായിരുന്നത്.

അപ്പോഴും ഞാൻ സുധിയേട്ടനോട് പറഞ്ഞു. ഓരോ നിരപരാധികളേയും ചെയ്യാത്ത തെറ്റിന്റെ പേരിൽ ക്രൂശിക്കുന്ന ജനങ്ങളോട് ഒന്നേ എനിയ്ക്ക് പറയാനുള്ളൂ വാക്കുകൾ കൊണ്ട് തകർത്തെറിയുമ്പോൾ ഓർക്കുക ജീവിതം ഒരു പന്ത് കളിയാണ്. ആ പന്ത് എല്ലാവരുടേയും കാൽച്ചുവട്ടിൽ ഒരു ദിവസം എത്തും. അതോർമ്മിച്ചാൽ നന്ന്.

വർഷങ്ങൾ പലത് കൊഴിഞ്ഞു പോയി. നിഖിലിന്റേയും നന്ദിനിയുടേയും രണ്ട് മക്കളുടേയും പഠനം കഴിയാറായി. പ്രായത്തിന്റെ അസ്കിത കൊണ്ട് നടക്കാൻ പോലും വയ്യാതായ എന്നെയും, സുധിയേട്ടനേയും ഇന്നും സ്വന്തം പെൺമക്കൾ പോലും നോക്കാത്ത വിധത്തിൽ ഞങ്ങൾ മൂവരും നിർബന്ധിച്ചിട്ടും ഒരു ഹോം നേഴ്സിനെപ്പോലും നിർത്താൻ സമ്മതിക്കാതെ അത്ര കാര്യമായി സ്നേഹത്തോടെ ഒരു മടിയും കൂടാതെ പരിചരിക്കുന്നത് നന്ദിനിയാണ്. അവൾക്ക് ആരേയും വെറുക്കാനറിയില്ല. സ്നേഹിക്കാനേ അറിയൂ. ഞങ്ങളുടെ പിണങ്ങിമാറി നിന്ന ബന്ധുക്കൾ അവർക്കാർക്കും മരുമക്കളിൽ നിന്നും ലഭിക്കാത്ത ഭാഗ്യം നന്ദിനിയിലൂടെ ഞാനും, സുധിയേട്ടനും അനുഭവിക്കുന്നത് കണ്ടറിഞ്ഞപ്പോൾ മുതൽ അവർ ഒരേ സ്വരത്തിൽ പറഞ്ഞു “ഭാഗീ നിന്റെ പുത്രവധുവാണ് യഥാർത്ഥ പുത്രവധു.”

ഞാനപ്പോഴും ചിരിച്ച് കൊണ്ട് മനസ്സിൽ പറഞ്ഞു എന്റെ ദേവി എനിയ്ക്ക് ആ തിരുനടയിൽ വച്ച് എന്റെ കൺമുൻപിൽ കാട്ടിത്തന്ന, വരദാനമായി തന്ന വീടിന്റെ പുണ്യമായ സമാധാനത്തിന്റെ നിറഞ്ഞ് കത്തുന്ന നിലവിളക്കാണെന്റെ നന്ദിനിമോൾ.

എഴുന്നള്ളിപ്പ്

ഉത്സവമേളം തകർക്കുകയായിരുന്നു. വാദ്യഘോഷങ്ങളും, പന്തലും, അലങ്കാരങ്ങളും മുത്തുക്കുടകളും, പന്തലിനിരുവശത്തുമായി ഈന്ത പ്പഴവും, പൊരികളും, മാലയും, വളയും, കളിപ്പാട്ടങ്ങളും, പാത്രങ്ങളും, കൗതുകവസ്തുക്കളും എന്ന് വേണ്ട നിത്യജീവിതത്തിനാവശ്യമായ എല്ലാ വസ്തുക്കളുടേയും വില്പനശാലകളിൽ വില്പന തകൃതിയായി നടക്കുന്നു. മൈതാനത്ത് വിനോദത്തിനാവശ്യമായ ഉപകരണങ്ങളും, ജായിന്റ് വീലും, മാജിക് ഷോയും ഉൾപ്പെടെ ഉത്സവങ്ങൾക്ക് മാത്രം കാണാൻ കഴിയുന്ന ഒരു പാട് കാഴ്ചകൾ. അവയൊക്കെ നോക്കിക്കണ്ട് തിക്കിലും തിരക്കിലും പെട്ട് ക്ഷേത്രമതിൽക്കെട്ടിനകത്തേയ്ക്ക്, അവിടെ നിന്നും ആനക്കൊട്ടിലിൽ ശീവേലിയ്ക്ക് ഭഗവാന്റെ തിടമ്പേറ്റി നിൽക്കുന്ന ഗജവീ രന്റെ സമീപത്തേയ്ക്ക്.

"എന്താ ഒരു തലയെടുപ്പ്. ഭഗവാന്റെ തിടമ്പ് ശിരസ്സിലേറ്റി നെറ്റി പ്പട്ടവും, ആലവട്ടവും, വെഞ്ചാമരവും, ഒക്കെയായി "ശുഭേടത്തി പറയു കയായിരുന്നു." എത്ര കണ്ടിട്ടും മതിയാവണില്ല ഞാനിനി എങ്ങട്ടും ഇല്ല. വർഷത്തിൽ ഒരിക്കൽ കാണാൻ കിട്ടണ കാഴ്ചയാണിത്. മതിയാവോളം കാണണം എനിയ്ക്ക്. ജനിക്കണമെങ്കിൽ ആനയായി ജനിക്കണം. എന്തൊരു ഭാഗ്യ ജൻമാ ആനയുടേത്. ഭഗവാന്റെ തിടമ്പ് ശിരസ്സിലേറ്റുകാന്നുള്ളത് ചില്ലറ കാര്യാണോ മഹാഭാഗ്യം ല്ലേ അത്."

എല്ലാവരും അത് തലയാട്ടി സമ്മതിച്ച് ഭഗവാന്റെ തിരുരൂപത്തെ തൊഴുമ്പോഴും ഞാൻ ശ്രദ്ധിച്ചത് എന്നെത്തന്നെ ഉറ്റുനോക്കുന്ന ആ ഗജവീരന്റെ കണ്ണുകളിലേയ്ക്കാണ്. അപ്പോഴാണ് ഞാൻ കണ്ടത് അതിന്റെ മിഴിയിൽ നിന്നും അശ്രുകണങ്ങൾ താഴേയ്ക്ക് ഒഴുകുന്നു. കണ്ടത്

ശരിയാണോ എന്നറിയാൻ ഒന്നുകൂടി നോക്കി ശരിയാ അത് കരയുക യാണ്.

വീണ്ടും ഞാൻ ആ കരിവീരന്റെ കണ്ണുകളിൽ സൂക്ഷിച്ചു നോക്കിയപ്പോൾ എനിയ്ക്ക് മനസ്സിലായി കണ്ണുകൾ കൊണ്ട് അതെന്നോട് സംസാരിക്കുകയാണെന്ന്.

"എന്തിനാണ് അങ്ങ് കരയുന്നത്? ഇത്രയും വലിയ ഭാഗ്യം സിദ്ധിച്ച ഗജവീരനായതിൽ സന്തോഷിക്കുകയല്ലേ വേണ്ടത്?എന്താ പറ്റീത്?"

"നീ തന്നെ എന്നോടിത് ചോദിക്കണം. നീ ശരിക്കും സന്തോഷിക്കുക യാണോ ബന്ധുക്കളുടെ എല്ലാവരുടേയും കൂടെ ഉത്സവം ആഘോഷിച്ച്? ഭഗവാന്റെ തിടമ്പേറ്റിയതു കൊണ്ടാവാം ഒരു തിരശ്ശീലയിൽ എന്ന പോലെ എനിയ്ക്ക് കാണാം നീ ഗോപ്യമായി വച്ചിരിക്കുന്ന ആർക്കുമ റിയാത്ത നിന്റെ യഥാർത്ഥ ജീവിതം. അവിടെ നീ നിന്റെ മനസ്സിലെ മുറിവുകൾ ഉള്ളിലൊതുക്കി മൗനം കൊണ്ട് മരുന്നു പുരട്ടി മറവി കൊണ്ട് വേദനയകറ്റി പുറമേ പുഞ്ചിരിയാൽ തിളങ്ങുകയല്ലേ... ? നിനക്കിവിടെ നിൽക്കുമ്പോഴും ഭയമില്ലേ... ? ആ രണ്ട് കണ്ണുകൾ നിന്നെത്തന്നെ ശ്രദ്ധിക്കുകയാണെന്നറിയാവുന്നത് കൊണ്ട്. ഉള്ളിൽ ഭയപ്പാടോടെയല്ലേ നീയിവിടെ നിൽക്കുന്നത്. ഇവിടെത്തന്നെ അനങ്ങാതെ നിന്നോളൂ വേറെവിടേയ്ക്കും നീ പോകണ്ട. അതാവും വീട്ടിൽ ചെന്നിട്ടുള്ള പ്രത്യാഘാതങ്ങൾ ഒഴിവാക്കാൻ നിനക്ക് നല്ലത്. ഇനി എന്റെയടുത്ത് നീ അഭിനയിക്കണ്ട. ഞാനെല്ലാം അറിയുന്നു."

എന്നിട്ടും സമ്മതിച്ചു കൊടുക്കാൻ മടിയുള്ള മനസ്സ് ചോദിച്ചു

"എന്താ അങ്ങേയ്ക്ക് അറിയാവുന്നത്?"

"നിനക്ക് വിശ്വാസായില്ലാച്ചാൽ ഞാൻ പറയാം നിന്റെ പേര് മാളവിക. എല്ലാവരും നിന്നെ മാളൂ... എന്ന് വിളിക്കും. നിനക്ക് രണ്ട് ഏട്ടൻമാരും, ഒരു ഏടത്തിയും. എല്ലാവരുടേയും ഓമനയായിരുന്നു നീയ്. പഠനത്തിലും, നൃത്തത്തിലും മികവുള്ളവൾ. നൃത്തവേദിയിൽ വച്ച് നിന്നെ കണ്ടിഷ്ടപ്പെട്ട് കുലമഹിമയിലും തറവാടിത്തത്തിലും കേമനായ രാജീവൻ വിവാഹമാലോചിച്ചു, വിവാഹം നടന്നു. കാണാൻ സുമുഖനായ ഭർത്താവ്, അതിലേറെ നല്ല സ്വഭാവം രണ്ടാളെയും കണ്ടിട്ട് ഒരാൾക്കു വേണ്ടി സൃഷ്ടിച്ചതാണ് മറ്റൊരാളെ എന്ന് ഏവരും ഏകസ്വരത്തിൽ പറഞ്ഞ് നിന്റെ സൗഭാഗ്യത്തെ വാഴ്ത്തിപ്പാടി.

പക്ഷേ! നിന്റെ ബന്ധുക്കൾക്കിടയിലും, ഭർത്താവിന്റെ ബന്ധുക്കൾക്കിടയിലും, സുഹൃത്തുക്കൾക്കിടയിലും, പരിചയപ്പെടുന്ന ആരുടെയടുത്തും ഒരെതിരഭിപ്രായവും പറയാനില്ലാത്ത സുശീലനും,

സൽഗുണസമ്പന്നനും, സ്നേഹവാനുമായ ഭർത്താവ് നിന്റെ മുൻപിൽ മാത്രം എന്നും ക്രൂരതയേ കാട്ടിയിട്ടുള്ളൂ. മൃഗങ്ങളായ ഞങ്ങളെ ചങ്ങല പ്പൂട്ടിട്ട് പൂട്ടുന്നതു പോലെ അദൃശ്യമായ ചങ്ങലകളാൽ കുച്ച് വിലങ്ങിട്ട് ബന്ധനസ്ഥയാക്കി. അതിനോടൊപ്പം കാരാഗൃഹവാസവും. ആർക്കും അയാൾ നിന്നെ വിട്ടു കൊടുക്കില്ല. എന്നാൽ ഒഴിവാക്കാൻ പറ്റാത്ത സന്ദർഭങ്ങളിൽ എന്നെപ്പോലെ തന്നെ ആർക്കും സംശയത്തിനിട നൽകാതെ വില കൂടിയ ആടയാഭരണങ്ങൾ ധരിപ്പിച്ച് നിന്നെയും എഴു ന്നള്ളിക്കും. അത് മാത്രമോ മറ്റുള്ളവരുടെ മുൻപിൽ ഓരോ കാര്യങ്ങൾ ക്കും നിന്റെ അഭിപ്രായങ്ങൾ ആരായുന്ന നിന്നോട് സ്നേഹമസൃണമായി പെരുമാറുന്ന സ്നേഹസമ്പന്നനായി നടിക്കാറുണ്ട് നിന്റെ ഭർത്താവെന്ന രാജീവൻ.

വിവാഹ ശേഷം നിന്റെ സ്വന്തം വീട്ടുകാരുടെയടുത്ത് പോലും അദ്ദേഹം നിന്നെ സഹവസിപ്പിക്കാറില്ല. കാരണമായി പറയുന്നതോ സ്വന്തം ഭാര്യയെ പിരിഞ്ഞിരിക്കാൻ സാധിക്കാത്ത അത്രയും സ്നേഹം. എന്നാൽ നിന്നെ ഒറ്റയ്ക്ക് കിട്ടുമ്പോഴോ സ്വന്തമായിട്ടും, വീട്ടുകാർക്കും ഭർത്സിക്കാനും, അപമാനിക്കാനും, അവഹേളിക്കാനും, പോരെടുക്കാ നും, വീട്ടുവേല ചെയ്യാനും മാത്രമായിട്ടുള്ള ജീവനുള്ള ഒരു ഉപകരണം അല്ലേ കുട്ടീ. നിനക്ക് ഒരസുഖം വന്നാൽ പോലും ആരും അറിയാറില്ല. അറിഞ്ഞാൽ പോലും അറിഞ്ഞതായി ഭാവിക്കാറില്ല. രോഗത്തിന്റെ മൂർദ്ധന്യാവസ്ഥയിൽ കിടപ്പിലായിപ്പോകും എന്ന അവസ്ഥയിൽ എത്തുമ്പോൾ മാത്രം ഔഷധം വാങ്ങി നൽകും. ജീവിച്ചിരിക്കണം, കിട പ്പിലാവരുത്. തങ്ങളുടെ ദൈനംദിന കാര്യങ്ങൾ നടക്കണ്ടേ. അതിന് മാത്രം. കിടപ്പറയിൽ എന്നും നിഷ്ക്രിയനായ ഭർത്താവിന് വെറും ഭർത്താ വുദ്യോഗം മാത്രം. രാജീവിന്റെ ഭാഷയിൽ പറഞ്ഞാൽ ബുദ്ധിയില്ലാത്ത കഴുതയ്ക്ക് എന്തിന്റെ കുറവാണ്? കുറേ ജീവിത സൗകര്യങ്ങൾ ഇല്ലേ. എല്ലാ സൗകര്യങ്ങളോടും കൂടിയുള്ള കാരാഗൃഹവാസത്തിന് എന്താ ഒരു കുഴപ്പം. അതിലപ്പുറം സ്വാതന്ത്ര്യം ആഗ്രഹിക്കുന്നതും, ഭാര്യാപദം മോഹിക്കുന്നതുമാണ് തെറ്റ്. ഒന്നും ആരോടും പറയരുത് എന്ന ഉഗ്ര ശാസനവും. ഇല്ല നീ ഒന്നും പറയില്ല അതെനിക്കറിയാം. നിനക്കും അറിയാം. നീ പറഞ്ഞാലും നിന്നെ ആരും വിശ്വസിക്കില്ല. അത്രയ്ക്ക് അഭിനയ പാടവമാണ് രാജീവന്. നീ മറ്റുള്ളവരുമായി ആർത്തുല്ലസിച്ച് ചിരിക്കുമ്പോഴും ഉള്ളിൽ പൊട്ടിക്കരയുകയാണെന്ന് എനിക്കറിയാം. ആരോ ഒരിക്കൽ പറയുന്നതും കേട്ടിട്ടുണ്ട് മനസ്സിൽ കരഞ്ഞ് കൊണ്ട് ചിരിക്കുന്നവളാണ് സ്ത്രീയെന്ന്. അതേ ഇപ്പോൾ ഓർക്കുന്നു എം. ടി തിര ക്കഥയെഴുതിയ ഒരു വടക്കൻ വീരഗാഥ എന്ന ചലച്ചിത്രമില്ലേ അതിലെ

മമ്മൂട്ടിയുടെ ചന്തുവെന്ന കഥാപാത്രം പറയുന്നതാണത്. അതിന്റെ ചിത്രീ കരണത്തിൽ ആനകളുടെ കൂട്ടത്തിൽ ഞാനും ഉണ്ടായിരുന്നു. അന്ന് കേട്ടതാണീ വാചകം. നിന്നെ സംബന്ധിച്ച് അത് ശരിയാണ് താനും.

ഒരു പക്ഷേ നീ പറഞ്ഞാൽ പോലും നിന്റെ വീട്ടുകാരടക്കം ആരും ഒന്നും വിശ്വസിക്കില്ല. എല്ലാവരുടേയും കണ്ണിൽ ദാമ്പത്യ ജീവിതത്തിൽ യാതൊരു കുറവും ഇല്ലാത്ത ഏറ്റവും വലിയ സൗഭാഗ്യവതിയല്ലേ നീയെന്ന മാളവിക. അഥവാ അങ്ങനെ എന്തെങ്കിലും പറഞ്ഞാൽ തന്നെ മാതാപിതാക്കളും സഹോദരങ്ങളും അടക്കം നിന്റെ അഹങ്കാരം ആണെന്ന് ഉദ്ഘോഷിക്കുകയേ ഉള്ളൂ. അതാണല്ലോ രാജീവന്റേയും, ബന്ധുമിത്രാദികളുടേയും അഭിനയ ചാതുര്യത്തിലെ വിജയം. പുതിയ പ്രതീക്ഷകൾക്ക് പിറവികളില്ലെന്നറിയുമ്പോൾ കണ്ണിലെ നനവ് വറ്റി വരണ്ട് ആരും കാണാത്ത അറിയാത്ത ഹൃദയത്തിന്റെ വിങ്ങലായി മാറാറുണ്ട്. ആ മാറ്റത്തിലാണ് നീയിപ്പോൾ അല്ലേ കുട്ടീ... സാരമില്ല കുട്ടീ നിന്റെ ചിന്താഗതി തന്നെയാണ് നല്ലത്. വീട്ടുകാരെയും, നാട്ടുകാരേയും അറിയിച്ച് അപഹാസ്യയാവുന്നതിലും എത്രയോ നല്ലതാണ് ഭർത്തൃ വീട്ടിലെ കാരാഗൃഹത്തിൽ വീർപ്പുമുട്ടിക്കഴിയുന്ന സൗഭാഗ്യവതീപട്ടം. അങ്ങനെ തന്നെ പോകട്ടെ നിന്റെയും എഴുന്നള്ളിപ്പ് ജീവിതം."

എന്റെ കണ്ണുകളും നിറഞ്ഞൊഴുകാൻ തുടങ്ങിയപ്പോൾ ഞാൻ വേഗം കണ്ണിൽ കരട് വീണ രീതിയിൽ അഭിനയിച്ച് സാരിത്തുമ്പാൽ തുടച്ചു. അല്ലെങ്കിൽ അതു മതി ഇപ്പോഴും എന്നെ പിന്തുടരുന്ന ഭർത്താവിന്റെ കണ്ണുകൾ, ഒറ്റയ്ക്കാവുമ്പോൾ ഭാര്യയെന്ന പരിഗണന വേണ്ട. ഒരു സ്ത്രീയാണ് എന്നത് പോലും അവഗണിച്ച് ആത്മാഭിമാനത്തെ ചവിട്ടി യരച്ച് എന്റെ നേരേ നെഞ്ചുരുക്കുന്ന വാക്കുകളാകുന്ന ശരങ്ങൾ കൊണ്ട് ആസകലം മുറിവേൽപ്പിച്ച് ഭീഷ്മാചാര്യരെപ്പോലെ ശരശയ്യയിലാക്കും. പെട്ടെന്ന് സമനില വീണ്ടെടുത്ത ഞാൻ പറഞ്ഞു

"അങ്ങ് പറഞ്ഞതത്രയും ശരിയാണ്. എന്നാൽ അങ്ങയുടെ ദുഃഖത്തി ന്റെ കാരണം കൂടി പറഞ്ഞാലും."

"നിനക്കറിയ്യോ വയനാടൻ ഉൾവനാന്തരങ്ങളിൽ എന്റെ കൂട്ടരുമൊ ത്ത് ആഹ്ലാദതിമിർപ്പിൽ കഴിഞ്ഞ ഒരാനയായിരുന്നു ഞാനും.

ഞങ്ങളുടെ കാട് അതെത്ര ഭംഗിയാണെന്നോ? വനത്തിനും ഒരു പ്രത്യേകതയുണ്ട് മഴക്കാലങ്ങളിലും, മഞ്ഞ് കാലങ്ങളിലും ആണ് കാട് കൂടുതൽ ഹരിതാഭയാർന്ന് ശോഭിക്കുന്നത്. വൃക്ഷലതാദികളെല്ലാം തളിരിട്ട്, പുഷ്പിച്ച്, ഫലമൂലാദികളാൽ സമ്പുഷ്ടമായി മന്ദമാരുതനേറ്റ് ചാഞ്ചാടി നിൽക്കുന്ന ആ സമയമാണ് കാട്ടിലെ പ്രണയ കാലം. കാട്ടിലെ പ്രണയം ധന്യമാക്കുന്ന ഋതുക്കളാണ് വർഷകാലവും,

മഞ്ഞ് കാലവും. അപ്പോഴായിരിക്കും പറവകൾ പ്രണയാർദ്ര ഗാനങ്ങൾ ആലപിക്കുന്നത്. മറ്റ് ജന്തുജാലങ്ങളെല്ലാം ഇണയുടെ ചുറ്റും പ്രണയാതുര ഭാവത്തോടെ നൃത്തം വയ്ക്കുന്നതും പിന്നീട് ഒന്നായലിഞ്ഞ് ഇണചേരുന്നതും. നിങ്ങൾ മനുഷ്യരെപ്പോലെയല്ല ഞങ്ങൾ മൃഗങ്ങൾ പ്രകൃതി നിയമം തെറ്റിക്കാറില്ല. വന്യജീവികളുടെ പ്രണയത്തിന്റെ മൂർദ്ധന്യാവസ്ഥയിൽ രതിയിലേയ്ക്ക് നീളുന്നത് പ്രകൃതി അനുവദിച്ച നാളുകളിൽ മാത്രം.

അങ്ങനെ ഒരു വർഷ കാലത്ത് നല്ല മഴ ലഭിച്ചതു കൊണ്ട് കാടാകെ തളിർത്ത് നിന്നിരുന്ന സമയത്താണ് ഞാനെന്റെ ഇണയായ പിടിയാനയെ കണ്ടത്. സസ്യാഹാരികൾക്ക് ആ സമയത്ത് എവിടെ നോക്കിയാലും ഭക്ഷണം സുലഭമായിരുന്നതു കൊണ്ട് അതിന്റെ പ്രതിഫലനം എന്നോണം എന്റെയും അവളുടേയും ശരീരം കൂടുതൽ ആരോഗ്യമുള്ളതും അഴകാർന്നതുമായി.

ആനക്കൂട്ടങ്ങളിൽ എപ്പോഴും വയസ്സ് ചെന്ന പിടിയാനയായിരിക്കും ആനക്കൂട്ടത്തെ നയിക്കുക. കൊമ്പൻ എപ്പോഴും കൂട്ടത്തിന് വെളിയിൽ ആയിരിക്കും. ഞാൻ എന്റെ പ്രണയിനിയുമായി ഞങ്ങളുടെ കൂട്ടത്തിന്റെ കണ്ണ് വെട്ടിച്ച് മുളങ്കൂട്ടങ്ങൾക്കുള്ളിലേയ്ക്ക് പോകും. പിന്നെ ഞങ്ങളുടെ മാത്രം പ്രണയാർദ്ര നിമിഷങ്ങൾ. പ്രണയത്തിലെ ഉൻമാദം അതാണ് ഉലകിലെ തന്നെ ഏറ്റവും വലിയ ആഹ്ലാദം. അതനുഭവിച്ചവർക്കേ അറിയൂ അതിലെ ആർദ്രതയും, ചാരുതയും. ഏതൊരു ജീവിയുടേയും മനസ്സിന്റെ ഏറ്റവും സുന്ദര സുരഭില ഭാവങ്ങളിൽ മികവുറ്റ ഭാവമാണ് പ്രണയം. അതിന്റെ മാസ്മരികതയിൽ ശരീരത്തിനും മനസ്സിനും സംഭവിക്കുന്ന മാറ്റങ്ങളിലെ അവാച്യമായ അനുഭൂതി പ്രണയത്തിനല്ലാതെ മറ്റൊന്നിനും പ്രദാനം ചെയ്യാനാവില്ല. ജീവിതത്തിലെ ഏറ്റവും മനോഹരമായ നിമിഷങ്ങൾ ആണത്. നീയതിന് ഒരിക്കൽ പോലും പ്രണയിച്ചിട്ടില്ലല്ലോ മാളൂ... നീ നിന്റെ ഭർത്താവിനെ സ്നേഹിക്കുന്നുണ്ട്. പക്ഷേ ഒരിക്കൽ പോലും രാജീവൻ നിന്നെ അയാളിലെ പ്രണയിനിയാക്കിയില്ല. അയാൾക്കതിന് കഴിയില്ല. ഭാര്യ എന്ന അനുസരണയുള്ള അടിമയെ മാത്രമാണ് അയാൾ നിന്നിൽ നിന്നും എന്നും കാംക്ഷിച്ചത്. അതുകൊണ്ട് ഭാര്യയായതിനു ശേഷമുള്ള നിന്നിലെ പ്രണയ ഭാവവും ഉണർന്നില്ല. രാജീവൻ നിന്നെ ഉണർത്തിയില്ല. ശരിയല്ലേ?. കേട്ടത് കൊണ്ടും, വായിച്ചത് കൊണ്ടും ഒരു കാര്യവുമില്ല. പുറമേ കാണുന്ന ഒരു ഗുഹപോലെയാണത്. ഗുഹ എന്താണെന്നറിയണമെങ്കിൽ അതിന്റെ ഉള്ളിൽ പ്രവേശിക്കുക തന്നെ വേണം. അതുപോലെയാണ് പ്രണയം എന്ന വികാരത്തിന്റെ അനുഭവിച്ചറിയേണ്ട കാര്യങ്ങൾ അനുഭവിക്കാതെ നിനക്കെങ്ങിനെയറിയാൻ. നീ അക്കാര്യത്തിൽ അജ്ഞാനി ആണല്ലോ

കുട്ടീ. നിന്റെ ഈ ജൻമം വ്യഥാവിലാണ്.

പക്ഷേ ഞാനെന്റെ പിടിയാനയെ പ്രണയിനിയാക്കി. ഞങ്ങൾ ഇടയ്ക്ക് കൂട്ടത്തിൽ വന്ന് ചേരും. വീണ്ടും മുളങ്കാടുകൾക്കുള്ളിലേയ്ക്ക് പോകും. കൂട്ടത്തിലുള്ള മറ്റാനകൾ അതറിയുന്നുണ്ടായിരുന്നു. എന്നാലും അവരത് അറിഞ്ഞതായി ഭാവിച്ചില്ല. ഞങ്ങൾ മൃഗങ്ങൾ ആരും മറ്റാരുടേയും സ്വകാര്യതകളിലേയ്ക്ക് കടന്നു കയറാറില്ല. അതും പ്രകൃതിയുടെ നിയമമാണ്. എന്നാൽ മനുഷ്യരായ നിങ്ങൾ മാത്രമേ ആ നിയമവും തെറ്റിച്ച് സ്വന്തം കാര്യം മറച്ചു വച്ച് മറ്റുള്ളവരുടെ സ്വകാര്യതകളറിയാൻ ഔത്സുക്യം കാട്ടാറുള്ളൂ. ഏറ്റവും തരം താഴ്ന്ന പ്രവൃത്തിയാണത്.

കൂട്ടത്തിന് പുറത്തായിരുന്ന ഞാൻ എന്റെ പിടിയെ പിരിഞ്ഞിരിക്കാൻ കഴിയാതെ, അവൾക്കും അങ്ങനെ തന്നെയായിരുന്നതുകൊണ്ട് ഞങ്ങൾ ഒട്ടുമിക്ക ദിനങ്ങളിലും മുളങ്കാട്ടിലേയ്ക്ക് പോകുമായിരുന്നു. അങ്ങിനെ ഒരു ദിനം സഞ്ചരിക്കവേയാണ് വഴിത്താരയിലുള്ള വാരിക്കുഴിയിൽ ഞാൻ വീണത്. അത് കണ്ട എന്റെ പ്രണയിനിപ്പിടി ഉച്ചത്തിൽ അലറി വിളിച്ചു. ഞാനവിടെ കിടന്നും അവളോട് വേഗം പൊയ്ക്കൊള്ളാൻ പറഞ്ഞു. അവൾ പോയില്ല. രണ്ട് പകലും രാത്രിയും കരഞ്ഞു കൊണ്ട് അവൾ അവിടെത്തന്നെ നിന്നു. കരഞ്ഞ് കരഞ്ഞ് തളർന്ന അവൾ പിന്നെ കാട്ടാനക്കൂട്ടത്തിലേയ്ക്ക് തിരികെപ്പോയി. പോകുന്നതിന് മുൻപവൾ കരഞ്ഞു കൊണ്ട് എനിയ്ക്ക് വിശപ്പടക്കാനായി ഇലകൾ പറിച്ചിട്ടു തന്നു. അവൾ പോയതോടെ ഞാനാകെ തളർന്നുവശായി. വിരഹദുഃഖം കുഴിയിൽ വീണതിനേക്കാൾ എന്നെ ദുഃഖിതനാക്കി. ഇനി അവൾ തരുന്ന ഒന്നിനും എനിയ്ക്ക് യോഗമുണ്ടാവില്ല എന്ന് മനസ്സ് പറഞ്ഞു കൊണ്ടിരുന്നു. അത് കൊണ്ട് മാത്രം എന്റെ പ്രണയിനി എനിക്കായ് തന്ന അവസാന ഭക്ഷണം കണ്ണുനീരുതിർത്തുകൊണ്ട് ഒന്നും അവശേഷിപ്പിക്കാതെ ഞാനത് മുഴുവനും വിശപ്പും ദാഹവും ഇല്ലാതിരുന്നിട്ടും ഭക്ഷിച്ചു.

മൂന്നാം ദിവസം നാട്ടിലെ മനുഷ്യർ താപ്പാനയുമായി എത്തിച്ചേർന്നു. എന്നെ താപ്പാനയുടെ സഹായത്തോടെ നാട്ടിലേയ്ക്ക് കൊണ്ടു പോന്നു. പിന്നെ ഞാനും പരിശീലനത്തിന്റെ മികവിൽ നാട്ടാനയായി മാറി. എനിക്കവർ പേരിട്ടു 'അനന്തനാരായണൻ.' പക്ഷേ ഞാനിന്നും എന്റെ പ്രണയിനിയെ മറന്നിട്ടില്ല. ഓർമ്മകൾ സമ്മാനിക്കുന്ന നിമിഷങ്ങൾ അമൂല്യങ്ങളാണ്. കാരണം ആ ഓർമ്മകളാണ് നാം ഒരാളെ എത്രമാത്രം സ്നേഹിച്ചിരുന്നു എന്ന് മനസ്സിലാക്കിത്തരുന്നത്. ജീവിതത്തിന്റെ ഇടനാഴിയിൽ വീണു കിട്ടുന്ന മുത്തുകൾ ആണ് അവ... ആ ഓർമ്മച്ചെപ്പിലെ അമൂല്യമുത്താണ് എനിക്കെന്റെ പ്രണയിനി പ്പിട.

തടി പിടിപ്പിക്കാനും ഒക്കെ ക്ഷേത്രങ്ങളിൽ എന്നെയവർ കൊണ്ട് പോകും. ശരിക്കും പണിയെടുപ്പിക്കും. ആവശ്യത്തിന് ഭക്ഷണവും തരാറില്ല. നിന്റെ അനുഭവം പോലെ തന്നെ ആവശ്യത്തിനും അനാവശ്യത്തിനും കുറ്റപ്പെടുത്തി ഉപദ്രവിക്കും. ചുട്ടുപൊള്ളുന്ന കോൺക്രീറ്റ് അല്ലെങ്കിൽ ടാറിട്ട റോഡിൽ കൂടിയുള്ള ബഹുദൂരമുള്ള നടത്തം. നടന്ന് നടന്ന് കാലടിയുടെ ഉൾഭാഗം ചൂടു കൊണ്ടും, മനുഷ്യർ യാതൊരു ഔചിത്യവും ഇല്ലാതെ വലിച്ചെറിയുന്ന കൂർത്ത് മൂർത്ത ആണികളും, കമ്പിക്കഷണങ്ങളും ഒക്കെ തുളഞ്ഞ് കയറിയും പൊട്ടി രക്തമൊലിക്കും. ചങ്ങലകൾ വലിഞ്ഞ് മുറുകി മുറിഞ്ഞ വ്രണങ്ങൾ വേറെ. ക്ഷീണം കാണിച്ചാൽ ചില പാപ്പാൻമാരുടെ ഉപദ്രവത്തിന്റെ മുറിപ്പാടുകൾ നൽകുന്ന വേദനയുമുണ്ട്. ശരീരത്തിന്റെ പല ഭാഗത്തും വ്രണങ്ങൾ ആണ്. നിന്നെപ്പോലെ തന്നെ മാളൂ അവശതയാൽ അടിപെടുമ്പോൾ മാത്രം ചികിത്സ നൽകും. പണിയെടുത്തില്ലെങ്കിൽ വരുമാനം കുറയില്ലേ. പിന്നെ ഉത്സവങ്ങൾക്ക് മാത്രം ലഭിക്കുന്ന ഗംഭീര സ്വീകരണം. നെറ്റിപ്പട്ടം കെട്ടി അലങ്കരിച്ച് പട്ടുതുണി കൊണ്ടുള്ള മേൽ വസ്ത്രം ഇട്ട് അതിന്റെ മുകളിൽ തിടമ്പും, അത് പിടിച്ചിരിക്കുന്ന പൂജാരിയും, ആലവട്ടവും, വെഞ്ചാമരവും വീശുന്നവർ. മുന്നിലും പിന്നിലും പക്കമേളത്തിന്റെ അകമ്പടിക്കാരോടൊപ്പം ഉള്ള എഴുന്നള്ളിപ്പാണ് എന്റേതും...

എന്റേയും നിന്റേയും എഴുന്നള്ളിപ്പിന് ഒരു വ്യത്യാസം മാത്രം നിന്റെ എഴുന്നള്ളിപ്പിന് ചമയങ്ങളേ ഉള്ളൂ വാദ്യഘോഷങ്ങളില്ല.

ശ്രീലകത്തേയ്ക്ക് ഭഗവാന്റെ തിരിച്ചെഴുന്നള്ളത്തിന് സമയമായപ്പോൾ അദ്ദേഹം കുനിഞ്ഞു കൊടുത്ത് കാലുയർത്തിക്കാട്ടിയപ്പോൾ അതിൽ ചവിട്ടുപടിയിൽ കാൽവയ്ക്കുന്നതു പോലെ വച്ച് ഭഗവാന്റെ തിടമ്പെടുത്ത് പൂജാരിയും. പുറകിലുള്ളവരും ഒക്കെ ഇറങ്ങി അമ്പലത്തിനകത്തേയ്ക്ക് പോയി. കൂടെ വാദ്യഘോഷക്കാരും, ഭക്ത ജനങ്ങളും. അപ്പോഴും ഒറ്റയ്ക്കായ അദ്ദേഹം എന്നോട് പറഞ്ഞു "മാളൂ നിനക്ക് വേണ്ടി ഒന്നും ചെയ്യാനാവില്ല എനിയ്ക്ക് ആ ഒരു ദുഃഖവുണ്ട് ഇന്ന് തിരികെ പോകുമ്പോൾ... "ഞാനപ്പോഴും അദ്ദേഹത്തോട് പറഞ്ഞു "അങ്ങനെ ചിന്തിക്കരുതേ അങ്ങ്. നമുക്ക് വേണ്ടി ഒന്നും ചെയ്യാനായില്ലെങ്കിലും നമ്മളെ പൂർണ്ണമായി മനസ്സിലാക്കി സ്നേഹിക്കുന്നവർ സന്തോഷിപ്പിക്കാൻ ചെയ്യുന്ന ശ്രമങ്ങൾ മാത്രം മതി മനസ്സ് നിറയാൻ. അത് ഒരു വാക്കായാലും മതി. അതെനിയ്ക്ക് അങ്ങിൽ നിന്നും ലഭിച്ചു. ഇനി തമ്മിൽ കണ്ടില്ല എങ്കിലും മരണം വരെ മറക്കില്ല നന്ദിയോടെ സ്മരിച്ചു കൊണ്ടേയിരിക്കും"

ഞാൻ തൊഴുകൈകളോടെ ഇത്രയും പറഞ്ഞപ്പോൾത്തന്നെ "നടയാനെ" എന്ന് പറഞ്ഞ് പാപ്പാൻ അദ്ദേഹത്തെ നടത്തി കൊണ്ടു

പോയി ദൂരെയുള്ള ഇരുൾ നിറഞ്ഞ പ്രദേശത്തേയ്ക്ക് മറ്റൊരു ഇരുളായി വൃക്ഷത്തിൽ തളയ്ക്കാൻ.

ഞാനെന്ന മാളവികയും നട നേരേ നിന്ന് ഒരിയ്ക്കൽ കൂടി ഭഗവാനെ തൊഴുത ശേഷം കുടുംബാംഗങ്ങൾ എല്ലാവരോടും യാത്ര പറഞ്ഞ് എന്റെയും എഴുന്നള്ളത്ത് അവസാനിപ്പിച്ച് രാജീവിന്റെ ആഢംബര കാറിന്റെ മുൻസീറ്റിൽ ഇരുപ്പുറപ്പിച്ചു. എന്റെയും ഭർത്തൃവീടെന്ന... കാരാഗൃഹത്തിന്റെ... ഇരുളിന്റെ ഇരുളാവാൻ.

വിധിവിളയാട്ടം

അമ്മയുടെ അമ്മാവന്റെ നവതി ആഘോഷച്ചടങ്ങിനിടെയാണ് അമ്മാവന് പൊന്നാട ചാർത്തുന്ന ആളെ ഞാൻ കണ്ടത്. സുകുമാരൻ ഡോക്ടറല്ലേ ഇത്? ഡോക്ടറും അമ്മാവന്റെ വിദ്യാർത്ഥി യായിരുന്നോ? അതൊരു പുതിയ അറിവായിരുന്നെനിക്ക്. പുരാതന സ്കൂളിലെ പ്രധാന അദ്ധ്യാപകനായിരുന്ന അമ്മാവന്റെ നവതി ആഘോ ഷിക്കാൻ വീട്ടിൽ നിന്നും വിദ്യാലയം വരെ അലങ്കരിച്ച് അമ്മാവന്റെ പൂർവ്വവിദ്യാർത്ഥികൾ വന്ന് അമ്മാവനെ സ്കൂളിലേയ്ക്ക് കൂട്ടിക്കൊണ്ടു വന്നതാണ്. വിശിഷ്ട വ്യക്തികൾ പങ്കെടുത്ത വളരെ വലിയൊരു ചടങ്ങായിരുന്നു അത്. ഓരോരുത്തരും അദ്ദേഹത്തെ ആദരിക്കുന്നതും, മാതൃകാ അദ്ധ്യാപകനായിരുന്ന അമ്മാവന്റെ ഗുണഗണങ്ങൾ വാഴ്ത്തി പ്പാടുന്നതും കേട്ടപ്പോൾ അദ്ദേഹത്തിന്റെ ചെറുമരുമകൻ ആയതിൽ വലിയ അഭിമാനം തോന്നി. ഡോക്ടർ സുകുമാരനെ കണ്ടപ്പോൾ മുതൽ ഞാൻ അവിടെയിരുന്നു കൊണ്ട് തന്നെ മിഴിയിങ്ങും, മനമങ്ങും എന്നതു പോലെ ഗതകാല സ്മൃതികളിലേയ്ക്ക് ഊളിയിട്ടിറങ്ങി.

എത്ര സന്തോഷകരമായ ജീവിതം ആയിരുന്നു എന്റെ വിവാഹ ശേഷം ഞാനും മിഥിലയുമായിട്ടുള്ളത്. എന്റെ ജീവന്റെ പാതിയായിരുന്നു മിഥില അവളുടെ പാതി ഞാനെന്ന അവളുടെ സനീഷേട്ടൻ. സാധാരണ P. C ആയിരുന്ന എന്റെ വരുമാനം. കൊണ്ട് ഞങ്ങൾക്ക് കഷ്ടിച്ച് ജീവിച്ചു പോകാവുന്നതേ ഉണ്ടായിരുന്നുള്ളൂ. എന്നാൽ എന്റെയും മിഥിലയുടേയും സ്നേഹത്തിൽ ഞങ്ങൾ വളരെ സമ്പന്നരായിരുന്നു. ആരും ഒരിയ്ക്കലും കൂടുതൽ സ്നേഹിച്ച് കഴിയാൻ ദൈവം അനുവദിക്കാറില്ലല്ലോ. അത് തന്നെയാണ് എന്റെയും, മിഥിലയുടേയും ജീവിതത്തിലും സംഭവിച്ചത്.

ഒരു ദിവസം നൈറ്റ് പട്രോളിംഗ് കഴിഞ്ഞ് വരികയായിരുന്ന എന്റെ ബൈക്കിനെ ഇടിച്ച് തെറിപ്പിച്ച് നിർത്താതെ പോയ ലോറി ഞങ്ങളുടെ ജീവിതം തന്നെ മാറ്റി മറിച്ചു. ആ അപകടത്തിൽ ഞാൻ ശരീരം തളർന്നു കിടപ്പിലായി. മിഥില, അവളെന്നെ പൊന്നുപോലെയാണ് നോക്കിയത്. ആശുപത്രിയിൽ നിന്നും വീട്ടിൽ വന്ന ശേഷവും എന്റെ എല്ലാ കാര്യങ്ങളും ഭംഗിയായി നിർവഹിച്ചു തരാൻ അവൾ വളരെ കഷ്ടപ്പെട്ടു. അമ്മയുടെ ഏക മകനായിരുന്നു ഞാൻ, പാവം അമ്മ അമ്മയുടെ കാര്യങ്ങൾ തന്നെ ചെയ്തിരുന്നത് വളരെ ബദ്ധപ്പെട്ടായിരുന്നു.

അതാത് സമയങ്ങളിൽ ഡോക്ടറെ കാണാൻ പോകുന്നതും മരുന്ന് വാങ്ങി വരുന്നതും എല്ലാം മിഥില തന്നെയായിരുന്നു. മാസങ്ങൾ കൊഴിഞ്ഞു വീണു കൊണ്ടിരുന്നു. ഒരു ദിവസം മിഥില പറഞ്ഞു "സുകുമാരൻ ഡോക്ടർ ഒരു വർഷത്തേയ്ക്ക് ഉപരിപഠനത്തിനായി വിദേശത്തേയ്ക്ക് പോകുന്നു. ഇനി വരുന്ന ഡോക്ടർ എങ്ങിനെയാണോ ആവോ?"

അതിന് ശേഷം അവൾക്ക് ഒരുപാട് മാറ്റങ്ങളായി. അവൾ എന്നെ ഒരു പാട് അധിക്ഷേപിക്കാൻ തുടങ്ങി.

"എന്തിനാണ് ഇങ്ങനെ കിടക്കുന്നത്? ആർക്കും ഒരു പ്രയോജനവും ഇല്ലാതെ മറ്റുള്ളവർക്ക് ബുദ്ധിമുട്ട് മാത്രം നൽകാൻ. എന്നാണോ എന്റെ തലയിൽ നിന്നും ഇതൊഴിവാകുന്നത്? വല്ലാത്ത ജൻമമായിപ്പോയി എന്റേത്. എന്ത് പാപം ചെയ്തിട്ടാണോ? മലമൂത്രവിസർജ്ജനം എടുത്ത് എടുത്ത് മടുത്തു. എന്നാൽ മറ്റുള്ളവർ ചെയ്യുന്നു ചത്ത ശവം പോലെ കിടക്കാതെ ആ കൈയ്യോ കാലോ ഒന്നനക്കാൻ എങ്കിലും ശ്രമിച്ചു കൂടേ? ഇങ്ങനെ കിടന്ന് തിന്ന് സുഖിച്ചു പോയി. ഒന്ന് വയ്യാതായാൽ പോലും എനിക്കൊന്നിരിക്കാൻ സാധിക്കില്ല. എന്തൊരു തലവിധിയാണോ എന്റേത്? എത്ര നല്ല ആലോചനകൾ വന്നതായിരുന്നു. നാശം പിടിച്ച ജീവിതം തന്നെ തലയിലായി.

ഇതു പോലുള്ള അധിക്ഷേപ വാക്കുകൾ കേട്ട് കേട്ട് സഹിക്കാൻ സാധിക്കാതെ വേദന കടിച്ചമർത്തി ഞാൻ ശരീരം ചലിപ്പിക്കാൻ ശ്രമിച്ചു സാധിക്കുന്നില്ലായിരുന്നു. അപ്പോഴും ആരോ മനസ്സിലിരുന്ന് മന്ത്രിച്ചു "നിരാശപ്പെടരുത്, ഘടികാരത്തിലെ സൂചികൾ ഇഴഞ്ഞാണ് നീങ്ങുന്നതെങ്കിലും ലക്ഷ്യസ്ഥാനത്ത് എത്തുക തന്നെ ചെയ്യും". ഒരു പാട് കഷ്ടപ്പെട്ട് കഷ്ടപ്പെട്ട് ഞാൻ മെല്ലെ വിരലുകൾ ചലിപ്പിച്ചു. അപ്പോൾ മനസ്സിൽ ഒരാത്മവിശ്വാസം തോന്നി. ഇനി ഇവളുടെ അധിക്ഷേപ വാക്കുകൾ കേട്ട് ജീവിക്കേണ്ട ഗതി വരരുത് എന്ന ചിന്തയിൽ ശ്രമം പൂർവ്വാധികം ഉത്സാഹത്തോടെ തുടർന്നുകൊണ്ടിരുന്നു. അങ്ങനെ ഞാൻ മെല്ലെ മെല്ലെ സാധാരണ ജീവിതത്തിലേയ്ക്ക് തിരികെ വന്നു.

വീണ്ടും ജോലിയിൽ പ്രവേശിച്ചു. അതിന് ശേഷം ആദ്യം ചെയ്തത് മിഥില എന്ന നയവഞ്ചകിയെ ഉപേക്ഷിക്കുക എന്നതായിരുന്നു.

അവൾ ഒരുപാടെതിർത്തു, കരഞ്ഞു, പഴയസ്നേഹം നടിച്ചു. ഒന്നിലും ഞാൻ വശംവദനായില്ല. അവളുടെ അടവുകൾ ഒന്നും എന്റെയടുത്ത് വിലപ്പോയില്ല. മനുഷ്യരുടെ ജീവിത സാഹചര്യം ഉയർന്നതോ, താഴ്ന്നതോ എന്നതിലല്ല ഹൃദയശുദ്ധിയും നൻമയും ഉണ്ടെങ്കിൽ എല്ലാവർക്കും പ്രിയപ്പെട്ടവരാകാം. അതില്ലാതായപ്പോൾ ആണ് മിഥില എനിയ്ക്ക് ഏറ്റവും വെറുക്കപ്പെട്ടവളായത്. അങ്ങനെ വിവാഹമോചനം നടന്നു. താലിമാല തിരികെ തരേണ്ട അവസരം വന്നപ്പോൾ താലി ഒഴിച്ച് മാല മാത്രമാണവൾ തിരികെ തന്നത്. അതും അവളുടെ അഭിനയം ആണെന്നെനിക്കറിയാമായിരുന്നു. കോടതി വരാന്തയിൽ വച്ച് അവൾ കണ്ണുനീരൊലിപ്പിച്ച് നാടകം കളിക്കാൻ വന്നു. എനിക്കപ്പോഴും അവളോട് പുച്ഛം മാത്രമായിരുന്നു. അവൾ എന്നോട് പറഞ്ഞു "സനീഷേട്ടാ ചില ജൻമങ്ങൾ അങ്ങനെയാണ് ഒരു ജൻമം മുഴുവൻ ചിലരെ ജീവന്റെ ജീവനായി സ്നേഹിച്ചാലും അവരെ നമുക്ക് സ്വന്തമായികിട്ടി എന്ന് മനം നിറഞ്ഞ് ആഹ്ലാദിച്ചാലും പല കാരണങ്ങൾ കൊണ്ടും അവരോടുള്ള സ്നേഹത്തിന്റെ പേരിൽ തന്നെ അവർക്ക് അവരാഗ്രഹിച്ച പോലെ ജീവിക്കുന്നതിനായി നമ്മൾ അകന്ന് പോയേ മതിയാവൂ. അതാണ് ഒരുപാടൊരുപാട് സ്നേഹിക്കുന്നവരുടെ വിധി. ആ വിധി ഞാനും അംഗീകരിച്ച് സനീഷേട്ടന്റെ സമാധാനത്തിന് വേണ്ടി അകന്ന് പോകുന്നു" എന്ന് പറഞ്ഞ് പൊട്ടിക്കരഞ്ഞു കൊണ്ടവൾ പോയി. അപാരമായ അവളുടെ അഭിനയ ചാതുര്യം ആസ്വദിച്ച് അപ്പോഴും ഞാൻ ഉള്ളാലെ ചിരിച്ചു. നമ്മൾ ഒരാളെ എത്രമാത്രം സ്നേഹിക്കുന്നു എന്നതിലല്ല കാര്യം അവർ നമ്മുടെ സ്നേഹത്തെ എത്രമാത്രം മനസ്സിലാക്കുന്നു എന്നതിലാണ്. ഒരുപാട് സ്നേഹിച്ചിട്ടും ഒരല്പം പോലും നമ്മെ മനസ്സിലാക്കാൻ സാധിച്ചില്ലെങ്കിൽ പിന്നെ ആ സ്നേഹത്തിന് എന്ത് മൂല്യമാണുള്ളത്?...

"സനീഷേ" എന്നുള്ള ദിവാകരേട്ടന്റെ വിളിയാണ് എന്നെ ചിന്തകളിൽ നിന്നുണർത്തിയത്. അനുമോദനവും, ആശംസയും, ആദരിക്കലും, ഒക്കെ കഴിഞ്ഞിരിക്കുന്നു. പെട്ടന്ന് സ്ഥല കാല ബോധം വീണ്ടെടുത്ത ഞാൻ സുകുമാരൻ ഡോക്ടറെ കാണാൻ വേണ്ടി എഴുന്നേറ്റു. വിശിഷ്ടാതിഥികൾക്കുള്ള മുൻ നിരയിൽ തന്നെ അദ്ദേഹമിരിപ്പുണ്ട്. ചിരകാല സുഹൃത്തുക്കളെ കണ്ട സന്തോഷത്തിലാണെല്ലാവരും. അവരുടെ ഇടയിൽ കൂടെ നടന്ന് ഞാൻ ഡോക്ടറുടെ അടുത്തെത്തി.

അദ്ദേഹത്തിന് ആദ്യം എന്നെ കണ്ടപ്പോൾ മനസ്സിലായില്ല. പിന്നെ ഞാൻ പറഞ്ഞപ്പോൾ ഓർമ്മ വന്നു. വേഗം അദ്ദേഹം എന്നെയും വിളിച്ച്

ഹാളിന്റെ ഒരു വശത്തേയ്ക്ക് നടന്നു. നടക്കുമ്പോഴും അദ്ദേഹം എന്നെ സസൂക്ഷ്മം നിരീക്ഷിക്കുന്നുണ്ടായിരുന്നു. എന്റെ തോളിൽ തട്ടി കൊണ്ട് പറഞ്ഞു

"സനീഷ് നിങ്ങളിപ്പോൾ പരിപൂർണ്ണ ആരോഗ്യവാനാണ്. ദൈവാനുഗ്രഹവും, ഭാഗ്യവുമുണ്ടെങ്കിൽ മരുന്നുകൾക്ക് ചെയ്യാൻ കഴിയാത്തത് വീറും, വാശിയുമുള്ള തളരാത്ത മനസ്സിന് ചെയ്യാൻ കഴിയുമെന്ന് തെളിഞ്ഞിരിക്കുന്നു. എവിടെ നിങ്ങളുടെ ഭാര്യ? അവരെയും എനിക്കൊന്ന് കാണണം. അവര് സംഭവിച്ചതെല്ലാം നിങ്ങളോട് ഇതിനകം പറഞ്ഞു കാണുമല്ലോ അല്ലേ?"

"ഇല്ല പറഞ്ഞില്ല. എന്താണ് ഡോക്ടർ?"

"അവരെന്നെ അവസാനമായി കാണാൻ വന്നപ്പോൾ ആണ് ഞാനവരോട് പറഞ്ഞത് ഇങ്ങനെയുള്ള രോഗങ്ങളിൽ മരുന്നുകൾക്ക് ഒരു പരിധി വരെയേ പ്രവർത്തിക്കാൻ സാധിക്കൂ... ദൈവത്തിനെ വിളിച്ച് കൊണ്ട് അയാളുടെ മനസ്സിനെ രോഗമുക്തി നേടണം എന്ന ചിന്തയിലേയ്ക്ക് പ്രാപ്തമാക്കണം. അതിന് വേണ്ടി മനസ്സിനെ ബലപ്പെടുത്തണം. സനീഷിപ്പോൾ ശരീരത്തിനേറ്റ തളർച്ചയേക്കാൾ മാനസികമായി തളർന്നിരിക്കുകയാണ്. അത് മാറ്റിയെടുക്കാൻ മനശ്ശക്തി വീണ്ടെടുക്കാൻ നിങ്ങൾക്ക് മാത്രമേ കഴിയൂ. അയാൾ കേൾക്കേ അയാളുടെ നിർജീവാവസ്ഥയിലുള്ള കിടപ്പിനേയും, നിങ്ങളുടെ വിധിയേയും പഴിക്കണം. അത് കേട്ട് കേട്ട് ദുസ്സഹമാകുമ്പോൾ അയാളിലെ അഭിമാനി രോഗത്തോട് പ്രതികരിക്കാൻ ശ്രമിക്കും. ആ ശ്രമത്തിൽ കൂടി മാത്രമേ അയാൾക്കിനി ജീവിതത്തിലേയ്ക്ക് തിരികെ വരാൻ സാധിക്കൂ. അയാൾ ഒരുപാട് സ്നേഹിക്കുന്ന അയാളുടെ ഭാര്യയായ നിങ്ങൾക്ക് മാത്രമേ അത് സാധിക്കൂ."

ആ പാവം അതു കേട്ട് ഒരു പാട് കരഞ്ഞു. തന്നെക്കൊണ്ട് ഒരിക്കലും ഒരു വാക്ക് കൊണ്ട് പോലും സനീഷേട്ടനെ വേദനിപ്പിക്കാൻ കഴിയില്ല എന്നവർ തീർത്തു പറഞ്ഞു. പിന്നെ പൊട്ടിക്കരഞ്ഞു. കണ്ണുനീരിൽ ഒലിച്ചു പോകട്ടെ അവരുടെ ദുഃഖം എന്ന് കരുതി അവർ സമനില വീണ്ടെടുക്കുന്നത് വരെ ഞാൻ മിണ്ടാതിരുന്നു. പിന്നീട് പലതും പറഞ്ഞ് അവരെ ഞാൻ നിങ്ങളെ അധിക്ഷേപിക്കുന്ന നിലയിലേയ്ക്ക് ആവുന്ന മാനസികാവസ്ഥയിൽ എത്തിച്ചു. ആ സാധ്വിയാണ് നിങ്ങളുടെ ഇപ്പോഴുള്ള ഈ ആരോഗ്യത്തോടെയുള്ള ജീവിതത്തിലേയ്ക്ക് നിങ്ങളെ തിരികെ കൊണ്ടുവന്നത്."

ഡോക്ടർ പറഞ്ഞത് കേട്ടപ്പോൾ അണ്ഡകടാഹം ഒന്നാകെ പ്രകമ്പനം കൊള്ളുന്ന അവസ്ഥയിൽ നിന്നു പോയി ഞാൻ. അവൾ വന്നിട്ടില്ല എന്ന് ഡോക്ടറോട് നുണ പറഞ്ഞ് ഞാൻ പോന്നു. ഈശ്വരാ! ഒരിക്കലും

പൊറുക്കാൻ കഴിയാത്ത മഹാപരാധമാണ് ഞാൻ മിഥിലയോട് ചെയ്തതെന്നോർത്ത് പരിതപിച്ചു.

എന്റെ കൂടെ ജോലി ചെയ്യുന്ന ഹെഡ് കോൺസ്റ്റബിൾ കുമാരേട്ടന്റെ മകൾ രാധയും ഞാനുമായുള്ള വിവാഹം വാക്കാൽ പറഞ്ഞുറപ്പിച്ചിരിക്കുകയാ ണ്. ആ കുട്ടിയും ബന്ധം വേർപെട്ടു നിൽക്കുകയാണ്. ആദ്യം തന്നെ പോയി രാധയെ കാണണം. നേരേ രാധയുടെ അടുത്ത് ചെന്ന് വിവരങ്ങൾ ധരിപ്പിച്ചു. എനിക്കിനി ഒരിക്കലും മിഥിലയൊഴിച്ച് രാധയെന്നല്ല മറ്റൊരു സ്ത്രീയുമായും ജീവിക്കാനാവില്ല. തന്മൂലം പറഞ്ഞുറപ്പിച്ച ബന്ധത്തിൽ നിന്നും ഒഴിവാകുകയാണ് എന്ന് പറഞ്ഞു. അവിടെ നിന്നും ഇത്രകാലമായിട്ടും ഒരിക്കൽ പോലും മിഥിലയെ കുറിച്ച് അന്വേഷിച്ചില്ലല്ലോ എന്ന വ്യാകുലതയോടെ മിഥിലയുടെ വീട്ടിലേയ്ക്ക് പോയി. അവിടെ ചെന്നപ്പോഴേ അവൾക്കാകെയുണ്ടായിരുന്ന അമ്മുമ്മ "മോനേ" എന്ന് വിളിച്ച് അലമുറയിട്ടു. മിഥിലയ്ക്ക് എന്തോ സംഭവിച്ചു എന്ന് കരുതി ഞാൻ തകർന്ന് തളർന്നിരുന്നപ്പോൾ ആണ് അവർ പറഞ്ഞത്

"വിവാഹം മോചനം കഴിഞ്ഞ് വന്ന അന്ന് മുതൽ അവൾ ആരോടും ഒന്നും മിണ്ടിയിട്ടില്ല. താലിയിൽ തെരുപ്പിടിച്ച് വിദൂരതയിൽ മിഴികൾ നട്ട് ഒരേയിരുപ്പ്. കുളിയില്ല, നനയില്ല, ഭക്ഷണമില്ല. പേരിനെന്തെങ്കിലും കഴിച്ചാലായി, അതും രണ്ടും മൂന്നും ദിവസങ്ങൾ കൂടുമ്പോൾ മാത്രം. പിന്നീട് ഒരു ദിവസം ആത്മഹത്യയ്ക്കും ശ്രമിച്ചു. ഞാൻ കണ്ട് ആളെ വിളിച്ചു കൂട്ടിയത് കൊണ്ട് രക്ഷപ്പെട്ടു. അതിന് ശേഷം മിഥിലയെ ആശുപത്രിയിലാക്കി. ഇപ്പോൾ മാനസികരോഗാശുപത്രിയിൽ ആണവൾ. എനിയ്ക്ക് പെൻഷൻ കിട്ടുമ്പോൾ കാണാൻ പോകും അവൾക്ക് ഏറ്റവും ഇഷ്ടമുണ്ടായിരുന്ന ചെണ്ടയും പുഴുങ്ങി മുളകും ഉടച്ച്. അത് കഴിക്കുന്നുണ്ടോ എന്തോ. എന്നാലും എന്റെ ഒരു സമാധാനത്തിന്"

അത്യുഷ്ണത്തിൽ കുളിർക്കാറ്റ് വീശിയതായി എനിക്കനുഭവപ്പെട്ടു. എന്റെ മിഥില ജീവിച്ചിരിപ്പുണ്ടല്ലോ. വല്ലാതെ ഭയന്നു പോയിരുന്നു ഞാൻ അവളെ എനിയ്ക്ക് നഷ്ടപ്പെട്ടോ എന്നോർത്ത്.

അമ്മുമ്മയേയും കൂട്ടി മിഥിലയെ ചികിത്സിക്കുന്ന ഡോക്ടറെ പോയി കണ്ടു. ഡോക്ടർ പറഞ്ഞു

"നിങ്ങളുടെ നിഷ്കരുണമായ പെരുമാറ്റവും, ഒഴിവാക്കലും മൂലമുണ്ടായ ആഘാതം ആണവരെ ഈ നിലയിൽ എത്തിച്ചത്. കടുത്ത ഡിപ്രഷനിൽ ആയിരുന്നവർ. ഇപ്പോൾ കുറച്ച് ഭേദമുണ്ട്. എന്നാലും കടൽപ്പാലത്തിന്റെ അറ്റത്ത് നിൽക്കുന്ന അവസ്ഥയിൽ ആണിപ്പോഴും അവർ. വീണു പോയാൽ ഒരിക്കലും തിരികെ കിട്ടില്ല. അവർ ഏറ്റവും അധികം സ്നേഹിച്ച നിങ്ങളുടെ സാന്നിദ്ധ്യവും, സ്നേഹവും, പരിചരണവും,

പിന്നെ മരുന്നുകളും നൽകിയാൽ മാത്രമേ ഇനി അവരെ ജീവിതത്തി ലേയ്ക്ക് തിരിച്ച് കൊണ്ടുവരാൻ സാധിക്കൂ... അതിനോടൊപ്പം നിങ്ങൾക്ക് ക്ഷമയും ഉണ്ടായിരിക്കണം. സ്നേഹിക്കുന്നവർക്ക് നൽകാൻ കഴിയുന്ന ഏറ്റവും നല്ല സമ്മാനം അവർക്ക് നൻമ വരാൻ ചെയ്യുന്ന പ്രവർത്തി യോടൊപ്പം അവർക്ക് വേണ്ടി പ്രാർത്ഥിക്കുക എന്നതാണ്."

"എന്ത് ചെയ്യാനും, സഹിക്കാനും ഞാനൊരുക്കമാണ് ഡോക്ടർ എന്റെ മിഥിലയെ എനിയ്ക്ക് തിരികെ വേണം."

ഡോക്ടറുടെ അനുവാദത്തോടെ മിഥിലയെ ഞാൻ വീട്ടിലേയ്ക്ക് കൂട്ടിക്കൊണ്ടു പോരാൻ വണ്ടിയിൽ കയറ്റുമ്പോഴും പിൻസീറ്റിൽ അമ്മു മ്മയുടെ അരികിലായിരുന്ന അവൾ താലിയിൽ തെരുപ്പിടിച്ചിട്ടുണ്ടായി രുന്നു. മറ്റാര് വിളിച്ചാലും എതിർത്തിരുന്ന മിഥില ഞാൻ വിളിച്ചപ്പോൾ മാത്രം അനങ്ങിയില്ല. അപ്പോഴും ഡോക്ടർ പറഞ്ഞു ഈ ജീവച്ഛവം പോലുള്ള അവസ്ഥയിലും അവരുടെ ഉപബോധ മനസ്സിൽ നിറഞ്ഞ് നിൽക്കുന്നത് അവരേറെ സ്നേഹിച്ചിരുന്ന നിങ്ങളാണ്. ജീവന്റെ ജീവൻ എന്നാക്കെ പറയില്ലേ അതായിരുന്നു നിങ്ങളോട് അവർക്കുണ്ടായിരുന്ന സ്നേഹം. അതാണ് നിങ്ങളുടെ കൂടെ യാതൊരെതിർപ്പും പ്രകടിപ്പി ക്കാതെ അവർ വന്നത്.

വണ്ടി ഓടിത്തുടങ്ങിയപ്പോൾ ഞാൻ അവളോട് മൗനമായി പറഞ്ഞു

"എത്ര സ്വച്ഛന്ദമായി ഒഴുകി കൊണ്ടിരുന്ന ജീവിതനദിയായിരുന്നു മിഥിലേ നമ്മുടേത്. അപ്രതീക്ഷിതമായ ഒരു അപകടമാണ് നമ്മുടെ ജീവിതഗതി തന്നെ മാറ്റിമറിച്ചത്. ചെറുപ്പത്തിൽ എപ്പോഴോ ഞാൻ വായിച്ച കഥ പോലെയായി നമ്മുടെ ജീവിതം.

ടോമിന്റെ ഭാര്യയായിരുന്നു ഡയാന. മുട്ടുവരെ നീളമുള്ള നല്ല ഭംഗിയുള്ള സ്വർണ്ണത്തലമുടിയായിരുന്നു ഡയാനയുടേത്. ഡയാനയുടെ ഏറ്റവും വലിയ സ്വപ്നം ആയിരുന്നു തന്റെ ഭംഗിയുള്ള മുടിയിൽ ഒരു സ്വർണ്ണ ക്ലിപ്പ് ചൂടുക എന്നത്. ടോമിന്റെ ഏറ്റവും വലിയ സ്വപ്നം ആയിരുന്നു തന്റെ കൈയ്യിലുള്ള സ്വർണ്ണ ഡയലുള്ള വാച്ചിന് സ്വർണ്ണ ച്ചെയിൻ പിടിപ്പിച്ച് കൈയ്യിൽ അണിയുക എന്നത്. രണ്ടാളും പരസ്പരം ജീവന്റെ ജീവനായി സ്നേഹിച്ചിരുന്നതു കൊണ്ട് വിവാഹ വാർഷിക ത്തിന് സമ്മാനം നൽകാൻ ഡയാന ടോമറിയാതെ തന്റെ തലമുടി മുറിച്ച് വിറ്റ് കിട്ടിയ കാശിന് ടോമിന്റെ വാച്ചിന് സ്വർണ്ണച്ചെയിൻ വാങ്ങി. ടോമാകട്ടെ ഡയാന അറിയാതെ തന്റെ വാച്ചിന്റെ സ്വർണ്ണ ഡയൽ വിറ്റ് ഡയാനയ്ക്ക് മുടിയിൽ ചൂടാൻ സ്വർണ്ണ ക്ലിപ്പ് വാങ്ങി. ഇനിയും നമുക്ക് അവസരങ്ങൾ വരും എന്ന് കരുതിയവർ പരസ്പരം കെട്ടിപ്പുണർന്ന് കരഞ്ഞു."

അത് പോലെയാണ് സനീഷെന്ന ഞാനും മിഥിലയും. എനിയ്ക്ക് രോഗമുക്തിക്ക് വേണ്ടിയിരുന്നത് അധിക്ഷേപ വാക്കുകൾ ആയിരുന്നു... അതിൽ മിഥില വിജയിച്ചു, പക്ഷേ ഞാൻ തോറ്റു പോയി. എന്നാൽ മിഥിലയ്ക്കിപ്പോൾ വേണ്ടത് സ്നേഹവും, സാന്ത്വനവും ആണ്. അത് ഞാനവൾക്ക് ക്ഷമയോടെ വേണ്ടുവോളം നൽകി ടോമിനേയും, ഡയാനയേയും പോലെ ഇനിയും ഞങ്ങൾക്ക് അവസരം വരും എന്ന പ്രതീക്ഷയോടെ ജീവിക്കും. ജീവിതമാകുന്ന കൊഴിഞ്ഞ് വീണപൂവിന് വീണ്ടും വിരിയാനാകില്ല, പക്ഷേ സ്നേഹത്തിന്റെ ഉറച്ച വേരുകൾ ഉണ്ടെങ്കിൽ വീണ്ടും പുതിയ പൂക്കൾ വിരിയും. ഇത് വരെ നഷ്ടപ്പെട്ടതല്ല ഇനിയും വരാനിരിക്കുന്ന നല്ല നാളെകളാണ് ജീവിതം. ചില ഓർമ്മകൾക്ക് കർപ്പൂരഗന്ധമാണ്. കണ്ണുകൾ താനെ അടയുന്ന ഒരു ശാന്തതയാണ് ആ ശാന്തതയുടെ ഉറക്കത്തിലായിരുന്നു മിഥില. അറിയാതെ പ്രാർത്ഥിച്ചു പോയി ഞാൻ "കാത്തോളണേ" എന്ന്. ഉറങ്ങിപ്പോയ മിഥിലയെ വലം കൈ കൊണ്ട് ചേർത്ത് പിടിച്ച് എന്റെ നെഞ്ചോടമർത്തുമ്പോഴും ഞാൻ കണ്ടു വിധിയുടെ ഈ വിളയാട്ടങ്ങളിലും നഷ്ടപ്പെടുത്താതെ അവൾ മുറുകെ പിടിച്ചിരിക്കുന്ന ഇത്തിരിപ്പൊന്ന്. ഞാൻ അവളെ അണിയിച്ച താലി.

ലഹരി

നാളെ അമ്മയുടെ നാൽപ്പതാം ചരമദിനം. അതിന്റെ കൂടെ ഒരു പ്രത്യേകത കൂടിയുണ്ട് അമ്മയുടെ പുസ്തക പ്രകാശനവും. പാവം എന്റെ അമ്മ. അമ്മയ്ക്ക് എഴുതാൻ കഴിവുണ്ട് എന്ന് ഞാനറിയുന്നത് തന്നെ അമ്മയുടെ മരണശേഷം മാത്രം.

ആനന്ദ് തിരക്കുകൾക്കിടയിൽ നിന്നും ഒഴിഞ്ഞ് മാറി കുറച്ച് സമയം അമ്മയുടെ മുറിയിൽ പോയിരിക്കണം എന്ന തോന്നൽ ഉളവായതു കൊണ്ട് ഓഡിറ്റോറിയത്തിലെ കാര്യങ്ങൾ എല്ലാം മറ്റുള്ളവരെ പറഞ്ഞേൽപ്പിച്ച ശേഷം നേരേ വീട്ടിലേയ്ക്ക് പോന്നു.

അമ്മയുടെ മുറിയിൽ കയറി കതകടച്ചു. ആ കട്ടിലിൽ അമ്മ കിടന്ന് നന്ദൂട്ടാ... എന്ന് വിളിച്ച് ചിരിക്കുന്നതു പോലെ. കണ്ണ് നിറഞ്ഞ് വന്നത് തുടയ്ക്കാതെ തന്നെ ആ കാൽക്കൽ നമസ്കരിച്ചു. പിന്നെ അമ്മയുടെ പുസ്തകം എടുത്ത് തുറന്നു. എത്ര വടിവൊത്ത അക്ഷരങ്ങൾ. എത്ര മനോഹരമായിട്ടാണമ്മ എഴുതിയിരിക്കുന്നത്. ഞാനിത് എത്ര പ്രാവശ്യം വായിച്ചു എന്നറിയില്ല. മരിച്ചവരുടെ എല്ലാ സാധനങ്ങളും കത്തിക്കണം എന്ന് പറഞ്ഞപ്പോൾ ആണ് അമ്മയുടേതായ എല്ലാ സാധനങ്ങളും എടുത്ത കൂട്ടത്തിൽ ഈ പുസ്തകം മാത്രം എന്റെ കൈയ്യിൽ നിന്നും താഴെ വീണത്. അതൊഴിച്ച് ബാക്കിയെല്ലാം അഗ്നിക്കിരയാക്കി. . തുറന്ന് വായിച്ചപ്പോൾ ആണ് അമ്മയുടെ ആത്മകഥ. ഈ പുസ്തകത്തിലെ ഓരോ വരികളും എനിക്കിപ്പോൾ മനപ്പാഠം ആണ്. എന്നാലും വീണ്ടും വായിക്കാനായി തുറന്നു.

മാണിക്യമംഗലത്ത് പ്രഭാകര മേനോനും ദേവികയമ്മയ്ക്കും രണ്ട് മക്കൾ. ദേവ പ്രഭ, ഉമ പ്രഭ. ദേവയേക്കാൾ അഞ്ച് വയസ്സിന് ഇളയവൾ

ആയിരുന്നു ഉമ. ഉമ ജനിച്ച് കുറച്ച് നാൾ കഴിഞ്ഞപ്പോഴാണറിയുന്നത് ഉമയുടെ ഹൃദയം ദുർബലമാണ് എപ്പോൾ വേണമെങ്കിലും എന്തും സംഭവിക്കാം എന്ന്. തൻമൂലം ഉമ എല്ലാവരുടേയും പ്രത്യേക പരിഗ ണനയോടെ വളർന്നു.

വലിയ തറവാടായിരുന്നു മാണിക്യമംഗലം. ഭാഗം പിരിഞ്ഞപ്പോൾ മരുമക്കത്തായ പ്രകാരം പ്രഭാകര മേനോനായി തറവാട് വീട്. തറവാ ട്ടിലെ കാര്യസ്ഥൻ ആയിരുന്നു രഘുരാമൻ. തറവാട്ട് വക പാടശേഖര ത്തിന്റെ അക്കരെയായിരുന്നു രഘുരാമന്റെ വീട്. വളരെ സത്യസന്ധ നായിരുന്ന രഘുരാമൻ ഈഴവ സമുദായത്തിലെ അംഗമായിരുന്നു. തൻമൂലം മറ്റ് ബന്ധുക്കൾക്കെല്ലാം മുഷിച്ചിലുണ്ടായിരുന്നു. എന്നാൽ പ്രഭാകര മേനോനോട് നേരിട്ട് പറയാൻ ആർക്കും ധൈര്യമില്ലായിരുന്നു.

എല്ലാ കുട്ടികളും കളിക്കുകയും ഓടുകയും ചാടുകയും ഒക്കെ ചെയ്യു ന്നത് നോക്കിയിരിക്കാൻ ആയിരുന്നു ഉമയുടെ വിധി. ശരീരം അധികം ഇളകാൻ പാടില്ലാത്രേ ദേവയും കൂട്ടുകാരും ഒക്കെ ആർത്തുല്ലസിച്ച് പഠിക്കാൻ പോകുമ്പോൾ സൈക്കിൾ റിക്ഷയിൽ ആണ് ഉമ സ്കൂളിൽ പോവുക. ഉമയുടെ ബുക്കുകൾ വയ്ക്കുന്ന പെട്ടിയെടുത്ത് ക്ലാസ്സിൽ കൊണ്ട് വയ്ക്കുന്നത് രഘുരാമന്റെ മകൻ ശിവനന്ദൻ ആണ്.

ധനുമാസത്തിലെ പൂത്തിരുവാതിര ദിവസം ദേവയും കൂട്ടുകാരികളും കുളത്തിൽ പാടിത്തിമിർത്ത് കുളിച്ച് ദശപുഷ്പം ചൂടി വന്ന് എട്ടങ്ങാടി പുഴുക്കും കഴിച്ച് തറവാട്ട് മുറ്റത്ത് തിരുവാതിര കളിക്കുമ്പോൾ തനിക്കി തിനൊന്നുമാവില്ലാലോ എന്ന് ഉമ സങ്കടപ്പെടുമ്പോൾ ശിവനന്ദനാണ് ഓരോരോ കാര്യങ്ങൾ പറഞ്ഞ് ഉമയുടെ സങ്കടം മാറ്റുക.

പത്താംതരമായപ്പോൾ ഉമയുടെ അസുഖം കുറച്ച് കൂടുതലായതോടെ സ്കൂളിൽ പോക്ക് നിലച്ചു. ദേവയും, ശിവനും ആണ് പിന്നീട് പഠിപ്പിച്ചി രുന്നത്.

ബിരുദം കഴിഞ്ഞതോടെ ദേവയുടെ വിവാഹം കഴിഞ്ഞു. അച്ഛനും അമ്മയും ചെറുപ്പത്തിൽ നഷ്ടപ്പെട്ട് അമ്മാവന്റെ സംരക്ഷണയിൽ പഠിച്ച് വളർന്ന കോളേജ് അദ്ധ്യാപകനായിരുന്ന മാധവ് ആയിരുന്നു വരൻ. അങ്ങനെ പ്രഭാകര മേനോൻ ദേവയെ വിവാഹം ചെയ്തതിന് മറ്റൊരു ഉദ്ദേശ്യം കൂടി ഉണ്ടായിരുന്നു. വിവാഹ ജീവിതം നിഷിദ്ധമാ യിരുന്ന ഉമയ്ക്ക് തങ്ങളുടെ കാലം കഴിഞ്ഞാലും ചേച്ചിയും, ചേട്ടനും തുണയാവണം. ആ ഒറ്റക്കാരണത്താൽ ആണ് ദേവയ്ക്ക് വീട്ടിൽ തന്നെ നിൽക്കാൻ സാധിക്കുന്ന ഭർത്താവിനെ കണ്ടുപിടിച്ചത്.

മാധവിനും ഉമക്കുട്ടിയെ വലിയ കാര്യം ആയിരുന്നു. വളരെ

ആഹ്ലാദകരമായിരുന്നു ദേവയുടേയും, മാധവിന്റേയും ജീവിതം. അവരുടെ ദാമ്പത്യവല്ലരിയിൽ ഒരുണ്ണി പിറന്നു. അതോടെ തറവാട് വീട് ആകെ ഉണർന്നു.

ആ സമയത്താണ് രഘുരാമൻ പ്രഭാകരമേനോനോട് ഒരു കാര്യം പറഞ്ഞത്. ശിവന് ഉമയെ വലിയ ഇഷ്ടമാണ്. ശിവൻ വിവാഹം ചെയ്തോളാം ഉമയെ എന്ന്.

“ഫാ” എന്നുള്ള ആട്ട് കേട്ട് തറവാടാകെ കുലുങ്ങിപ്പോയി. “അവനെന്താ കരുതിയത്? തനിക്കെങ്ങനെ ധൈര്യം വന്നു എന്നോടിത് പറയാൻ? എന്നുള്ള ആക്രോശവും എന്റെ മകൾക്ക് വിവാഹ ജീവിതം വേണ്ട. താഴ്ന്ന ജാതിയിലുള്ള തന്റെ മകനുമായി സംബന്ധം ചെയ്യുന്നതിലും ഭേദം അവളെ കടലിൽ കെട്ടിത്താഴ്ത്തുന്നതാണ്. ആനമെലിഞ്ഞാലും തൊഴുത്തിൽ കെട്ടാറില്ലല്ലോ.”

അതോടെ കാലങ്ങളായുള്ള രഘുരാമന്റെ കാര്യസ്ഥപ്പണിക്കും തീരുമാനമായി.

അഞ്ചാം മാസത്തിൽ കുഞ്ഞിന്റെ ചോറൂണിനായി പ്രഭാകര മേനോനും, ദേവകിയമ്മയും, ദേവയും, മാധവുമായി ഗുരുവായൂർക്ക് പോയി. മടങ്ങി വരുന്ന വഴി കാറ് ഒരു ലോറിയുമായി കൂട്ടിമുട്ടി. കുഞ്ഞൊഴികെ മറ്റെല്ലാവരും മരണപ്പെട്ടു.

ഉമയ്ക്കത് താങ്ങാൻ പറ്റുമെന്ന് ആരും കരുതിയില്ല. ഉടൻ തന്നെ ഉമയുടെ മരണം കൂടി എല്ലാവരും പ്രതീക്ഷിച്ചു. കുഞ്ഞ് രക്ഷപ്പെട്ട അതേ അദ്ഭുത ശക്തിയാലെന്നപോലെ ഉമയ്ക്കും ഒന്നും സംഭവിച്ചില്ല.

പിന്നീടുള്ള ഉമയുടെ ജീവിതം കുഞ്ഞിന് വേണ്ടിയായി. കാര്യസ്ഥൻ രഘുരാമനേയും, ഭാര്യയേയും ഉമ വിളിപ്പിച്ചു. അവരായിരുന്നു സ്വത്ത് സ്വന്തമാക്കാനായുള്ള ബന്ധുക്കളുടെ സ്വാർത്ഥതയിൽ ഉമയെ കൂടി ഇല്ലാതാക്കാൻ കാത്തിരുന്നവരിൽ നിന്നും ഉമയ്ക്ക് തുണയായത്.

കുഞ്ഞ് പാൽ കുടിക്കാനായി വല്ലാതെ ശാഠ്യം പിടിച്ച് കരയുമ്പോൾ ഉമ തന്റെ കുചകുംഭങ്ങളിൽ തേൻ പുരട്ടി കുഞ്ഞിന് അമ്മിഞ്ഞ നൽകി. മധുരം നുണഞ്ഞ് കരച്ചിൽ ശമിച്ചുറങ്ങുമ്പോൾ മെല്ലെ കുപ്പിയിൽ പാൽ ചുണ്ടുകൾക്കിടയിൽ തിരുകി കൊടുത്തു. ഇടയ്ക്കിടെ രോഗത്തിന്റെ വൈഷമ്യങ്ങൾ നേരിടുമ്പോഴും ഉമ കുഞ്ഞിനെ തന്റെ അരികിൽ നിന്നും മാറ്റിയില്ല. അങ്ങനെ അനന്തു കുട്ടൻ വളർന്ന് സ്കൂളിൽ പോകാറായി. പിന്നീടുള്ള കാലം അതിവേഗം മുന്നോട്ടു കുതിച്ചു. രഘുരാമനും, ഭാര്യ ഭവാനിയും ഉമയുടെ കൂടെത്തന്നെയായിരുന്നു. ശിവൻ പിന്നീടവിടേയ്ക്ക് വന്നിട്ടേ ഇല്ല. ഹെൽത്ത് ഡിപ്പാർട്ട്മെന്റിൽ ആയിരുന്നു ശിവന് ജോലി.

നന്ദു ഒൻപതാം ക്ലാസ്സിൽ എത്തിയപ്പോൾ മുതൽ അവനിൽ പ്രകടമായ മാറ്റം കണ്ട് തുടങ്ങി. ചിലപ്പോൾ ഉമയുമായി സംസാരിക്കുമ്പോൾ അവന്റെ വിരലുകൾ അറിയാതെയെന്നവണ്ണം യൗവ്വനം നശിച്ചിട്ടില്ലാത്ത ഉമയുടെ മാറിൽ സ്പർശിച്ചു. ഉമ അത് കാര്യമാക്കിയില്ല. അറിയാതെ സംഭവിച്ചതായിരിക്കും ഞാനവന്റെ അമ്മയല്ലേ എന്ന് കരുതി. എന്നാൽ ഒരു ദിവസം ഉമ വസ്ത്രം മാറ്റുന്ന സമയത്ത് കണ്ടു നന്ദു ഒളിഞ്ഞു നോക്കുന്നു. ഞെട്ടിപ്പോയി! പിന്നീട് നന്ദുവിനെ ശ്രദ്ധിക്കാൻ തുടങ്ങിയപ്പോൾ ആണ് അവന്റെ നോട്ടത്തിലും, പെരുമാറ്റത്തിലും എന്തൊക്കെയോ അപാകതകൾ ഉള്ളതായി തോന്നിയത്. ഒരു ദിവസം നന്ദു പുറത്ത് പോയ സമയത്ത് അവന്റെ മുറിയും, ബാഗും, അലമാരിയും ഒക്കെ പരിശോധിച്ചപ്പോൾ സിഗററ്റും, മദ്യവും കണ്ടു. കൂട്ടുകാർ ആയിരിക്കും അവനേയും ഇതിലേയ്ക്ക് വലിച്ചിഴച്ചതെന്ന് തോന്നി. ഏത് തീർത്ഥജലമായാലും ഒരു തുള്ളി മലിനജലം വീണാൽ മതിയല്ലോ അതും ചീത്തയാവാൻ. നന്ദുവിനെ എന്ത് ചെയ്യണം എന്നറിയാതെ ഉമ വിഷമിച്ചു. അതോടെ ആരോഗ്യസ്ഥിതിയും വഷളായി. ഭയങ്കര വ്യസനം ആയിരുന്നു ഉമയ്ക്കത്. ഉമയ്ക്കറിയാമായിരുന്നു സ്വബോധത്തിൽ ഒരിയ്ക്കലും തന്റെ കുട്ടി തന്നോടങ്ങനെ പെരുമാറില്ല... അവനിലെ ലഹരിയാണ്... അവനെക്കൊണ്ടങ്ങനെ ചെയ്യിച്ചത് എന്ന്.

ശിവൻ കൊടുത്ത നമ്പറിൽ നിന്നും എക്സൈസ് വകുപ്പ് ആരോഗ്യ വകുപ്പുമായി പ്രവർത്തിക്കുന്ന കൗൺസിലിംഗ് വിഭാഗത്തിലേയ്ക്ക് വിളിച്ചു. അവർ വന്ന് അനന്തുവിനെ കൊണ്ടുപോകുമ്പോൾ ബഹളം വയ്ക്കാതിരിക്കാനായി ഭക്ഷണത്തിൽ ഉറങ്ങാനുള്ള മരുന്ന് ചേർത്ത് കൊടുത്തു. അവർ വന്നവനെ കൊണ്ടു പോയി. പിന്നീട് അവരറിയിച്ചത് കൗൺസിലിംഗ് കൊണ്ട് മാറാനുള്ള ആദ്യത്തെ സ്റ്റേജിലല്ല അനന്തു എന്നാണ്.

ഉമ ആരോടും ഒന്നും നാണക്കേടോർത്ത് മറച്ച് വച്ചില്ല. തന്റെ മകന്റെ നല്ല ഭാവി മാത്രമായിരുന്നു അവരുടെ ലക്ഷ്യം. എല്ലാവരുടേയും ജീവിതത്തിൽ എന്തെങ്കിലും ഒക്കെ നെഗറ്റീവ്സ് കാണും. അത് പറയുന്നവർക്കും കേൾക്കുന്നവർക്കും രസമാണ്. പറയുന്നവരുടെ സ്വഭാവം ശരിയാക്കിയിട്ട് മറ്റുള്ളവരുടെ കുറ്റം കണ്ടുപിടിക്കുന്നതല്ലേ നല്ലത് -.

നല്ലത് ചെയ്യുന്നത് ഇഷ്ടമില്ലാത്തവർ

നല്ലത് ചെയ്താലും നമ്മെ പ്രതിയാക്കുന്നവർ.

ചെയ്യാത്ത തെറ്റിന് കുറ്റം പറയുന്നവർ.

സമൂഹത്തിൽ അങ്ങനെ പലരുണ്ട്.

മക്കൾ സ്കൂളിൽ പോകാൻ തുടങ്ങുമ്പോൾ വീട്ടിൽ ഉള്ളതിനേക്കാൾ അധികം ചിലവഴിക്കുന്നത് പുറത്തായിരിക്കും. ഇടയ്ക്ക് സ്കൂളിൽ ചെന്ന് അദ്ധ്യാപകരെ കാണുക. അവർ മക്കളെ കുറിച്ച് പറയുന്ന കാര്യങ്ങൾ നിസ്സാരമായി തള്ളിക്കളയാതിരിക്കുക. അവരുടെ കൂട്ടുകെട്ടുകളെ കുറിച്ച് മനസ്സിലാക്കുക. അഭ്യുദയകാംക്ഷികൾ കുഞ്ഞിനെ ഒന്ന് ശ്രദ്ധിക്കണേ കൂട്ടുകെട്ട് ശരിയല്ല എന്ന് പറയുമ്പോൾ അതിനെ എതിർക്കാനുള്ള ത്വരയായിരിക്കും മിക്ക മാതാപിതാക്കൾക്കും. എന്റെ കുട്ടി അങ്ങനെ ഒന്നും ചെയ്യില്ല അതുപോലെയാണ് ഞാനവനെ വളർത്തിയത് എന്ന് വിശ്വസിച്ചു കളയും. വീടിന്റെ പടി കടന്നെത്തുവോളം എല്ലാ അപകടങ്ങളും നമ്മുടെ ശ്രദ്ധ ആവശ്യമില്ലാത്ത അന്യന്റെ വിഷയങ്ങൾ മാത്രമാണ് എന്ന മനോഭാവം ആണ് ഏറ്റവും വലിയ തെറ്റ്. ഒരു മുഴ കണ്ടാൽ അത് അർബുദമാണെന്ന് കരുതി ഡോക്ടറെ സമീപിക്കുന്നവരാണ് നമ്മൾ. എന്നാൽ കുട്ടികൾ ലഹരി ഉപയോഗിക്കുന്നത് കണ്ടാൽ നാണക്കേടോർത്ത് അത് മൂടി വയ്ക്കുന്നു. അങ്ങനെ ചെയ്യരുത്. കുട്ടികളെ നശിപ്പിക്കുന്ന കാൻസറാണ് ലഹരി. അതിനടിമപ്പെട്ടാൽ തുടക്കക്കാരെ മാത്രമേ കൗൺസിലിംഗിലൂടെ മാറ്റിയെടുക്കാൻ സാധിക്കൂ... അല്ലാതെയുള്ളവർക്ക് മരുന്ന് കഴിക്കേണ്ടിയും വരും...

അമ്മയുടെ കണ്ണീര് കണ്ട് ഇത് മാറാൻ പോകുന്നില്ല എന്ന് കൃത്യമായി മനസ്സിലാക്കിയിരിക്കണം.

ഏർളി ഡിറ്റക്ഷൻ ആൻഡ് ഏർളി ഇന്റർവേർഷൻ എന്നാണ് പിന്തുടരേണ്ടത്. തുടക്കത്തിൽ തന്നെ വിദഗ്ധ സഹായം തേടിയാൽ കുഞ്ഞുങ്ങളെ സാധാരണ ജീവിതത്തിലേയ്ക്ക് തിരികെ കൊണ്ടുവരാം. ലഹരി ഉപയോഗിക്കുന്ന കുട്ടികൾക്ക് ഓർമ്മക്കുറവായിരിക്കും ആദ്യം ഉണ്ടാകുന്നത്. ഒറ്റപ്രാവശ്യം ഉപയോഗിക്കുമ്പോൾ തന്നെ സ്വയം കൈവിട്ട് പോകും. തീരുമാനങ്ങൾ എടുക്കുവാനും, ശരിയും തെറ്റും തമ്മിലുള്ള വ്യത്യാസം മനസ്സിലാക്കുവാനും സഹായിക്കുന്ന തലച്ചോറിന്റെ ഭാഗം പൂർണമായും വളരാത്തതിനാൽ കുട്ടികൾ തീരുമാനങ്ങൾ എടുക്കാൻ പ്രാപ്തരല്ല. മാത്രമല്ല തെറ്റായ സ്വാധീനങ്ങൾ അവരിൽ പെരുമാറ്റ വൈകല്യങ്ങൾ ഉണ്ടാക്കുകയും ക്രിമിനൽ വാസന വളർത്തുകയും ചെയ്യും. പ്രതിരോധമാണ് ലഹരിക്കെതിരെയുള്ള ആയുധം.

ഞാനിതൊക്കെ എഴുതിയത്. എന്റെ സ്വതസിദ്ധമായ ചിന്താഗതിയിൽ നിന്ന് ഉരുത്തിരിഞ്ഞ കാര്യങ്ങൾ അല്ല. എന്റെ നന്ദു കുട്ടന്റെ അവസ്ഥ കണ്ടപ്പോൾ അതിനെ കുറിച്ച് ആധികാരികമായി എഴുതിയ ഗ്രന്ഥങ്ങളിൽ നിന്നും മനസ്സിലാക്കിയവയാണ്. അവ മറ്റുള്ളവർക്കും പ്രയോജനപ്രദമാവട്ടെ എന്ന് കരുതി എഴുതിയതാണ്.

ശരിയായ സമയത്ത് വേണ്ട വിധം പ്രവർത്തിച്ചതു കൊണ്ട് എന്റെ അനന്തുവിനെ എനിയ്ക്ക് തിരികെ കിട്ടി. എന്റെ കുട്ടി നന്നായി പഠിച്ച് ജോലി വാങ്ങി. ഇന്ന് ലഹരിവിമുക്ത സ്ഥാപനത്തിലെ വലിയൊരു ഉദ്യോഗസ്ഥനാണവൻ. മനുഷ്യന്റെ സ്വഭാവം പോലെയാണ് ജലം. പകർന്ന് വയ്ക്കുന്ന പാത്രത്തിലേയ്ക്ക് അതെങ്ങനെ സമന്വയിക്കുന്നുവോ അതുപോലെയാണ് സാഹചര്യങ്ങൾക്കനുസരിച്ച് മനുഷ്യന്റെ സ്വഭാവ ത്തിലും മാറ്റങ്ങൾ ക്രമീകൃതമാവുന്നത്.

എല്ലാത്തിനും ഞാൻ നന്ദി പറയുന്നത് ശിവനോടാണ്. ആർക്കും അറിയാത്ത ഒരു പ്രണയബന്ധത്തിന്റെ സ്നേഹ സംഗമം ആയിരുന്നു ഞാനും ശിവനും തമ്മിൽ. അത് ഹൃദയം ഹൃദയത്തെ അറിഞ്ഞ ബന്ധ മായിരുന്നു. എന്നെ വിശ്വസിച്ച അച്ഛനെ അച്ഛന്റെ മരണശേഷവും ധിക്കരിക്കാൻ എനിക്കാവുമായിരുന്നില്ല. അതിനോടൊപ്പം ശിവനും എന്റെ കൂടെ നിന്നു. ഒരിയ്ക്കലും ഒരുമിച്ചൊരു ജീവിതത്തിന് ശിവനെന്നെ നിർബന്ധിച്ചില്ല. അതും ശിവന് എന്നോടുള്ള സുതാര്യ സ്നേഹത്തിന്റെ തെളിവായിരുന്നു. ആത്മാർത്ഥ സ്നേഹത്തിന് താലിയുടേയോ, ശാരീരിക ആകർഷണത്തിന്റേയോ, കൂടിച്ചേരലുകളുടേയോ, ഒരു കൂരക്കീഴിൽ ജീവിക്കേണ്ടതിന്റേയോ ആവശ്യം ഇല്ല എന്ന് ഞങ്ങൾ ഞങ്ങളുടെ ജീവിതത്തിലൂടെ മനസ്സിലാക്കുകയായിരുന്നു.

മൗനമായിരുന്നു ഞങ്ങളുടെ സ്നേഹം...

ഒരു കടലോളം ആഴമുണ്ടായിരുന്നു ഞങ്ങളുടെ സ്നേഹത്തിന്...

ആത്മാർത്ഥ സ്നേഹം ഒരിയ്ക്കലും വറ്റാത്ത നീരുറവയാണ്. അത് കൊടുക്കാനും പകരാനും കഴിയുക എന്നത് ജീവിത സൗഭാഗ്യവും നമ്മുടെ സുഖദു:ഖങ്ങളിൽ പങ്കാളിയാകുന്നവരുടെ മനസ്സിലുള്ള ആദ്യ ശ്യമായ സാന്നിദ്ധ്യവും, സാമീപ്യവും ജീവിതത്തിൽ കുളിർ മഴ പെയ്യും. ആസ്വാദ്യത നൽകും. ഞങ്ങളുടെ സ്നേഹ ബന്ധം കുടച്ചൂടി മനസ്സിന്റെ പാടവരമ്പത്ത് കൂടി നടക്കുമ്പോഴാണ് ഞങ്ങളിൽ ഓർമ്മകൾ മഴയായി പെയ്തിരുന്നത്. ഓർമ്മകൾ പൂക്കുന്ന മനസ്സാകുന്ന പൂമരത്തിൽ ഒരായിരം വർണപുഷ്പങ്ങൾ വിരിയുമ്പോൾ അതിൽ ഒരു മനോഹര പുഷ്പമായി വിരിയുന്നതാണ് യഥാർത്ഥ പ്രണയം മനുഷ്യമനസ്സിലെ വിവിധ വികാര ഭാവങ്ങളിൽ ഏറ്റവും ഉദാത്ത ഭാവമാണ് പ്രണയം... ഒരു നിമിഷം കൊണ്ട് വന്ന് ചേരുന്ന സൗഭാഗ്യമാണ് പ്രണയബന്ധം. മതമില്ല, ജാതിയില്ല, പ്രായമില്ല. ജീവിതത്തിൽ കിട്ടുന്ന അമൂല്യ നിധിയാണ് യഥാർത്ഥ പ്രണയം. കുറവുകൾ അറിഞ്ഞ് സ്നേഹിക്കുമ്പോൾ ആണ് സ്നേഹം യാഥാർത്ഥ്യം ആകുന്നത്... അതായിരിക്കാം എന്റെ ആയുസ്സ് നീട്ടിക്കിട്ടാൻ തന്നെ കാരണഭൂതമായത്... ഏതവസ്ഥയായിരുന്നാലും

അതിജീവിക്കും എന്ന മനസ്സിന്റെ ഉറപ്പാണ് മുന്നോട്ടുള്ള ജീവിതത്തിന് പ്രചോദനമാകുന്നത്. ജീവിതാനുഭവങ്ങളിലൂടെ

തകർന്ന് തരിപ്പണമായിട്ടും മറ്റുള്ളവരോട് സ്നേഹത്തോടെ പെരുമാറാൻ കഴിയുന്നുണ്ടെങ്കിൽ ആഴക്കടലോളം സ്നേഹമുള്ള ഒരാൾ നമ്മെത്തേടിവരും. ആ ആഴക്കടലായിരുന്നു എനിയ്ക്ക് എന്റെ ശിവൻ. ജാതിയും, മതവും, പണവും, സ്വാധീനവും, ആരോഗ്യവും, സൗന്ദര്യവും ഒന്നുമല്ല സ്നേഹത്തിന്റെ മൂല്യം നിർണയിക്കുന്നത്. ശിവൻ സ്നേഹിച്ചത് എന്റെ ശരീരത്തെയോ, ആരോഗ്യത്തെയോ അല്ല. എന്റെ മനസ്സിനെ ആണ്. ഞാനും അങ്ങനെ തന്നെ. എന്റെ ജീവിതത്തിലെ ഏറ്റവും വലിയ മോഹം ആയിരുന്നു ഞാനും ശിവനും നന്ദുകുട്ടനും ആയുള്ള ജീവിതം. എന്നും ശിവൻ എന്നോട് പറഞ്ഞിരുന്നു.

"നീ തനിച്ചായെന്നു തോന്നുമ്പോൾ ഒന്ന് തിരിഞ്ഞ് നോക്കിയാൽ മതി. തൊട്ടു പുറകിൽ നിന്നെ ഒരുപാട് സ്നേഹിക്കുന്ന ഈ പാവം ഞാനുണ്ടാകും. ഈ ഭൂമിയിൽ ഞങ്ങൾക്ക് ഒരു കുടക്കീഴിൽ കഴിയാനായില്ല. എന്നാൽ ഞാൻ നബി വചനത്തിൽ വിശ്വസിക്കുന്നു."

"ആരെയാണോ നീ കൂടുതൽ സ്നേഹിച്ചത് പരലോകത്ത് നീ അവരുടെ കൂടെയായിരിക്കും..."

എന്നിലെ ലഹരി എന്നും ശിവനായിരുന്നു. ശിവനിലെ ലഹരി ഞാനും. നബി വചനത്തിലെപ്പോലെ ഞങ്ങളും ഒരുമിക്കും ശിവന്റെ ഉമയായി പരലോകത്ത്...

ഫോൺ ബെല്ലടിച്ചപ്പോഴാണ് വായിച്ചുറങ്ങിപ്പോയ ആനന്ദ് ഞെട്ടിയുണർന്നത്. വേഗം തന്നെ തയ്യാറായി ഓഡിറ്റോറിയത്തിൽ എത്തി. സ്റ്റേജിൽ അമ്മയുടെ ഫോട്ടോ വച്ച് നിലവിളക്കും വച്ചു. ഫോട്ടോയിൽ മാലയിടാൻ പോയ വിപുലിനോട് ഇപ്പോൾ വേണ്ട എന്ന് വിലക്കി. പിന്നെ പ്രകാശനം ചെയ്യാനുള്ള അമ്മയുടെ ലഹരി എന്ന പുസ്തവും എടുത്ത് വച്ചു.

എല്ലാവരും സന്നിഹിതരായി കഴിഞ്ഞപ്പോൾ ഞാൻ മാലയെടുത്ത് ശിവൻ മാമന്റെ കൈയ്യിൽ കൊടുത്തു. കത്തുന്ന നിലവിളക്കിനെ സാക്ഷിയാക്കി മാമൻ അമ്മയുടെ ഫോട്ടോയിൽ മാലയിട്ടപ്പോൾ എനിയ്ക്ക് തോന്നിയത് മാമൻ അമ്മയ്ക്ക് വരണമാല്യം ചാർത്തിയതായാണ്. അപ്പോൾ ഫോട്ടോയിലെ അമ്മ കൂടുതൽ സന്തോഷവതിയായി ചിരിക്കുന്നതുപോലെ തോന്നി. അമ്മയുടെ പുസ്തകവും ആദ്യം പ്രകാശനം ചെയ്തത് ശിവൻ മാമനാണ്. മറ്റൊരു തീരുമാനം കൂടി ഞാൻ മാമനോട് പറഞ്ഞു ഇനിയുള്ള കാലം മാമൻ എന്റച്ഛനായി മാണിക്യമംഗലം

തറവാട്ടിൽ ഉണ്ടായിരിക്കും എന്ന്. അതാണ് എനിക്കെന്റെ അമ്മയോട് ചെയ്യാൻ കഴിയുന്ന ഏറ്റവും വലിയ പ്രായശ്ചിത്തം. അമ്മ ആദൃശ്യയായി നമ്മോടൊപ്പം ഉണ്ടായിരിക്കും നമ്മൾ മൂന്നാളും കൂടിയുള്ള ജീവിത ലഹരിയിൽ ആസ്വദിച്ച് ജീവിക്കാൻ. പരസ്പരം സ്നേഹിക്കുക, മനസ്സിലാക്കുക, വിശ്വസിക്കുക, അംഗീകരിക്കുക എന്നതാണ് ഏതൊരു ബന്ധത്തിന്റേയും അടിസ്ഥാനം. ഇവയൊന്നും വില കൊടുത്ത് വാങ്ങാനാവില്ല. ഹൃദയം കൊണ്ട് നേടിയെടുക്കേണ്ട ലഹരിയാണത്. അതാണ് യഥാർത്ഥ ലഹരി... ജീവിത ലഹരി.

എന്റെ ജന്നൽക്കാഴ്ച

ഗ്രൗണ്ട് ഫ്ലോറിലെ ഫ്ലാറ്റിന്റെ ജന്നൽ അഴികൾക്കിടയിൽ കൂടി പുറത്തേയ്ക്ക് നോക്കുന്നതായിരുന്നു എന്റെ പുറം ലോകം കാഴ്ച. റോഡിനിരുവശത്തുമുള്ള ഫ്ലാറ്റിലെ കുട്ടികൾ കളിക്കുന്നത് കാണാമായിരുന്നു. ജന്നലിലെ ഗ്രില്ലിലിട്ട തുണികൾ എടുക്കുമ്പോൾ കുട്ടികൾ എല്ലാവരും എന്നെ കണ്ട്" ആന്റീ" എന്ന് വിളിച്ച് ഓടി വരും. കാരണം എന്താണെന്നോ ഞാനവർക്കെല്ലാം മിഠായി നൽകാറുണ്ടായിരുന്നു. മിഠായി വാങ്ങി എനിയ്ക്ക് ബൈ പറഞ്ഞ് മിഠായി മധുരം നുണഞ്ഞ് അവർ വീണ്ടും കളികളിൽ മുഴുകും.

ചില സമയത്തെ കുഞ്ഞ് ക്രിക്കറ്ററൻമാരുടെ ബാറ്റിങ്ങ് എന്റെ ചില്ലിട്ട ജന്നാലയിലെ ഗ്ലാസ്സുകൾ ഉടച്ച് ബോൾ മുറിയ്ക്ക് അകത്തേയ്ക്ക് വരാറുണ്ട്. തൊട്ടടുത്ത ഫ്ലാറ്റിലെ ചേട്ടൻ അവരുടെ ഗ്ലാസുടഞ്ഞപ്പോൾ ബോൾ പലതായി കീറി എറിഞ്ഞ് കൊണ്ടു പോയി കറിവച്ച് കഴിയ്ക്കാൻ പറഞ്ഞ് കുട്ടികളെ ചീത്തവിളിച്ചു. അവരത് തിരികെ കൊണ്ടിട്ടിട്ടു പറഞ്ഞു ഞങ്ങൾക്ക് വേണ്ട അങ്കിള് തന്നെ കറിവച്ച് കഴിച്ചോളൂ എന്ന്. ഇത്തിരിപ്പോന്ന സ്ഥലത്തെ കുഞ്ഞ് കുട്ടികളുടെ കളിയല്ലേ ഞാനെന്തു പറയാൻ. "മക്കളേ ശ്രദ്ധിച്ച് കളിച്ചാൽ മതി കേട്ടോ" എന്ന് പറഞ്ഞ് ഞാൻ ബോൾ തിരികെ നൽകും. അപ്പോൾ അവരെന്നോട് പറഞ്ഞു ശരിയാന്റി ഞങ്ങൾ ശ്രദ്ധിച്ച് കളിക്കാം. എന്നാലും ആന്റി ഈ ജന്നലിന്റെ ഗ്ലാസ്സ് മാറ്റി പകരം സ്റ്റീൽ വയ്ക്ക് എന്ന്. ഞാൻ ചിരിച്ചു പോയി. അതാണ് കുഞ്ഞുങ്ങൾ. മനസ്സിൽ തോന്നുന്നത് നിഷ്കളങ്കമായി അവർ പറയും. എന്റെ ഭർത്താവ് ഉള്ളപ്പോൾ ആണെങ്കിൽ ബോൾ തിരികെ കൊടുക്കില്ല. പിന്നെ അവരോട് പറയും ഓരോരുത്തരുടേയും വീട്ടിൽ

വന്ന് പറയും എന്ന്. പിന്നീട് അവർ അദ്ദേഹം പോകുന്നത് ശ്രദ്ധിച്ച് നിന്നിട്ട് എന്റെയടുത്ത് വന്ന് ബോൾ വാങ്ങിക്കൊണ്ട് പോകും.

തൊട്ടടുത്ത ഫ്ലാറ്റിന്റെ ഭിത്തിയോട് ചേർന്ന് ഒരു സിമന്റ് ബഞ്ചുണ്ട്. അതിൽ രണ്ട് കുട്ടി സഖാക്കൾ കുട്ടിസംഘത്തിന്റെ കളി കാണുന്നതിനോടൊപ്പം അവരുടേതായ ഭാഷയിൽ കൊഞ്ചുകയും, ചിരിക്കുകയും, കളിക്കുകയും ഒക്കെ ചെയ്യും. രണ്ടര വയസ്സുള്ള നാദിയ കുട്ടിയും, ദിവ്യാംഗും.

അവരും മിഠായി വാങ്ങാൻ വരും. ഒന്നും മിണ്ടാതെ ചിരിച്ച് എനിയ്ക്ക് റ്റാറ്റാ തരും. ഞാനും തിരികെ നൽകും.

ചിലപ്പോൾ മുതിർന്ന കുട്ടിസംഘങ്ങൾ സ്കൂളിൽ പോകുന്ന സമയത്ത് ഈ രണ്ട് കുട്ടി സഖാക്കൾ മാത്രേ കാണൂ... ആരും കാണുന്നില്ല എന്ന് കണ്ടാൽ രണ്ടാളും മണ്ണ് വാരിത്തിന്നും. ഞാനപ്പോൾ കഴുകിയ തുണികൾ വിരിക്കുന്ന സമയമായിരിക്കും. അപ്പോഴും ഞാൻ വിളിച്ച് മിഠായി നൽകിയിട്ട് മണ്ണ് വാരിത്തിന്നല്ലേ എന്ന് പറയും. രണ്ടാളും റ്റാറ്റാ പറഞ്ഞ് വീണ്ടും പ്രാഞ്ചി പ്രാഞ്ചി ഓടും.

ചില വൈകുന്നേരങ്ങളിൽ നാദിയ കുട്ടിയുടെ അമ്മയും സിമന്റ് ബഞ്ചിൽ വന്നിരിക്കാറുണ്ടായിരുന്നു. കഷ്ടിച്ച് ഇരുപത്തിമൂന്ന് വയസ്സ് വരുന്ന ഒരു വെളുത്ത് മെലിഞ്ഞ പെൺകുട്ടി. എപ്പോഴും ഏതോ ചിന്തയിലാണ്ട് വിഷാദഗ്രസ്തയായിട്ടാണ് ഇരുപ്പ്. ചില മൗനങ്ങൾ ആഴത്തിൽ മുറിവേറ്റൊരു മനസ്സിന്റെ അടക്കിപ്പിടിച്ച വിങ്ങലുകൾ ആണ്. ആർക്കും പകർന്നു കൊടുക്കാൻ സാധിക്കാതെ ഉള്ളിൽ എരിച്ചു തീർക്കുന്നൊരു വേദനയാണത്. ഞാനതവളിൽ കണ്ടറിഞ്ഞു. ഞാൻ തുണി ഉണങ്ങിയതെടുക്കാൻ വരുമ്പോൾ നാദിയായെ വിളിക്കുമ്പോൾ നാദിയായോട് പറഞ്ഞ് എന്റെയടുത്തേയ്ക്ക് വിടും. മിഠായി വാങ്ങി നാദിയ ചെല്ലുമ്പോൾ അതിന്റെ അമ്മ എന്നെ നോക്കി ചിരിക്കും. ഒരു ദിവസം ഞാൻ പേര് ചോദിച്ചു. സൃഷ്ടി എന്നവൾ പേര് പറഞ്ഞു. സ്ഥലം യു. പി -യിൽ ആണെന്നും പറഞ്ഞു.

ലോക്ഡൗൺ തുടങ്ങിയ സമയം മുതൽ കുഞ്ഞുങ്ങളെ ആരേയും പുറത്തേയ്ക്ക് കാണാതായി. ഒപ്പം നാദിയയുടെ അമ്മേയേയും. ഒരു ദിവസം ഞാനിക്കാര്യം അദ്ദേഹത്തോട് പറഞ്ഞപ്പോൾ പറഞ്ഞു നാദിയ അമ്മുമ്മയുമായി അവളേക്കാൾ വലിയൊരു മാസ്ക് വച്ച് നടന്നു പോകുന്നു. വിളിച്ചപ്പോൾ ഒന്ന് നോക്കിയിട്ട് റ്റാറ്റാ നൽകി ഓടിപ്പോയി എന്ന് പറഞ്ഞു.

നല്ല വെളുത്ത് തുടുത്ത പളുങ്കുമണികൾ പോലത്തെ കണ്ണുകളുള്ള

വട്ടമുഖക്കാരിയെ കണ്ടാൽ ഒരു പാവക്കുട്ടിയെപ്പോലെ തോന്നുമാ യിരുന്നു. ആര് കണ്ടാലും കോരിയെടുത്ത് ഉമ്മവയ്ക്കാൻ തോന്നുന്നത്ര ഓമനത്തമായിരുന്നു എന്റെ കുട്ടി നാദിയായ്ക്ക്. അവളുടെ അമ്മയുടെ കുഞ്ഞ് പതിപ്പായിരുന്നു അവൾ.

ഇന്നലെ എന്തോ വല്ലാത്ത ഒരു ദിവസം ആയിരുന്നു. പ്രകൃതിയാകെ മൂടിക്കെട്ടി ദുഃഖം ഘനീഭവിച്ച പോലെ. രാത്രിയായപ്പോൾ മുറിക്കക ത്ത് ഫോണിൽ റെയിഞ്ച് കിട്ടാത്തതിനാൽ ജന്നലരികിൽ വന്ന് ജന്നൽ തുറന്നിട്ട് എന്റെ ചേച്ചിയെ വിളിക്കാൻ തുടങ്ങുമ്പോൾ ആണ് വല്ലാത്ത പൊടിക്കാറ്റ് വീശിയടിക്കാൻ തുടങ്ങിയത്. ഒപ്പം നായകളുടെ ഓരിയിടലും. പൊടിയടിച്ച് തുമ്മാൻ തുടങ്ങിയപ്പോൾ ജനാല വലിച്ചടച്ച് ഫോൺ വിളിക്കാനുള്ള ശ്രമം മതിയാക്കി വന്ന് സുഖസുഷുപ്തിയിലായി രുന്ന ഭർത്താവിന്റെ സമീപം ശയിച്ചു.

രാവിലെ ഉണർന്നപ്പോൾ ആണറിഞ്ഞത് എന്റെ നാദിയ കുട്ടി മരിച്ചു. ഞെട്ടിപ്പോയി! കണ്ണുകൾ നിറഞ്ഞൊഴുകാൻ തുടങ്ങി. വിശ്വസിക്കാനാ വുന്നില്ല. ആ പുഞ്ചിരിക്കുന്ന കുഞ്ഞുമുഖം മനസ്സിൽ ചിരിച്ചു കൊണ്ടിരി ക്കുന്നതു പോലെ.

പിന്നീടാണറിഞ്ഞത് നാദിയയുടെ അമ്മ സൃഷ്ടി ഒരു പാവപ്പെട്ട വീട്ടിലെ കുട്ടിയായിരുന്നു. അതിന്റെ സൗന്ദര്യം കണ്ടിഷ്ടപ്പെട്ട് വിവാഹം കഴിച്ചതാണ് നാദിയയുടെ പപ്പ ഗൗരംഗ്. അയാൾ വിരൂപനായിരുന്നു. വിവാഹം കഴിഞ്ഞ നാൾ മുതൽ അയാൾക്കും വീട്ടുകാർക്കും സൃഷ്ടിയെ സംശയം ആയിരുന്നു. ഗൗരംഗിന്റെ മാതാവും, സഹോദരിയും സൃഷ്ടിയോട് ഒരു പാട് പോരെടുക്കുമായിരുന്നു. പാവം സൃഷ്ടി എല്ലാം സഹിച്ച് കഴിയുകയായിരുന്നു. ജീവിതത്തിൽ ഒരു പാട് തോറ്റു പോയവരെ കണ്ടിട്ടുണ്ടോ? ചുണ്ടിലൊരു പുഞ്ചിരി മാത്രം. പിന്നെയും ആർക്കൊക്കെയോ കരുതിവയ്ക്കുന്നവർ. പലപ്പോഴും അവരൊന്നും തോറ്റവരല്ല. പെട്ടു പോയതു കൊണ്ടു മാത്രം ആരുടെയൊക്കെയോ വിജ യത്തിന് വേണ്ടി ചുണ്ടിലൊരു പുഞ്ചിരിയെ കൂടെ കൂട്ടി സ്വയം തോറ്റെന്നു വരുത്തി പിന്നിലേയ്ക്ക് മാറിനിൽക്കുന്നവരാണവർ. വഴക്ക് നടക്കുമ്പോൾ അവൾ പറയുമായിരുന്നു കുഞ്ഞിനേയും കൊന്ന് ഞാനും ചാകുമെന്ന്. അതവർ വീട്ടുകാർ ഇപ്പോൾ പറയുന്നതാണ്. ആ പാവത്തിനെ കൂടുതൽ കുറ്റപ്പെടുത്താൻ.

ഇന്നലെ രാത്രി അമ്മായിയമ്മയുമായി വഴക്കുണ്ടായി. ആ സമയത്ത് കുഞ്ഞ് സൃഷ്ടിയെ ശല്യപ്പെടുത്തി മുടിപിടിച്ച് വലിച്ചപ്പോൾ സങ്കടവും ദേഷ്യവും വന്ന സൃഷ്ടി കുഞ്ഞിനെ മുടിയിലെ പിടിവിടുവിച്ച്

വലിച്ചിട്ടതാണ്. പാവം കുഞ്ഞ് കസേരയുടെ മൂലയിൽ തലയിടിച്ച് വീണു. കുഞ്ഞ് കരയാതെ അനങ്ങാതെ കിടന്ന് കളിപ്പിക്കുകയാണെന്നാണ് കരുതിയത്. കുറച്ച് സമയം കഴിഞ്ഞിട്ട് കുഞ്ഞിനെ വിളിച്ച് കുലുക്കുകയും, മുഖത്ത് വെള്ളം തളിക്കുകയും ഒക്കെ ചെയ്തിട്ടും അനക്കമില്ല. നെഞ്ചിൽ കൈവച്ച് നോക്കുമ്പോഴാണറിയുന്നത് ആ പിഞ്ച് ഹൃദയം നിലച്ചു എന്ന്.

ആകെത്തകർന്ന സൃഷ്ടി വേഗം ടെറസ്സിലേയ്ക്കോടി താഴേയ്ക്ക് ചാടാൻ ശ്രമിച്ചു. പുറകേ ചെന്നവർ പിടിച്ചതു കൊണ്ട് രക്ഷപ്പെട്ടു. രാത്രി തന്നെ അവളെ പോലീസുകാർ കൊണ്ടു പോയി. കുഞ്ഞിനെ ആശുപത്രിയിലേയ്ക്കും.

ഇന്ന് ഉച്ചയ്ക്ക് രണ്ട് മണിയായപ്പോൾ കുഞ്ഞിന്റെ തുന്നിക്കെട്ടിയ ശരീരം കൊണ്ടു വന്നു. കാറിൽ നിന്നവർ പുറത്തിറക്കി കൈയ്യിൽ വച്ചു നിന്നു. ഏഴാമത്തെ നിലയിൽ ആണവരുടെ വീട്. അത് കൊണ്ട് മുകളിലേയ്ക്ക് കൊണ്ടു പോയില്ല. ആ സമയത്ത് സൃഷ്ടിയെ രണ്ട് വനിതാ പോലീസിന്റെ അകമ്പടിയോടെ മറ്റ് പോലീസുകാർ കൊണ്ടുവന്നു. കൈയ്യിലെടുത്ത കുഞ്ഞിന്റെ മുഖത്തവൾ കുറച്ച് സമയം നോക്കിയിരുന്നു. നിസ്സംഗതയായിരുന്നു അവളുടെ കണ്ണുകളിൽ. അവളുടെ അമ്മായിയമ്മയും, നാത്തൂനും അപ്പോഴും അവളെ പുലഭ്യം പറഞ്ഞ് മണ്ണ് വാരിയിട്ട് പ്രാകുന്നുണ്ടായിരുന്നു. കുഞ്ഞിന്റെ നെറ്റിയിൽ ചുംബിച്ച് പോലീസുകാർ തിരികെ ജീപ്പിലേയ്ക്ക് കയറ്റുമ്പോഴും അവൾ കരഞ്ഞില്ല.

കൂടി നിന്നവർ എല്ലാം അപ്പോഴും അവളുടെ ധൈര്യത്തെ കുറിച്ച്, കരയാത്തതിനെ കുറിച്ച് കുറ്റം പറയുകയായിരുന്നു. എനിക്കറിയാമായിരുന്നു അവളുടെ മനസ്സ് തുന്നിക്കെട്ടി വിറങ്ങലിച്ച കുഞ്ഞിന്റെ ശരീരം പോലെ മരവിച്ചിരിക്കുകയാണെന്ന്...

ഇപ്പോഴും അവളാ ആഘാതത്തിൽ നിന്നും മുക്തയായിട്ടില്ലെന്ന്...

പാവം കുട്ടി.

അവളെ കുറ്റം പറയുന്ന എല്ലാവരോടും വിളിച്ചു പറയണം എന്ന് എനിയ്ക്ക് തോന്നി ഏയ് ദുഷ്ടരായ മനുഷ്യരേ നിങ്ങളാണ് മനസ്സാക്ഷിയില്ലാത്തവർ. നൊന്ത് പ്രസവിച്ച ഒരമ്മയ്ക്കും സ്വന്തം കുഞ്ഞിനെ അറിഞ്ഞ് കൊണ്ട് കൊല്ലാനാവില്ല. അറിയാതെ പറ്റിപ്പോയ കൈയ്യബദ്ധം. ഏത് കോടതി വിധിക്കുന്ന ശിക്ഷയേക്കാളും വലിയ ശിക്ഷയാണ് അവളുടെ മനസ്സാക്ഷിക്കോടതി വിധിയിലൂടെ അവൾ അനുഭവിക്കുന്നത്. പാവം അവളിലെ അമ്മയുടെ ദീനരോദനം എനിയ്ക്കറിയാനാവുന്നുണ്ട്. തന്റെ കൈ കൊണ്ട് ഓമനിച്ച് കൊതിതീരാത്ത ഏക ആശ്രയമായിരുന്ന കുഞ്ഞ്. ഒരുപാട് കുറ്റപ്പെടുത്തലുകൾക്കും, സങ്കടങ്ങൾക്കും ഇടയിൽ

സന്തോഷിക്കാൻ ഒരു വെട്ടമായിരുന്ന അവൾക്കാ കുഞ്ഞ്. ആ കുഞ്ഞ് വെളിച്ചം തല്ലിക്കെടുത്താൻ കാരണക്കാരി താനാണെന്ന ചിന്ത തന്നെ കരാളഹസ്തമായി അവളെ വരിഞ്ഞ് മുറുക്കി വേദനിപ്പിക്കുകയാണ്. ആ പിടച്ചിൽ അവളുടെ മരണം വരെ അവളെ വിട്ട് പോകില്ല. നിങ്ങൾ പറയും പോലെ അവൾ ഒരിയ്ക്കലും കുറ്റവാളിയല്ല. അവളെ മാനസ്സികമായും, ശാരീരികമായും പീഢിപ്പിച്ച അവളുടെ ഭർത്താവും, അമ്മായിയമ്മയും, നാത്തൂനും ആണ് കുറ്റവാളികൾ. എന്നിട്ടും നിങ്ങൾ അവരെ ന്യായീകരിക്കുന്നോ? ഏത് ദരിദ്ര ഗൃഹത്തിൽ ജനിച്ചാലും, അവളുടെ ഭർത്തൃ വീട്ടുകാരേക്കാൾ സ്നേഹത്തിൽ സമ്പന്നയായിരുന്ന അവൾ. ഉന്നതയിടത്ത് പോയി മകൾക്ക് നല്ലൊരു ജീവിതം ലഭിക്കും എന്ന് കാംക്ഷിച്ച് അവളേക്കാൾ യോഗ്യതയിൽ ഒരുപാട് നിലവാരം കുറഞ്ഞ ഒരു വന് തന്റെ മകളെ അങ്ങോട്ട് രണ്ട് ലക്ഷം രൂപ വാങ്ങി വിവാഹം ചെയ്തു കൊടുത്ത അല്ല മകളെ വിറ്റുകളഞ്ഞ അവളുടെ മാതാപിതാക്കളാണ് തെറ്റുകാർ. അവൾ അനുഭവിച്ച മാനസ്സിക വ്യഥ എല്ലാം തകർന്നുള്ള ചിന്തയോടെ സ്ഥലകാല ബോധം മറന്ന് സിമന്റ് ബഞ്ചിലിരിക്കുന്ന അവളിൽ ഞാൻ കണ്ടറിഞ്ഞതാണ്. സ്വന്തം ഭാര്യയെ ഒരു ഭോഗവസ്തുവായി മാത്രം കണ്ട് വീട്ടുകാർക്ക് തട്ടാനിട്ടുകൊടുത്ത അവളുടെ ഭർത്താവായ ഗൗരംഗാണ് കുഞ്ഞിന്റെ മരണത്തിനുത്തര വാദി. ഗൗരംഗിന്റെ മാതാവും, സഹോദരിയും ആണ് ഉത്തരവാദികൾ. അവരാണ് ദൈവത്തിന്റെ കോടതിയിൽ കുറ്റവാളികൾ. അല്ലാതെ അവർ തകരാറിലാക്കിയ മാനസ്സിക വ്യഥയാൽ ഒരു മാത്ര നേരത്തെ പ്രവൃത്തി കൊണ്ട് അറിയാതെ തെറ്റ് പറ്റിപ്പോയ മനുഷ്യക്കോടതി വിധിച്ച സൃഷ്ടിയല്ല തെറ്റുകാരിയും ഉത്തരവാദിയും.

എല്ലാം ഒരു നിയോഗമാണ്. എവിടെ നിന്നോ വന്ന് എങ്ങോട്ടോ പോകുന്നവർ. ആ വഴിയിൽ ഇടയ്ക്ക് കണ്ടുമുട്ടുന്നവരാണ് നമ്മൾ ഓരോരുത്തരും. എന്തിന് വേണ്ടി എന്ന ചോദ്യത്തിന് ചിലപ്പോൾ ഉത്തരം കാണില്ല. അതാണ് ജീവിതം. കുട്ടീ നിന്റെ മനസ്സിന് ശാന്തിയും, സമാധാനവും ലഭിക്കുന്നതിന് വേണ്ടി ഈശ്വരൻമാരോട് പ്രാർത്ഥിക്കാം എന്ന് മനസ്സിൽ പറഞ്ഞു കൊണ്ട് എന്റെ നാദിയാക്കുട്ടിയുടെ ആത്മാവിന് നിത്യ ശാന്തി നേർന്നുകൊണ്ട് നിറകണ്ണുകളോടെ കഠിനമായ വ്യഥയോടെ ഞാനാ ജന്നൽ വാതിൽ കൊട്ടിയടച്ചു.

ഹൃദയം

മനസ്സും ശരീരവും ഒരുപോലെ തളർന്നാണ് ഡോക്ടർ പൂർണ തന്റെ കൺസൾട്ടിങ്ങ് റൂമിലെ കസേരയിൽ ചാരിക്കിടന്ന് കണ്ണടച്ചത്.

ഇതുപോലൊരു ദിവസം ജീവിതത്തിൽ ഒരിയ്ക്കലും ഉണ്ടായിട്ടില്ല. വയ്യ! വല്ലാതെ തളരുന്നു. എത്ര നിയന്ത്രിച്ചിട്ടും അശ്രുകണങ്ങൾ ഇരുവശത്തേയ്ക്കും ചാലിട്ടൊഴുകുന്നുണ്ടായിരുന്നു. കേരളത്തിലെ തന്നെ പേരെടുത്ത ഹൃദയശസ്ത്രക്രിയാ വിദഗ്ദ്ധ. ഇന്നത്തെ ശസ്ത്രക്രിയയും വിജയകരമായി പൂർത്തിയാക്കാൻ സാധിച്ചു. എന്നാലും നീരജ്... ???

പ്രീഡിഗ്രിയ്ക്ക് ഒരേ ക്ലാസ്സിലായിരുന്നു ഞാനും, നീരജും. ആദ്യ കാഴ്ചയിൽ തന്നെ ഞാനവന്റെ മനസ്സിലും, അവൻ എന്റെ മനസ്സിലും ഇരിപ്പുറപ്പിച്ചു. പതിനാറാം വയസ്സിന്റെ പടിവാതിൽ മുതൽ ഞങ്ങൾ ആത്മാർത്ഥ പ്രണയിതാക്കളായി. സ്വന്തങ്ങൾക്കപ്പുറം ഹൃദയ ബന്ധങ്ങൾ കൊണ്ട് സ്വന്തമായിത്തീരുമ്പോൾ മനസ്സിലും, ജീവിതത്തിലും അതുവരെ അനുഭവിച്ചിട്ടില്ലാത്ത പ്രണയത്തിന്റെ, ഇഷ്ടത്തിന്റെ ഒരവാച്യഅനുഭൂതിയുടെ നേർത്ത തണുത്ത മഞ്ഞുതുള്ളികൾ നുരയിട്ടുണർന്നു.

പ്രീഡിഗ്രി രണ്ടാളും ക്ലാസ്സോടെ പാസ്സായി. മെഡിക്കൽ എൻട്രൻസ് ലഭിച്ച നീരജ് മെഡിസിന് ചേർന്നു. ഞാൻ BSc ബയോളജിക്കും. ആദ്യ രണ്ട് വർഷവും നീരജ് സ്ഥിരമായി എന്നെ കാണാൻ വരാറുണ്ടായിരുന്നു. മൂന്നാം വർഷം മുതൽ വരാതായി. അന്ന് മൊബൈൽ യുഗമല്ലല്ലോ. നീരജിനെ തിരക്കി ഞാൻ ചെന്നു. കാരണം അന്വേഷിച്ചപ്പോൾ അവൻ പറഞ്ഞു.

“ഞാൻ M. B. B. S പാസ്സായി കഴിഞ്ഞാൽ സമൂഹത്തിൽ

മാന്യതയുള്ള ഡോക്ടർ. നീയപ്പോഴും ഒരു BScക്കാരി. അറ്റ്ലീസ്റ്റ് ഒരു BDS എങ്കിലും ഉണ്ടായിരുന്നെങ്കിൽ സാരമില്ലായിരുന്നു. അച്ഛന്റെ അകന്ന ബന്ധത്തിലെ ഡോകടറങ്കിളിന്റെയും ഡോക്ടറാന്റിയുടേയും ഒറ്റ മകൾ BDSന് പഠിക്കുന്ന കുട്ടിയുമായുള്ള വിവാഹം വാക്കാൽ പറഞ്ഞു വച്ചു. വീട്ടുകാരെ വെറുപ്പിക്കാൻ എനിക്കാവില്ല. അതുകൊണ്ട് നീയെല്ലാം

പ്രായത്തിന്റെ ചാപല്യമായി കണ്ട് മറന്നേയ്ക്ക്. ഇനി എന്നെത്തേടി വരരുത്.

കേട്ടപ്പോൾ ഞെട്ടിപ്പോയി. എങ്ങനെ തോന്നി അവനിത് പറയാൻ?. ഒരുപാട് മോഹനവാഗ്ദാനങ്ങൾ നൽകിയവനാണ്. ഒരുമിച്ച് ഒരുപാട് സ്വപ്നങ്ങളും നെയ്തു കൂട്ടി. എന്നിട്ട് അവനിപ്പോൾ ഞാൻ ആരുമല്ലാതായി. പ്രായത്തിന്റെ ചാപല്യമത്രേ? എനിയ്ക്ക് മോഹിക്കാൻ ഒരുപാട് വലിയ മോഹങ്ങൾ ഇല്ലായിരുന്നു... ആഗ്രഹിക്കാൻ ഒരു പാട് വലിയ ആഗ്രഹങ്ങളും ഇല്ലായിരുന്നു... മരണം വരെ ആദ്യമായും അവസാനമായും മനസ്സിൽ കയറി സ്ഥാനമുറപ്പിച്ച നീരജിനെ നെഞ്ചോട് ചേർത്ത് സ്നേഹിക്കണം... അതായിരുന്നു ആ ഒരു മോഹവും, ആഗ്രഹവും മാത്രമായിരുന്നു എനിയ്ക്ക്. അതാണിപ്പോൾ അവൻ തന്നെ തച്ചുടച്ചിരിക്കുന്നത്. ജീവിതം എന്നത് ഒരു സ്വപ്നം ആണ്. ഒരിയ്ക്കലും കൈവിട്ട് പോകരുത് എന്ന് നാം ആഗ്രഹിക്കുന്ന വലിയ സ്വപ്നം. സ്നേഹിക്കുന്നവർ കൂടെത്തന്നെ വേണം എന്ന സ്വപ്നം. എന്നാൽ പല സ്വപ്നങ്ങളും ദുഃസ്വപ്നങ്ങളാകുന്നു. പലപ്പോഴും ഒറ്റയ്ക്കായി പോകുന്നു... സ്വന്തമെന്ന് കരുതുന്നവരോട് എന്തും കലർപ്പില്ലാതെ സംസാരിക്കാൻ കഴിയും നമുക്ക്. എന്നാൽ ആ സ്നേഹം എന്നതിന്റെ പേരിൽ അവരുടെ വായിൽ നിന്നും പ്രതീക്ഷിക്കാതെ കേൾക്കുന്ന വാക്കുകൾ മനസ്സിനെ വല്ലാതെ മുറിവേൽപ്പിക്കും. തകർന്ന മനസ്സോടെ തിരികെ പോരുമ്പോൾ ചിന്തിച്ചത് മരണത്തെകുറിച്ചാണ്. പിന്നീട് തോന്നി ഞാനെന്തിന് മരിക്കണം? എനിയ്ക്ക് ജീവിക്കാനുള്ള ഒരവസരവും ഞാൻ പാഴാക്കരുത്. കാരണം ജീവിതം തന്നെ ഒരവസരമാണ്. ഒന്ന് കാൽ തെറ്റി വീണാൽ തീരുന്ന ജീവിതത്തിന് എന്ത് ജാതി, മതം, നിറം, വിദ്യാഭ്യാസ, അന്തരങ്ങൾ? സാമ്പത്തിക വലിപ്പച്ചെറുപ്പങ്ങൾ?

പിന്നീട് ഒരു ഫീനിക്സ് പക്ഷിയെപ്പോലുള്ള ഉയിർത്തെഴുന്നേൽപ്പായിരുന്നു... എനിയ്ക്കും എന്ത് ത്യാഗം സഹിച്ചും പഠിക്കണം, നേടണം എന്ന ചിന്ത മാത്രം. BSc ഉയർന്ന മാർക്കോടെ പാസ്സായി. ഒപ്പം മെഡിക്കൽ എൻട്രൻസും. MBBS സ്കോളർഷിപ്പോടെ പാസ്സായ ശേഷം ഹൃദയ ശസ്ത്രക്രിയയിൽ MDയും ഗോൾഡ് മെഡലോടെ ലണ്ടനിൽ നിന്നും പൂർത്തിയാക്കി തിരികെ നാട്ടിലെത്തി മെഡിക്കൽ കോളേജിൽ തന്നെ

ജോലിയും നേടി. നമ്മെ അംഗീകരിക്കാൻ മടിച്ച് ചിലർ തരുന്ന പരിഹാസമുണ്ടല്ലോ അതാണ് ഞാനിന്ന് ഏറെ ഇഷ്ടപ്പെടുന്നതും, ആസ്വദിക്കുന്നതും.

നാട്ടിൽ വന്നപ്പോഴറിഞ്ഞു നീരജ് പറഞ്ഞതു പോലെ ഡോക്ടർ ഫാമിലിയിലെ BDS കാരിയെ വിവാഹം കഴിച്ചു. ഒരു ആൺകുട്ടിയുമായി കഴിഞ്ഞപ്പോൾ വിവാഹത്തിന്റെ മൂന്നാം വർഷത്തിൽ കുട്ടിയെ അമ്മയ്ക്ക് തന്നെ വിട്ടു നൽകി കൊണ്ട് വിവാഹ ബന്ധം വേർപെടുത്തി എന്ന്.

അതറിഞ്ഞപ്പോഴും ഞാൻ നീരജിനോട് മനസ്സിൽ പറഞ്ഞു ആത്മാർത്ഥ സ്നേഹം എന്നത് മൂന്നോ നാലോ വർഷം കൊണ്ട് പഠിച്ചു തീർക്കേണ്ട ഡിഗ്രിയോ, ഡിപ്ലോമയോ അല്ല. അതൊരിക്കലും പഠിക്കാതെ അനുഭവിച്ചറിയേണ്ട ജീവിതം എന്ന പ്രഹേളിക ആണ്. അവിടെ നമുക്കാവശ്യം ക്ഷമയും സഹനശക്തിയും ആണ്. സ്നേഹിക്കുക എല്ലാവരേയും... പ്രതിഫലം മിക്കവാറും വേദനയായിരിക്കും. എങ്കിലും കൊടുക്കുന്നതിനേക്കാൾ ഇരട്ടിയായി എവിടെ നിന്നെങ്കിലും തിരിച്ചു കിട്ടും എന്ന പ്രതീക്ഷ കൈവിടാതെ ബന്ധങ്ങളുടയാതെ ജീവിക്കാൻ ശ്രമിക്കണം. എന്നെ സംബന്ധിച്ചിടത്തോളം സ്നേഹം സത്യമാണെങ്കിൽ അതൊരിക്കലും അവസാനിക്കില്ല. ആത്മാർത്ഥമായി സ്നേഹിക്കുന്നവരുടെ ഉള്ളിൽ അതെന്നുമുണ്ടാകും. ഒരു കനലായി. . സാന്ത്വനമായി,... ഒരു പ്രതീക്ഷയായി... ഒരു കുളിരായി... ഒരു ഓർമ്മയായി അതെന്നും നിലനിൽക്കും.

പഠനത്തിന് ശേഷവും ഇപ്പോഴും പലരും നിർബന്ധിച്ചു കൊണ്ടിരിക്കുകയാണ് വിവാഹത്തിന്. സ്നേഹം നൽകുന്ന അനുഭവങ്ങൾ ഒരിക്കൽ നിലയ്ക്കാം. പക്ഷേ അത് നൽകിയ വരെ കുറിച്ചുള്ള ഓർമ്മകൾ ഒരിക്കലും മനസ്സിൽ നിന്നും മായില്ല. എനിക്കിന്നും നീരജിനെ മറക്കാൻ സാധിച്ചിട്ടില്ല, വെറുക്കാനും. ഒരിക്കലും എനിക്കതിനാവുകയുമില്ല. അതറിഞ്ഞു കൊണ്ട് മറ്റൊരാളുടെ ഭാര്യയായി അദ്ദേഹത്തെ വഞ്ചിക്കാൻ എനിക്കാവില്ല. മനസ്സിലെ നോവും നൊമ്പരവും ബാക്കിയാക്കി ഓരോരോ ദിനങ്ങൾ കൊഴിയുമ്പോഴും എന്നിലെ ഡോക്ടറിൽ നിക്ഷിപ്തമായിരിക്കുന്ന ഉത്തരവാദിത്തം ഭംഗിയായി ഞാൻ നിറവേറ്റിയതിന്റെ ഫലമായ രോഗികളുടെ രോഗമുക്തി യും അവരുടെ ആഹ്ലാദ പ്രകടനങ്ങളും എന്നോടുള്ള സ്നേഹവും ജീവിതത്തിൽ ആശ്വാസത്തിന്റെ പുതിയ പ്രതീക്ഷയുടെ കിരണങ്ങൾ എന്നിലേയ്ക്ക് പകർന്നു കൊണ്ടിരുന്നു.

നീരജിന്റെ രണ്ടാം വിവാഹവും പരാജയമായ ശേഷം അവനെന്നെ കാണാൻ വന്നിരുന്നു. അവനന്ന് എന്നോട് പറഞ്ഞു

"ആരോഗ്യത്തെക്കാളും, സൗന്ദര്യത്തേക്കാളും, നിറഞ്ഞു കവിഞ്ഞ സമ്പത്തിനേക്കാളും, വിദ്യാഭ്യാസത്തേക്കാളും വലുതാണ് പൂർണേ ആത്മാർത്ഥ സ്നേഹമുള്ള മനസ്സ്. നിന്റെയാ മനസ്സിനെയാണ് ഞാൻ ചവിട്ടിമെതിച്ചത്, നിരാകരിച്ചത്. അതിനുള്ള ശിക്ഷ ഞാൻ അനുഭവിച്ചു കൊണ്ടിരിക്കുകയാണ്. ആദ്യ വിവാഹത്തിലെ ഡോക്ടർ. ജയദേവി അവൾ രാക്ഷസി ആയിരുന്നെങ്കിൽ രണ്ടാം വിവാഹത്തിലെ ഡോക്ടർ. രുഗ്മിണി അവൾ യക്ഷിയാണ്. മനുഷ്യർക്ക് ദൈവങ്ങളുടെ പേര് വന്നിട്ട് ഒരു കാര്യവുമില്ല. പ്രവൃത്തിയിൽ ആണ് ദൈവികത നിലനിർത്തേണ്ടത്. പണം മാത്രമാണ് രുഗ്മിണിക്കാവശ്യം. ഏത് കുത്സിത പ്രവർത്തിയിലേർപ്പെട്ടും പണം സമ്പാദിക്കാൻ ആണ് അവൾ ആവശ്യപ്പെടുന്നത്. അങ്ങനെ ചെയ്യുതിന്റെ ഫലമായി ഞാനിപ്പോൾ ജയിൽ ശിക്ഷ അനുഭവിക്കേണ്ട ദുരവസ്ഥയും വിദൂരത്തല്ല. ഇപ്പോൾ ആർക്കും ഒന്നുമറിയില്ല എന്നാൽ എല്ലാം മറനീക്കി പുറത്ത് വരാൻ അധിക സമയം വേണ്ട. ഒരു ദിവസം പോലും മനസ്സമാധാനം നൽകില്ല. ഭാര്യാഭർത്തൃബന്ധത്തിൽ പരസ്പരം നൽകാൻ കഴിയുന്ന ഏറ്റവും വലിയ സമ്മാനമാണ് സമാധാനം എന്നത്. തിരക്ക് നിറഞ്ഞ ജീവിതത്തിനിടയിലും ഹൃദയത്തോട് ചേർത്ത് നിർത്താൻ ഇഷ്ടപ്പെടുന്ന സ്നേഹബന്ധങ്ങൾ ഉണ്ട്. ഒരാൾ ആത്മാർത്ഥമായ സ്നേഹത്തോടെ ഹൃദയത്തോട് നമ്മെ ചേർത്ത് നിർത്തുമ്പോൾ ആണ് ജീവിതം ധന്യമാകുന്നത്. ആ ധന്യത ഒരിയ്ക്കലും എന്റെ രണ്ട് ഭാര്യമാരിൽ നിന്നും എനിയ്ക്ക് ലഭിച്ചില്ല. അതറിഞ്ഞത് നിന്നിൽ നിന്ന് മാത്രം. ആത്മാർത്ഥമായ സ്നേഹം കത്തിച്ചു വച്ച തിരിനാളം പോലെയാണ് പൂർണേ. ഏറ്റക്കുറച്ചിലുകൾ ഉണ്ടായേക്കാം. ഊതിക്കെടുത്താൻ എളുപ്പമാണ്. നിന്റെ സ്നേഹത്തെ ഞാൻ ഊതിക്കെടുത്തി. അണഞ്ഞ് കഴിഞ്ഞപ്പോൾ മാത്രമാണ് ഇരുട്ടിൽ അതെത്ര വെളിച്ചം പകർന്നിരുന്നു എന്നറിയാൻ കഴിഞ്ഞത്. എല്ലാം അറിഞ്ഞു വന്നപ്പോൾ എന്റെ പൂർണേ ഇനിയും അങ്ങനെ വിളിക്കാനാണ് എനിയ്ക്കിഷ്ടം ഞാൻ വൈകിപ്പോയി. നിന്നെ വേദനിപ്പിച്ചതിന്റെ ഫലം ആണ് ഞാനിപ്പോൾ അനുഭവിച്ചുകൊണ്ടിരിക്കുന്നത്. അനുഭവത്തേക്കാൾ വലിയൊരു പാഠവും, ജീവിതത്തേക്കാൾ വലിയൊരു വിദ്യാലയവും ഈ ഭൂമിയിലില്ല. നിന്നോട് ചെയ്യുതിനെല്ലാം ക്ഷമ ചോദിക്കുന്നു... ഞാനിത്രയൊക്കെ പറഞ്ഞിട്ടും എന്നോടിതു വരെ നീ ഒന്നുമിണ്ടിയതു പോലുമില്ല?. പിണക്കം മാറിയില്ലല്ലേ എന്നോട്? പിണങ്ങിക്കോ എന്നാലും നീയെന്നെ വെറുക്കരുത്. ഒരു ദിവസം പോലും നിന്നെ ഞാൻ ഓർക്കാതിരുന്നിട്ടില്ല. മറന്നൊാലല്ലേ ഓർമ്മിക്കേണ്ട കാര്യം ഉള്ളൂ. അതൊക്കെ പോട്ടെ, നീ ഇനിയെങ്കിലും മറ്റൊരു വിവാഹം കഴിക്കണം. ജീവിതത്തെ പൂർണമായി മനസ്സിലാക്കിയ എന്നെപ്പോലൊരാൾക്ക്

മരിക്കാൻ പേടിയില്ല. ” എന്ന് പറഞ്ഞ് പോയതാണ് നീരജ്. തമ്മിൽ പിരിഞ്ഞ ശേഷം നീരജിനെ വീണ്ടും കണ്ട വിഷമത്തിൽ വാക്കുകൾ തൊണ്ടയിൽ കുരുങ്ങിയ ഗദ്ഗദത്താൽ അവനോട് ഒന്നും മിണ്ടാൻ എനിക്കായില്ല.

ഇന്ന് ഓപ്പറേഷൻ തീയറ്ററിൽ അവന്റെ ഹൃദയത്തെ എന്റെ കൈകളിൽ എടുത്തപ്പോൾ കരഞ്ഞുപോയി. ഒരിയ്ക്കൽ ഈ ഹൃദയത്തിൽ കൂട് കൂട്ടിയവളായിരുന്നു ഞാൻ. ഇതേ ഹൃദയത്തുടിപ്പിൽ നീരജിന്റെ പ്രണയം നുകർന്നവൾ. ഹൃദയബന്ധങ്ങൾ പൊട്ടിപ്പോയി എങ്കിലും അടരാത്ത ഓർമ്മകൾ രണ്ടാളുടേയും ഹൃദയത്തിനുള്ളിൽ അവശേഷിച്ചിരുന്നു. ഇന്നത് വേരുകളറുത്ത് അവന്റെ ശരീരത്തിൽ നിന്നും അടർത്തിമാറ്റി മറ്റൊരു ശരീരത്തിൽ തുന്നിച്ചേർത്തിരിക്കുകയാണ് ഞാൻ. പഴയ ഓർമ്മകൾ എന്നെന്നേയ്ക്കുമായി മറന്നു കൊണ്ട് പുതിയ ഓർമ്മകളിൽ ആ ഹൃദയം തുടിക്കാൻ തുടങ്ങിയപ്പോൾ ഒരു ഡോക്ടറെന്ന നിലയിൽ സന്തോഷത്തോടൊപ്പം ഒരു അപകടം സ്വയം വരുത്തിയതോ, അതോ യാദൃശ്ചികമോ? അത് എനിയ്ക്ക് നഷ്ടമാക്കിയത് ഞാനെന്നും പ്രണയിച്ചിരുന്ന സ്നേഹിച്ചിരുന്ന എനിയ്ക്ക് സ്വന്തമായി കിട്ടിയില്ലെങ്കിലും എവിടെയായിരുന്നാലും ആയുസ്സോടെ, ആരോഗ്യത്തോടെ ഉണ്ടായിരിക്കണമെന്ന് ഞാൻ എന്നും പ്രാർത്ഥിച്ചിരുന്ന എന്റെ നീരജിനെയാണ്... എന്നോർത്തപ്പോൾ അറിയാതെ വിങ്ങിപ്പൊട്ടി പോയി. അത് മറ്റാരും കാണണ്ട എന്ന് കരുതിയാണ് തലവേദനിക്കുന്നു ആരേയും കുറച്ച് സമയത്തേയ്ക്ക് അകത്തേയ്ക്ക് വിടണ്ട എന്ന് പറഞ്ഞ് കൺസൾട്ടിങ്ങ് റൂമിലേയ്ക്ക് വന്നത്.

കാലമേറെ കഴിഞ്ഞപ്പോൾ ഇനിയൊന്നും ഓർക്കാനും മറക്കാനും ഇല്ലെന്നായപ്പോൾ വരണം നിന്നെയൊന്ന് കാണാൻ എന്ന് കരുതിയിരുന്നു ഞാൻ. ഒന്നിനുമല്ല നിന്നോട് നന്ദി പറയാൻ. വാശിയോടെ, കരുത്തോടെ തോറ്റിടത്തെല്ലാം ജയിക്കാൻ പഠിച്ചത് നീയെന്ന നീരജിനെ ഇന്നും മനസ്സിൽ നിന്നും പറിച്ചെറിയാൻ കഴിയാത്ത ഞാൻ തന്നെയാണെന്ന് പറയാൻ. ജീവിച്ച് ജയിച്ച് നിൽക്കുകയാണെന്ന് പറയാൻ. അവിടെയും നീയെന്നെ തോൽപ്പിച്ചു നീരജ്. ഞാൻ വരുന്നതിനു മുൻപേ നീയെന്നെ കാണാൻ വന്നതില്ലേടെ. നിന്റെ കുടുംബ ജീവിതവും, ഹൃദയവും. മനസ്സും എന്റെ മുൻപിൽ തുറന്നതില്ലേടെ...

നിന്റെ പുതിയ ഓർമ്മകളിൽ തുടിക്കുന്ന ഹൃദയത്തോട് എനിക്കൊന്നേ ആവശ്യപ്പെടാനുള്ളൂ... ഇനി നീ പ്രണയിക്കുന്നത് എന്റെ ആരാധ്യ ദേവനായ ശിവഭഗവാനെപ്പോലെയായിരിക്കണം. ഭാര്യ മരിച്ചപ്പോൾ ഭാര്യയ്ക്ക് വേണ്ടി പ്രണയ കുടീരം പണിത് ഭാര്യാസഹോദരിയെ നിക്കാഹ്

ചെയ്ത ഷാജഹാനെപ്പോലെയോ, തന്നെ മാത്രം പ്രണയിച്ച രാധയെ ഉപേക്ഷിച്ച കൃഷ്ണനെപ്പോലെയോ, മറ്റുള്ളവരുടെ വാക്ക് കേട്ട് ധർമ്മപത്നിയെ ആരണ്യകത്തിലുപേക്ഷിച്ച ശ്രീരാമനെപ്പോലെയോ ആകരുത്. ജീവന്റെ പാതി തന്നെ പ്രണയിച്ച പാർവ്വതിയാണെന്നറിഞ്ഞ് തന്റെ പാതി തന്നെ പാർവ്വതിയ്ക്ക് നൽകിയ അവളില്ലെങ്കിൽ താനില്ലെന്നറിഞ്ഞ് അവളിലെ പാതി തന്നിലാക്കി അർദ്ധനാരീശ്വരനായി മാറിയ ശിവനാവണം ഇനി നിന്റെ ഹൃദയം... ആരേയും ഒരിയ്ക്കലും വില കുറച്ച് കാണരുത് ഇനി നിന്റെ ഹൃദയം. ഓർക്കുക നിലച്ചുപോയ ഘടികാരവും ദിവസത്തിൽ രണ്ടു പ്രാവശ്യം യഥാർത്ഥ സമയം കാട്ടിത്തരും...

കരഞ്ഞു തീർത്ത കണ്ണീർപ്പുഴകൾക്കിടയിലും ഒരു തുള്ളി കണ്ണീർ ഞാൻ ബാക്കി വച്ചിട്ടുണ്ട്. നിന്നെയും നിന്റെ പ്രണയത്തേയും പൊഴിയാതെ കാത്തു വച്ചിരിക്കുന്നത് ആ കണ്ണുനീർത്തുള്ളിയിലാണ്.

ഞാനിനിയും നീരജ് നിന്റെ പ്രണയത്താൽ തഴയപ്പെട്ട ' മിഥ്യാ ഗോപുരത്തിലെ പ്രണയിനിയായി... സ്നേഹത്തിന്റെ വേരുകൾ അറുത്ത് മാറ്റപ്പെട്ട, ചിറകുകൾ അരിയപ്പെട്ട ഒടുവിൽ ഒറ്റയ്ക്കായിത്തീർന്ന നിന്റെ ഓർമ്മകളും പേറി തുടിക്കുന്ന എന്റെ ഹൃദയവുമായി ഒറ്റയ്ക്കവസാനിക്കേണ്ട..., ജീവിതത്തിൽ എന്നും അപൂർണയായിരുന്ന പൂർണ എന്ന പേരുള്ള ഡോക്ടർ പൂർണയായി തന്നെ തുടരും. എന്റെയും ഹൃദയമിടിപ്പ് നിലച്ച് ആത്മാക്കളുടെ ലോകത്ത് നിന്നിലലിയുംവരെ...

ബോംബ്

ദൈവത്തിന്റെ അടുക്കൽ ചെന്നപ്പോഴാണറിയുന്നത് പരലോകത്തും വിവിധ സെക്ഷനുകൾ ഉണ്ടെന്ന്. ഓരോരോ സെക്ഷനുകളിലേയും വാതിലിൽ കൂടി നോക്കി എസ്കലേറ്ററിലെപ്പോലെ നിന്ന് ഒഴുകി ചെന്നപ്പോഴാണ് പുനർജൻമം എന്ന ബോർഡിന്റെ വാതിൽക്കൽ ഞാൻ നിന്നത്. പിന്നീട് മുന്നോട്ട് പോകാൻ ശ്രമിച്ചപ്പോൾ അനങ്ങുന്നില്ല. അവിടെ നിൽക്കുന്ന പാറാവുകാരൻ പറഞ്ഞു ഓരോരുത്തർക്കും ഉചിതമായ സ്ഥലത്ത് വന്നു കഴിഞ്ഞാൽ അവിടെയല്ലാതെ പിന്നീട് എങ്ങോട്ടും ചലിക്കാൻ സാധിക്കില്ല. അകത്തേയ്ക്ക് പൊയ്ക്കോളൂ. വേഗം തന്നെ അകത്തേയ്ക്ക് ചെന്നു. അവിടെ കുറേ ഫയലും പിടിച്ച് ഇരിക്കുന്നവരുടെ ക്യാബിനുകൾ. എന്നെ കണ്ടതും മൂന്നാമത്തെ ക്യാബിന്റെ വാതിൽ തുറന്നു. ഞാനറിയാതെ ആരോ എന്നെ അവിടേയ്ക്ക് ചലിപ്പിച്ചു. അവിടെ ഇരിക്കുന്ന ആൾ ചോദിച്ചു. “വന്ദന അല്ലേ? ഞാൻ അതേ എന്ന് മറുപടി പറഞ്ഞു.

ആ ആൾ എന്നെയും വിളിച്ച് ഒരു ഹാളിനകത്തേയ്ക്ക് കയറി. അവിടുത്തെ വലിയ സ്ക്രീനിൽ ഓരോരോ ചിത്രങ്ങൾ കാട്ടിത്തന്നു. പൂക്കളും, വണ്ടുകളും, പൂമ്പാറ്റകളും എന്നു വേണ്ട വിവിധ തരം കണ്ടിട്ടില്ലാത്ത ജീവികൾ അടക്കം ഉറുമ്പുകളും, കൃമികളും വരെയുണ്ടതിൽ. പിന്നീട് മനുഷ്യരെ കാട്ടി തന്നു. ഇനിയും നിങ്ങളുടെ പുനർജൻമം മനുഷ്യ ജൻമം തന്നെയാണ്. അതിന് മുൻപ് നിങ്ങൾ കുറച്ച് സമയത്തേയ്ക്ക് മറ്റേതെങ്കിലും ഒരു ജൻമം സ്വീകരിക്കണം. അത് തിരഞ്ഞെടുക്കുന്നത് നിങ്ങളുടെ ഇഷ്ടമാണ്. അത് തിരഞ്ഞെടുക്കാനുള്ള കാരണവും കൂടി നിങ്ങൾ

ബോധ്യപ്പെടുത്തണം എന്നാൽ മാത്രമേ ആ കുറച്ച് സമയത്തെ ജൻമ ത്തിന് ശേഷം നിങ്ങൾക്ക് മനുഷ്യ ജൻമം സ്വീകരിക്കാൻ സാധിക്കൂ...

ഞാനദ്ദേഹത്തോട് പറഞ്ഞു എനിയ്ക്ക് ബോംബാവണം. അതാണ് കുറച്ച് സമയത്തെ പുനർജൻമത്തിൽ എനിയ്ക്ക് വേണ്ടത്. ആദ്യം ഒന്നമ്പ രന്നെങ്കിലും അദ്ദേഹം എന്നോട് കാരണം വ്യക്തമാക്കാൻ പറഞ്ഞു.

ഞാൻ പറഞ്ഞു തുടങ്ങി,

"ആരേയും ഒരിയ്ക്കലും ഒന്നിനും ബുദ്ധിമുട്ടിക്കരുത് എന്ന ചിന്താഗതി യോടെ വളർന്നവളായിരുന്നു ഞാൻ. കൊച്ചു കുട്ടിയായിരുന്നപ്പോൾ തന്നെ വീട്ടുപണികൾ ചെയ്യാൻ താൽപ്പര്യം ഉണ്ടായിരുന്നതുകൊണ്ട് നാലാം ക്ലാസ്സിൽ പഠിക്കുമ്പോൾ തന്നെ കുഞ്ഞ് കുഞ്ഞ് പണികൾ ചെയ്യാൻ തുടങ്ങി. അടുപ്പിൻ പാതകത്തിൽ കയറിയിരുന്നാണ് മുട്ട ഒക്കെ പൊരിച്ചിരുന്നത്. ഒൻപതാം ക്ലാസ്സിൽ ആയപ്പോൾ എല്ലാ വീട്ടുപണികളും ചെയ്യാൻ പ്രാപ്തയായി. അതിനോടൊപ്പം പഠനത്തി ലും, നൃത്തത്തിലും മികവ് കാട്ടി. പത്താംതരമായപ്പോൾ നൃത്ത പഠനം അവസാനിപ്പിച്ചു. ബിരുദം കഴിഞ്ഞപ്പോൾ ജോലി കിട്ടാൻ വേണ്ടി ടെസ്റ്റുകൾ എഴുതുന്ന സമയത്തായിരുന്നു വിവാഹം. വിവാഹത്തിന് ജ്യോതിഷന്റെ അനുവാദം ചോദിക്കും. മറ്റുള്ളവരുടെ അഭിപ്രായം ആരായും. എന്നാൽ പെണ്ണിന്റെ ഇഷ്ടവും, അനിഷ്ടവും ആരും തിരക്കാ റില്ല. അതായിരുന്നു എന്റെയും വിവാഹത്തിൽ സംഭവിച്ചത്. അമ്മയ്ക്ക് ഒരേയൊരു ഉന്നത സ്ഥാനീയനായ സർക്കാരുദ്യോഗസ്ഥനായ മകൻ. എന്റെ ഭാഗ്യം എന്നെല്ലാവരും ഒരേ സ്വരത്തിൽ പറഞ്ഞു. വിവാഹം കഴിഞ്ഞ ആ ദിവസം തന്നെ ഭർത്താവായ ഗോപകുമാർ പറഞ്ഞു.

"അമ്മയുടെ ചെറുപ്പത്തിൽ വൈധവ്യം നേരിടേണ്ടി വന്നതാണ്. പിന്നീട് അമ്മ അമ്മാവൻമാരുടെ കൂടെ തറവാട്ട് വീട്ടിൽ ഒരുപാട് കഷ്ടതകൾ അനുഭവിച്ചാണ് എന്നെ വളർത്തി ജോലിക്കാരനാക്കിയത്. ജോലി കിട്ടിയതിന് ശേഷമാണ് അമ്മയുടെ ഓഹരി സ്ഥലത്ത് വീട് വച്ച് ഞങ്ങൾ മാറിയത്. എന്റെ അമ്മ അനുഭവിക്കാത്ത സുഖങ്ങൾ ഒന്നും നമുക്കും വേണ്ട. അമ്മയാണെന്റെ കാണപ്പെട്ട ദൈവം. അതു കൊണ്ട് നമ്മൾ മാത്രമായി ഒരിടത്തേയ്ക്കും പോകില്ല. എവിടെ പോയാലും അമ്മയും ഒരുമിച്ച് പോകാം. എനിയ്ക്ക് അസൗകര്യം ഉള്ളപ്പോൾ നീയും അമ്മയും ആയി പോയാൽ മതി വന്ദനേ. "

എന്റെ വീട്ടിലേയ്ക്ക് ആദ്യത്തെ വിരുന്നിന് പോയപ്പോഴും അമ്മ കൂടെ വന്നു. അവിടെ ഒരുദിവസം പോലും നിൽക്കാതെ ഞങ്ങൾ തിരികെ പോന്നു. പിന്നീടങ്ങോട്ട് എനിയ്ക്ക് വീട്ടുപണികളും, അമ്മയ്ക്ക് വേണ്ടത് ചെയ്തു കൊടുക്കലും അമ്മയോടൊപ്പം മാത്രം എവിടെയും പോകുന്നതും

ഒക്കെയായിത്തീർന്ന ജീവിതം.

അമ്മയുള്ളപ്പോൾ ഭർത്താവായ ഗോപകുമാർ എന്നോട് ആവശ്യങ്ങൾ പറയുന്നതല്ലാതെ മറ്റൊന്നും സംസാരിക്കുക കൂടിയില്ലായിരുന്നു. ആകെ അദ്ദേഹത്തോടൊപ്പം ജീവിച്ചിരുന്നത് കിടപ്പറയിൽ മാത്രം. എന്റെ രണ്ട് പ്രസവത്തിന് പോലും വീട്ടിൽ അയച്ചില്ല. ഇരുപത്തിയെട്ട് മുതൽ എല്ലാ പണികളും ഞാൻ തന്നെ ചെയ്തു. പിന്നീടുള്ള സമയത്തും എന്റെ വീട്ടിലാണെങ്കിലും അമ്മയുടെ ഒപ്പം പോയി തിരികെ വന്നു. എന്റെ സഹോദരൻ വരുണിന്റെ വിവാഹത്തിനും തലേ ദിവസം പോയി തിരികെ വന്ന് പിറ്റേ ദിവസം രാവിലെ വീണ്ടും പോയി. അച്ഛനും അമ്മയ്ക്കും വരുണിനും ഇപ്പോൾ എന്റെ അവസ്ഥ നന്നായി അറിയാം.

നിറയെ സ്വപ്നങ്ങളും, പുഞ്ചിരികളും നിറഞ്ഞ ഞാനുണ്ടായിരുന്നു ഒരിക്കൽ. എവിടെയാണ് എനിക്ക് ആ എന്നെ നഷ്ടമായതെന്നറിയില്ല. ഇപ്പോൾ യാന്ത്രികമായ ജീവിതചര്യകളോടെ ഒരു താലിയുടെ ബലത്തിൽ, അല്ല അവകാശത്തിൽ, അവകാശികളുടെ ഇഷ്ടത്തിനനുസരിച്ച് സ്വന്തമായി ഇഷ്ടങ്ങളില്ലാതെ ഒഴുകുകയാണ്. ഒഴുകി ഒഴുകി ഒരിക്കൽ മരണം എന്ന സമുദ്രത്തിൽ എത്തിപ്പെടും എന്നുള്ള ചിന്തയോടെ.

വരുണിന്റെ വിവാഹം കഴിഞ്ഞ് കുറച്ച നാൾ വരെ കുഴപ്പങ്ങൾ ഇല്ലായിരുന്നു. പിന്നീട് അവർക്ക് അച്ഛനും, അമ്മയും ഒരു ബാധ്യതയായപ്പോൾ അവർ വേറെ മാറിത്താമസിച്ചു.

അവശരായ എന്റെ അച്ഛനും, അമ്മയ്ക്കും ഭക്ഷണം ഉണ്ടാക്കി കൊടുക്കാനും. വസ്ത്രങ്ങൾ അലക്കിക്കൊടുക്കാനും, വീട് വൃത്തിയാക്കി കൊടുക്കാനുംവേണ്ടി ഞാൻ ഇവിടുത്തെ പണിയെല്ലാം നേരത്തേയൊതുക്കി ഫ്ലാസ്കിൽ അമ്മയ്ക്കുള്ള ചായ വരെ തയ്യാറാക്കി വച്ചിട്ട് പോയതാണ്. ഇവിടെ നിന്നും പത്ത് കിലോമീറ്ററോളം അകലെയാണെന്റെ വീട്. അവിടെ അവർക്ക് വേണ്ടതെല്ലാം ചെയ്ത് കൊടുത്ത് തിരികെയെത്തിയപ്പോൾ ഏഴ് മണിയായി. അമ്മയും മകനും എന്നെ അകത്ത് കയറ്റിയില്ല. എന്നെ വിവാഹം ചെയ്തു കൊണ്ടുവന്നത് അവരുടെ കാര്യം നോക്കാനാണ് അല്ലാതെ എന്റെ വീട്ടിലെ കാര്യം നോക്കാനല്ല എന്ന് പറഞ്ഞ് ഇനി രണ്ടാളും എന്നെ പറയാൻ ഒന്നും ബാക്കിയില്ല. എല്ലാം കേട്ട് അടുക്കള വാതിൽക്കലെ പുറത്തെ ചവിട്ടു പടികളിൽ ഒന്നിൽ ഭിത്തിയിൽ ചാരി ഞാനിരുന്നു. തോന്ന്യാസം കാണിച്ചതിന്റെ ശിക്ഷ പുറത്തിരുന്ന് അനുഭവിക്ക് എന്ന് പറഞ്ഞവർ അടുക്കള വാതിൽ കൊട്ടിയടച്ചു.

പ്രായമായ മാതാപിതാക്കളെ നോക്കാത്ത എന്റെ സഹോദരനേയും, ഭാര്യയേയും പോലുള്ളവരെ എനിക്ക് ശിക്ഷിക്കണം.

എനിക്കൊരു കൂട്ടുകാരിയുണ്ട്. അവളുടെ ഭർത്താവ് വിദേശത്താണ്. അവളുടെ ഭർത്താവിന്റെ അനുജൻ അവളറിയാതെ കുളിക്കുമ്പോഴും, വസ്ത്രം മാറുമ്പോഴും ഉള്ള ഫോട്ടോകളെടുത്ത് അവളെ കാട്ടി നെറ്റിലിടും എന്ന് പറഞ്ഞ് ഭീഷണിപ്പെടുത്തി അവളെ തന്റെ ശാരീരിക ഇംഗിത ത്തിന് വശത്താക്കി ആ ഫോട്ടോകളും, വീഡിയോകളും കാണിച്ച് ഭയപ്പെടുത്തി നിരന്തരം പീഠിപ്പിച്ച് കൊണ്ടിരിക്കുകയാണ്. അവനേയും ഒരു ബോംബായി പൊട്ടിത്തെറിച്ച് എനിയ്ക്ക് വധിക്കണം. പിന്നെ എന്നെ ഒരു വിലയും കൽപ്പിക്കാത്ത എന്റെ ഭർത്താവിനേയും അമ്മയേയും കൊല്ലണം. അയൽ വീട്ടിൽ രണ്ടാനമ്മയായി വന്ന് ആദ്യ ഭാര്യയിലെ മക്കൾക്ക് ഭക്ഷണം പോലും കൊടുക്കാതെ പണിയെടുപ്പിച്ച് കഷ്ടപ്പെ ടുത്തുന്ന ആ ജമീല ടീച്ചറിനേയും എനിയ്ക്ക് ഇല്ലാതാക്കി ആ കുട്ടികളെ എനിക്കവരിൽ നിന്നും രക്ഷിക്കണം. പിന്നെ ക്രൂരതകൾ കാണിക്കുന്ന എല്ലാവരേയും വധിച്ച് ഈ ലോകത്തു നിന്നും ദുഷ്ടത തുടച്ച് നീക്കണം. അതു കൊണ്ടെനിയ്ക്ക് ബോംബായി ജനിക്കണം. "

അദ്ദേഹം സമ്മതിച്ചു. ഞാൻ പറഞ്ഞ ആളുകളെയെല്ലാം ഒരു ട്രെയിനിൽ ആക്കി റെയിൽവേ ട്രാക്കിൽ അദ്ദേഹം എന്നെ ഒരു ബോംബാക്കി വച്ചു. ട്രെയിൻ അടുത്തടുത്ത് വരുന്തോറും ഞാനെന്ന ബോംബ് കൂടുതൽ പരവശയായി. "ഇല്ല, എനിക്കാവില്ലാ! പൊട്ടിത്തെറി ക്കാനും ആരേയും വധിക്കാനും വിധിക്കാനും എനിക്കാവില്ലാ... ഞാനില്ല ഒന്നിനും... എനിയ്ക്ക് ബോംബാവണ്ട" എന്ന് പറഞ്ഞ് ഞാൻ അലറിക്കര ഞ്ഞു. കണ്ണു തുറന്നപ്പോൾ ആണ് ഞാനറിഞ്ഞത് അടുക്കളയുടെ ചവിട്ടുപ ടിയിൽ ഇരുന്ന് ക്ഷീണം കൊണ്ട് ഭിത്തിയിൽ തല ചായ്ച്ചുറങ്ങിപ്പോയ ഞാൻ സ്വപ്നം കണ്ടതാണെന്ന്.

ശബ്ദം കേട്ട്, ആറും, പത്തും വയസ്സുള്ള മക്കൾ വന്ന് കതകു തുറക്കാൻ കരഞ്ഞ് ബഹളം വച്ചു. അപ്പോൾ എന്റെ അമ്മായിയമ്മയും, ഭർത്താവും വന്ന് കതക് തുറന്നു.

എഴുതാപ്പുറം വായിക്കുന്ന എന്റെ ഭർത്താവും, അമ്മായിഅമ്മയും മനസ്സ് വായിക്കാൻ അറിയാത്തവരാണ്. അവർ പറയുകയാണ് എന്നോടുള്ള സ്നേഹം കൊണ്ടാണത്രേ ഇങ്ങനെയൊക്കെ പെരുമാറു ന്നത്. ഞാൻ എന്റെ വീട്ടിലുള്ളവരേയും, മറ്റാരേയും സ്നേഹിക്കുന്നതും അവരുടെ അടുത്ത് പോകുന്നതും അവർക്കിഷ്ടമല്ലാത്രേ. എന്താണ് സ്നേഹം? സ്നേഹം എന്നത് അക്ഷരങ്ങൾ ചേർത്തെഴുതിയ ഒരു വാക്കാണ്. എന്നാൽ ഏതവസ്ഥയിലും ചേർത്ത് പിടിക്കുമ്പോൾ ആണ് സ്നേഹത്തിന് അനേകം അർത്ഥങ്ങൾ ഉണ്ടാകുന്നത്. അതവർക്കറിയില്ല. ആരുമറിയാതെ നാം ഉള്ളിലൊതുക്കി വച്ച സങ്കടങ്ങളും, ആവശ്യങ്ങളും

മനസ്സിലാക്കി നമ്മെ സന്തോഷത്തിലേയ്ക്ക് നയിക്കുന്നവരാണ് നമ്മുടെ ഈ കൊച്ചു ജീവിതത്തിൽ യഥാർത്ഥ ബന്ധു അല്ലാതെ സ്വാർത്ഥ തൽപരതയോടെ അവകാശം സ്ഥാപിക്കുന്നവരല്ല. കർത്താവിന് കുരിശിൽ കിടന്ന മൂന്നാം നാൾ ഉയിർപ്പുണ്ടായി. എന്നെപ്പോലുള്ള ചില ജൻമങ്ങൾക്ക് കുരിശിൽ വരെ എത്തിപ്പെട്ടിട്ട് അതിൽ കിടന്ന് പിടയാനേ വിധിയുള്ളൂ... മരണവും പിണങ്ങി മാറി നിൽക്കും. ഏതൊക്കെയോ ജൻമങ്ങളിലെ പാപങ്ങൾ പിൻതുടരുന്നത് കൊണ്ടാവും. എല്ലാം അനുഭവിച്ച് തീർക്കേണ്ടേ? എന്നാണോ മരണത്തിന്റെ ദേവത കടാക്ഷിക്കുന്നത്. ? അതിനുള്ള കാത്തിരിപ്പിലാണ് ഞാനും.

മനസ്സുനോവുമ്പോൾ മൗനമാണ് നല്ലത്. സ്വയം ഉരുകിത്തീർന്നാലും മറ്റാർക്കും വേദനിക്കില്ലല്ലോ. ചില

ജൻമങ്ങൾ അങ്ങനെയാണ്. മൗനത്തിന്റെ വാത്മീകത്തിൽ പ്രവേശിച്ചേ മതിയാവൂ. അല്ലെങ്കിൽ കൂടെയുള്ളവർ അതിലേയ്ക്ക് തള്ളിവിടും. ആരോടും ഒന്നും മിണ്ടാതെ ശിലയായിരിക്കുമ്പോൾ അവർ ആഹ്ലാദിക്കും. പിടിവാശികൾ ജയിക്കുമ്പോഴാണ് ബന്ധങ്ങൾ അകലുന്നത്. വിട്ടുവീഴ്ചകൾ ചെയ്യുമ്പോൾ മനസ്സുകൾ അടുക്കും എന്ന് എന്റെ അമ്മ പറയാറുള്ളത് ഓർത്തുകൊണ്ട് ഞാൻ അകത്ത് കയറി ബാത്ത്റൂമിൽ പോയി കൈകാൽ കഴുകി അടുക്കളയിൽ വന്നപ്പോൾ അടുക്കള ശൂന്യം. അവിടെ നിന്നിരുന്നവരെല്ലാം അവരവരുടെ കാര്യസാധ്യത്തിനായിപ്പോയി. ഭർത്താവ് അന്നത്തെ വരവ് ചിലവ് കണക്കുകൾ എഴുതുന്നു. അമ്മായിയമ്മ ടി. വി സീരിയലിൽ മുഴുകിയിരിക്കുന്നു. മക്കൾ രണ്ടാളും പഠനത്തിലും.

ചപ്പാത്തി ഉണ്ടാക്കാനായി മാവ് മർദ്ദിച്ച് കുഴയ്ക്കുമ്പോഴും, കിഴങ്ങ് കറി വയ്ക്കുമ്പോഴും ഞാൻ ചിന്തിച്ചു. തുറന്ന് പറയാൻ കൂട്ടിന് ആരെങ്കിലും ഉള്ളവരാണ് ഭാഗ്യവാൻമാർ. ഒരു പൂവിലെ ഓരോ ഇതളായി നോക്കിയാൽ നമുക്കൊന്നും തോന്നില്ല. എന്നാൽ എല്ലാം കൂടി ചേരുമ്പോഴാണ് അതിന്റെ ഭംഗി കാണാൻ കഴിയുന്നത്. അതു പോലെയാണ് ജീവിതവും. നല്ല ബന്ധങ്ങൾ ഇഴയടുപ്പത്തോടെ ഉണ്ടാകുമ്പോഴാണ് ജീവിതത്തിനും ഭംഗി ഉണ്ടാകുന്നത്. ക്ഷമയോടെ എന്നെ കേൾക്കാനും, മനസ്സിലാക്കാനും ആരുമില്ലാത്തതുകൊണ്ടാണ് ഞാനിങ്ങനെ ചിന്തകളുടെ ലോകത്ത് വിലസുന്നത്. ഈ ചിന്തകൾ ആണ് ഇപ്പോഴെന്നിലെ വീര്യവും, ലഹരിയും. ഒരു തൂവൽ നഷ്ടപ്പെട്ടെന്നു കരുതി ഒരു പക്ഷിയും പറക്കാതിരുന്നിട്ടില്ല. അതു പോലെ ഇതുവരെയുള്ള അനുഭവത്തിൽ നിന്നും പഠിച്ച പാഠത്തിൽ നിന്നും ഞാനും തളരാൻ പാടില്ല.

ചപ്പാത്തിയും കറിയും എടുത്തു വച്ച് ഭക്ഷണം കഴിക്കാൻ

എല്ലാവരേയും ക്ഷണിച്ച് തിരികെ നടക്കുമ്പോഴും എന്റെ മനസ്സ് പറഞ്ഞു. ആകെ തളർന്നു നിൽക്കുമ്പോഴും ഒരു വിശ്വാസമുണ്ട് എനിയ്ക്കും ഒരുനാൾ വരും... എന്റെ കണ്ണീർ കണ്ട് എന്നെങ്കിലും സാരമില്ല വിഷമിക്കേണ്ട എന്ന് പറഞ്ഞ് എന്റെ ഭർത്താവും അമ്മയും വരും. അപ്പോൾ എല്ലാം ശരിയാകും.

"ഉദ്ധാരേദാത്മാനമാത്മാനം

നാത്മാനമവസാദയേത്

ആത്മൈവഹ്യാത്മനോ

ബന്ധുരാത്മൈവ രിപുരാത്മന"

(തന്നെ താൻ ഉയർത്തണം

തന്നെ താൻ തളർത്തരുത്. തനിയ്ക്ക് താൻ തന്നെയാണ് ബന്ധു.

തന്റെ ശത്രുവും താൻ തന്നെ.)

തനിയ്ക്ക് താനേ എന്നുള്ളതാണ് ജീവിതത്തിലെ ഏറ്റവും വലിയ മോട്ടിവേഷൻ അത് മനസ്സിലാക്കിയാൽ ജീവിതത്തിൽ വിജയിച്ചു.

പ്രായം

കൊട്ടാരക്കരയിലുള്ള മേഘയുടെ വീട്ടിൽ നിന്നും അളിയന്റെ ബൈക്കെടുത്ത് ഞാനും, അവളും കൂടി അവളുടെ അമ്മാവന്റെ വീട്ടിൽ പോയിട്ട് വരുമ്പോൾ ആണ് അവിടെയുള്ള ഒരു കൂറ്റൻ ബംഗ്ലാവിന്റെ ഗയിറ്റിങ്കൽ നിന്ന് സംസാരിക്കുന്ന സ്ത്രീയെ കണ്ടത്. പെട്ടെന്ന് അൽപ്പം മുന്നിലേയ്ക്ക് പോയ ബൈക്ക് ഞാൻ പിന്നിലേയ്ക്കെടുത്തു കൊണ്ട് മേഘയോട് പറഞ്ഞു എടീ അതെന്റെ കൂടെ പഠിച്ച കുട്ടിയാണ്. അവരുടെ സമീപം ബൈക്ക് നിർത്തി ഇറങ്ങിയ ഞാൻ അവരോട് ചോദിച്ചു വിശ്വയല്ലേ എന്ന്? അവർ മറുപടി പറയും മുൻപേ തന്നെ മുറ്റത്ത് നിന്നും രവിയേട്ടാ എന്ന് വിളിച്ചു കൊണ്ട് വിവേക് ഇറങ്ങി വന്നു. എന്റെ കൂടെ ജോലിയിലുണ്ടായിരുന്ന വിനോദിന്റെ അനിയനാണ് വിവേക്. വിവേക് വിശ്വയെ എനിയ്ക്ക് പരിചയപ്പെടുത്തിയപ്പോൾ ഞാൻ പറഞ്ഞു "എനിയ്ക്കറിയാം, ഞങ്ങൾ ഒരുമിച്ച് പഠിച്ചിട്ടുള്ളതാണ്. എന്നെ ഓർമ്മയുണ്ടോ? ഓർക്കാൻ നമുക്കിടയിൽ ഒന്നുമില്ലാതിരുന്നിട്ടും തന്റെ വിശ്വ എന്നുള്ള പ്രത്യേകതയുള്ള പേരാണ് മറക്കാതിരിക്കാൻ കാരണം." പെട്ടെന്ന് വിശ്വ പറഞ്ഞു.

"നമ്മൾ ഒരിയ്ക്കലും ഒരുമിച്ച് പഠിച്ചിട്ടില്ല. അതിന് സാധ്യതയും ഇല്ല. എനിയ്ക്ക് നിങ്ങളെ അറിയുകയും ഇല്ല. നിങ്ങളേക്കൾ പ്രായം കുറഞ്ഞ ഞാനെങ്ങനെയാണ് നിങ്ങളുടെ കൂടെ പഠിക്കുന്നത്. ഒരു പക്ഷേ നിങ്ങളുടെ ജൂനിയറായിരുന്ന സമയത്ത് നിങ്ങളെന്നെ കണ്ടതായിരിക്കും. പ്രായത്തിൽ എന്ത് അന്തരമാണ് നമുക്ക് തമ്മിൽ ഉള്ളത്. താങ്കൾ എന്നെ മറ്റാരോ എന്ന് കരുതി തെറ്റിദ്ധരിച്ചതാണ്."

വിവർണ്ണമായ മുഖത്തോടെ ഞാൻ ഒന്നും പറയാതെ നിന്നപ്പോൾ

വിവേക് വീട്ടിലേയ്ക്ക് ക്ഷണിച്ചു. ഇപ്പോൾ സമയമില്ല പിന്നീടൊരിക്കലാകാം എന്ന് പറഞ്ഞപ്പോൾ,

"കഴിഞ്ഞ ദിവസവും ഞാനും വിനോദേട്ടനും കരിമീൻ കഴിച്ചപ്പോൾ രവിയേട്ടന്റെ വീട്ടിലെ വാഴയിലയിൽ പൊള്ളിച്ച കരിമീൻ കറിയുടെ കാര്യം പറഞ്ഞു. രവിയേട്ടന്റെ അമ്മ വച്ച അത്രയും രുചിയോടെ വേറെ എവിടെ നിന്നും ഇതുവരെ പിന്നെ കരിമീൻ കഴിച്ചിട്ടില്ല. ഒരു ദിവസം ഞങ്ങൾ വരുന്നുണ്ട്. രവിയേട്ടന്റെ പഴയ നമ്പർ മാറീട്ടില്ലല്ലോ അതെന്റെ കൈയ്യിലുണ്ട്. ഞാൻ ഇടയ്ക്ക് വിളിക്കാം".

"ശരിയെടാ" എന്ന് പറഞ്ഞ് ഞാൻ ബൈക്ക് സ്റ്റാർട്ട് ചെയ്തു.

വീട്ടിൽ എത്തുന്നത് വരെ മേഘ ചീത്ത പറയുകയായിരുന്നു.

"നിങ്ങൾക്ക് നാണമില്ലേ മനുഷ്യാ! ഓരോ പെണ്ണുങ്ങളെ കാണുമ്പോൾ അതും കാണാൻ സുന്ദരിയാവുമ്പോൾ അവരുമായി ഒന്ന് സൊള്ളാൻ വേണ്ടി കൂടെ പഠിച്ചത്, ഇടവഴിയിലും, ബസിലും കണ്ടത്, എന്നൊക്കെപ്പറഞ്ഞ് ചെന്നോളും. അവർക്കറിയില്ല എന്ന് പറഞ്ഞപ്പോൾ തന്നെ ഞാൻ നാണംകെട്ടു പോയി. കൂട്ടത്തിൽ അവർ പ്രായത്തിന്റെ കാര്യം കൂടി എടുത്ത് പറഞ്ഞപ്പോൾ എന്റെ തൊലി ഉരിഞ്ഞതു പോലെയായി. എന്നെ പുറകിലിരുത്തി തന്നെ ഇങ്ങനെ പെരുമാറുമ്പോൾ ഞാനില്ലാത്തപ്പോൾ എന്തായിരിക്കും ഈശ്വരാ! എനിയ്ക്ക് ചിന്തിക്കാനേ പറ്റുന്നില്ല. നാണമില്ലാത്ത മനുഷ്യൻ. പ്രായമിത്രയും ആയിട്ടും? മക്കളും വലുതായി എന്ന ചിന്ത പോലുമില്ലാതെ??? ഇനി ഞാനില്ല നിങ്ങളുടെ കൂടെ എവിടെയും വരാൻ. നാട്ടിലെങ്ങുമില്ലാത്ത പേരും ഒരു വിശ്വയും, ഭൂവുലകം"

മേഘ കാർമേഘമായി ഇടിമിന്നലോടെ ചവിട്ടിത്തുള്ളി അകത്തേയ്ക്ക് പോയപ്പോഴും ഞാനാകെ ബേജാറോടെ ചമ്മിയ മുഖത്തോടെ മേഘലയെ നേരിടാൻ കഴിയാതെ രക്ഷപ്പെടുന്നതിനു വേണ്ടി പറമ്പിലേയ്ക്കിറങ്ങി. ഭാഗ്യം! നടന്നതൊന്നും മേഘ അവളുടെ വീട്ടിലും, മക്കളോടും പറഞ്ഞില്ല. അത്രയും ആശ്വാസം.

അവിടെ നിന്നും തിരികെ ആലപ്പുഴയിലെ വീട്ടിലെത്തി ദൈനംദിന പ്രവൃത്തികളിൽ വ്യാപൃതരായി കഴിഞ്ഞപ്പോൾ ജാള്യത മാറ്റി മേഘയോട് ഞാൻ പതിവുശൈലിയിൽ ഇടപഴകാൻ നോക്കി. അപ്പോഴും അവളിൽ എവിടെയൊക്കെയോ നീരസത്തിന്റെ കാർമേഘങ്ങൾ ഉള്ളതുപോലെ. അവളുടെ വിചാരം ഞാൻ സുന്ദരികളായ സ്ത്രീകളോട് സംസാരിക്കാൻ അവസരം നോക്കി നടക്കുകയാണെന്നാണ്. അവൾ അത് പറഞ്ഞ് എന്നെ കുറ്റപ്പെടുത്താൻ കിട്ടുന്ന സന്ദർഭങ്ങൾ ഒന്നും പാഴാക്കിയില്ല.

പറ്റിപ്പോയില്ലേ... അബദ്ധം. തൻമൂലം ഞാൻ ഒന്നും മിണ്ടാൻ പോയില്ല. ചില നേരങ്ങളിൽ ചിലരിൽ നിന്നും രക്ഷപ്പെടാനുള്ള ഏറ്റവും നല്ല ആയുധമാണ് മൗനം.

രണ്ട് ദിവസം കഴിഞ്ഞ ഞായറാഴ്ച വാഴത്തടത്തിൽ വെള്ളം ഒഴിച്ചു കൊണ്ടു നിൽക്കുമ്പോൾ ആണ് മോൾ

"അച്ഛാ അച്ഛന് ഫോൺ. "

"ആരാ മോളേ?"

"അറിയില്ല നമ്പറാ ഞാൻ കൊണ്ടന്നു തരാം അച്ഛാ"

അവളുടെ 'നമ്പറാ'ണെന്നുള്ള സംസാരം കേട്ടപ്പോൾ പെട്ടെന്ന് എനിയ്ക്ക് തോന്നിയത് കോളേജ് സമയത്ത് ആരെങ്കിലും എന്തെങ്കിലും കള്ളസൂത്രങ്ങൾ കാണിക്കുമ്പോൾ ഇന്നത്തെ തലമുറ ഉഡായിപ്പെന്ന് പറയുന്നതുപോലെ ഞങ്ങളൊക്കെ 'നമ്പറാ'ണെന്നാണ് പറഞ്ഞിരുന്നതെന്ന കാര്യം.

മോളുടെ കൈയ്യിൽ നിന്നും ഫോൺ വാങ്ങിയപ്പോൾ തന്നെ അതിന്റെ വിളി ശബ്ദം നിലച്ചിരുന്നു. വിളിച്ചു നോക്കാം എന്ന് കരുതിയപ്പോൾ തന്നെ അത് വീണ്ടും ശബ്ദിക്കാൻ തുടങ്ങി -

"ഹലോ"

അനക്കമില്ല.

"ഹലോ കേൾക്കുന്നില്ലേ? ആരാണ് സംസാരിക്കുന്നത്?"

മറുതലയ്ക്കൽ ഒരു സ്ത്രീ ശബ്ദം.

"രവിയല്ലേ?"

"അതേ, ആരാണ്?''

"ഞാൻ വിശ്വയാണ്."

"വിശ്വയോ?ഏത് വിശ്വ?"

"എന്നെ മനസ്സിലായില്ലേ, കഴിഞ്ഞ ദിവസം കൊട്ടാരക്കരയിൽ വച്ച് കണ്ട വിശ്വ. "

"എന്താ വിശ്വേ?" എന്ന് സംയമനത്തോടെ ചോദിച്ചു.

"രവീ എന്നോട് വിദ്വേഷം ഒന്നും തോന്നരുതേ. ഞാനന്ന് രവിയെ അറിയില്ല, കൂടെപ്പഠിച്ചിട്ടില്ല എന്നൊക്കെ പറഞ്ഞില്ലേ. എന്റെ അപ്പോഴത്തെ സാഹചര്യമാണ് എന്നെക്കൊണ്ടങ്ങനെയൊക്കെ പറയിപ്പിച്ചത്. ക്ഷമിക്കണം. ജീവിതമല്ലേ രവീ... എന്തൊക്കെ നാടകങ്ങൾ കളിച്ചാലാണ് ജീവിതത്തിൽ നിലനിന്നുപോകാൻ സാധിക്കുന്നത്?

അപ്പോഴങ്ങനെ പറഞ്ഞത് അതെന്റെ നിലനിൽപ്പിന്റെ തന്നെ പ്രശ്ന മായിരുന്നു.

രവിക്കറിയുമോ എന്നറിയില്ല ഞാനൊരു നിർദ്ധന കുടുംബത്തിലെ അംഗം ആയിരുന്നു. പഠിച്ചെങ്കിലും നിർഭാഗ്യവശാൽ സർക്കാർ ജോലിയൊന്നും നേടാനായില്ല. ഒരു തുണിക്കടയിൽ സെയിൽസ് ഗേളായിരുന്നു ഞാൻ. . എല്ലാ ദരിദ്രകുടുംബത്തിലേയും പോലെ തന്നെ സ്ത്രീധനം ഒരു വിഷയമായിരുന്നതുകൊണ്ടും, അതിന് സാധ്യതയില്ലാ തിരുന്നതുകൊണ്ടും എന്റെ വിവാഹം, വിവാഹപ്രായം കഴിഞ്ഞിട്ടും നടന്നില്ല.

വിദേശത്ത് ജോലിയുണ്ടായിരുന്ന വിവേക് അവധിയ്ക്ക് വന്നപ്പോൾ ആണ് കടയിൽവച്ച് എന്നെ കണ്ടതും, ഇഷ്ടമായതും. വിവാഹം ആലോ ചിച്ചതും. . നാൾപ്പൊരുത്തവും ഉണ്ടായിരുന്നു. സ്ത്രീധനം ഒന്നും വേണ്ടായി രുന്നു അവർക്ക്. അവധി തീർന്ന് പോകുന്നതിന് മുൻപ് ധൃതഗതിയിൽ വിവാഹം നടത്തണം. അത് മാത്രമായിരുന്നു അവരുടെ ഡിമാൻഡ്. ഇത്രയും സൗകര്യമുള്ളിടത്ത് മകൾക്കൊരു ജീവിതം അനായാസേന ലഭിക്കുമെന്നായപ്പോൾ അച്ഛൻ അവരോട് എന്റെ പ്രായം കുറച്ചാണ്. പറഞ്ഞത്. അങ്ങനെ വിവാഹം നടന്നു. വിവേക് 'ചേട്ടാ' എന്ന് വിളി ക്കുന്ന രവിയുമായാണ് ഞാൻ പഠിച്ചതെന്നറിഞ്ഞാൽ അവർക്കെന്റെ പ്രായം മനസ്സിലാവും. അതോടെ എന്റെ കുടുംബ ജീവിതം തകരും. ഇപ്പോൾ തന്നെ വിവേക് എന്നോട് പല പ്രാവശ്യം ചോദിച്ചു രവിയേട്ട നെന്താണ് നിന്നോടങ്ങനെ ചോദിച്ചത് എന്ന്? അതു കൊണ്ട് രവിയോട് ഒരു അപേക്ഷ കൂടിയുണ്ട് വിവേകിനോട് പറയണം രവിയ്ക്ക് അബദ്ധം പിണഞ്ഞതാണെന്ന്, അല്ലെങ്കിൽ എന്റെ ജീവിതം അവതാളമാകും. "

കേട്ടപ്പോൾ വിശ്വയോടെനിയ്ക്ക് സഹതാപം തോന്നി.

"വിശ്വ പേടിക്കേണ്ട. ഞാൻ വിവേകിനോട് പറയാം. ആ ഒരു കാര്യം കൂടി തന്നെ ഇപ്പോൾ കണ്ടാലും ഉള്ള പ്രായം പറയില്ല കേട്ടോ. "

"നന്ദിയുണ്ട് രവി. "രവിക്കെത്ര കുട്ടികളാണ്?" ഏതൊക്കെ ക്ലാസ്സി ലായി. എന്റേത് ചെറിയ കുട്ടികളാണ്. അഞ്ചിലും, രണ്ടിലും. "

അപ്പോഴാണ് ഞാൻ കണ്ടത് അയയിൽ തുണികൾ വിരിച്ചിടുന്ന മേഘലയെ.

"എനിയ്ക്ക് രണ്ട് മക്കളാണ് മോൻ BTechനും, മോൾ പ്ലസ് വണ്ണിനും. എടോ ഫോൺ വയ്ക്കല്ലേ... താൻ എന്നോട് പറഞ്ഞ കാര്യം എന്റെ ഭാര്യയോടും കൂടി ഒന്ന് പറഞ്ഞേയ്ക്കണേ എനിയ്ക്ക് പറ്റിയത് അബദ്ധ മല്ല സുബദ്ധം തന്നെയാണ്. പ്രായം പറ്റിച്ച പണിയാണ് അതിനെ

അബദ്ധമാക്കിയതെന്ന്. അതിന്റെ തിക്തഫലമായ ഒരു സൗന്ദര്യപ്പിണക്കം ഒഴിവാക്കാൻ വേണ്ടി കൂടിയാണ്. താനും ഒരു ഭാര്യയല്ലേ തന്നോട് കൂടുതൽ വിശദീകരിക്കേണ്ട ആവശ്യമില്ലല്ലോ?"

"അതിനെന്താ ഞാൻ പറയാം രവിയുടെ ഭാര്യയോട് ആ കുട്ടിയുടെ കൈയ്യിൽ ഫോൺ കൊടുക്കൂ..."

വിശ്വ കാര്യങ്ങൾ വിശദീകരിച്ചപ്പോൾ മേഘ ചോദിക്കുന്നത് കേട്ടു.

"എന്നാൽ രവിയേട്ടൻ ചോദിച്ച സമയത്ത് ചേച്ചി രവിയേട്ടനെ ഒന്ന് കണ്ണിറുക്കി കാണിച്ചാൽപ്പോരായിരുന്നോ? എന്തോ കുഴപ്പം ഉണ്ടെന്ന് രവിയേട്ടനപ്പോൾ തോന്നില്ലായിരുന്നോ?"

ഞാനപ്പോൾ "എന്റെ ദൈവമേ!" എന്ന് അറിയാതെ വിളിച്ചു പോയി. ഒന്ന് മിണ്ടിയതിന്റെ പ്രശ്നം ഇപ്പോഴും തീർക്കാത്ത മേഘയാണ് ഇപ്പോൾ വിശ്വയോട് ചോദിക്കുന്നത് "എന്നാലൊന്നു കണ്ണിറുക്കി കാണിച്ചാൽ പോരായിരുന്നോ?" എന്ന്. അങ്ങനെയെങ്ങാനും ചെയ്തിരുന്നെങ്കിൽ എന്റെ ഗതി ഇപ്പോൾ ഇടിവെട്ടിയവനെ പാമ്പ് കടിച്ചതുപോലെയായേനെ...

വിശ്വയോട് "വിഷമിക്കേണ്ട ഞാനത് രവിയേട്ടനെ കൊണ്ട് വിവേകിനോട് പറയിച്ചോളാം സമാധാനമായിരുന്നോളൂ... " എന്ന് പറഞ്ഞ് ഫോൺ കട്ട് ചെയ്തു അവൾ പണ്ടെങ്ങും ഇല്ലാത്ത പോലെ സ്ഥലകാലബോധം മറന്ന് സ്നേഹത്തോടെ എന്റെ കവിളിൽ ഉമ്മ വച്ച ശേഷം മൂളിപ്പാട്ടോടുകൂടി എന്റെ നേരേ കടക്കണ്ണെറിഞ്ഞ് തുണികൾ വിരിക്കുന്നത് കണ്ടപ്പോൾ ഞാനും അവളെ നോക്കി പ്രായം മറന്ന പോലെ കണ്ണിറുക്കിക്കാട്ടി ചിരിച്ചു കൊണ്ട് ഹോസിലെ വെള്ളം അവളുടെ നേർക്ക് നീട്ടിയൊഴിച്ച് കാർമേഘമായിരുന്ന അവളെ ജലാർദ്രമായ മഴമേഘമാക്കി മാറ്റി.

ദ്ദര

മകനും, ഭാര്യയും മക്കളും പോയി എന്നുറപ്പായപ്പോൾ ശിഥില മെല്ലെ കട്ടിലിൽ നിന്നും എഴുന്നേറ്റു. കതക് തുറക്കാൻ നോക്കിയപ്പോൾ തുറന്നു. ഭാഗ്യം ഇന്ന് മുറിയിലിട്ട് പൂട്ടാതെയാണ് പോയത്. മറന്നതായിരിക്കും, അല്ലെങ്കിൽ ഇന്നവർ നൽകിയ ശാരീരിക ക്ഷതം മൂലം ഞാനിന്ന് എഴുന്നേൽക്കില്ല എന്ന് കരുതിയിട്ടുണ്ടാവും. അവർ തിരികെയെത്തുന്നതിന് മുൻപ് രക്ഷപ്പെടണം. മുറിയുടെ മൂലയ്ക്കായ് വച്ചിട്ടുള്ള കാൽപ്പെട്ടി തുറന്നു. അതിന്റെ ഉള്ളിലായി മടക്കി വച്ചിരുന്ന ഒന്നരയെടുത്തു. വേഗം തന്നെ താറ് വാച്ചിക്കുത്തിതറ്റുടുത്തു. പണ്ട് കാലത്ത് തറ്റുടുത്തിട്ടുള്ളതാണ്. പിന്നീട് പരിഷ്കാരം വന്നപ്പോൾ അതൊക്കെ മാറ്റിവയ്ക്കേണ്ടി വന്നു. തറ്റുടുത്താൽ ഒരിയ്ക്കലും നമ്മൾ അഴിക്കാതെ അഴിഞ്ഞ് പോകും എന്ന ഭയം വേണ്ട. ഇന്നെനിയ്ക്കത് ആവശ്യമാണ്. സന്ധ്യ മയങ്ങിത്തുടങ്ങി. വേഗം തന്നെ ശിഥില മുറിയുടെ കതക് തുറന്ന് പിൻവാതിലിലൂടെ പുറത്തിറങ്ങി സർപ്പക്കാവ് ലക്ഷ്യമാക്കി നടന്നു. അവിടെ പാലയും ഇടതൂർന്ന വള്ളിപ്പടർപ്പുകളും തിങ്ങിനിറഞ്ഞ കുരിരുളിലേയ്ക്ക്, താഴെ വീണു കിടന്ന മഞ്ചാടിക്കുരുക്കളും, കുരുകിലപ്പഴവും എല്ലാം ചവിട്ടി സർപ്പത്താൻമാരുടെ കര്യാലയ്ക്ക് മുൻപിൽ നിന്നു കൈകൂപ്പിക്കൊണ്ട് പറഞ്ഞു ചെറുപ്പം മുതൽ ഒരു പാട് തെറ്റുകൾ ചെയ്തു... എല്ലാത്തിനും മാപ്പ്. പകൽ പോലും ഇരുൾ നിറഞ്ഞ പ്രദേശമാണവിടെ. അവിടെ നിന്നും തെക്കുവശമായിട്ടുള്ള തോട് ലക്ഷ്യമാക്കി നടന്നു. മുള്ളൻപായൽ പിടിച്ച് കറുത്തിരുണ്ട ജലത്തോടു കൂടിയ ഭയം ജനിപ്പിക്കുന്ന ആഗാധതയാണാതോട്ടിൽ, ആ ഭാഗത്തേയ്ക്കൊന്നും ആരും പകൽ പോലും വരാറില്ല. കുമൻമാരുടെ മൂളലും, കടവാവലുകളും, വേർതിരിച്ചറിയാനാവാത്ത

മറ്റെന്തൊക്കെയോ ശബ്ദങ്ങളും എല്ലാം അവിടുത്തെ ഭയാനകതയെ കൂടുതൽ ഭയാനകമാക്കി. ഭയം ജനിപ്പിക്കുന്ന ആ അന്തരീക്ഷത്തിൽ ശിഥിലയുടെ സമീപം കൂടി ഇഴജന്തുക്കളും വിഹരിക്കുന്നുണ്ടായിരുന്നു. ശിഥില അതൊന്നുമറിഞ്ഞില്ല തോടിന്റെ സമീപം ചെന്ന് ഒരു കല്ലെടുത്ത് ഇടുന്ന ലാഘവത്തോടെ തോട്ടിലേയ്ക്കെടുത്തു ചാടി. ഒരിക്കലും രക്ഷപ്പെടാനാവാത്ത വിധം മുള്ളൻപായലുകൾ അവളെ പുണർന്ന് തങ്ങളുടെ അത്യഗാധതയിലേയ്ക്ക് കൂട്ടിക്കൊണ്ടുപോയി. ഏതാനും നിമിഷങ്ങൾക്കകം ഒന്നും സംഭവിക്കാത്തതുപോലെ ജലം നിശ്ചലമായി.

കുറച്ച് സമയം കൂടി കഴിഞ്ഞപ്പോൾ ശിഥിലയുടെ മനസ്സിൽ നിന്നും വേർപെട്ട സ്നേഹം, ദയ, ക്ഷമ, വാത്സല്യം കരുണ, ഭയം, ഭീരുത്വം ദുശ്ശാഠ്യം, അക്ഷമ, ധൈര്യം, സ്വാർത്ഥത, ദേഷ്യം, അസൂയ, അഹങ്കാരം ദുഷ്ടത, സന്താപം, സന്തോഷം, etc... എന്നിങ്ങനെ ഓരോരുത്തരായി വേർപെട്ട് തോടിന്റെ ഇരു കരയിൽ ആയിട്ട് ഇരുപ്പുറപ്പിച്ചു. അവസാനം ആണ് അവളിലെ ദുര വേർപെട്ടു വന്നത്. അത് മറ്റുള്ളവയേക്കാൾ വലിയ വലിപ്പം ഉള്ളതായിരുന്നു. ദുര മറ്റുള്ളവയ്ക്കൊപ്പംഇരിക്കാനാവാതെ അന്തരീക്ഷത്തിൽ ഉലഞ്ഞാടിക്കൊണ്ടിരുന്നു. ബാക്കി എല്ലാവരേയും നോക്കി അട്ടഹസിച്ചു. സ്വാർത്ഥതയും, അഹങ്കാരവും ദേഷ്യവും മാത്രം അത് കണ്ട് ചിരിച്ചു. ബാക്കിയെല്ലാവരും വിഷണ്ണതയോടെ ഇരുന്നു. അത് കണ്ടപ്പോൾ സ്നേഹം ചോദിച്ചു "നീയെന്തിനാണ് ഇത്ര അട്ടഹസിക്കുന്നത്? ഇവിടെ വന്നിരുന്നു കൂടേ?"

ദുര സ്നേഹത്തോട് പറഞ്ഞു "നിന്നെപ്പോലെയല്ല ഞാൻ എന്നെ അത്ര പെട്ടെന്നൊന്നും നശിപ്പിക്കാനാവില്ല. എനിയ്ക്ക് മറ്റൊരു ശരീരം കണ്ടെത്തി അതിൽ കുടികൊള്ളണം. ഇപ്പോൾ ജീവൻ വെടിഞ്ഞവളേക്കാൾ കൊടിയ വിഷം കലർന്ന ഒരുവളെ അല്ലെങ്കിൽ ഒരുവനെ രൂപപ്പെടുത്തിയെടുക്കണം. അതാണിനിയെന്റെ ലക്ഷ്യം. അതിന് നിങ്ങൾ ഓരോരുത്തരായി പിരിഞ്ഞ് പോകണം. എന്നെ അനുഗമിക്കേണ്ടത് സ്വാർത്ഥതയും, ക്രൂരതയും, അക്ഷമയും, ദേഷ്യവും, ദുഷ്ടതയും, അഹങ്കാരവും, അസൂയയും മാത്രമാണ്.

ഞാനും എന്റെ അനുയായികളും എന്നും ശിഥില എന്ന അവളിൽ പൂർണ്ണാധിപത്യം സ്ഥാപിച്ചിരിക്കുകയായിരുന്നു. ഇനി ശിഥില എന്ന അവളിൽ ഞാൻ നിന്നാൽ എന്റെ ഇഷ്ടത്തിന് അവളിൽ പ്രവർത്തിക്കാനാവില്ല. മാനസാന്തരം വന്ന അവൾ അവശയായി. അവളിലെ ജീവൻ നഷ്ടമായാൽ മാത്രമേ ഇനി മറ്റൊരു ശരീരത്തിൽ പ്രവേശിക്കാൻ സാധിക്കൂ. അതാണ് അവളെ ഞാൻ ഇല്ലാതാക്കിയത്. നിങ്ങൾ കേട്ടിട്ട് പറയൂ ഞാൻ ചെയ്തതല്ലേ ശരി. ഹ ഹ ഹ അവളുടെ കഥ ഒന്നോർത്തു

നോക്കു. അല്ലെങ്കിൽ ഞാൻ ഒന്ന് പറയാം.

സാമ്പത്തിക സ്ഥിതി മോശമല്ലാത്ത ഒരു തറവാട്ടിലായിരുന്നു അവളുടെ ജനനം. ചെറുപ്പം മുതലേ ദുരയെന്ന ഞാനായിരുന്നു അവളുടെ സ്വഭാവത്തിലെ പ്രത്യേകത. എന്ത് കണ്ടാലും, കിട്ടിയാലും തീരാത്തത്ര ഒന്നിലും തൃപ്തിപ്പെടാത്ത ദുരയായിരുന്നു അവൾക്ക്. അതിനോടൊപ്പം തർക്കുത്തരം പറയാനുള്ള കഴിവും. സ്വന്തം സഹോദരങ്ങൾക്ക് എന്തെങ്കിലും വാങ്ങിയാൽ പോലും അവൾ വഴക്കുണ്ടാക്കും. അവളുടെ അമ്മ അവളുടെ എല്ലാ ദുശ്ശാഠ്യങ്ങൾക്കും വളം വെച്ച് കൊടുക്കുമായിരുന്നു'

ചെറുപ്പത്തിൽ തന്നെ ആരുമറിയാതെ പണപ്പെട്ടിയിൽ നിന്ന് കാശെടുത്ത് അവൾ അവളുടെ ഇഷ്ടത്തിന് ചിലവഴിച്ചിരുന്നു. ഒൻപതാം ക്ലാസ്സ് മുതൽ പെണ്ണ് കാണാൻ ആളുകൾ വരവ് തുടങ്ങിയപ്പോൾ പഠനവും ഉഴപ്പി. പത്താംതരമായപ്പോൾ അവളുടെ രീതികൾ മനസ്സിലാക്കിയ അച്ഛൻ അമ്മയോട് പറഞ്ഞു രമാദേവി അവൾക്ക് പഠനത്തിലല്ല ശ്രദ്ധ മറ്റു പലതിലുമാണ്, വേഗം വിവാഹം ചെയ്തയക്കാം എന്ന്.

വിവാഹത്തിന്റെ കാര്യാലോചന നടക്കുമ്പോൾ തന്നെ അവൾ അമ്മയോട് പറഞ്ഞു എന്നെ നമ്മളെക്കാളും സാമ്പത്തിക സ്ഥിതിയുള്ളിടത്തു വേണം വിവാഹം ചെയ്തയയ്ക്കാൻ. അതു പോലെ നൂറ്റിയൊന്ന് പവനില്ലാതെ ഞാൻ കല്യാണപ്പന്തലിലേയ്ക്ക് ഇറങ്ങില്ല എന്നും. ആ സമയത്തും അവൾ വിവാഹം കഴിഞ്ഞ് ഭർത്താവില്ലാതെ നിൽക്കുന്ന ചേച്ചിയോട് ഭയങ്കര പോര് കാണിക്കുമായിരുന്നു. അവർ രാവിലെ അടുപ്പ് കത്തിച്ച് ചായയുണ്ടാക്കുമ്പോൾ അത് കുത്തിക്കെടുത്തി ഇപ്പോഴുണ്ടാക്കണ്ട, വിവാഹം കഴിഞ്ഞ് പോയവർക്ക് വീട്ടിൽ സ്ഥാനമില്ല എന്നാണ് പറഞ്ഞിരുന്നത്. എല്ലാത്തിനും അധികാരവും അവകാശവും അവൾക്കായിരുന്നു. ഭർത്താവിന് പുറം നാട്ടിൽ ജോലിയായതിനാൽ ഭർത്തൃ വീട്ടിലെ പീഠനം സഹിക്കാതെയാണ് അവളുടെ ചേച്ചി സ്വന്തം വീട്ടിൽ വന്ന് നിന്നിരുന്നത്. അതും ശിഥിലയ്ക്കിഷ്ടമല്ലായിരുന്നു.

നല്ല സാമ്പത്തിക സ്ഥിതിയുള്ള വീട്ടിലെ വിവാഹാലോചന വന്നപ്പോൾ പത്താംതരത്തിലെ പരീക്ഷയ്ക്ക് മുൻപേ തന്നെ അവളുടെ വിവാഹം നടന്നു. . അവൾ പറഞ്ഞതുപോലെ നൂറ്റിയൊന്ന് പവനും നൽകി. എന്നിട്ടും അവൾ തന്റെ കൈയ്യിൽ കിടക്കുന്ന പച്ചക്കല്ലിന്റെ മോതിരം അല്ലാതെ ഒരാഭരണവും ഇഷ്ടപ്പെട്ടില്ല എന്ന് അഹങ്കാരം പറഞ്ഞു. പിന്നെ ചേച്ചിയുടെ നെക്ലസ് ഇഷ്ടമാണെന്ന് പറഞ്ഞ് അവളിലെ ദുര അതും സ്വന്തമാക്കി.

ഭർത്താവിന്റെ വീട്ടിലെ സ്ഥിതി കണ്ടറിഞ്ഞതിനോടൊപ്പം അവളിലെ അഹങ്കാരവും വളർന്നു. മറ്റുള്ളവരോടെല്ലാം പുച്ഛത്തോടെ

സംസാരിക്കാനും, പെരുമാറാനും തുടങ്ങി. നല്ല നിലയിൽ പ്രവർത്തിച്ചിരുന്ന ബിസിനസ് സ്ഥാപനത്തിലെ ചീഫ് അക്കൗണ്ടന്റ് ആയിരുന്നു അവളുടെ ഭർത്താവ് സുമേഷ്. ശിഥിലയുടെ സ്വർണ്ണം വിറ്റ് സുമേഷ് ഒരു ബിസിനസ് സ്ഥാപനം അനിയന്റെ പേരിൽ തുടങ്ങി. നല്ല വരുമാനം ഉണ്ടായിരുന്ന തന്റെ ജോലി ഉപേക്ഷിക്കാൻ സുമേഷ് തയ്യാറല്ലായിരുന്നു. അപ്പോഴും ശിഥില തന്റെ വീട്ടിൽ വന്ന് ഓരോരോ ആവശ്യങ്ങൾ പറഞ്ഞ് ഓരോന്നും കൈക്കലാക്കിക്കൊണ്ടിരുന്നു

ശിഥിലയ്ക്ക് രണ്ട് മക്കളായി. അതിന് ശേഷം വീട് വച്ച് അവിടേയ്ക്ക് മാറി. അപ്പോഴും അവൾക്ക് ആർത്തിയായിരുന്നു എല്ലാത്തിനോടും. കുറച്ച് നാളുകൾക്ക് ശേഷം സുമേഷിന് ജോലി നഷ്ടമായി. സ്വന്തമായിത്തുടങ്ങിയ സ്ഥാപനത്തിൽ ചെന്നപ്പോഴാണ് അറിയുന്നത് എല്ലാം അനിയൻമാർ കൈക്കലാക്കി എന്ന്.

എത്ര കിട്ടിയാലും ദുര കൂടുതലായി ദാരിദ്ര്യത്തിലാണെന്ന് പറഞ്ഞു കൊണ്ടിരുന്നാൽ ലക്ഷ്മി പടിയിറങ്ങിയിട്ട് ജ്യേഷ്ഠ പടി കയറി വരും.

സുമേഷിന്റെ വീട്ടിലെ ഭാഗം വാങ്ങി ബിസിനസ്സ് തുടങ്ങി. നന്നായി നടന്നിരുന്ന ബിസിനസ്സിൽ തൃപ്തിപ്പെടാതെ താമസിച്ച വീട് വിറ്റ് വീണ്ടും ബിസിനസ്സ് വിപുലപ്പെടുത്തിയതിനോടൊപ്പം വാടക വീട്ടിലേയ്ക്ക് മാറി. മറ്റുള്ളവരെയെല്ലാവരേക്കാളും ഉയർന്ന് നിൽക്കണം എന്ന ചിന്താഗതിയായിരുന്നു അവൾക്ക്, കൂട്ടത്തിൽ അസൂയയും. പിന്നീട് താമസിച്ചിരുന്ന വാടക വീട് സ്വന്തമാക്കണം എന്നായി അവൾക്ക്. മേൽ കീഴ് നോക്കാതെയുള്ള അവരുടെ ആർഭാട ജീവിതം കൊണ്ട് ബിസിനസ്സിലെ പണം മുഴുവൻ തീർന്നു.

തനിയ്ക്ക് സ്വന്തമായി വീടില്ലെന്ന കാരണം പറഞ്ഞ് സഹോദരന് കിട്ടേണ്ടിയിരുന്ന കുടുംബ വീടും ഒരിയ്ക്കലും നശിപ്പിക്കില്ല എന്ന ഉറപ്പോടെ ശിഥില സ്വന്തമാക്കി.

മക്കളായ ഷൈനിനേയും, ഷാലിയേയും ശിഥിലയുടെ അതേ സ്വഭാവത്തിൽ തന്നെയാണ് വളർത്തിയത്. മകൻ പത്താംതരം തോറ്റപ്പോൾ അവന്റെ ചിറ്റപ്പൻമാര് പഠിച്ചിട്ടല്ല പണം സമ്പാദിച്ചത് അതുകൊണ്ട് അവനും ഇനി പഠിച്ചില്ലെങ്കിൽ സാരമില്ല എന്ന് പറഞ്ഞ് അവന്റെ ഇഷ്ടത്തിന് വിട്ടു.

ഓരോരോ വീട് മാറിയുള്ള ജീവിതം ആയി പിന്നീട്. എവിടെ താമസിച്ചാലും അയൽക്കാരുമായും, വീട്ടുടമസ്ഥരുമായും വഴക്ക് കൂടാറുണ്ടായിരുന്നു. പണം ഇല്ലാതെ വന്നപ്പോൾ ഭർത്താവിനേയും യാതൊരു വിലയും കൽപ്പിക്കാതെ ഭർത്സിക്കാൻ തുടങ്ങി. അദ്ദേഹം ചെറിയ കടകളിൽ

കണക്കെഴുതി കിട്ടുന്ന വരുമാനം അവർക്ക് പുച്ഛം ആയിരുന്നു.

പിന്നീട് നശിപ്പിക്കില്ലെന്ന് പറഞ്ഞ് വാങ്ങിയ ശിഥിലയുടെ കുടുംബ വീടും വിറ്റു. പണം കിട്ടിക്കഴിയുമ്പോൾ ആരേയും കണ്ടിട്ടില്ലാത്ത വിധത്തിൽ ശിഥിലയും ഭർത്താവും മക്കളും മാത്രമായി ആർഭാടത്തോടെ ജീവിക്കും. അപ്പോൾ അതിന് മുൻപ് സഹായിച്ചവരെയെല്ലാം അവർ മറവിയുടെ കയത്തിലാക്കും.

അച്ഛനും, മകനും വീണ്ടും ചെറിയ തോതിൽ ബിസിനസ് തുടങ്ങി അത് കൊണ്ട് ജീവിക്കാം എന്ന സമയത്താണ് അച്ഛനായ സുമേഷിന് ഹൃദ്രോഗം വന്ന് ആശുപത്രിയിൽ ആയത്. ഡോക്ടർ കൊണ്ടു പോകരുത് എന്ന് വിലക്കിയിട്ടും മകൻ പണം ഒരുപാട് ചിലവാകും എന്ന് കരുതി സുമേഷിനെ വീട്ടിൽ കൊണ്ടുവന്നു. വീട്ടിൽ വന്ന ശേഷം രോഗം മൂർച്ഛിച്ചതിനെ തുടർന്ന് ആശുപത്രിയിലേയ്ക്ക് കൊണ്ടു പോകും വഴി സുമേഷ് മരിച്ചു. തങ്ങളിൽ നിന്നും ഒരാൾ നഷ്ടമായി അതും കുടുംബനാഥൻ. അതൊന്നും അവരെ ബാധിച്ചില്ല. ശിഥിലയ്ക്കും മക്കൾക്കും ബാധ്യത ഒഴിഞ്ഞ് കിട്ടിയതുപോലെയായിരുന്നു സുമേഷിന്റെ മരണം.

ചെറുപ്പം മുതലേ ശിഥില അവരുടെ സ്വഭാവ രീതിയിൽ തന്നെയാണ് മക്കളേയും വളർത്തിയിരുന്നത്. . ബന്ധുക്കളോടും, സുഹൃത്തുക്കളോടും സ്നേഹം നടിച്ച് ഒന്നുമില്ല എന്ന് ദാരിദ്ര്യം പാടി സഹതാപം പിടിച്ച് പറ്റി എല്ലാവരിൽ നിന്നും കിട്ടാവുന്നത് നേടിയെടുക്കുക അവരുടേത് ആർക്കും കൊടുക്കാത്ത സ്വാർത്ഥതയും, ആർഭാട ജീവിതവും. മക്കളും അതു തന്നെ ശീലിച്ചു.

മകൾ ഷാലി വിവാഹ ശേഷവും ഭർത്താവിന്റെ വീട്ടുകാരെ ആരെയും അടുപ്പിക്കാതെ ഭർത്താവിനെയും കൊണ്ട് തന്റെ വീട്ടിൽ വന്നു നിന്നു. ആങ്ങളയുടെ ചിലവിൽ സുഭിക്ഷമായിക്കഴിഞ്ഞു. പിന്നീടവൾക്ക് സഹോദരനെ വിവാഹം കഴിപ്പിക്കണം എന്ന ചിന്തയില്ലാതായി. സഹോദരൻ വിവാഹിതനായാൽ തങ്ങളുടെ വരുമാനം നിലയ്ക്കും എന്നുള്ള ചിന്താഗതിയാൽ ഷൈനിന് വരുന്ന വിവാഹം എല്ലാം ഷാലി തന്നെ മുടക്കി കൊണ്ടിരുന്നു. ചക്കിക്കൊത്ത ചങ്കരൻ എന്ന് പറഞ്ഞ പോലെ ഷാലിയുടെ

ഭർത്താവ് ചന്ദ്രനും ജോലിക്കൊന്നും പോവാതെ ഇതിനൊക്കെ കൂട്ടുനിന്നു.

ഇതിനിടയിൽ നാൽപ്പത് വയസ്സ് കഴിഞ്ഞ ഷൈൻ ഒരുകുട്ടിയുള്ള വിധവയുമായി പ്രണയത്തിലായി. അതറിഞ്ഞ ഷാലിയും, അവളുടെ ഭർത്താവും ആ കുട്ടിയുടെ ബന്ധുക്കളെ കണ്ട് അസഭ്യം പറഞ്ഞ് അതും

ഇല്ലാതാക്കി.

ആ സംഭവത്തോടു കൂടി ഷൈൻ കടുത്ത ഡിപ്രഷനിൽ ആയി. മുറിയിൽ നിന്നും പുറത്തിറങ്ങാതെയായി.

ആ സമയത്താണ് ഷാലിയുടെ ഭർത്താവ് ചന്ദ്രന്റെ വീതം ലഭിക്കുന്നതും, ചന്ദ്രന് ബാങ്കിൽ താൽക്കാലികമായി ജോലി കിട്ടുന്നതും. ഇനി ഇവിടെ നിന്നാൽ തങ്ങളുടെ കൈയ്യിലുള്ളത് പോകും എന്നറിയാവുന്ന സ്വാർത്ഥ മതിയായ ഷാലി കാരണമില്ലാതെ കാരണമുണ്ടാക്കി അവിടെ നിന്നും താമസം മാറി.

ഷൈനിന്റെ ദയനീയ അവസ്ഥയറിഞ്ഞ ഒരു ബന്ധു ഷൈനിന് വിദഗ്ദ്ധ ചികിത്സ നൽകിയപ്പോൾ ശിഥില അവരെ വാഴ്ത്തിപ്പാടി. ഒരിക്കലും ഈ ഉപകാരം മറക്കില്ല എന്ന് പറഞ്ഞു. ഷൈൻ രോഗമുക്തനായി സാധാരണ ജീവിതത്തിലേയ്ക്ക് തിരിച്ച് വന്ന ശേഷം ശിഥില ആ ബന്ധുവിനോട് വീണ്ടും ബിസിനസ് തുടങ്ങാനുള്ള പണം ആവശ്യപ്പെട്ടു. അവരത് വിസമ്മതിച്ചപ്പോൾ അധിക്ഷേപ വാക്കുകൾ ചൊരിഞ്ഞ് തന്നതൊക്കെ തിരിച്ച് തന്നേയ്ക്കാം എന്ന് കൂടി അവരോട് പറഞ്ഞു. അതോടെ അവരും ആയുള്ള ബന്ധവും അവസാനിച്ചു.

ഷൈൻ വീണ്ടും എങ്ങനെയൊക്കെയോ ഓരോരോ ചെറുകിട ബിസിനസ്സുകൾ നടത്തി. ഇതിനിടയിൽ അസൻമാർഗിയായ സ്ത്രീയെ വിവാഹവും ചെയ്തു. ഷൈനിനേക്കാൾ പ്രായമുള്ള അവർക്ക് വിവാഹ പ്രായമെത്തിയ രണ്ട് പെൺമക്കൾ കൂടിയുണ്ടായിരുന്നു. ഓരോ കാര്യങ്ങളും ചെയ്യേണ്ട സമയത്ത് ചെയ്യേണ്ടതു പോലെ ചെയ്തില്ലെങ്കിൽ ഇതുപോലെയൊക്കെ സംഭവിക്കും. ആദ്യമൊക്കെ ശിഥിലയോട് നന്നായി പെരുമാറിയിരുന്ന അവർ ഇപ്പോൾ ശിഥിലയെക്കൊണ്ട് വീട്ടിലെ മുഴുവൻ പണികൾ ചെയ്യിക്കുകയും പ്രായാധിക്യത്തിന്റെ അസ്കിതയാൽ ചെയ്യാൻ സാധിച്ചില്ലെങ്കിൽ ഉപദ്രവിക്കാനും തുടങ്ങി. ഇന്ന് എന്തൊക്കെയോ നുണകൾ പറഞ്ഞ് കൊടുത്തപ്പോൾ ഷൈനും ശിഥിലയെ ഉപദ്രവിച്ചു. ജീവിതത്തിലെ ഏറ്റവും വലിയ നഷ്ടം മരണമല്ല. ജീവിച്ചിരിക്കെ നമുക്കിടയിലെ ആത്മബന്ധങ്ങൾ മരിക്കുന്നതാണ് ഏറ്റവും വലിയ നഷ്ടം.

ആരോടും മാനസികമായി യാതൊരു ആത്മാർത്ഥതയും സ്നേഹവും പുലർത്താതെ സ്വന്തം മക്കളെ മാത്രം സ്നേഹിച്ച ശിഥിലയിലെ ദുര എന്ന ഞാൻ ആണ് അവളുടെ ഇപ്പോഴത്തെ ആത്മഹത്യയ്ക്ക് കാരണം. അത്യാഗ്രഹം ഒന്നിനും നന്നല്ല. അതോടൊപ്പം സ്വാർത്ഥതയും, ദുഷ്ടതയും കൂടി ചേർന്നാൽ ബഹുവിശേഷായി. അവർക്കുള്ള സ്വന്തം കുഴി അവർ തന്നെ തോണ്ടി. അവരുടെ മക്കളും അതിന് ഭാഗഭാക്കായി. മക്കളുടെ

ഭാവിയിലെ അവസ്ഥയും ഇതിൽ നിന്നും വിഭിന്നമല്ല. അവരിലെ ദുരയും ഒരു വിധത്തിൽ അല്ലെങ്കിൽ മറ്റൊരു വിധത്തിൽ അവരെ നശിപ്പിക്കും. അത് അനിവാര്യമാണ്.

ഇത്രയും പറഞ്ഞ് ശിഥിലയിൽ നിന്നും വേർപെട്ട ദുര മറ്റൊരു ശരീരം ലക്ഷ്യമാക്കി 'നീങ്ങി. അതിനോടൊപ്പം സ്വാർത്ഥതയും, ദുഷ്ടതയും അഹങ്കാരവും, കുടിലതയും, അസൂയയും എല്ലാം ദുരയുടെ പുറകേ യാത്രയായി. അവർക്ക് ദുര അഥവാ ദുരാഗ്രഹം എന്ന അവസ്ഥയിലൂടെ മാത്രമേ നിലനിൽപ്പുണ്ടായിരുന്നുള്ളൂ.

ശിഥില എന്ന സ്ത്രീ തന്റെ സ്വഭാവത്തിലെ ദുരയിലൂടെ, അവൾ വളർത്തിയ മക്കളിലെ ദുരയിലൂടെ ഒരു നേട്ടവും ഉണ്ടാക്കാനാവാതെ അവളുടെ പേര് പോലെ തന്നെ ജീവിതം ശിഥിലമാക്കി മരണത്തിലേയ്ക്ക് സ്വയം ഇറങ്ങിപ്പോകേണ്ടി വന്നു. പൊള്ളിയാലും നിന്നെ പൊതിഞ്ഞിരിക്കാം എന്ന് ചാരം കരുതുന്നതു പോലെയാണ് ദുര ആവേശിച്ച മനസ്സ്. അത്യാഗ്രഹം ആപത്തിലേ കലാശിക്കൂ... വാക്കുകളും പ്രവൃത്തികളും കൊണ്ട് ഒരാളെ നല്ലതായും, ചീത്തയായും ചിത്രീകരിക്കാം. ഒരിറ്റ് രക്തം ചീന്താതെ തന്നെ മുറിവേൽപ്പിക്കാം. ഏറ്റവും ഒടുവിൽ അവനവനിലേയ്ക്ക് തന്നെ തിരിഞ്ഞു നോക്കുമ്പോൾ അവിടെ നമ്മെ കാത്ത് ഒരുപാട് ചോദ്യങ്ങൾ ഉണ്ടാവും...

തെളിച്ചമുള്ള മനസ്സിലേ വെളിച്ചമുള്ള വഴി തെളിയൂ അതുകൊണ്ട് ദുരയില്ലാതെ വിരിയട്ടെ മനസ്സുകളിൽ ഒരായിരം സ്നേഹപ്പൂക്കൾ...

ബൂമറാങ്ങ്

"ഇന്നെന്താ ദയേ നീ ഭാണ്ഡവുമൊക്കെയായിട്ട്? ഒരു മൂക്കുത്തിയും ഇട്ട് മഞ്ഞയും കറുപ്പും കളത്തിന്റെ ചേലയും കൂടി ചുറ്റമായിരുന്നില്ലേ? അസ്സൽ തമിഴത്തി എന്നേ ആരും പറയൂ... -

"എന്താ തമിഴത്തിക്ക് കുഴപ്പം. ?ഉങ്കളുക്ക് തെരിയാതാ അണ്ണാച്ചി?നാങ്കളും റൊമ്പ തങ്കമാന മനിതർ താൻ. " എന്ന് അറിയാവുന്ന തമിഴിൽ പറഞ്ഞപ്പോൾ അദ്ദേഹം ചിരിച്ചു.

"നീ ഭാണ്ഡത്തിൽ എന്താണെന്ന് പറഞ്ഞില്ലല്ലോ? എന്താ ഈ പ്രാവശ്യം പ്ലാസ്റ്റിക്ക് നിരോധനം മൂലം തുണിക്കടക്കാര് കവറൊന്നും തന്നില്ലേ?"

"അതല്ല, ഈ പ്രാവശ്യം ഞാൻ കടയിൽ പോയില്ല. വേറൊരു സ്ത്രീയിൽ നിന്നും ബഡ്ഷീറ്റാണ് വാങ്ങിയത്. അതെന്തുകൊണ്ടാണെന്ന് ഞാൻ പറയാം. എന്നെ വഴക്കു പറയുമോ എന്ന് പേടിച്ച് യാത്രാമധ്യേ പറയാം എന്ന് കരുതി."

"ആ ശരി ശരി നിനക്ക് പറയാനുള്ളത് കേട്ടിട്ട് പറയാം വഴക്ക് പറയണോ? വേണ്ടയോ? എന്ന്. വേഗം ഇറങ്ങ്" എന്ന് പറഞ്ഞദ്ദേഹം ആ ഭാണ്ഡം പൊക്കി ഡിക്കിയിൽ വച്ചു.

വേഗം വീട് പൂട്ടിയിറങ്ങി ഞാൻ വണ്ടിയിൽ കയറി. ഇന്നദ്ദേഹത്തിന്റെ അച്ഛന്റെ ഒൻപതാം ചരമവാർഷികം ആണ്. എല്ലാ ചരമദിനത്തിലും ഞാൻ അനാഥാലയത്തിലെ അന്തേവാസികൾക്ക് ആ ദിവസത്തെ ഭക്ഷണം നൽകുന്നതോടൊപ്പം വസ്ത്രദാനവും നൽകാറുണ്ട്.

ഈ പ്രാവശ്യം എല്ലാവർക്കും ബെഡ്ഷീറ്റാണ് കരുതിയത്.

“അതെന്താ നീ അവർക്ക് ഈ പ്രാവശ്യം ബെഡ്ഷീറ്റ് വാങ്ങിയത്? ആ അതും ഒന്നോർത്താൽ നല്ലതാണ്. അവർക്ക് കിടക്കവിരിയാക്കുകയോ പുതയ്ക്കുകയോ ഒക്കെ ചെയ്യാമല്ലോ. ”

“അതേയ്, ഞാനിതു വാങ്ങാൻ കാരണമേ ആ വിൽപ്പനക്കാരി എന്നോടവരുടെ കഥ പറഞ്ഞു. അത് കേട്ടപ്പോൾ സങ്കടായി. പാവം അതിന് ചുമക്കാവുന്നതിലും അധികഭാരം ചുമന്നാണ് നടക്കുന്നത്. ജീവിതത്തിലും ജീവിക്കാൻ വേണ്ടിയും. ഏറ്റവും ഭാരം കൂടിയതും എന്നാൽ ഒട്ടും വിലയില്ലാത്തതുമായ ഒന്നേ ഉള്ളൂ ഈ ഭൂമിയിൽ. അത് സങ്കടങ്ങൾ ആണ്. ഒരു സഹായത്തിന് വേണ്ടി ഞാൻ അവർക്ക് പണം കൊടുത്തു. അതവർ വാങ്ങി. ആ പണത്തിന് തത്തുല്യമായ ബെഡ്ഷീറ്റ് പകരം തന്നു. ഞാനത് വേണ്ട എന്ന് പറഞ്ഞിട്ടും അവർ സമ്മതിച്ചില്ല. ഞാനതു കൊണ്ട് അവരുടെ കൈയ്യിലെ മുഴുവൻ ബെഡ്ഷീറ്റും വാങ്ങി. പിന്നീട് ഒരു പ്രാവശ്യം കൂടി അവർ വീണ്ടും ഞാൻ പറഞ്ഞതിൻ പ്രകാരം ബഡ്ഷീറ്റ് കൊണ്ടുത്തന്നു. ആ രണ്ട് പ്രാവശ്യം വാങ്ങിയതുകൊണ്ട് അവർക്ക് സഹായവുമായി. നമുക്ക് വൃദ്ധസദനത്തിൽ കൊടുക്കാനും കൂടുതലും ആയി.”

“ഇത്രയധികം നിന്റെ മനസ്സലിയിച്ച അവരുടെ കഥ എന്താണ്? കേൾക്കട്ടെ. ”

“ഊം ഞാൻ പറയാം മുരളിയേട്ടാ. ”

“അവരുടെ പേര് മാലതി. ഒരു ജൻമിയുടെ പറമ്പിൽ ഉണ്ടായിരുന്ന ഒഴിഞ്ഞുകിടന്ന ചെറിയ വാടക വീട്ടിൽ ആയിരുന്നു മാലതിയുടെ കുടുംബം താമസിച്ചിരുന്നത്. അച്ഛൻ ഗോപാലൻ ദിവസക്കൂലിക്ക് തടുക്ക് നെയ്യുന്നയാൾ, അമ്മ തങ്കമ്മ, ഒരു സഹോദരൻ മനോഹരൻ. മഴക്കാലങ്ങളിൽ പണിയില്ലാതെ വരുന്ന ദിവസങ്ങളിൽ ചക്കക്കുരു കുറുക്കും ചുക്കുവെള്ളവും ആയിരുന്നു അവരുടെ ഭക്ഷണം. അന്നൊക്കെ ചക്കയുണ്ടാകുന്ന സമയത്ത് ധാരാളം ചക്കക്കുരു വെറുതേ കിട്ടുമായിരുന്നു. ' അതെല്ലാം കിട്ടുന്നതനുസരിച്ച് പുഴുങ്ങി പൊടിച്ച് വെയിലത്തു വച്ചുണക്കി കുറച്ച് ഉപ്പും കൂടി ചേർത്ത് ടിന്നിലടച്ച് കാറ്റ് കടക്കാതെ വയ്ക്കുമായിരുന്നു. മഴക്കാലം മുഴുവൻ അതിന്റെ കുറുക്കും റേഷനും കൊണ്ട് കഴിഞ്ഞു പോകുമായിരുന്നു.

മാലതി എട്ടാം ക്ലാസ്സിൽ മൂന്നു പ്രാവശ്യം തോറ്റപ്പോൾ പിന്നീട് ഫീസ് കൊടുത്ത് പഠിക്കാൻ നിവൃത്തിയില്ലാതെ പഠനം നിർത്തി. വീട്ടിലിരുന്ന് തൊണ്ട് തല്ലി കയറു പിരിക്കുമായിരുന്നു. മനോഹരനും പഠിത്തത്തിൽ

ശോഭിച്ചില്ല. അച്ഛനോടൊപ്പം തടുക്ക് നെയ്ത്തിനിറങ്ങി.

ആ സമയത്താണ് ജൻമി വീടൊഴിഞ്ഞു കൊടുക്കാൻ പറയുന്നത്. കുടികിടപ്പവകാശനിയമപ്രകാരം മൂന്ന് സെന്റ് സ്ഥലം പതിച്ചു കിട്ടി യതിൽ രണ്ടു മുറിയും, ഒരു ചായ്പും വരാന്തയുമായി ചെറ്റപ്പുര പണിതു. ജൻമി ഇനിയും വീട് നിന്നാൽ ആർക്കെങ്കിലും കൊടുക്കേണ്ടി വരും എന്ന് കരുതി വീടിന്റെ ഫൗണ്ടേഷൻ മാത്രം നിർത്തി ബാക്കിയുള്ളവ പൊളിച്ചു കളഞ്ഞു.

പിന്നീട് മാലതിയുടെ കയറുപിരിക്കൽ ഫൗണ്ടേഷനിൽ ഇരുന്നായി. അതിനെതിർവശത്തായിട്ടുള്ള പുതിയ വീട്ടിൽ താമസിക്കാൻ വന്ന ഒരാൾ എന്നും മാലതിയെ നോക്കി നിൽക്കാറുണ്ടായിരുന്നു. ആദ്യ മൊന്നും അധികം ശ്രദ്ധിച്ചില്ല. ഒരു ദിവസം അച്ഛനും, അമ്മയും വീട്ടിൽ ഇല്ലാതിരുന്ന സമയത്ത് അയാൾ മാലതിയുടെ അടുത്ത് വന്നു പറഞ്ഞു എനിയ്ക്ക് കുട്ടിയെ ഒരുപാടിഷ്ടമാണ്. വിവാഹം കഴിക്കാൻ താൽപ്പര്യം ഉണ്ട് എന്ന്. മാലതിയ്ക്കും ആദ്യമായി തന്നോട് പ്രണയം പറഞ്ഞ ആളോട് ഇഷ്ടം തോന്നിയെങ്കിലും അകൽച്ച കാണിച്ച് മാലതി ഒന്നും അറിയാത്തതുപോലെയിരുന്ന് കയറ് പിരിച്ച് മാടിക്കെട്ടിവച്ചു.

വീണ്ടും അയാൾ ഒരു തുണ്ടു പേപ്പറിൽ ഇങ്ങനെ എഴുതി കൊടുത്തു. അകന്നിട്ടും, അകറ്റിയിട്ടും അകലാതെ ഞാൻ എൻ മാറോടണച്ച് നീയെത്തും നേരം എതിരേറ്റിടാൻ നിൻ മാറിൽ ചേർന്നുറങ്ങാൻ ഇനിയും എനിയ്ക്ക് മോഹമുണ്ട്. ഒരിയ്ക്കലും അവസാനിക്കാത്ത മോഹം. എന്നെ വേണ്ടെന്നു വയ്ക്കരുത്. ഇനിയും അങ്ങനെയായാൽ ഞാൻ മരിച്ചു കളയും. അത് വായിച്ച് ഭയന്ന മാലതി പിന്നീടയാളെ നോക്കി ചിരിക്കാൻ തുടങ്ങി. അവർക്കിടയിൽ കണ്ണുകളിൽ നിന്നും കണ്ണുകളിലേയ്ക്കെത്താത്ത നോട്ടങ്ങൾ ഉണ്ടായിത്തുടങ്ങി. ചുണ്ടുകളിൽ നിന്നും ചുണ്ടുകളിലേയ്ക്കെ ത്താത്ത ചുംബനങ്ങൾ ഉണ്ടായിത്തുടങ്ങി. അതിനിടയിൽ മാലതിയും, മണിശങ്കറും, മുറവിളി കൂട്ടുന്ന അവരുടെ പ്രണയവും ഉണ്ടായിരുന്നു. പിന്നീട് സന്ധ്യാസമയത്ത് ആരും കാണാതെ വേലിപ്പടർപ്പിനരികിൽ ചെന്ന് സംസാരിക്കാനും തുടങ്ങി.

പെട്ടെന്നൊരു ദിവസം മാലതിയെ കാണാതായി. മാലതി മണിശങ്ക റുമായി തമിഴ്നാട്ടിലെ രാജപാളയത്തിന് പോയി. കണവൻ, പൊണ്ടാട്ടി എന്ന് പറഞ്ഞ് ഒരു വീടെടുത്ത് താമസവും തുടങ്ങി. ഏഴ് മാസം കടന്നു പോയ ഒരു ദിവസം ഒരു സ്ത്രീയും, രണ്ടു കുട്ടികളും, കുറച്ചാൾക്കാരുമായി മാലതി താമസിക്കുന്നിടത്ത് വന്നു. മണിശങ്കറിന്റെ ഭാര്യയും, കുട്ടിക ളുമാണതെന്നും, അവരുടെ കൂടെയുള്ളത് ഗ്രാമമുഖ്യനും, അനുയായി കളും ആണെന്നും പറഞ്ഞു. മണിശങ്കർ ഭാര്യ ചെമ്പകത്തിന്റെ കൂടെ

പോകണം എന്നും മാലതി തന്റെ ഊരായ കേരളത്തിലേയ്ക്ക് തിരികെ പ്പോകണം എന്നും ഗ്രാമപഞ്ചായത്ത് കൂടി തീരുമാനിച്ചതായി അറിയിച്ചു. ആകെത്തകർന്ന ആറ് മാസം ഗർഭിണിയയിരുന്ന മാലതിയെ അവർ തന്നെ ട്രെയിൻ കയറ്റി വിട്ടു.

സ്ഥാനമില്ലെന്നറിയുമ്പോൾ അവിടെ നിന്നും മൗനമായി പിൻമാറണം. പ്രത്യേകിച്ചും ആത്മാർത്ഥമെന്ന് കരുതിയിരുന്ന സ്നേഹ ബന്ധങ്ങളിൽ നിന്ന്.

നാട്ടിൽ എത്തി നേരേ വീട്ടിലേയ്ക്ക്. വീർത്തവയറുമായി വന്ന മോളെ കണ്ടപ്പോൾ തങ്കമ്മ കരഞ്ഞുകൊണ്ട് കെട്ടിപ്പിടിച്ചു. ഒറ്റയ്ക്ക് ഒരു മേഘം കാർമേഘമായി അലഞ്ഞ് എപ്പോൾ വേണമെങ്കിലും പെയ്തു പോയേ ക്കാവുന്നതു പോലെയാണ് ഇപ്പോൾ മാലതിയും., പ്രിയപ്പെട്ട ആരെ യെങ്കിലും കണ്ടാൽ കരഞ്ഞു പോയേക്കാവുന്നതു പോലെ. പിന്നെ പിടിച്ചു നിൽക്കാനായില്ല. അമ്മയുടെ കൈകൾക്കുള്ളിൽ ചേർന്നു നിന്ന് ആ മാറിൽ മുഖം ചേർത്ത് ആർത്തലച്ചു കരഞ്ഞു. . വൈകിട്ട് പണി കഴിഞ്ഞു വന്ന അച്ഛൻ ഒന്നും പറയാതെ നിറകണ്ണുകളോടെ മകളുടെ മൂർദ്ധാവിൽ തലോടി. മനോഹരൻ മാത്രം പിണക്കം നടിച്ചു. അപ്പോഴാണ് മാലതിയ്ക്ക് മനസ്സിലായത് എല്ലാം നൽകിയിട്ടും ചിലർ ചതിക്കുന്നതിനേക്കാൾ വേദനയാണ് ഒന്നും നൽകാതെ മാനക്കേട് മാത്രം നൽകിയിട്ടും ചിലർ സ്നേഹിച്ച് തോൽപ്പിക്കുമ്പോൾ എന്ന് -

ഒരാഴ്ച കഴിഞ്ഞപ്പോൾ അമ്മയും, അച്ഛനും മാലതിയെ ഗൈനക്കോ ളജിസ്റ്റിന്റെ അടുത്ത് കൊണ്ടുപോയി. വിവരങ്ങൾ എല്ലാം ഡോക്ടറോട് പറഞ്ഞു. ഡോക്ടർ എന്തൊക്കെയോ പരിശോധനകൾ നടത്തി. അതിനും ഒരാഴ്ചയ്ക്കുശേഷം മാലതിയെ ആശുപത്രിയിൽ വച്ച് പ്രസവി പ്പിച്ച് ആ കുഞ്ഞിനെ ഇല്ലാതാക്കി. ഓരോ ദിവസവും നമുക്ക് പലതും നഷ്ടമാകുന്നു. സ്വന്തമെന്ന് പറയാൻ ഒന്നു മാത്രം. ഒരിയ്ക്കലും മറക്കാൻ കഴിയാത്ത ഓർമ്മകൾ.

ജീവിത സാഹചര്യങ്ങൾ മാറിക്കൊണ്ടിരിക്കും. മാറ്റങ്ങൾക്കിടയിലും മാറാതിരിക്കേണ്ടത് മനസ്സാണ്. മാറ്റി നിർത്താതെ നോക്കേണ്ടത് മനസ്സറിഞ്ഞ് നമ്മളെ സ്നേഹിച്ചവരെയാണ്.

അതവൾ സ്വന്തം മാതാപിതാക്കളിൽ കണ്ടറിയുകയായിരുന്നു... അനുഭവിച്ചറിയുകയായിരുന്നു... മാലതി വീണ്ടും കയറു പിരിച്ച് മാടിക്കെ ട്ടുന്നതുമായി കഴിഞ്ഞു കൂടി.

ഗോപാലന്റെ കൂടെ പണി ചെയ്യുന്ന ഒരാൾ പറഞ്ഞിട്ട് ഒരു വിവാ ഹാലോചന വന്നു മാലതിയ്ക്ക്. പയ്യൻ നല്ലൊരു മദ്യപാനിയാണ് അത്

കൊണ്ട് പയ്യന് പെണ്ണ് കിട്ടുന്നില്ല. അമ്മ വഴിവിട്ട ജീവിതം നയിക്കുന്നവരും ആണ്. പെണ്ണിനും കുറവുകളുണ്ടല്ലോ. ഒന്നും നോക്കാതെ ആ പയ്യന് വിവാഹം ചെയ്തു കൊടുത്താൽ നന്നായിരുന്നു. മാലതി ജീവിതത്തിലേയ്ക്ക് വന്നു കഴിയുമ്പോൾ അവന്റെ ഈ സ്വഭാവം ഒക്കെ മാറ്റിയെടുക്കാൻ സാധിക്കും. മൂന്നു പവനും പതിനായിരം രൂപയും കൊടുത്താൽ മതി.

പേരുദോഷം കേൾപ്പിച്ച മകൾ ഇങ്ങനെ നിന്ന് കാലം കഴിക്കുന്നതിലും നല്ലതാണ് അവളുടെ വിവാഹം നടത്തി കൊടുത്ത് ഒന്നുമറിയാത്ത മറ്റൊരു നാട്ടിൽ പോയി ജീവിക്കുന്നത് എന്ന് കരുതി അവളുടെ വിവാഹം നടരാജനുമായി നടത്തിക്കൊടുത്തു. കാഴ്ചയിൽ മാലതിയേക്കാൾ പ്രായക്കുറവ് തോന്നുമായിരുന്നു നടരാജന്.

കെട്ടുദോഷം തീർക്കുക എന്നൊരു ചൊല്ലുണ്ടല്ലോ അതായിരുന്നു മാലതിയുടെ വിവാഹ ജീവിതം. ഒരു നേരം പോലും മദ്യത്തിന്റെ ഗന്ധമില്ലാതെ നടരാജനെ ആരും കണ്ടിട്ടില്ല. അമ്മ എനിക്കൊരു കാര്യവുമറിയേണ്ട എന്നുള്ള രീതിയിൽ വയസ്സ് കാലത്ത് കൂടിയ മറ്റൊരാളുമായി കഴിയുകയായിരുന്നു.

മാലതിക്കൊരാൺ മകൻ പിറന്നു. പെട്ടെന്നൊരു ദിവസം മാലതിയുടെ അമ്മ തങ്കമ്മ മരിച്ചു. നെഞ്ചുവേദനയായിരുന്നു. അതോടെ അച്ഛൻ തളർന്ന് കിടപ്പിലുമായി. മനോഹരനെ വിവാഹം കഴിപ്പിച്ചു. ലീല എന്നായിരുന്നു മനോഹരന്റെ ഭാര്യയുടെ പേര്. പേര് പോലെ തന്നെ ലീലകളാടാൻ ബഹുകേമിയായിരുന്നു കപട സൂത്രക്കാരിയായ ലീല. അതോടെ എക ആശ്വാസമായിരുന്ന വീടുമായുള്ള സഹകരണവും നിലച്ചു.

കൂടുതൽ കൂടുതൽ മദ്യത്തിനടിമയായി വിറയ്ക്കാൻ തുടങ്ങിയപ്പോൾ നടരാജന് ഉണ്ടായിരുന്ന വാർക്കപ്പണിയും നഷ്ടമായി. മാലതി വീട്ടുപണികൾക്ക് പോയാണ് കുടുംബം പുലർന്നിരുന്നത് - തളർന്ന് പോകാനും തോറ്റു പോകാനും ഒരുപാട് കാരണങ്ങൾ ഉണ്ടാകും. എന്നാൽ ജയിക്കാൻ ഒരൊറ്റ കാരണമേ ഉണ്ടാകൂ... ജയിക്കണം എന്ന നമ്മുടെ തീരുമാനം. മാലതി മകനെ വളർത്തി ജയിക്കുകയായിരുന്നു. സത്സ്വഭാവിയായ കുട്ടിയായിരുന്നു മനു. പഠനത്തിലും മികവ് കാട്ടി ഡിപ്ലോമ ഫസ്റ്റ് ക്ലാസ്സിൽ പാസ്സായി. അടുത്തുള്ള ഒരു കമ്പനിയിൽ മെക്കാനിക്കായി ജോലി കിട്ടി. കിട്ടുന്ന വരുമാനം മുഴുവൻ അമ്മയെ ഏൽപ്പിച്ചു. നമുക്കും സ്വന്തമായി രണ്ട് സെന്റ് സ്ഥലം വാങ്ങി ഒരു വീട് വയ്ക്കണം എന്ന് പറഞ്ഞ് കഠിനമായി അദ്ധ്വാനിച്ചു.

മാലതി ജീവിതത്തിൽ ആശ്വാസം കണ്ടെത്തുകയായിരുന്നു. പക്ഷേ ആ ആശ്വാസവും അധികനാൾ നിലനിന്നില്ല. മനുവിന് എപ്പോഴും

നടുവ് വേദന വരുമായിരുന്നു. ശക്തമായപ്പോൾ കല്ലിന്റേതായിരിക്കും എന്ന് കരുതി മാലതി മനുവിന് കല്ലുരുക്കി അരച്ച് കൊടുത്തു. ഒരു കുറവും കാണാതെ ആശുപത്രിയിൽ കൊണ്ടുപോയി എക്സ്-റേ എടുത്തപ്പോൾ ആണറിയുന്നത് നട്ടെല്ലിന്റെ വലതുഭാഗത്തായി ഒരു മുഴ. വിശദ പരിശോധനാ ഫലം വന്നപ്പോൾ അർബുദം. വീടിനായി നീക്കിവച്ചിരുന്ന പണമെടുത്ത് ചികിത്സ ചെയ്തു. തുടക്കമായതുകൊണ്ട് പ്രതീക്ഷയ്ക്ക് വകയുണ്ടാകും രോഗമുക്തിയുണ്ടാകും എന്ന് ഡോക്ടർ പറഞ്ഞു. കീമോ കഴിഞ്ഞ് വീട്ടിലെത്തിയ മനു ബാത്റൂമിൽ പോയതാണ്. തല കറങ്ങി താഴെ വീണു. കഴുത്തിലെ എല്ലിന് പൊട്ടലുണ്ടായി. ഇപ്പോൾ കഴുത്ത് തൊട്ട് അര ഭാഗം വരെ പ്ലാസ്റ്ററിട്ട് അനങ്ങാൻ വയ്യാതെ കിടപ്പിലാണ്. മാനസാന്തരം വന്നപ്പോൾ നടരാജൻ കരൾ രോഗിയുമായി.

ഇനി മാലതി മാത്രം വിചാരിച്ചാലേ ജീവിതം മുന്നോട്ട് പോകൂ. മകന് ഭക്ഷണവും, മരുന്നും നൽകണ്ടേ? വീട്ടുപണികൾക്ക് ശേഷം അവൾ ഇപ്പോൾ വീടുവീടാന്തരം അലഞ്ഞ് ബഡ്ഷീറ്റ് വിൽപ്പന നടത്തുകയാണ്. അവൾ എന്നോട് പറഞ്ഞു.

“ദൈവങ്ങൾ തന്നെ കൂടുതൽ സനേഹിക്കുന്നവരെ വേദനിപ്പിച്ച് പരീക്ഷിക്കുന്നു. അതു പോലെ ഞാനും ഒരിയ്ക്കൽ ദൈവമായി എന്നെ ഏറെ സ്നേഹിച്ച അച്ഛനേയും അമ്മയേയും വേദനിപ്പിച്ചു. ഞാൻ ദൈവമായതിന്റെയും, ആറ് മാസം പ്രായമായ ഒന്നുമറിയാത്ത കുഞ്ഞിനെ എന്റെ ഭാവിക്ക് വേണ്ടി നശിപ്പിച്ചതിന്റേയും ശിക്ഷയായിരിക്കും ഇപ്പോൾ എന്റെ മുന്നിലൂടെ ഒരു വിധത്തിലും എന്നെ വേദനിപ്പിക്കാതിരുന്ന എന്റെ മകനലൂടെ ഒരു ബൂമറാങ്ങായി രോഗത്തിന്റെ രൂപത്തിൽ എനിയ്ക്ക് തന്നത്. അനുഭവച്ചൂളയിൽ വെന്തുരുകി ഉരുകി ഇപ്പോൾ വല്ലാത്തൊരവസ്ഥയിൽ ആണ് ചേച്ചീ... ഞാൻ. ഇനി ജീവിതത്തിൽ ഒരേ ഒരു ലക്ഷ്യമേ ഉള്ളൂ ചേച്ചി. എത്ര കഷ്ടപ്പെട്ടും, എന്ത് പണി ചെയ്തും എന്റെ കുഞ്ഞിനെ എനിയ്ക്ക് ജീവിതത്തിലേയ്ക്ക് തിരികെ കൊണ്ടുവരണം”

അത് കേട്ടപ്പോൾ ആണ് “നിനക്കത് സാധിക്കും മാലതി ഈശ്വരൻ കണ്ണ് തുറക്കും” എന്ന് പറഞ്ഞു കൊണ്ട് ഞാനവളുടെ ഷീറ്റുകൾ മുഴുവൻ വാങ്ങിയത്. അപ്പോഴവൾ എന്നോട് പറഞ്ഞു.

“മനുഷ്യരെ എവിടെയും കാണാം ചേച്ചി. എന്നാൽ മനുഷ്യത്വം എവിടെയും കാണണണമെന്നില്ല.

കാലം തീരുമാനിക്കുന്ന നമ്മൾ ജീവിതത്തിൽ ആരെയൊക്കെ കണ്ടുമുട്ടണം എന്ന്. മനസ്സ് തീരുമാനിക്കുന്ന ജീവിതത്തിൽ ആരുമായാണ് നമ്മൾ ബന്ധം സ്ഥാപിക്കേണ്ടതെന്ന്. എന്നാൽ നമ്മുടെ സ്വഭാവം കണ്ട് മറ്റുള്ളവർ തീരുമാനിക്കുന്ന നമ്മളുമായുള്ള ബന്ധം വേണമോ?

വേണ്ടയോ? എന്ന്.

എല്ലാം കേട്ട് കഴിഞ്ഞപ്പോൾ എന്റെ ഭർത്താവ് എന്നോട് പറഞ്ഞു പുറമേ കാണിക്കാത്ത സ്നേഹം, പകർന്ന് കൊടുക്കാത്ത അറിവ്, ചില വാക്കാത്ത പണം, പരിപോഷിപ്പിക്കാത്ത കഴിവ്, കരുണയില്ലാത്ത മനസ്സ്, ഉറവയില്ലാത്ത കിണർ, സ്നേഹമില്ലാത്ത മക്കളും, ബന്ധുക്കളും, സുഹൃത്തുക്കളും., ചിരിക്കാത്ത ചുണ്ടുകൾ, ഉപകാരസ്മരണയില്ലാത്ത പ്രവൃത്തികൾ ഇവയെല്ലാം ഒരു പോലെയാണെന്ന് എപ്പോഴും അച്ഛൻ പറയുമായിരുന്നു. ഒരിയ്ക്കലും അങ്ങനെ ആകരുത് എന്നും ഉപദേശിക്കു മായിരുന്നു. ആ അച്ഛന്റെ ചരമവാർഷികദിന ചടങ്ങിനു വേണ്ടി തന്നെ നീയീ ചെയ്തത് ഏറ്റവും വലിയ നല്ല കാര്യം തന്നെയാണ് ദയേ... അതാണ് ശരി. "എന്ന് പറഞ്ഞദ്ദേഹം ഡ്രൈവ് ചെയ്യുന്നതിനിടയിലും ഇടം കൈ കൊണ്ട് എന്റെ വലംകൈയ്യിൽ മുറുകെ പിടിച്ചു. അതിയായ ആഹ്ലാദത്തോടെ അദ്ദേഹത്തെ ഞാൻ നോക്കിയപ്പോൾ ഞാൻ കണ്ടു, കേട്ടു" നമ്മൾ ഇന്ന് ചെയ്യുന്ന പ്രവർത്തിയുടെ ഫലമാണ് മോളേ ഒരു ബൂമറാങ്ങ് പോലെ നാളെ നമ്മുടെ ജീവിതത്തിലും തിരിച്ചു കിട്ടുന്നത്." നന്നായി മോളേ എന്നർത്ഥത്തിൽ എന്നെ നോക്കി തലയാട്ടി ചിരിക്കുന്ന അദ്ദേഹത്തിന്റെ അച്ഛന്റെ ആത്മാവിനെ - പരീക്ഷണങ്ങൾ ദൈവത്തിന്റെ സ്നേഹമാണ്. ഇന്നലെയും ഇന്നും അത് ദുഃഖമായി തന്നെങ്കിൽ നാളെ അത് പുഞ്ചിരിയായി നൽകും എന്നുള്ള വിശ്വാസവുമായി ഞങ്ങൾ കരുണാലയത്തിന്റെ ഗയിറ്റിലൂടെ അകത്തേയ്ക്ക് പ്രവേശിച്ചു.

സംന്യാസം

രഘു പ്രിയയുടെ വിവാഹത്തിന്റെ തലേ ദിവസം രാത്രി ഒൻപത് മണിക്കാണ് ഫോൺ വന്നത് വരനായ അനിൽകുമാറിന്റെ വല്യേച്ഛൻ മരിച്ചു. എല്ലാവരും വിഷണ്ണരായി. ഇനി എന്താ ചെയ്ക? വധൂഗൃഹത്തിലെ വിവാഹത്തിനോടനുബന്ധിച്ചുള്ള എല്ലാ തയ്യാറെടുപ്പുകളും പൂർത്തിയാക്കിയിട്ട്, എന്താണാവോ അവരുടെ തീരുമാനം? അനിലിന്റെ അച്ഛന്റെ ഒരേയൊരു സഹോദരനായ വല്യേച്ഛനും അവരുടെ കൂടെ തന്നെയായിരുന്നു.

ഹനുമത് ഭക്തനായ നൈഷിക ബ്രഹ്മചാരി ആയിരുന്നു അദ്ദേഹം. പ്രായത്തിന്റെ അസ്കിതയാൽ രോഗാതുരനായി വളരെ നാളായി കിടന്ന കിടപ്പിലായിരുന്നു. വധുവായ രഘുപ്രിയയുടെ വീട്ടിൽ വല്ലാത്തൊരവസ്ഥയിലായിരുന്നു എല്ലാവരും. വരന്റെ വീട്ടിലേയ്ക്ക് വിളിച്ചിട്ട് ആരും ഫോണെടുക്കുന്നില്ല. എന്തായാലും അത്രടം വരെ ഒന്ന് പോയി വരാം എന്ന് കരുതി പുറപ്പെടാനൊരുങ്ങുമ്പോൾ ആണ് പയ്യന്റെ അനിയനായ മിഥുനും, രണ്ട് സുഹൃത്തുക്കളും അവിടേയ്ക്ക് വന്നത്. വിവാഹം മാറ്റിവയ്ക്കണ്ട. പറഞ്ഞ സമയത്ത് തന്നെ വിവാഹം നടക്കും. വിവാഹത്തിന്റെ പിറ്റേ ദിവസം അടക്കം.

അത് കേട്ടപ്പോൾ ഏവരും ആശ്വാസനിശ്വാസമുതിർത്തു.

പ്രിയ മോളുടെ വിവാഹം വളരെ പെട്ടെന്നാണ് തീരുമാനിച്ചത്. ഒരു മാസത്തെ ലീവിന് വിദേശത്ത് നിന്നും വന്നതായിരുന്നു അനിൽകുമാർ. അനിലിന്റെ അപ്പച്ചിയുടെ മകൾ ഗീതയുടെ ഭർത്താവായ രാജീവന്റെ ബന്ധു ആയിരുന്നു

രഘ്യ പ്രിയ. ഗീതയും രാജീവനും ആണ് ആലോചന കൊണ്ടുവന്നത്. നല്ല സ്വഭാവമുള്ള അറിവുള്ള കുടുംബത്തിലെ തന്നെ അംഗമായ അനിൽകുമാറിനെ ഏവർക്കും ഇഷ്ടമായി. പ്രായത്തിൽ പത്ത് വയസ്സിന്റെ അന്തരം ഉണ്ടായിരുന്നു അവർ തമ്മിൽ എങ്കിലും നല്ല ആലോചനയായതുകൊണ്ട് അതത്ര കാര്യമാക്കിയില്ല. ഒരാഴ്ചയ്ക്കുള്ളിൽ വിവാഹ നിശ്ചയം നടന്നു. വിവാഹം കഴിഞ്ഞ പതിനാറാം ദിവസം അനിൽ വീണ്ടും വിദേശത്തേയ്ക്ക് പോകും. ആറുമാസത്തിനുള്ളിൽ രഘ്യ പ്രിയയെ കൂടി കൊണ്ടുപോകാനുള്ള പേപ്പറുകൾ ശരിയാക്കി തിരികെ വരും. രഘ്യപ്രിയയ്ക്ക് പാസ്സ്പോർട്ടിന് അപേക്ഷിച്ചിട്ടുണ്ട്.

നിശ്ചയിച്ച പ്രകാരം തന്നെ അധികം ആർഭാടമില്ലാതെ വിവാഹം നടന്നു. മിഥുനും അച്ഛനും വന്നില്ല, അമ്മയാണ് വന്നത്.

വിവാഹത്തിന്റെ പിറ്റേ ദിവസം രാവിലെ പത്ത് മണിയ്ക്ക് വല്യേച്ഛന്റെ അടക്കം നടന്നു. മൂത്ത മകന്റെ സ്ഥാനം അനിലിനായിരുന്നതുകൊണ്ട് അനിലാണ് കർമ്മങ്ങൾ ചെയ്യാൻ നിയോഗിക്കപ്പെട്ടത്. പ്രായമായി മരിച്ചതുകൊണ്ട് പതിനഞ്ച് ദിവസം വരെ കർമ്മങ്ങൾ ഉണ്ടായിരുന്നു. തൻമൂലം വിവാഹശേഷമുള്ള വിരുന്നിന് പോക്കും, മറ്റു ചടങ്ങുകളും ഒന്നുമുണ്ടായിരുന്നില്ല. കർമ്മങ്ങൾ ചെയ്യുന്ന ആളിന് ബ്രഹ്മചര്യം അനിവാര്യമായിരുന്നതുകൊണ്ടും, അവധി നീട്ടി കിട്ടാൻ സാധ്യതയില്ലാതിരുന്നതു കൊണ്ടും അനിൽ ഒരു ദിവസം പോലും രഘ്യപ്രിയയും ആയി ഭാര്യാഭർത്തൃബന്ധത്തിൽ ജീവിക്കാതെ തന്നെ മടങ്ങിപ്പോയി. അച്ഛനും അമ്മയ്ക്കും, മിഥുനും ഒരു കുറവും വരുത്താതെ വേണ്ടതെല്ലാം ചെയ്തു കൊടുക്കണം എന്ന് പറഞ്ഞിട്ടാണ് അനിൽ പോയത്.

അനിൽ പോയ രണ്ടാം ദിവസം രാത്രി ഉറക്കം വരുന്നു എന്ന് പറഞ്ഞ് അച്ഛനും അമ്മയും നേരത്തേ കിടന്നു. രഘ്യപ്രിയയ്ക്കും നന്നായി ഉറക്കം വരുന്നുണ്ടായിരുന്നു. അവളും പോയി കിടന്നു.

പിറ്റേ ദിവസം രാവിലെ ഉണർന്നപ്പോൾ ആണ് ശരീരമാസകലം വേദന. എന്തോ അരുതാത്തത് സംഭവിച്ചിട്ട് തനിയ്ക്ക് സ്വന്തമായിരുന്നതൊക്കെ നഷ്ടപ്പെട്ടു എന്ന കാര്യം രഘ്യപ്രിയ അറിയുന്നത്.

പിന്നീടുള്ള ദിവസങ്ങളിലും ഗാഢമായ ഉറക്കത്തിലും നഷ്ടപ്പെടാതുള്ള ബോധമണ്ഡലത്തിലൂടെ പ്രതികരിക്കാനാവാത്ത വിധത്തിൽ അവൾ അറിയുകയായിരുന്നു അനിയനായ മിഥുൻ ചേട്ടത്തി എന്ന സ്ഥാനം മറന്ന് തന്നെ...

തകർന്നു പോയ രഘ്യ പ്രിയ മിഥുനെ കണ്ടപ്പോൾ പൊട്ടിത്തെറിച്ചു. എല്ലാം എല്ലാവരോടും പറയും എന്നവൾ പറഞ്ഞു. അപ്പോഴാണവൻ

അവളുടെ മൊബൈൽ ഒന്ന് നോക്കാൻ പറഞ്ഞത്. അവളും, മിഥുനും തമ്മിലുള്ള അശ്ലീല ചിത്രങ്ങൾ ആയിരുന്നു അതിൽ. ആരോടെങ്കിലും പറഞ്ഞാൽ ആ ചിത്രങ്ങൾ വൈറലാക്കും എന്നവൻ അവളെ ഭീഷണിപ്പെടുത്തി.

അതിന് ശേഷം അവളോട്പറഞ്ഞു

അവനൊരു പ്രണയം ഉണ്ടായിരുന്നു. ഉടലിൽ തട്ടിയുടയാതെ മനസ്സിന്റെ ആഴങ്ങളിൽ കെട്ടിയെടുത്ത നിത്യ പ്രണയം. പകർന്നു നൽകാൻ ആരുമില്ലാതെ പകലിൽ ത്രസിപ്പിച്ചും, രാവുകളിൽ മോഹിപ്പിച്ചും, എകാന്തതകളിലെ ലഹരിയായും നുണയുന്ന പ്രണയം. ഗീതേച്ചിയുടെ വീട്ടിൽ വച്ച് ആദ്യം അവളെ കണ്ടപ്പോൾ തന്നെ മറ്റാരോടും ഒരിക്കലും തോന്നിയിട്ടില്ലാത്ത ഒരിഷ്ടം അവനവളോട്ടു തോന്നി. സ്വന്തമാക്കാൻ ആഗ്രഹിച്ചു. അവളും പഠിക്കുകയല്ലേ. മുംബൈയിലെ അവന്റെ പഠനം കഴിഞ്ഞ് ജോലിയായി കഴിയുമ്പോൾ എല്ലാവരോടും പറയാം എന്ന് കരുതിയിരുന്നപ്പോൾ ആണ് അവിചാരിതമായി ധൃടുതിയിൽ അനിൽ ചേട്ടന്റെ വിവാഹം ഉറപ്പിച്ചത്. പെൺകുട്ടി രഘുപ്രിയ ആണെന്നറിഞ്ഞതും ഞെട്ടിപ്പോയി. ഒരിക്കലും പ്രിയ മറ്റാരുടേതും ആകുന്നത് ചിന്തിക്കാൻ പോലുമാകുമായിരുന്നില്ല മിഥുന്.

അതിന് അവൻ ചെയ്തതാണ് വിവാഹത്തലേന്ന് സുഖമില്ലാതിരുന്ന വല്യേച്ഛന് വേണ്ടതിലധികം ഉറക്കഗുളികകൾ കൊടുത്ത് കൊലപ്പെടുത്തിയത്. ആർക്കും സംശയം തോന്നിയില്ല. വിധിയാംവണ്ണം അനിൽ തന്നെ കർമ്മങ്ങൾ ചെയ്യേണ്ടിയിരുന്നത് കൊണ്ട് അനിൽ തിരികെ പോകുന്നതുവരെ അവർക്ക് രണ്ടാൾക്കും ഒരുമിച്ചൊരു ജീവിതവും സാധ്യമാകില്ല. . അനിൽ പോയ ദിവസം തന്നെ അവരുടെ കിടപ്പറയുടെ പൂട്ടും അവൻ കേടാക്കി. പിന്നീടവൻ അച്ഛനും, അമ്മയ്ക്കും, രഘുപ്രിയയ്ക്കുമുള്ള രാത്രിഭക്ഷണത്തിൽ ഉറക്കമരുന്നും കലർത്തി. അവർ ഒന്നുമറിയാതെ ഉറങ്ങുന്ന സമയത്ത് മിഥുൻ രഘുപ്രിയയെ തന്റെ ഇംഗിതത്തിനുവശാക്കി. ആ ചിത്രങ്ങൾ മൊബൈലിൽ പകർത്തുകയും ചെയ്തു. ഇതാരോടെങ്കിലും പറഞ്ഞാൽ ചിത്രങ്ങൾ വൈറലാക്കുന്നതിനോടൊപ്പം അവളെ സ്വന്തമാക്കിയ ചേട്ടനേയും വകവരുത്തുമെന്നവൻ പറഞ്ഞു.

ഞെട്ടലോടെ തരിച്ചിരുന്നു പോയ രഘുപ്രിയ എന്ത് ചെയ്യണമെന്നറിയാതെ ധർമ്മസങ്കടത്തിലായതിനോടൊപ്പം സ്വബോധത്തോടെ തന്നെ പിന്നീട് അവന്റെ ഇംഗിതത്തിന് വഴങ്ങേണ്ടിയും വന്നു. അപ്പോൾ അവൾ മനസ്സിലാക്കി വിവാഹത്തിലൂടെ, താലിചാർത്തൽ എന്ന ബന്ധനത്തിലൂടെ താനെത്തിച്ചേർന്നത് ഒരു ജയിലറയിൽ ആണ്. സ്വാതന്ത്ര്യം ഉണ്ടെന്ന് തോന്നിപ്പിക്കാൻ മാത്രം തുറന്ന വാതിലുകളുള്ള

ഭർത്തൃവീടെന്ന ജയിലറ. മിഥുൻഎന്ന ജയിലറുടെ ജയിലറ.

രണ്ട് മാസങ്ങൾ കഴിഞ്ഞ ഒരു തിങ്കളാഴ്ച ഫോൺ സന്ദേശമെത്തി അനിൽ ജോലി സ്ഥലത്ത് വച്ച് തീവ്രവാദികളുടെ ആക്രമണത്തിൽ കൊല്ലപ്പെട്ടു എന്ന്. കുറ്റബോധം മഥിക്കുന്ന മനസ്സുമായി അനിലിനോട് സംസാരിക്കാൻ തന്നെ വിഷമിച്ചിരുന്ന രഘുപ്രിയയ്ക്ക് ആ വാർത്ത ആഘാതത്തിനൊപ്പം ആശ്വാസം കൂടിയായിരുന്നു. ഇനി അദ്ദേഹത്തെ മനസ്സറിയാതെയാണെങ്കിലും വഞ്ചിക്കേണ്ടി വരില്ലല്ലോ എന്നോർത്ത്... ബോംബാക്രമണത്തിൽ ചിന്നഭിന്നമായിപ്പോയതുകൊണ്ട് അദ്ദേഹത്തിന്റെ ജഡ ശരീരത്തെ പോലും നിസ്സഹായയായ, കളങ്കിതയായ തനിയ്ക്ക് അഭിമുഖീകരിക്കേണ്ടി വരില്ലല്ലോ എന്നോർത്ത് ....

അനിലിന്റെ മരണാനന്തര കർമ്മങ്ങൾ മിഥുനാണ് ചെയ്തിരുന്നത്. ആ ദിവസങ്ങളിൽ അവൻ അവളുടെ സമീപത്തേയ്ക്ക് പോലും വന്നില്ല.

അടിയന്തിരത്തിന്റെ അന്ന് ചടങ്ങുകൾക്ക് ശേഷം രഘു പ്രിയയുടെ ബന്ധുക്കൾ അവളെ കൊണ്ടുപോകാൻ തുനിഞ്ഞപ്പോൾ അനിലിന്റെ അച്ഛനും, അമ്മയും എതിർത്തു. നാൽപ്പത്തി ഒന്ന് കഴിയുന്നതുവരെ രഘു പ്രിയയെ കൊണ്ടുപോകാൻ പറ്റില്ല അത് കഴിഞ്ഞാലും എന്തായാലും നിനച്ചിരിക്കാതെ എന്റെ കുട്ടി പോയി. ഇത്രയും ചെറിയ കുട്ടിയായ അവളുടെ ജീവിതം ഇല്ലാതാക്കി അതിനെ വീട്ടിലേയ്ക്ക് തിരിച്ചയയ്ക്കില്ല. അവളെ മിഥുൻ വിവാഹം ചെയ്യാം എന്ന് സമ്മതിച്ചിട്ടുണ്ട്. അനിലിന്റെ നാൽപ്പതാം ചടങ്ങ് കഴിഞ്ഞാൽ അടുത്ത ദിവസം തന്നെ വിവാഹവും നടത്താം. അത് കേട്ടതോടെ പ്രിയയുടേയും, അനിലിന്റെയും ബന്ധുക്കൾ ഏകസ്വരത്തിൽ ഏറ്റവും ഉചിതമായ തീരുമാനമാണതെന്ന് സമ്മതിച്ചു.

ഒരു ദിവസം മിഥുൻ പുറത്ത് പോയ സമയത്ത് രഘുപ്രിയ കുളിമുറിയിൽ കയറി അഞ്ച് സാരികൾ ഒന്നിന് പുറത്ത് ഒന്നായി ചുറ്റിയ ശേഷം തലവഴി മണ്ണെണ്ണ ഒഴിച്ച് തീകൊളുത്തി. അലർച്ചകേട്ട് വന്ന അമ്മയും, അച്ഛനും കുളിമുറി തുറക്കാൻ നോക്കിയിട്ട് സാധിക്കുന്നില്ലായിരുന്നു. ആ സമയത്താണ് മിഥുൻ വന്നത്: അലറിക്കരഞ്ഞുകൊണ്ടവൻ കുളിമുറി തുറന്ന് തീയണച്ച് അവളെ രക്ഷിക്കാൻ നോക്കി. അവനും പൊള്ളലേറ്റെങ്കിലും മൃതപ്രായയായ അവളെ അവൻ ആശുപത്രിയിലെത്തി ച്ചു. നെറ്റിന്റെ ഉള്ളിൽ ആകെ വെന്ത ശരീരവുമായി കിടന്നിരുന്ന അവളുടെ അരികിൽ ജലപാനം പോലുമില്ലാതെ രാപകലില്ലാതെ അവൻ കൂട്ടിരുന്നു.

ഇൻക്വസ്റ്റ് തയ്യാറാക്കാൻ വന്ന പോലീസുകാരി പെൻസിൽ കൊണ്ട് അവളുടെ ശരീരത്ത് അറിയാതെ തൊട്ടപ്പോൾ അവളുടെമാംസം ആ പെൻസിലിൽ പറ്റിയത് കണ്ടവൻ വാവിട്ട് കരഞ്ഞു.

മൃതപ്രായയായി കിടക്കുന്ന അവളോട് അവൻ പറഞ്ഞു "നീയെന്തിനിത് ചെയ്തു? ഞാൻ നിന്നെ അത്രയധികം സ്നേഹിച്ചിരുന്നു. നിന്നെ മറ്റാർക്കും വിട്ടുകൊടുക്കാതിരിക്കാനും, നീ മറ്റാരിലേയ്ക്കും പോകാതിരിക്കാനും വേണ്ടിയാണ് നിന്നെ പ്രാപിച്ച് ഞാൻ ചിത്രങ്ങളെടുത്തത്. നമ്മൾ ഒരുമിച്ച് അലിഞ്ഞാലെങ്കിലും നീയെന്നെ സ്നേഹിക്കും എന്ന് കരുതി. പണ്ട് ഞാൻ വായിച്ചിട്ടുണ്ട് ഒരു സ്ത്രീയ്ക്കും, പുരുഷനും തന്റെ ആദ്യ പ്രണയത്തിലെ പ്രണയിതാവിനെ ജീവിതത്തിൽ ഒരിക്കലും മറക്കാൻ സാധിക്കില്ല. അതോടൊപ്പം ഒരുമിച്ച് ഒരു പ്രാവശ്യം എങ്കിലും ജീവിച്ചിട്ടുണ്ടെങ്കിൽ ഒരിക്കലും അതിന് കഴിയില്ല, മരണം വരെ കഴിയില്ല എന്ന്. അതുകൊണ്ടാണ് നിന്നെ ഞാൻ...

പറഞ്ഞറിയിക്കാൻ കഴിയാത്ത ആരോടും തോന്നിയിട്ടില്ലാത്ത എന്തോ ഒരടുപ്പം ആയിരുന്നു പ്രിയേ എനിയ്ക്ക് നിന്നോട്. ഒരിയ്ക്കലും അകലാൻ കഴിയാത്തവണ്ണം നിന്നെ ഞാൻ സ്നേഹിച്ചിരുന്നു.

മുജ്ജന്മബന്ധമോ, പുണ്യമോ പ്രിയേ ഞാനറിയാതെ നിന്നെ ഒരുപാട് സ്നേഹിക്കുകയായിരുന്നു. ചേട്ടന്റെ വധുവാകാൻ പോകുന്ന നീയെന്നറിഞ്ഞപ്പോഴും എനിയ്ക്ക് നിന്നോടുള്ള പ്രണയം മുളച്ച് പൊന്താൻ വിധിയില്ലാതെ പോയ ഒരു വിത്തിനെ പോലെയായി. ആ പ്രണയം എന്റെ ഹൃദയത്തിൽ തപസ്സ് ചെയ്തു. അകലണം എന്ന് എന്റെ മനസ്സിൽ തോന്നിയപ്പോഴും കൂടുതൽ ആഴത്തിലേയ്ക്ക് എന്നെ വലിച്ചടുപ്പിക്കാൻ തോന്നിയ ഒരു ഭ്രാന്തായി മാറുകയായിരുന്നു എനിയ്ക്ക് നിന്നോടുള്ള പ്രണയം. അരുതെന്ന് മനസ്സാക്ഷി വിലക്കിയിട്ടും എനിക്കായില്ല നിന്നെ മറ്റാർക്കും വിട്ടു നൽകാൻ. എങ്ങനെയാണ് ഒരു ഉറുമ്പിനെപ്പോലും നോവിക്കാനറിയാത്ത ഞാൻ നിനക്കു വേണ്ടി ഇങ്ങനെ ഒക്കെ ചെയ്തത്? അറിയില്ലെനിയ്ക്ക്. ഒന്നു മാത്രം അറിയാമായിരുന്നു ഞാനത്രമേൽ നിന്നെ സ്നേഹിച്ചിരുന്നു. ഇപ്പോഴും ഞാൻ നിന്നെ ഒരുപാടൊരുപാട് സ്നേഹിക്കുകയാണ്. ഞാൻ സ്നേഹിച്ചത് നിന്റെ ശരീരത്തെയല്ല. നിന്റെ മനസ്സിനെയാണ്. ശരീരത്തോട് കാമം കാട്ടിയത് നിന്നെ എന്റെ സ്വന്തമായി കിട്ടാൻ വേണ്ടി മാത്രമായിരുന്നു... അങ്ങനെയെങ്കിലും നീയെന്നെ സ്നേഹിക്കാൻ തുടങ്ങും എന്ന് കരുതിയായിരുന്നു...

അടി മുതൽ മുടി വരെ പൊള്ളലേറ്റ് വികൃതമായ ഈ രൂപത്തിലും നിന്നെ എനിയ്ക്ക് വേണം എന്റെ എല്ലാമെല്ലാമായി സ്നേഹിക്കാൻ. നീ ഇങ്ങനെ തന്നെ കിടന്നാലും മതി എന്റെ ജീവിതകാലം മുഴുവൻ നിന്നെ ഞാൻ പൊന്നുപോലെ നോക്കിക്കൊള്ളാം. നീയെന്നെ വിട്ട് നിന്റെ ജീവൻ വെടിഞ്ഞ് പോകാതിരുന്നാൽ മാത്രം മതിയെനിയ്ക്ക്. നിന്റെ സാമീപ്യം മാത്രം മതിയെനിയ്ക്ക്. എന്നെ ഉപേക്ഷിച്ച് പോകരുതേ

പ്രിയേ! ഒരു കാര്യം കൂടി ഞാൻ പറയാം നീയില്ലാത്ത ഈ ലോകത്ത് ഞാനും ഉണ്ടാവില്ല. ഇനി നിന്നെ കാണാതെ തനിയെ ജീവിക്കാനാവില്ല എനിയ്ക്ക്. എനിക്കറിയാം നിന്റെ ജീവിതത്തിലെ എന്റെ സ്ഥാനം. ആരുമല്ലാതെ ആ ജീവിതത്തിൽ ആരൊക്കെയോ ആയി കടന്നുകയറ്റം നടത്തിയ ഒരാൾ. ഇത്രയും കാലം ഒരിയ്ക്കലും സ്വന്തമാകാതിരുന്നിട്ടും സ്വന്തമെന്ന് കരുതി സ്നേഹിച്ച് സ്നേഹിച്ച് കാത്തിരുന്ന് അടുത്ത് കിട്ടിയതിന്റെ അനുരണനമാവാം എന്നെക്കൊണ്ട് അങ്ങനെ ഒക്കെ ചെയ്യിച്ചത്. ജീവിതത്തിൽ ഒരിയ്ക്കലെങ്കിലും മരണത്തെക്കുറിച്ച് ചിന്തിച്ചവർ ജീവിച്ചിരിക്കുന്നെങ്കിൽ അവർ ജീവിതത്തിൽ വിജയിക്കാൻ കെൽപ്പുള്ളവരാണ്. നീ ജീവിതത്തിലേക്ക് തിരികെ വരണം. നമുക്ക് ഒരുമിച്ച് ജീവിച്ച് വിജയിക്കണം. നിന്റെ മൗനങ്ങളും, നീയില്ലാത്ത ജീവിതവും എനിയ്ക്കിനി ശൂന്യതയായിരിക്കും സമ്മാനിക്കുന്നത്. ഇത്രയും കാലം ഞാൻ കരുതിയത് ഒരു നാൾ നീ തിരിച്ചറിയും എന്റെ സ്നേഹം. എനിയ്ക്ക് നിന്നോടുള്ള സ്നേഹം കളങ്കമില്ലാത്തതായിരുന്നു എന്ന്. അന്ന് നീയെന്നെ സ്നേഹിച്ച് തുടങ്ങും എന്ന്."

എല്ലാം കേട്ടു എന്നത് പോലെ പൊള്ളിയമർന്ന പ്രിയയുടെ കണ്ണിൽ നിന്നും കണ്ണീർ പ്രവഹിക്കുന്നുണ്ടായിരുന്നു. ആ കണ്ണുനീർ അവനോട് ഇങ്ങനെ പറയുന്നുണ്ടായിരുന്നു. -സ്നേഹ ബന്ധങ്ങളിൽ നല്ല വാക്ക് ഞാൻ നിന്നെ സ്നേഹിക്കുന്നു എന്നതല്ല. ഞാൻ നിനക്ക് വേണ്ടി മരിക്കാൻ തയ്യാറാണ് എന്നതും അല്ല. എനിയ്ക്ക് നിന്നെ മനസ്സിലാക്കാൻ സാധിക്കും എന്നതാണ്.

അത് കേട്ടിട്ടെന്ന പോലെ അവൻ പറഞ്ഞു ഞാൻ നിന്നെ അറിയുന്നു പ്രിയേ. ഇനി ഞാൻ സംന്യാസം സ്വീകരിച്ചോളാം. എന്താണ് സംന്യാസം എന്നത് നിനക്കറിയാമല്ലോ. നിത്യ നൈമിത്തിക കർമ്മങ്ങൾ അതായത് കർത്തവ്യകർമ്മങ്ങൾ ചെയ്തു കൊണ്ട് കാമ്യകർമ്മങ്ങളെ ഉപേക്ഷിക്കുക എന്നത് അതാണ് സംന്യാസം എന്ന് ഗീതയിൽ വിവക്ഷിച്ചിരിക്കുന്നത്. ഇനി ബാക്കിയുള്ള നമ്മുടെ ജീവിതത്തിൽ ഞാൻ നിനക്ക് വേണ്ടത് ചെയ്തു തന്നുകൊണ്ട് ബന്ധങ്ങൾ മരിക്കുന്ന ഈ ലോകത്ത് ഒരിയ്ക്കലും പിരിയാത്ത സ്നേഹവുമായി മനസ്സുകൊണ്ട് നമുക്ക് ഒരുമിച്ച് ജീവിക്കാം.

അടുത്ത ദിവസം തന്നെ രഘുപ്രിയ മരണപ്പെട്ടു. അവളുടെ ചടങ്ങുകൾ കഴിഞ്ഞ ആ രാത്രി മിഥുൻ താൻ മറ്റുള്ളവർക്ക് നൽകിയിരുന്ന അതേ ഉറക്കഗുളികകൾ കഴിച്ച് ജീവനൊടുക്കി.

ആത്മാക്കളുടെ ലോകത്ത് അനിലിന്റെ സമീപത്തെത്തിയ രഘുപ്രിയയുടെ ആത്മാവിന്റെ അടുത്ത് തന്നെ മിഥുന്റെ ആത്മാവും വന്നണഞ്ഞു.

അനിൽ അനിയനെ സ്നേഹത്തോടെ ആലിംഗനം ചെയ്യുന്ന കാഴ്ചകണ്ട രഘുപ്രിയയുടെ ആത്മാവ് ഞെട്ടിപ്പോയി. പിന്നീട് അനിൽ മിഥുനോട് പറഞ്ഞു നിനക്കൊന്ന് പറയാമായിരുന്നു എന്നോട്. അറിഞ്ഞിരുന്നെങ്കിൽ അനിയൻ സ്നേഹിച്ച കുട്ടിയെ ഒരിക്കലും ഞാൻ വിവാഹം ചെയ്യില്ലായിരുന്നു. പക്ഷേ നിന്റെ അവളോടുള്ള സ്നേഹം ആത്മാർത്ഥമായിരുന്നു എന്നും ആ ആത്മാർത്ഥ സ്നേഹത്തിന്റെ വിഭ്രാന്തിയിൽ ആണ് നീ ആ തെറ്റുകൾ ഒക്കെ ചെയ്തതെന്നറിഞ്ഞപ്പോഴും എനിയ്ക്ക് നിന്നോട് വെറുപ്പില്ലാതായി. അറിഞ്ഞതും കേട്ടതും ഒന്നുമല്ല., ജീവിതം കൊണ്ട് നീ കാട്ടിത്തന്നതാണ് യഥാർത്ഥ പ്രണയം.

പിന്നെ രഘുപ്രിയയോടായി പറഞ്ഞു.

“ഞാൻ നിന്നെ താലി കെട്ടിയതു മാത്രമേയുള്ളൂ. താലിയല്ല ഒരു ബന്ധത്തിന്റെ മൂല്യം നിർണയിക്കുന്നത്, മനസ്സറിഞ്ഞ സ്നേഹമാണ്. ആ സ്നേഹത്തോടെയുള്ള ജീവിതമാണ്...

നീ എന്നെയല്ല സ്നേഹിക്കേണ്ടത്. എന്ത് ചെയ്തും നിന്നെ സ്വന്തമാക്കി സ്നേഹിക്കാൻ കൊതിച്ച് ജീവൻ വെടിഞ്ഞും നിന്റെ കൂടെ വന്ന മിഥുനെയാണ് ഇനിയെങ്കിലും നീ സ്നേഹിക്കേണ്ടത്. നമ്മെ ഒഴിവാക്കാൻ ഒരു കാരണം നോക്കി നടക്കുന്നവരേക്കാൾ ഒരു കാരണവും ഇല്ലാതെ നമ്മളെ സ്നേഹിക്കുന്നവരുണ്ട്. അവരെ മനസ്സിലാകുന്നത് ഒരു പാട് അവഗണിച്ചതിന് ശേഷമാണ്. അപ്പോൾ വൈകിപ്പോയിട്ടുണ്ടാവും.

നമ്മൾ സ്നേഹിക്കുന്നവരെയല്ല നമ്മളെ സ്നേഹിക്കുന്നവരെയാണ് നമ്മൾ സ്നേഹിക്കേണ്ടത്. “എന്ന് പറഞ്ഞ് അനിൽ മിഥുന്റെയും രഘുപ്രിയയുടെയും ആത്മാക്കളെ ചേർത്ത് നിർത്തി അവരെ ആത്മാക്കളുടെ ലോകത്ത് ജീവിക്കാൻ വിട്ട ശേഷം തന്റെ സംന്യാസം പൂർത്തിയാക്കിയ അനിലിന്റെ ആത്മാവ് വല്യേച്ഛനെപ്പോലെ പരമമായ മോക്ഷപദപ്രാപ്തിയിൽ ലയിച്ചു.

www.ingramcontent.com/pod-product-compliance
Lightning Source LLC
LaVergne TN
LVHW101412051026
849519LV00005BC/1735